இராசேந்திரசோழன்

தேர்ந்தெடுத்த சிறுகதைகள்

D1680083

தேர்வும் தொகுப்பும்:

பா. இரவிக்குமார்

புதுவை சீனு. தமிழ்மணி

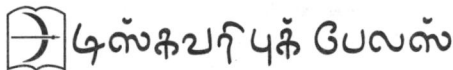

டிஸ்கவரி புக் பேலஸ்

#6, மஹாவீர் காம்ப்ளெக்ஸ், முனுசாமி சாலை,
(பாண்டிச்சேரி கெஸ்ட் ஹவுஸ் அருகில்)
கே.கே.நகர் மேற்கு, சென்னை-600 078.
பேச : 044 48557525, +91 87545 07070

இராசேந்திரசோழன்

தேர்ந்தெடுத்த சிறுகதைகள்

தேர்வும் தொகுப்பும்:
பா.இரவிக்குமார், புதுவை சீனு.தமிழ்மணி

RajendraChozhan - Selected Stories

Selected & Compiled by :
Paa. Ravikumar, Pudhuvai Seenu. Thamizhmani

Publisher: Discovery Book Palace
First Edition: February - 2021
Pages: 288
ISBN: 978-93-89857-54-2

Discovery Book Palace (P) Ltd,
6, Mahaveer Complex, Munusamy Salai,
K.K.Nagar West, Chennai-600 078.
Ph: +91 - 44-4855 7525
Mobile: +91 87545 07070

E-mail: **discoverybookpalace@gmail.com,**
Website: **www.discoverybookpalace.com**

Rs. 300

இந்த நூலில் பிரசுரமாகியுள்ள எந்த ஒரு பகுதியையும் பதிப்பாளரின் எழுத்து பூர்வமான முன்அனுமதி பெறாமல் எடுத்தாள்வதோ, மறுபிரசுரம் செய்வதோ, மொழியாக்கம் செய்வதோ, அச்சு மற்றும் மின்னணு ஊடகங்களில் மறுபதிப்பு செய்வதோ, காப்புரிமைச் சட்டப்படி தடை செய்யப்பட்டுள்ளது. இந்த நூலிலிருந்து குறிப்பிட்ட பகுதிகளை மேற்கோள்காட்டி புத்தக விமர்சனம் செய்ய, ஊடகங்களுக்கு மட்டும் அனுமதி உண்டு.

உங்கள் மொபைல் போனிலிருந்து ஸ்கேன் செய்து டிஸ்கவரி புக் பேலஸின் மொபைல் ஆப்பை டவுன்லோடு செய்து, புத்தகங்களை வாங்குங்கள்.

இராசேந்திரசோழன் எனும் பெருங்கலைஞன்!

கடந்த ஐம்பது ஆண்டுகளுக்கும் மேலாக இலக்கிய உலகில் இயங்கி வரும் இராசேந்திரசோழன் என்கிற மாபெரும் படைப்பாளனை தமிழ்ச்சமூகம் எவ்வாறு உள்வாங்கிக் கொண்டுள்ளது என்று தெரியவில்லை. முற்போக்கு எண்ணங்கள் கொண்டவர்களுக்கு இராசேந்திரசோழன் என்றால் பொதுவுடைமைவாதி; சாதி ஒழிப்பைப் பேசுபவர்; தமிழ்த் தேசியத்தை முன்னிறுத்துபவர்; பெண் விடுதலையை முன்மொழிபவர்; சமூகச் சிக்கல்களை தன் கட்டுரைகளில் பேசியவர். எந்த ஓர் எழுத்தாளனையும் முத்திரை குத்தியே பழக்கப்பட்டுப்போன சமூகம் நம்முடையது.

இவ்வளவுதானா இராசேந்திரசோழன்?

சமூகப்போராளி என்பது மாபெரும் அடையாளம்தான். கடுமையான உழைப்பும், மக்களை நோக்கிச் செல்லும் பயணமும், அர்ப்பணிப்பு உணர்வும் அதற்குத் தேவை. ஆனால், மீண்டும் அதே கேள்விதான் கண்முன் நிற்கிறது. இவ்வளவுதானா இராசேந்திரசோழன்?

காலச்சுவடு இதழுக்கு அளித்த நேர்காணல் ஒன்றில், கார்ல் மார்க்ஸை ஒரு கலைஞனாகச் சித்திரித்திருந்தார், இராசோ. 'மார்க்ஸ் பிறந்தார்' என்னும் நூலைப் பற்றி அதில் பேசியிருப்பார். மார்க்ஸுக்குள் இருந்த கலைஞனை அதில் விதந்தோதியிருப்பார்.

எங்களைப் பொறுத்தவரை, மார்க்சைப்போலவே இராசோவும் பெருங்கலைஞன்தான். வாழ்க்கையின் விசித்திரங்களை வியந்து வியந்து எழுதிய புதுமைப்பித்தனையும், மிக மிக நுட்பமான உணர்வுகளைச் சின்னச்சின்ன வருணனைகளில் அபாரமாக எழுதிய தி.ஜானகிராமனையும் இராசோ வியந்து நோக்கினார்.

வாழ்க்கை எந்த அளவு போராட்டம் நிரம்பியதோ அந்த அளவு அழகும் நிரம்பியது; புதிர்கள் நிறைந்தது. மனித மனமோ புரிந்துகொள்ளப்பட முடியாத ரகசியங்களால் நிரம்பி வழிவது.

கலைஞர்கள் எந்திரத்தனமான வாழ்க்கையை நிராகரிப்பவர்கள். யதார்த்த வாழ்க்கையை வாழ நேரிட்டாலும், அவர்களுடைய உலகம் அன்பு, அறம், அழகு, மனிதநேயம், கனவு முதலியனவற்றால் நிரம்பி வழிவது. இராசோ என்கிற அரசியல் போராளியை அடையாளப்படுத்திய தோழர்கள், இராசோ என்கிற கலைஞனை உணர்ந்துகொண்டதாகவே தெரியவில்லை. இன்றைக்கும், இராசேந்திரசோழன் என்றால், 'எட்டுக் கதைகள்' மட்டுமே நினைவில் கொண்ட பழைய வாசகர்களே பெருமளவில் இருக்கிறார்கள்.

இந்தக் குறைகளைப் போக்கும் வண்ணம் இராசேந்திரசோழனின் அனைத்துக் கதைகளையும் (77 கதைகள்) தொகுத்து, 'இராசேந்திரசோழன் கதைகள்' என்னும் தலைப்பில் பெரும் வெளியீடாகக் கொண்டு வந்தது தமிழினி பதிப்பகம். இதற்காகத் தமிழினி பதிப்பகத்தின் வசந்தகுமாருக்கு நன்றிக்கடன்பட்டுள்ளது தமிழ்கூறும் நல்லுலகம். ஏறத்தாழ ஆயிரம் பக்கங்களுக்கு விரியும் அந்த நூலை, வாசகர்கள் முழுவதும் படித்தார்களா என்று தெரியவில்லை. விரல் விட்டு எண்ணக் கூடியவர்கள் அந்த நூலை வாசித்திருக்கக் கூடும்.

இந்தநிலையில்தான், 'இராசேந்திரசோழனின் தேர்ந்தெடுத்த சிறுகதைகளைத் தொகுப்பது' என்று நாங்கள் (பா.இரவிக்குமார், புதுவை சீனு.தமிழ்மணி) முடிவெடுத்தோம்.

இராசோ பல்வேறு காலகட்டங்களில் எழுதிய கதைகள் இந்தத் தொகுப்பில் இடம்பெற்றுள்ளன. இடதுசாரி இயக்கத்தில் இருந்து கொண்டு, குறிப்பிட்ட சட்டகமாக மட்டும் வாழ்க்கையைப் பார்க்காமல், வாழ்க்கையையும் மனிதர்களையும் அதனதன் இயல்பில் பார்க்க முற்பட்டுள்ள ஓர் அற்புதமான கலைஞனை இந்தத் தொகுப்பில் இனம்கண்டுகொள்ள முடிகிறது. ஆண்-பெண் உறவு, கட்சி அரசியல், திருமணமான பெண்களின் வாழ்க்கை, அவர்களுடைய உணர்வுகள், அதிகார அமைப்பின் அட்டூழியங்கள், வறுமை... என பல்வேறு பொருண்மைகளில் சிறுகதைகளை எழுதியுள்ளார் இராசோ.

இந்தத் தொகுப்பைப் படிக்கும் வாசகர்கள், இராசேந்திரசோழன் ஒவ்வொரு கதைக்கும் வெவ்வேறு பாணிகளில், வெவ்வேறு வகையான நடையை எவ்வாறு கையாண்டுள்ளார் என்பதைப் புரிந்துகொள்வார்கள் என்று நம்புகிறோம்.

'கரசேவை' கதைக்குள் தமிழ்நாட்டைச் சேர்ந்த அனைத்து வாசகர்களும் இன்றும் தங்களை அடையாளம் கண்டுகொள்ளலாம். வித்தியாசமான பாணியில், அங்கதச்சுவையுடன் எழுதப்பட்டுள்ள கதை. இந்தக் கதையில் 'கை' பேசுகிறது. திடீரென தன்னுடன் பேசும் கைகளைப் பார்த்து இதன் நாயகன் திடுக்கிடுகிறான்.

எதற்கெடுத்தாலும் கைதட்டும் மக்களை, கைதட்டுதல்களுக்காகவே ஆடம்பரமாகப் பேசும் பேச்சாளர்களை, கைதட்டுவதற்கென்றே கட்சித் தொண்டர்களை காசு கொடுத்து அழைத்து வரும் கட்சிகளை, இந்தக் கதையில் இடம்பெறும் 'கை' விமர்சனம் செய்கிறது.

தமிழ்ச் சூழலுக்குள் இந்தக் கதைதான் இன்னமும் என்னமாய்ப் பொருந்துகிறது?

இடதுசாரிக் கட்சிகளைத் துவம்சம் செய்யும் அற்புதமான கதை 'சவாரி'. தமிழ்நாட்டில் உள்ள இடதுசாரிக் கட்சியினர் எந்தப் பிரச்னை என்றாலும், இலேசில் கருத்துரைக்கமாட்டார்கள். கட்சி மேலிடம் என்ன சொல்கிறது என்பதைப் பொறுத்துதான் அவர்களுடைய நிலைப்பாடு இருக்கும். 'சவாரி' கதையில், கட்சியினர் எவ்வாறு குதிரையொன்றை வாங்க (இந்தக் கதையில் குதிரை என்பது மகிழுந்தின் குறியீடு) முடிவு செய்கிறார்கள், அதைப் பொதுக்குழு எவ்வாறு முடிவு செய்கிறது, கட்சிக் கூட்டத்தில் எவ்வாறு பேசுகிறார்கள், எவ்வாறு 'நிதி வசூல்' மேற்கொள்ளப்படுகிறது, குதிரையை மீண்டும் விற்பதென முடிவு செய்வதற்கான காரணங்கள்... இன்னபிறவற்றையும் மிக அற்புதமாகப் பதிவு செய்துள்ளார். இராசோவுக்குள் புதைந்திருக்கும் புதுமைப்பித்தனை 'சவாரி' கதையில் இனம்காண முடிகிறது. இதன் பொருள், புதுமைப்பித்தனை இராசோ அப்படியேபோலச் செய்கிறார் என்பதல்ல; அங்கதத் தொனியைச் சிறுகதைகளில் கையாள்வதில் இராசோ புதுமைப்பித்தனைப் பின்பற்றியுள்ளார் என்பதாகத்தான் நாங்கள் புரிந்துகொள்கிறோம்.

'மதராஸும் மன்னார்சாமியும்' கதையை மிஞ்சுகிற ஒரு கதை, இன்னமும்கூட தமிழ்ச் சிறுகதை வரலாற்றில் எழுதப்படவில்லை என்று உறுதியாகக் கூறலாம். அதிகாரத்திற்கு எதிரான தனித்த குரலை அந்தக் கதையில் வாசகர்கள் தரிசிக்கலாம். சென்னைக்கு தன் மகனுடன் வந்து, 'கழிப்பறைக்குச் செல்லமுடியாமல் தவிக்கும் மன்னார்சாமி, காலைக்கடனைக் கழிக்க ஓர் இடத்தைத் தேர்ந்தெடுக்கும் அவஸ்தையையும், அவ்வாறு கண்டுபிடித்தபின் ஒழுங்காகக் காலைக்கடனைக்கூடக் கழிக்காத நிலையில், காவலர்களால் கைது செய்யப்பட்டு நீதிமன்றத்தில் நிறுத்தப்படுவதையும், அங்கே அபராதம் செலுத்துவதையும், முகம் தெரியாத ஒருவனுக்குப் பதினைந்து பைசாவைக் கொடுக்கும் மனித நேயத்தையும் அற்புதமாகச் சித்திரித்துள்ள இராசோவின் ஆற்றலை எப்படிப் பாராட்டுவது?'

ஒருவேளை, இராசேந்திரசோழன் திரைப்படத்துறையில் நுழைந்திருந்தால், நமக்கு ஒரு சத்யஜித்ரேயோ அல்லது மிருணாள் சென்னோ கிடைத்திருப்பார்கள். பாதகமில்லை. இந்தக் கதையைப்

படித்துவிட்டுத் திரைத்துறைக்குள் நுழையும் வாசகர்கள், அப்படி ஆகலாம். இராசோவுக்குள் செயல்படும் சமூகக் கோபம் இனி வரும் தலைமுறைக்கெல்லாம் வேண்டும். இது பாரதியும், பாரதிதாசனும் முன் மொழிந்த சமூகக் கோபம். சாமான்ய மனிதனுக்கு இந்த நாட்டில் எஞ்சுவதெல்லாம் சமூகக் கோபம்தான். அதையும் இழந்து, மனசாட்சி இல்லாத சமூகமாகத் தமிழ்ச் சமூகம் மாறிவருவது கண்கூடு.

'சவாரி', 'மதராஸும் மன்னார்சாமியும்', 'காசுக்காக அல்ல', 'கரசேவை' போன்ற கதைகள் தொகுக்கப்பட்டதன் காரணம் இதுதான்.

'புற்றில் உறையும் பாம்புகள்', 'சூழல்', 'கோணல் வடிவங்கள்', 'தற்செயல்', 'தனபாக்கியத்தோட ரவ நேரம்' முதலிய கதைகளை அன்றையக் காலகட்டத்தில், இராசோவைத் தவிர பிற எழுத்தாளர்களால் கற்பனைகூட செய்திருக்கமுடியாது. கட்சியிலிருந்து கடுமையான விமர்சனங்கள் எழும் என்பது பற்றியெல்லாம் கவலைப்படாமல், நுட்பமான மனவுணர்வுகளைச் சுதந்திரமாகப் படைக்க வேண்டும் என்று நினைக்கும் கலைஞன், இப்படித்தான் இயங்கியிருக்க முடியும்.

பெண்களின் விடுதலை குறித்துக் கட்டுரைகளை எழுதிய இராசேந்திரசோழன், பெண்களின் மன உலகை விதவிதமாக எழுதிச் செல்வதை இந்தக் கதைகளைப் படிக்கும் வாசகர்கள் உணரமுடியும். 'சூழல்' என்னும் கதையில் இடம்பெறும் திருமணமான, நடுத்தர வயதைச் சார்ந்த பெண், தற்செயலாக ஓர் இளைஞனிடம் தன்னைப் பறிகொடுக்கிறாள். கணவனுக்குத் துரோகம் இழைக்க வேண்டும் என்று அவள் கனவிலும் எண்ணாதவள். விபத்துபோல ஓர் உறவு நிகழ்கிறது. அப்பொழுது அவளைச் சந்தேகப்படாத கணவன், வேறொரு தருணத்தில் அவளைச் சந்தேகப்படுகிறான். இயல்பாக அவள் யாரிடம் பேசினாலும், ஐயப்படும் கணவனின் நிலைப்பாட்டை எண்ணி, மன உளைச்சலுக்கு ஆளாக நேரும் ஒரு பெண்ணை 'சூழல்' கதையில் சித்திரித்துள்ளார் இராசோ.

'சென்னையில் சுற்றிப்பார்க்கவேண்டிய இடங்கள்' என்னும் கதையில், சென்னையைச் சுற்றிப்பார்க்க கணவனுடன் ஆவலாகச் செல்லும் மனைவி, சென்னையில் மூன்று நாட்கள் தங்கியிருந்தும் சென்னையைச் சுற்றிப்பார்க்காமலேயே திரும்புகிறாள். மனைவியுடன் செல்லும் கணவனின் சுயநலம் சார்ந்த உலகைக் கண்முன் நிறுத்துகிறார் இராசோ.

இராசேந்திரசோழன் கையாளும் மொழிநடையைக் குறித்து ஓர் ஆய்வே நிகழ்த்தலாம். வட்டாரச்சொற்களை, அதிலும், குறிப்பாகச் சில வசைச்சொற்களைக் கையாண்டுள்ள விதம் அபாரமானது.

மனிதர்களை, அவர்களுடைய மொழியை, பண்பாட்டைக் கூர்ந்து கவனிக்காமல் சிறுகதைகளுக்குள் இவற்றைக் கொண்டுவருவது சாத்தியமில்லை.

எங்களுடைய இரசனை உணர்வை வெளிப்படுத்த வேண்டும் என்பதற்காக அனைத்துக் கதைகளையும் எழுதவேண்டிய தேவையுமில்லை எனக் கருதுகிறோம். ஒன்றை மட்டும் சொல்ல வேண்டும்.

புதிதாக உருவான இளைய தலைமுறையினருக்கு இந்தத் தொகுப்பின் வாயிலாக 'இராசேந்திரசோழன்' என்னும் பெருங்கலைஞனைக் கொண்டு செல்வதில் உவகையும் பெருமையும் கொள்கிறோம்.

இந்தத் தொகுப்பை வெளியிட முன்வந்த டிஸ்கவரி புக் பேலஸின் வேடியப்பன் எங்கள் இனிய நண்பர். எளிமையானவர். தமிழ் நவீன இலக்கியத்தை அடுத்த கட்டத்துக்கு நகர்த்த வேண்டும் எனக் கருதுபவர். அவருக்கு நன்றியை உரைப்பது சம்பிரதாயமான வார்த்தையல்ல. வேடியப்பனுக்கும் அவருடைய ஊழியர்களுக்கும் எங்களுடைய இதயத்தின் அடித்தளத்திலிருந்து நன்றியை உரித்தாக்குகிறோம்.

இராசேந்திரசோழன் எனும் மகத்தான கலைஞனின் புனைவுலகில் இனி சஞ்சரிக்கப் போகிறீர்கள்.

அவருடைய காலத்தில் நாம் வாழ்ந்தோம் என்பதைவிட வேறு பெருமை நமக்கென்ன வேண்டும்?

புதுச்சேரி,
20.12.2020.

அன்பின் நெகிழ்வில்,

பா.இரவிக்குமார்
புதுவை சீனு.தமிழ்மணி

உள்ளே...

1. கோணல் வடிவங்கள் — 11
2. புற்றில் உறையும் பாம்புகள் — 21
3. தனபாக்கியத்தோட ரவ நேரம் — 27
4. தற்செயல் — 36
5. கரசேவை — 48
6. வினை — 56
7. நிலச்சரிவு — 87
8. சூழல் — 106
9. நான் பண்ணாத சப்ளை — 124
10. எதிர்பார்ப்புகள் — 130
11. சவாரி — 138
12. காசுக்காக அல்ல — 161
13. பாசிகள் — 168
14. வானம் வெளிவாங்கி — 177
15. ஊனம் — 191
16. பக்தி மார்க்கம் — 199
17. மையம் — 225
18. அவரோட லோகம் — 249
19. மதராஸும் மன்னார்சாமியும் — 257
20. சென்னையில் பார்க்கவேண்டிய இடங்கள் — 270

கோணல் வடிவங்கள்

"அப்பிடியா சேதி..." பதட்டத்துடன் கேட்டான் அவன். "ஒனக்கு நல்லாத் தெரியுமா..!"

"சத்தியமா; எங்கப்பானா... உட்டன்னு..."

கிடுகிடுவென வேகமாய் நடந்தான். அறுவடையாகிக் காய்ந்த கழனிகளில் தேய்ந்து வெளுத்திருந்த ஒற்றையடிப் பாதையின் வழியாக மாடுகளை அயட்டி ஓட்டிக் கொண்டு வந்தான். வீட்டை அடைந்தான். கொட்டாய் ஓரம் சுவரில் கலப்பையைச் சாத்தி வைத்துவிட்டு மாடுகளைக் கூடக் கட்டாமல் "த, மங்கலட்சுமி இந்த மாடுவள புடிச்சித் தவுடு வச்சி தண்ணி காட்டு; கையோட மொளக்குச்சில புடிச்சிக் கட்டு. சும்மா கெடக்குது. தோ வர்றேன்..." என்று அந்த வேகத்திலேயே வெளியேறினான்.

"என்னா... த... நீம் பாட்டுக்னு வந்த வேகத்துக்கு போற; எங்க அம்மாம் அவசரம்..?"

"சே சும்மா கெட. போவும் போதே எங்க போறன்னிக்னு"

தெருப்புழுதியில் காலடிகள் கனமாகப் பதிந்தன. ஒவ்வொரு அடியிலும் புழுதி அரக்கிப் பறந்தது, அந்தி ஒளியில் கலந்தது. தெருவே போய் 'சூரி வூட்டு' சந்து திரும்பி குறுக்காக நடந்து அந்தாண்டைத் தெருவை அடைந்தான். வரிசையாய் நாலைந்து பூவரச மரங்கள். நடுவே கோலம் அழிந்த தெருமுற்றம். வீடு. இரண்டு திண்ணைகளுக்கு நடுவே ரேழி. ஒருக்களித்த கதவைத் திறந்து கொண்டு உள்ளே நுழைந்தான்.

நடைக்கு அப்பால் பின்புறம் சமையல் கட்டு, அடுப்பங்கரை. கூழு துழவிக் கொண்டிருந்த அவள் கையில் துடுப்பைப் பிடித்தபடியே நிமிர்ந்தாள்.

"என்னாத இந்நேரத்துல... திடுக்னு. நெனப்பு எடுத்துக்கிச்சாங் காட்டியும்...." அவள் கேலியாகச் சிரித்தாள்.

"மயிரு எடுத்துக்கிச்சி"

“என்னா சிடுசிடுன்ற...” அவள் துடுப்பைப் பானையிலேயே விட்டு விட்டு அருகில் வந்தாள். உடம்பை உரசினாள். “என்னா கோவம்.’

அவளையே ஓட உருவப் பார்த்தான் அவன். அவன் முகம் இறுகிப் போயிருந்தது. கண்களில் ஆவேசம் பொங்கியது.

“இந்தக் கொஞ்சல் எல்லாம் வேணாம்! நேத்து ராத்திரி யார் வந்தது இங்க...!”

அவள் புருவத்தை நெரித்துத் தனக்குத்தானே யோசித்தாள்.

“யாருமில்லியே...!” புரியாமல் நின்றாள்.

“யாருமில்லியா...!” தோரணையோடு கேட்டான் அவன். சந்தேகத்தோடு ஊடுருவினான்.

“மின்சாமி இங்க வர்ல ராத்திரி...”

“ராத்திரியா!”

“பின்ன பவல்லியா வருவான்.”

“த ஒனக்கு என்ன பயித்தியம் கியித்தியம் புடிச்சிகிச்சா யென்னா? அவரு ஏன் இங்க வர்றாரு ராவுல.”

“ஏய்... எங்கிட்ட புளுவாத. உண்மைய சொல்லிடு’ எச்சரிக்கிற பாவனையில் அழுத்தமாகவும் உறுதியாகவும் கேட்டான்.

அவள் விசித்திரமாகப் பார்த்தாள். “என்னாத்த சொல்லச் சொல்ற?”

“அத என் வாயால சொல்லச் சொல்றியா.”

“என்னாத நீ பேசறது. ஒன்னும் குதுர்படாம... என்னான்னு தான் சொல்லேன்.”

“அதெல்லாம் ஒன்னும் வேணாம். மின்சாமி நேத்து ராத்திரி இங்க ஏன் வந்தா?” அவன் அதையே மறித்து மறித்துக் கேட்டான்.

அவள் கொஞ்சம் சலிப்படைந்தாள். “த... இங்க முன்சாமியும் வர்ல; கின்சாமியும் வர்ல. சும்மா நீம் பாட்டுனு கேப்பார் பேச்ச கேட்டுக்னு ஒன்னும் ஆடாத.”

“யாரு நான் ஆடறனா... நீதான் ஒன்னும் புடிபடாத ஆடற.”

“நான் ஏன் ஆடறேன். நீதான் ஆடறே..”

“சீ சும்மா கெட. கூடகூட வாயாடிக்னு! உண்மைய சொல்லு; மின்சாமி ராத்திரி ஏன் இங்க வந்தான்?”

“யாரு வாயாடறது. நீ கேக்கறது ரொம்ப ஒழுங்கு. நான் எதுனா கேட்டா வாயாடியா...”

“இப்ப பாத்துக்னே இரேன் இப்ப. அந்த வாயப் புடிச்சி கிழிச்சிடறேன்.” அவன் கொஞ்சம் கிட்டத்தில் நெருங்கினான்.

“தா ஓடேன் அப்பிடி.... என்னமோ பெருசா பீத்திக்கிற... என்னா ஏதுன்னு ஒன்னுஞ் சொல்லாத அவன் ஏன் இங்க வந்தான் இவன் ஏன் இங்க வந்தான்னு பொலம் புடிக்கறா போலருக்கிது.

“என்னாமோ ஆரோ எனவோன்ற தெம்புல பேசறியா” அவன் தலையை ஆட்டிக் கறுவினான். கட்டனவனாயிருந்து கேட்டா இப்படி பேசுவயா நீ!”

“அந்த ஆம்பளக்கி துப்பு இல்லாததுனாலதான் இந்த அளவுக்கு; இல்லாட்டா இம்மா பதஷ்டமா வெடுக்னு வந்து இந்த வார்த்த கேப்பியா நீ! என்னா துணிச்சலு இருக்கணும் ஒரத்தன் பொண்டாட்டிய பாத்து இந்தமாரி ஒரு கேழ்வி கேக்க..”

அவன் டக்கென்று எட்டி அவள் மயிரைப் பிடித்தான்.

“ஏய் ராத்திரி மின்சாமி இங்க வரலன்னு...”

“சீ’ கைய எடு, நீ யாரு என்ன அதக் கேக்க?”

பளாரென்று அவள் காதாம்பட்டையில் அறைந்தான்.

“ஐயோ!” என்று சுருண்டு விழுந்தாள் அவள். “அடப்பாவி, ஏண்டா ஒனக்கு இந்தப் புத்தி? நல்லாருப்பியா நீ! எம்மாத்தரம் செஞ்சிருப்பேன் ஒனக்கு. துன்னுப்புட்டு என்னியே ஒதைக்க வர்ரியே. ஓம் பொண்டாட்டி கூடம் ஒன்ன அன்னமாரி கவனிச்சிருக்க மாட்டாடா... அன்னமாரில்லாம் சவரட்சண பண்ணனே. கேப்பார் பேச்ச கேட்டுக்னு வர்ரீயேடா... பாவி!”

கதறி அழும் அவளைப் பார்த்து ஆத்திரத்தோடு பல்லைக் கடித்தான் அவன். “கத்தாத. வாய மூடு! இப்பகூடம் உண்மைய சொல்லிடு!’ இல்ல... நீ ஆர்ராவன் என்ன கேக்க!’ என் இஷ்டம் எப்பிடி வேணா போவேன்னு சொல்லிடு. நாம் பாட்டுனு போயிடறேன். அப்புறம் எதுனா கேட்டன்னா ஏன்டா கழுதன்னு கேளு... என்னா? ராத்திரி இங்க மின்சாமி வந்தானாயில்லியா?”

“ஏண்டா என்ன இந்தமாதிரி கொல வாங்கற... இந்த மாரியாத்தா மேல ஆணையா அவன் இங்க வரவேயில்லடா...”

“பின்ன யாரு இங்க வந்தது ராத்திரி?”

“அவரு; எங்க ஆம்படையாந்தான் இருந்தாரு.”

“சும்மா திருப்பி திருப்பிக்னு புளுவாத. அவருதான் நேத்து பொழுதாகவே மாடு பிடிக்கப் போறேன்னு சொல்லிட்டுப் பூட்டாரே! அப்புறம் அவருதான் இருந்தாருன்னா.. சொல்லு; ஆரு வந்தது?”

“பொழுதாவா! ஆரு சொன்னது ஒனக்கு. காலம்பறதான் போனாரு. ராவெல்லாம் இங்கதான இருந்தாரு. மத்தியானமே போறேன்னிட்டு தான் எங்கியோ போனாரு. அப்பறம் வெளக்கு வக்ய இந்நேரம் இருக்கும் வந்தாரு. திரும்பி காத்தாலதான் போனாரு...” அழுதபடியே சொன்னாள்.

“என்னாமே! இங்க யாருகிட்ட டகுள் வுடற. அவருதான் மத்யானமே பூட்டாரே...! என்னமோ வெளக்க வக்ய வந்தாராம். வெடிஞ்சி போனாராம்....! கேக்கறவன் என்னா காதுல பூ சுத்திக் கினுகிறான்னு நெனச்சிக்னிருக்கிறியா?”

“அடப்பாவி! நான் ஏண்டா புளுவறேன். எனக்கு என்னா தலையெழுத்து ஒங்கிட்ட வந்து புளுவணம்னு. போற மனுஷன் வர்ற மனுஷன் என்னா நம்பகிட்டியா எதுனா சொல்லிட்டுப் போறாரு. அவரு மாட்டுனு வர்றாரு. அவரு மாட்டுனு போறாரு. ஒன்னொண்ணித்திலியும் குத்தமாயிருக்குது ஒனக்கு. நான் என்னா இந்த சூதெல்லாமா பாத்து வச்சினுகிறேன். எத்தினி நாளா நெனச்சிக்கினிருந்தியோ, இந்த மாதிரி கத கட்டணம்னு...”

“யாரு! நான் கத கட்டறனா... ஒன்னுந் தெரியாத பாப்பா நீ! நான் கத கட்டறேன்.... இல்ல!”

“எல்லாந் தெரிஞ்சா ஏன் இப்படி கெடக்கறோம். ஓங்கிட்ட வந்து சவகாசம் பண்ணிக்னு. மின்ன பின்ன பழக்கப்பட்டுக்னத கூடம் நெனச்சி பாக்காம தோ வெடுக்னு வந்து கேட்டுப்புட்டியே எடுத்த வாய்க்கி... நல்லாயிருப்ப... நம்ப புத்திய செருப்பால அடிச்சிக்கணம்.”

அவள் கண்களைத் துடைத்துக் கொண்டு சொன்னாள். அவன் சட்டென்று குனிந்து முகத்தை நிமிர்த்தினான். கண்களில் உக்ரம் தெறிக்கக் கேட்டான். “என்னா சொன்ன!...”

“சீ! கைய எடு அப்பால.”

“ஓதைப்பேன் இப்ப... ஏன் ஓம் புத்திய செருப்பால அடிச்சிக்கணும். எம் புத்திய வேணா நா அடிச்சிக்கணும் ஓங்கிட்ட ஓடியாந்து சகவாசம் வச்சிக்னம் பாரு. அதுக்கு!

"இங்க ஆருன்னா ஓடியாந்து வச்சிக்கோ வச்சிக் கோன்னாங்களா.!"

"தேவடியா முண்ட! கொல பண்ணிப் போடணம்மே ஒன்ன... என்னா நெஞ்சித் தெகிரியம் ஒனக்கு..."

"ஆருக்கு எனக்கா ஒனக்கா! தெகிரியம் இருந்தவாசிதான் கைநீட்டி அடிச்ச, பொண்டாட்டியாயிருந்தா இம்மாம் பதஷ்டமா அடிப்பியா நீ, பிலுபிலுன்னு புடிச்சிக்னிருக்க மாட்டாளா இந்நேரம்."

"ஒழுங்காயிருந்தா நான் ஏன் ஒன்ன அடிக்கறேன்."

"என்னா ஒழுங்கு கெட்டுப்புட்டத ஓங் கண்ணால பாத்துப்புட்ட, ரோஷம் பொத்துக்கினு வந்திடுச்சி ஒனக்கு.."

"இந்த மாரிதான் பேசாதேன்றேன்..."

"பின்ன என்னா பின்ன. நம்பகிட்ட வந்தாளே அந்த மாரிதான் மத்தவங்கிட்டியும் போயிருப்பான்னு ஒனக்கு சந்தேகம். அப்பிடியே வச்சிக்கோ போ! என்னா பண்ணப் போற இப்ப?"

"என்னாது என்னா பண்ணப் போறனா? ஏய் வீணா ஈசாமெய கௌப்பாத..."

"அடாடடாடா...! ஒன்னுங் கேக்க மாட்டாரு போலக்குது புள்ளாண்டான்... கட்டனவங்கூடம் இதுவரிக்கும் அந்தமாரி ஒன்னும் கேட்டதில்லன்னா... தே வந்துட்டாரு இவரு எங்கருந்தோ... ஆன்னா ஊன்னா எழுந்து எழுந்து வந்துக்னு..."

"ஏய் என்னா சொன்ன...?" அவன் ஆக்ரோஷத்தோடு அவளை இழுத்துத் தள்ளினான். கத்தையாய் அவள் மயிரைக் கைகளில் பிடித்துக் கொண்டு முகத்தை நெருங்கிக் கேட்டான். "தேய், ஏன் உன் ஆம்பிடியான் இருக்கும் போதே நீ ஏங்கிட்ட வந்த தெரியுதா..."

"புத்தி கெட்டுப் போயிதான் வந்துட்டேன். தோ தெரிஞ்சி போச்சே அதும் பொவுஷு. போறாதா...!"

"வீண் கதையெல்லாம் வேணா. வீணா வம்பு வளத்தன அப்பறம் என்னா நடக்கும்னு தெரியாது. ஏன் வந்த? நெனப்புகிதா..."

அவள் பேசாமலிருந்தாள்.

"ஏதோ நீயும் தப்பு பண்ணிட்ட. நானும் தப்பு பண்ணிட்டேன். போவட்டம். இதுவரிக்கும் நம்ப பழக்கமானதுலருந்து ஓம் புருஷன் வர்றதப் பத்தி எப்பனா ஏதுனா நான் வாயெத் தெறந்து கேட்டுருப்பனா. ஏதோ கட்னவனாச்சே; அதுகூடம் இல்லண்ணா

அப்பறம் அவனுக்கு என்னா இருக்குது, அவனும் கண்டுங் காணாதமாதிரி பெரும்போக்கா போயிக்னுகிறானேண்ணு நானும் அதப்பத்தி ஒன்னுங் கேட்டுக்கறதில்ல இல்லியா!"

"இது என்னாடியிது வம்பு. அவர இவரு கேட்டுக்கற தில்லியாமே. நல்லாகிதே நாயம். கேட்டுத்தான் பாரேன் என்னா நடக்குதுன்னு..."

"சும்மா ஔறாத; இதுவரிக்கும் அதப்பத்தி எதுனா அத்தாகுத்தமா கேட்டிருப்பனா அதுவரிக்கும் சொல்லு."

"இத்தினி நாளுமாதிரி இப்பிடியே போய்க்னு இருந்துட்டா ஒன்னும் வரப் போறதில்ல; ஒம் புருஷனைத் தாண்டி இன்னொரத் தங்கிட்டியும் போறன்னா... எனக்கு எப்பிடியிருக்குது தெரியுமா?"

"......................."

"பின்ன என்னா, ஊருமேல போனன்னு சொல்லச் சொல்றியா..."

"சீ சும்மா கெட. நெனக்க நெனக்க எம் வவுரே எரியுதுமே..."

"எரிஞ்சா எரியட்டுமே. என் கொல பதைக்கறது எனக்குதாண்டா தெரியும் பாவி. கண்ணு எதுர நாக்கு அழுவிடப் போவுது பாரேன்.... வெளங்கவா போற நீ! பொம்பள பாவம் பொல்லாததுன்னுவாங்க; பாத்துக்னே இரேன். என்னா கெதில போறன்னு..."

"பெரிய பத்தினி இவ! சாபம் குடுக்கறா..."

"அவுசாரிதான் நானு. இல்லன்னா சொல்றேன்."

"என்னா நெசத்த!"

"மின்சாமி இங்க வந்தத..."

"சீ, ஓங்கிட்ட ஆரு பேசுவா... வெறிச்சி பேசுவாளா ஓங்கிட்ட. ஒரு தாட்டிதான் சொல்லுவா ஒரு பொம்பள. நல்ல மாட்டுக்கு ஒரு சொல்லு..."

"அப்ப அவன் இங்க வந்தான்றியா?"

"ஆமா வந்தான்! நானும் அவனும் ராவெல்லாம் ஒன்னா தான் படுத்துக்னு கெடந்தோம். எங்க போயி பஞ்சாயத்து வச்சிக்கிறியோ வச்சிக்கோ போ!"

பளாரென்று அறைந்தான் அவன். "ஐயையோ ஆம்பள இல்லாத வூட்ல பூந்து இந்த மாதிரி அக்ரமம் பண்றானே... ஆரும் கேப்பாரில்லியா...? ஐயோ! என்று கதறினாள் அவள்.

“கத்தாத கம்முன்னு வாய மூடிக்கோ தெருவு சிரிச்சிப்புடும். இன்னிக்கி. மெய்ய சொல்லிடு இப்ப. சொல்லிட்ட இத்தோட பூட்டேன்...”

“நான் என்னாத்த சொல்லுவேன்” அவள் ராகம் வைத்து அழுதாள். அவன் தபதபவென்று இரண்டு கைகளாலும் மாறி மாறி அறைந்து அவளை கீழே தள்ளி வயிற்றில் எட்டி உதைத்தான். “அவுசாரி முண்ட இன்னியோட ஒழிஞ்சி போ! என்னியும் அவனாட்டம் இளிச்சவாயன்னு நெனச்சிக்னியா....” அவன் கீழே குனிந்தான்.

“ஐயோ ஐயோ.. வுடுறா பாவி! ஐயோ இவன் பாட்டுனு அடிச்சி கொல்றானே! நான் ஆருகிட்ட போயி சொல்லுவேன்... ஐயோ ஐயோ... வுட்டுர்றா பாவி, வுட்டுர்றா, இல்லடா இல்ல.. ஒன்னத்தவர நான் ஆருகிட்டியுமே போவலடா. எங்க ஆம்பளையும் ஒன்னியும் தவர ஆருகிட்டியுமே போவலடா. ஐயோ! என்ன என்னா இந்தமாரி சாவடிக்கறானே... கல்பூரம்னா வாங்கியாடா. அவிக்கிறேன்.

அவள் கண்களிலிருந்து தாரை தாரையாய் வழிந்தது. சாணமிட்டு மெழுகிய தரையில் சிந்தியது. உதட்டோரம் பல் பதிந்த காயத்திலிருந்து ரத்தம் கசிந்தது. அவள் விக்கி விக்கி அழுதாள். “எனக்கு வோணும். இதுவும் வோணும். இன்னமும் வோணும். கட்டனவனுக்கு துரோகம் பண்ணம் பாரு. அந்தப் பாவம் அனுபவிக்கிறேன்...”

“உன்ன ஆருன்னா துரோகம் பண்ணச் சொல்லிச் சொன்னாங்களா....” அவன் அவள் முகத்துக்கு நேரே உறுமினான்.

“போதும்டா அப்பா போதும். போ நீ! ஒன்னோட அனுபவிச்ச சொகமும் போதும். பட்டதும் போதும்.. இன்னமும் ஒதைக்க வராத நீ ஒடம்பு ஒன்னும் உறுதியாஇல்ல. உன் சகவாசமே வேணாம். போ. ஒனக்கு ஒரு கும்புடு. உம்....ளுக்கு ஒரு கும்புடு அடி மாரியாத்தா எனக்கு இந்தக் கெதியா வரணம்...”

“ஒக்காந்து ஒப்பாரி வச்சிக்னு இரு. ஒங்கிட்ட பேசிக்றதுல ஒன்னும் புரயோசனமில்ல. அவன் கால ஒடிச்சா எல்லாம் தானா சரியாப் பூடும்...”

அவன் வேகமாக வெளியேறினான். “மவன இன்னிக்கி எலும்புக்கு எலும்பு எண்ணி எடுத்துடறேன்” என்று முனகிக் கொண்டான். அந்தி மங்கிய கசகசப்பான இருள். தெரு கம்மலா யிருந்தது. ஒதிய மரத்தின் பக்கம் குப்பை மோட்டோரம் ஒற்றையடிப்பாதை வழியாகச் சந்தில் திரும்பி நடந்து மின்சாமி வீட்டை நெருங்கினான். திண்ணையில் ராந்தலைக் கொளுத்தி

வைத்து நாலைந்து பேரோடு அவன் சீட்டு விளையாடுவதைக் கண்டான். கர்ஜித்தான்.

"டாய் மின்சாமி...."

குனிந்து சீட்டைப் பார்த்துக் கொண்டிருந்தவன் திடுக்கிட்டு நிமிர்ந்தான். "என்னா!" தலையை ஆட்டிக் கேட்டான்.

"அந்த ஏழுமலகிட்ட சீட்டக் குடுத்துட்டு இப்பிடி ரவ வாயேன் இங்க..."

அவன் வந்தான். அவன் வந்த வழிப்பக்கமாகவே குப்பை மேட்டுப் பக்கம் இடிந்த குட்டிச்சுவர் அருகாகத் தள்ளிக்கொண்டு போனான்.

"நேத்து ராத்திரி எங்க போயிருந்த?"

"எங்கியுமில்ல..."

"புளுவாத எங்க போயிருந்த?"

"இது என்னாடாயிது வம்பு. நான் ஏன் உங்கிட்ட புளுவணும்? சினிமாவுக்குப் போலாம்னு கூடிப் பேசிக்னு இருந்தது. அதுகூடம் சைக்கிள் ஆப்டாத தோதுபட்டு வர்லன்னு நின்னுட்டம்.."

"நின்னுட்டது தெரியுண்டா... அப்புறம் எங்கியுமே போவலியா நீ?"

"எங்கியும் போவலியா... எங்கியும் போவலியான்னா என்னா அர்த்தம். நாங்க கெடக்கறோம் விதிய நெனைச்சிக்னு ராவல்லாம் சீட்டு ஆடிக்னு... அடின்னும் தெரியாம மொனன்னும் தெரியாம நீம்பாட்டும்னு வந்து கேட்டா என்ன அர்த்தம். ராத்திரி எனக்கு ரெண்டே முக்கா ரூவா தோப்பு. அது தெரியுமா ஒனக்கு...!"

"என்னடா காது குத்தற... பாருவதி வூட்டுக்குப் போவல நீ!"

"ஓ! அதச் சொல்றியா... ஆமா போனேன். அதுக்கு என்னா வந்தது இப்ப?"

"ஏம் போன?" ஒரு அடி முன்னால் வந்து கேட்டான்.

"ஏன் போனன்னா எப்பவும் போற மாரி போனேன் வந்துட்டேன்." அவன் சாதாரணமாய்ச் சொன்னான். கண்கள் சிவந்தன.

"டாய் எல்லார்கிட்டியும் வெளையாடற மாதிரி எங்கிட்ட வெளையாடாத. எதுக்குப் போன?"

"சும்மா குந்தி பேசிக்னு இருக்கப் போனேன்..."

"ஆருகிட்ட?"

"இது என்னாடா இது! போவும் போதே ஆருகிட்ட பேசறதுன்னா ஓசன பண்ணிக்னா போவாங்க. எப்பவும் போறமாரி போனேன். அவரு இல்ல. மாடு புடிக்கப் பூட்டாருன்னு சொல்லிச்சு. கொஞ்ச நேரம் அதுங்கிட்ட குந்திப் பேசிக்னு இருந்துட்டு வந்தேன்?"

"அவகிட்ட ஒனக்கு என்னா பேச்சி?"

"இது என்னாடா கோராம! நான் அதுகிட்ட பேசனா ஒனக்கு என்னா... அவரே ஒன்னும் சொல்றதில்லையாம். இவரு வந்துட்டாரு எங்கிருந்தோ பேசக்கூடாதுன்றதுக்கு. ஒனக்கு என்னா பேச்சி. ஒனக்கு என்னா பேச்சின்னா எனக்கு ஒன்னும் புரியலியே!"

"டாய் பேசக் கூடாதுறான்னா அப்பறம் என்னுமோ பேசறியே..."

"அத யாரு நீ சொல்ல... சொல்லு: ஒனக்கு பொண்டாட்டி புள்ள இல்ல, குடும்பம் இல்ல, அத்த வுட்டுப்புட்டு என்னுமோ இன்னூருத்தம் பொண்டாட்டிகிட்ட போய் பேசாதறான்னு நீ என்னுமோ கட்டுமானம் பண்றியே... உம் பொண்டாட்டிகிட்டவா குந்தி பேசிக்னு இருக்கறேன்.... அப்பிடி எதுனா இருந்தா கேளு. எடுத்துக்கோ செருப்ப கையிலே..."

ஆத்திரத்தில் உடம்பு நடுங்கியது. கட்டுப்படுத்திக்கொண்டு கேட்டான். "சரி, குந்தி பேசிக்னு இருத்துட்டு எப்ப வந்த..."

"அப்பவே வந்துட்டேன்..."

"இல்ல புளுவற..."

"அப்புறம் ஒங்கிட்ட எவன் பேசுவான்?"

"டாய் அப்பறம் எலும்ப முறிச்சி புட்டூரையிலதான் வாரணம். உண்மையைச் சொல்லிடு... எப்ப வந்த..."

"காலம்பற வந்தன்னு சொல்லச் சொல்றியா...?"

"டாய்...!" எட்டி பனியனைப் பிடித்தான்.

"கிஷ்டா... வயசுல மூத்தவனாச்சேன்னு இது வரிக்கும் கொஞ்சம் மரியாத குடுத்தேன். நல்லபடியாக் கைய எடுத்துடு. எதனா கலாட்டா பண்ணிக்ணம்னா நான் சும்மா இருக்கமாட்டேன். அப்பறம் ஒனக்குதான் அவமானம். எல்லாம் எனக்குத் தெரியும் வீணா காரி முழிஞ்சிப் புடாத..."

"என்னடா என்னுமோ மெரட்டற" கையை எடுக்காமலே கேட்டான்.

“நல்லதனமா சொல்றேன். நீ நெனைக்கறா மாரியெல்லாம் ஒன்னுங் கெடையாது... மரியாதையா கைய எடுத்திடு...”

“ஏம்பா மின்சாமி, ஆட்டம் அடிச்சாச்சி... காசி போடணம் சீக்கிரமா வாப்பா...”

கிஷ்டன் ஒரு நிமிஷம் தயங்கி நின்றான். பிடியை நெகிழ விட்டான். “அப்பறமா வெவரம் தெரிஞ்சி கவனிக்கிற வழில வந்து ஒன்ன கவனிச்சிக்கறண்டா. இப்ப போ நீ!”

தள்ளாடினான். தடுமாறினான். இருளில் கால்களைத் துழாவி வீட்டை அடைந்தான். “எங்கதே நீம்பாட்டுனு பூட்ட; ஒன்னுங்கூட சொல்லாம. அடுப்புல தண்ணி போட்டு வச்சது ஆறிக்கூடம் பூட்டிருக்கும் போ!.... என்னாடா போன ஆம்பளைய இன்னுங் காணமேன்னு நான் ஒருத்தி இங்க குந்திங் கெடந்தா இந்நேரம் வரிக்கும் கெடந்துட்டு வர்ரீயே நீம் பாட்டுனு... எங்க போன அம்மாம் அவசரமா...”

பதில் சொல்லாமல் தோட்டத்துக்குப் போனான். மேல் துண்டை எடுத்து கயிற்றில் போட்டான். சோமனை அவிழ்த்துப் படலில் போட்டான். சொம்பு சொம்பாய் அள்ளி மேலே ஊற்றிக் கொண்டான். முதுகைத் திருப்பி அவளுக்குக் கொடுத்தான். “எங்கருந்தியா வந்தது இம்மா அழுக்கு! ரெண்டு நாளைக்கி நான் தேய்க்கலன்னா இந்த அழுக்கா...! உம் புள்ளைய பாத்தியா. பள்ளிக்கூடத்துல என்னுமோ பரீட்ச வச்சாங்களாம் இன்னைக்கி. கோழி முட்ட வாங்கினு வந்துகிது.”

துவட்டிக் கொண்ட பிறகு கோவணத்தைப் பிழிந்தான். அவிழ்த்துப் போட்டதை எடுத்து இடுப்பில் சுற்றிக் கொண்டான். “மல்லாட்டப் பயிறு கமிட்டில நல்ல வெல விக்கிதாமே. இருக்கற நாலு மூட்டையும் நாளதறிச்சி அடிச்சி கொண்ணும் போய் போட்டுட்டு வந்துடன்யா. பெரியவளுக்குன்னா ஒரு செயின் செஞ்சி போடலாம். அவ கழுத்துதான் சும்மா கெடக்குதே...!”

சாப்பிட உட்கார்ந்து சும்மா கிளறினான். ஒப்புக்கு அள்ளி கட்டாயத்துக்குக் கிடித்தான். மூலைக்குப் போய் மோட்டுவளையைப் பார்த்தான்.

“என்னாயா, என்னுமோ பொண்டாட்டிய பறிகுடுத்த வனாட்டம் நீம் பாட்டுனு போய் குந்திக்ன. நான் குத்துக் கல்லாட்டம் எதுர இருக்கச் சொல்லவே!’

ஜூன் 1971

கசடதபற

*

புற்றில் உறையும் பாம்புகள்

தோட்டப்பக்கம் வேலி ஓரம் கிடந்த சோளத்தட்டுக் கட்டை இழுத்துப்போட்டு உதறி, குத்துக்காலிட்டு அமர்ந்தபடி அடுப்புக்கு தட்டை ஒடித்து சீராய் அடுக்கிக்கொண்டிருந்த வனமயிலு எதிர்வீட்டில் குடியிருக்கும் வாலிபனைப் பார்த்து முணுமுணுத்துக் கொண்டாள்.

“கண்ணைப் பாரேன் நல்லா... கோழி முட்டையாட்டம் வச்ச கண்ணு வாங்காம பாக்கறத. இவனெல்லாம் அக்கா தங்கச்சியோட பொறந்திருக்கமாட்டானா... எம்மா நேரமா பாத்துக்னுகிறான்யா இதே மாதிரி...”

பக்கத்தில் சற்றுத் தள்ளி தொட்டியில் கைவிட்டுக் கலக்கியபடி மாட்டைப் பிடித்துத் தண்ணீர் காட்டிக் கொண்டிருந்த கந்தசாமி அவன் பாட்டுக்குப் பேசாமல் இருந்தான்.

“பாருதே அவன் பாக்கறத... எங்கனா அசையறானா பாரேன். அவனும் அவன் மூஞ்சும் .. நல்லா அய்யனாரப்பன் செலையாட்டம்.”

அவன் தொட்டியிலிருந்த தவிட்டை அள்ளி உள்ளங்கையில் ஏந்தி மாட்டுக்கு ஊட்டினான்.

“எங்கனா ஒதை பட்டாத்தான் தெரியும் புள்ளாண்டானுக்கு. இப்படியே பாத்துக்னு இருக்கட்டும். ஒருத்தன் இல்லன்னாலும் ஒருத்தன் எவன்னா கண்ணை நோண்டிப்புட மாட்டான் ஒரு நாளைக்கி. சீ, நமக்கு என்னுமோ ஒரு ஆம்பள பாக்கறான்னாலே எம்மா தயக்கமா கிது. ஒவ்வொருத்தியாமாட்டமா... வ்வா கட்டனவன் கண்ணெதுர குத்துக் கல்லாட்டம் குந்திருக்க சொல்லவே சீ! சென்மமா அது. செருப்பாலடி...”

முகவாய்க்கட்டையை இழுத்து தோள் பக்கம் இடித்துக் கொண்டாள். எதிர் வீட்டை முறைத்து புருஷனை முறைத்து நன்றாகவே மூடியிருந்த மாராப்பை மேலும் இழுத்து மூடிக்கொண்டாள்.

"பாருய்யா... நீ ஒரு ஆம்பள இங்க குந்தியிருக்க சொல்லவே இந்தப் பார்வ பாக்கறானே... நீயே கண்டி, இல்லண்ணா என்னா செய்வான். கைய புடிச்சிகூட இழுப்பாம் போலக்குது. ஏன் இழுக்கமாட்டான். தொடப்பக் கட்டையை எடுத்துக்க மாட்டனா கையில, தொடப்பக்கட்டய..."

அவன் வலது மாட்டைப் பிடித்து முளைக்குச்சியில் கட்டிவிட்டு இடது மாட்டைப் பிடித்து அவிழ்த்துக்கொண்டு வந்தான்.

"அங்க பாருதே ரவ அவனண்ணா... நீ என்னமோ இப்பத்தான் ஒரேயடியா தண்ணிகாட்டற... தண்ணி. இங்க என்னடா பார்வன்னு நீ ஒரு பார்வ பாத்தினா உள்ள ஓடிப்புட மாட்டான், அவன்... என்னமோ குந்திங்கிறியே பேசாத."

அவன் தொட்டியைக் கலக்கித் தண்ணீர் காட்டிக்கொண்டிருந்தான்.

"என்னா ஊரகாளி மாடுன்னு நெனச்சிக்கினானா... பாரேன் பின்ன அவன. நவுருவனான்னு நின்னுகினு பாக்கறத. கிட்ட வந்து பாக்கணம். அப்பறம் இல்ல தெரியும் ஆருன்னு... வனமயிலு எந்த வம்புக்கும் போவாதவள்னுதான் பேரு. இவனல்லாமா சும்மா வுடுவேன். காறி முழிய வச்சிட மாட்டனா. சாணியக் கரைச்சு மூஞ்சில ஊத்தி..."

நமுத்துப் போன சோளத்தட்டை சொதுக் சொதுக்கென்று முறித்தாள்.

"என்னுமோ நெனைச்சிக்னுகிறாரு புள்ளாண்டான். ஆபீஸ் உத்தியோகம் பண்றமே. பாத்ததும் பல்ல இளிச்சிக்கினு ஓடியாந்துபுடும்னு... பழ மொறத்தாலதான் சாத்துவாங்கன்னு தெரியாது போலருக்குது."

கைக்கு அடங்குகிற அளவு ஒரு தோற்றம் தெரிந்த சோளத்தட்டுகளை அள்ளி உடம்போடு சேர்த்து அணைத்துக்கொண்டு உள்ளே வந்தான்.

"இவரு ஒரு ஆம்பளன்னு கெடக்கறாரே சொரண கெட்டத்தனமா... அவன் பாட்டுக்னு கெடப்பாறைய முழுங்கிப்புட்டு நிக்கறவனாட்டம் நின்னு பாத்துக்னுகிறான். ஏண்டா பாவின்னு கூடம் கேக்காம பேசாமகிறாரே என்னுமோ ஊமையாட்டம். கேட்டா என்னா வெல்லத்துல வச்சா முழுங்கிப்புடுவான். இன்னொரு ஆம்பளன்னா பாத்துக்னு சும்மா இருப்பானா..."

அடுப்பாங்கரையோரம் வைத்துவிட்டு நிமிர்ந்து நின்று, தன்னைத் தானே ஒருமுறை உடம்பு பூராவும் பார்த்து மேலே தூசு தும்பு இல்லாமல் புடவை, மாராக்கு, ரவிக்கையெல்லாம் தட்டிக்கொண்டாள்.

“நான்ன வாசிதான் ஆச்சி. இதுவே இன்னொருத்தின்னா சும்மா இருப்பாளா இத்தினி நாளைக்கி. எப்பவே வாசப்படி தாண்டி எகிறிக் குதிச்சிப் புட்டிருக்க மாட்டாளா... எங்கனா தெரியிதா இந்த ஆம்பளைக்கி...” வெளியே வந்து பழையபடி குத்துக்கால் போட்டு அமர்ந்து தட்டை ஒடிக்க ஆரம்பித்தாள்.

“பாராந்தே. இன்னும் இங்கதாண்டி நின்னுக்குனுகிறான் அவன். அசைய மாட்டானாடியம்மா அந்த எடத்த வுட்டு... இப்பிடி அப்பிடிக்கூடம்...”

அவன் மாட்டைப் பிடித்துக் கட்டிவிட்டுப் போருக்குப் போய் வைக்கோல் பிடுங்கத் தொடங்கினான்.

“ஏன்யா அவனுக்கு மக்க மனுஷாள் ஆரும் கெடையாதா. வந்த நாளா ஒண்டியாவே கெடக்கறானே .. ஊருக்கீருக்குக்கூடம் போவாம...”

அவன் வைக்கோல் பிடுங்கினான்.

“நாலு மக்கா மனுஷா இருந்திருந்தா கட்டுத்திட்டம் பண்ணி வெச்சிருப்பாங்க... இந்தமாரியெல்லாம் பாக்க மாட்டான். பெருமா கோவில் மாடு மாதிரி அவுத்து உட்டுட்டாங்க போலருக்குது... தண்ணி தெளிச்சி” கழுத்தைச் சொடுக்கிக்கொண்டாள்.

“வூடு உண்டு வேல உண்டுன்னு செவனேன்னு கெடக்கறவளையே இந்தப் பார்வ பாக்கறானே... இன்னும் அங்கங்கே கேப்பார் மேப்பார் இல்லாம கெடக்குதே... அந்த மாரியெல்லாம் இருந்தா என்னா பண்ணுவான். சீ ஒடம்புல சீழா ஓடுது. ரத்தம் ஓடல...”

முகத்தைச் சுருக்கி உதட்டைப் பிதுக்கினாள். சோளத்தட்டை பொத்தென்று வைத்தாள்.

பிடுங்கிய வைக்கோலைக் கையில் சேர்த்து அணைத்து மாட்டுப் பக்கம் கொண்டு வந்து உதறினான் அவன்.

“இவன் வந்த நாளா அந்த பங்கஜம் பொண்ணக்கூடம் வெளில காணம்யா; உள்ளவே பூந்துக்னு... வூட்ட வுட்டுட்டு வர மாட்டன்றா... வந்தா கூடம் மின்னமாரி குந்தி ஆர அமர நாலு வார்த்த பேசமாட்டன்றா... காக்கா கணக்கா பறக்கறா. என்னுமோ மறந்து வச்சிட்டாப்போல. பாத்துருக்கிறியா நீ அதெல்லாம். ஒரே வூட்டகிறாங்க ரெண்டு பேரும். என்னா நடக்குதோ, ஆரு கண்டாங்க. அந்த காளியம்மாளுக்குத்தான் வெளிச்சம்.”

வைக்கோல் உதறி முடித்தவன் கொஞ்சம் சரிந்த தோட்டப்படலை இழுத்து நிமிர்த்தி சரியாய் வைத்துக் கட்டிக்கொண்டிருந்தான்.

“எது இந்தக் காலத்துல தெய்வத்துக்கெல்லாம் பயப்புடுது. அது அது இருக்கிறவரிக்கும் கும்மாளம் கொட்டிட்டுப் போவுது. ஊரு சிரிச்சா கூடம் கவல இல்லன்னு... எங்கூட்டல்லாம் வயசுக்கு

வந்துட்டா வாசப்படியத் தாண்ட வுடுவாங்களா...! அந்த மாரில்லாம் வளந்ததனாலதான் இங்க வந்து புருஷன் உண்டு வூடு உண்டுன்னு அதுவே செதமா கெடக்க முடியுது. செலதுங்களாட்டமா... அடியம்மா... எப்படித்தான் மனசு வருதோ... கழுத்துல கட்டன தாலிக்கி துரோகம் பண்ண...”

உடம்பை ஆட்டி அவயங்களை நொடித்து பாவனையுடன் சிலிர்த்துக்கொண்டாள்.

“என்னுமா ஆடுதுங்க கேழ்வி மொற இல்லாம...”

அடுத்த கட்டு சோளத்தட்டுகளை அள்ளித் தூக்கிக்கொண்டு வரும் போது தெருப்பக்கம் யாரோ நிற்பதையும் குரல் கொடுப்பதையும் கொஞ்சம் ஒருக்களித்த கதவு வழியாகக் கண்டு பரபரப்படைந்தாள்.

“தே யாரோ வந்திருக்கிறாங்க தே...”

“ஆராது” அவன் கழுத்தை மட்டும் திருப்பிக் கேட்டான்.

“நல்ல ஆளுய்யா நீ! ஆருன்னா எனக்கெப்பிடி தெரியும், நானு என்னா ஊர்ல இருக்கறவங்க எல்லாரியுமா தெரிஞ்சி வச்சிக்கினுகிறேன்... கட்டிக்கினு வந்ததுலேருந்து வாசப்படி தாண்டி அறியாதவ நானு... எங்கனா ஊரு பயணம் போவ தெருவுல நடக்கறதுன்னாலே அப்படியே ஒடம்பு இத்துப் போயிடறா மாதிரியிருக்கும் எனக்கு. என்ன வந்து கேக்கிறியே ஆருன்னு...”

தெருக்கதவு வழியாக தோட்டம் தெரிந்துவிடப் போகிறது என்பது போல சுவரில் ஒட்டிக்கொண்டாள்.

“போய் பாருதே! கூப்புட்றாங்க...”

அவன் படல் கட்டுவதை நிறுத்திவிட்டு எழுந்துவந்தான். அடுப்பங் கரையில் வைத்துவிட்டு அவனைத் தொடர்ந்து பின்னாலேயே அவளும் வந்தாள். கதவு வரைக்கும் வந்து மறைவில் உடம்பை வைத்துக் கழுத்தை மட்டும் வெளியில் வைத்து நின்றாள்.

“வாங்க... வாங்க நீங்கதானா. உக்காருங்க” அவன் சொன்னான். வெள்ளைச் சட்டை போட்ட சிவப்பு உடம்புக்காரர் திண்ணையில் உட்கார்ந்தார்.

“நம்ம இந்த கொரளூர் ரோடு போடறது விஷயமா மின்ன ஊர்ப் பஞ்சாயத்துல பேசிக்னு இருந்தமே... அது விஷயமா ஊருல எல்லார்கிட்டியும் கையெழுத்து வாங்கி ஒரு மகஜர் குடுக்கலாம்னு... அடுத்த வாரம் மந்திரி வர்ராராம் கூட்டேரிப்பட்டுக்கு...” அவர் கொஞ்சம் பேசினார்.

பளிச்சென்று சிகப்பாயிருக்கும் விரல்களால் பாக்கெட்டில் மடித்து வைத்திருந்த வெள்ளைப் பேப்பரை எடுப்பதையும், பேனா

எடுப்பதையும் பார்த்தாள். காய்ந்த தவிட்டுத் திப்பியும் வைக்கோல் சுணையும் உள்ள கையைக் கையெழுத்துப் போடுவதற்காக கோவணத்தில் துடைத்துக் கொண்டிருந்தான் அவன்.

"கைய அப்பவே கழுவக்கூடாதாதே!" வந்தவர் நிமிர்ந்து பார்த்ததும் தலையை உள்ளுக்கு இழுத்துக்கொண்டாள்.

"கொஞ்சம் தண்ணி கொண்டாரச் சொல்லுங்க, குடிக்க."

"ஏமே... கொஞ்சம் தண்ணியாம் கொண்டாந்து குடு தாகத்துக்கு..."

கதவை விட்டு நகர்ந்தவள் காலையில் கழுவிய வெங்கலச் செம்பை சட்டுப்பிட்டென்று புளிபோட்டுத் துலக்கி குடத்திலிருந்து தண்ணீர் சாய்த்துக்கொண்டாள். மூணாம் மாசம் வாங்கியிருந்த ஒரே ஒரு எவர்சில்வர் தம்ளரைத் தேடி எடுத்துக்கொண்டு கதவண்டை வந்து நின்றாள்.

"இங்க வாதே இங்க..."

"கொண்ணாந்து குடுமே அவருகிட்ட..."

"இங்க வாதேன்னா..."

உடம்பை அஷ்டகோணலாக்கி வளைந்தாள். கதவருகிலேயே நெளிந்து நாணிக்கோணிக்கொண்டு அறியாத பெண் மாதிரி நின்றாள்.

கந்தசாமி தண்ணீரை வாங்கி அவரிடம் கொடுத்தான். "கெணத்துத் தண்ணி, கொஞ்சம் உப்பு கரிக்கும்." அவள் கதவு மறைவிலிருந்து காற்றுக்குச் சொன்னாள். தண்ணீர் குடித்த பிறகு வந்தவர் போய்விட்டார்.

"சரியான ஆளுதே நீ! மின்ன பின்ன தெரியாத ஆம்பள எதுறால வந்து நின்னு நீம்பாட்டுனு தண்ணி குடுரீன்னா ஆரால் முடியுது... எனக்கென்னுமோ நெனச்சாலே ஒடம்பே சிலுக்குது. இன்னுங்கூடம் அந்த அயக்கம் போவலையா. வேர்த்துப் போச்சி தெரியுமா எனக்கு..."

அவள் தோட்டத்துக்கு வந்து சோளத்தட்டுப் பக்கத்தில் அமர்ந்தாள்.

"நீ சொன்னதும் அப்பிடியே ஜென்மமே குன்னிப் பூடுத்தியா எனக்கு... என்னா நெனச்சிக்கின்றா இந்த ஆம்பள இப்பிடிச் சொல்லிப் புட்டாருன்னு... எடுத்துப்போட்டா மாரி பூடுத்து... ஏயா... என்னா நெனச்சிக்னுயா அப்பிடி சொன்ன? கொண்ணாந்து குடுக்கறாளா இல்லியா பாப்பம்னா..."

அவன் குறையோடு விட்ட படலைக் கட்டிக்கொண்டிருந்தான்.

“கதவாண்ட நிக்கறதுக்கே உள்ளங்காலல்லாம் கூசுது எனக்கு. அப்பேர்ப்பட்ட பொம்பளைய இவர் என்னடான்னா ஊரு பேரு தெரியாத ஆம்பளைக்கி அரிவிகால தாண்டி வந்து தண்ணீ குடுறீன்னா... நல்லா இருக்குதே ஞாயம்... அந்தமாரிதான் இன்னொரு நாளைக்கி சொல்லப்போறியா...”

கிடந்த மீதி சோளத்தட்டுகளை ஒடித்து முடித்து தென்னம் அலவு எடுத்து இறைந்து கிடந்த செத்தைகளைக் கூட்டினாள்.

“சில பொம்பளைவ மொகந் தெரியாத ஆம்பளகிட்ட கூடம் என்னுமா பேசிப்புடுதுங்க. எடுத்த வாய்க்கி வெடுக்வெடுக்குன்னு... நமக்கு என்னடான்னா அப்படியே மரவட்ட ஊர்றாமாரி கிது போ மேனில... கட்டனவன வுட்டுட்டு மத்தவன நிமிந்து பாக்கறதுன்னாகூடம் கண்ணு ஒப்பல...”

உடம்பைச் சிலிர்த்து அருவருத்துக்கொண்டாள்.

அவன் படல் கட்டுவதை நிறுத்தி தெருவுக்கு வந்து எரவாணத்தில் பனம் நாரு செருகி வைத்திருந்த இடத்தைத் தேடிக்கொண்டிருந்தான்.

துடைப்பத்தை எடுத்து வந்து வைத்தவள் வெளியே போய் வேலை எதுவும் இன்றி சும்மா நின்றாள். கண்களை இடுக்கிக்கொண்டு வெறிச்சென்று கிடந்த எதிர்வீட்டைக் கூர்ந்து பார்த்துக்கொண்டு நின்றாள்.

கோழிமுட்டைக் கண்ணன் மறுபடியும் தோன்றினான். கன்னத்தில் கைவைத்து, உள்ளங்கையில் முகவாயைப் புதைத்து, கண்களை அகல விரித்தாள். ஆச்சரியத்தோடு பார்க்கிற மாதிரி முகத்தில் ஒரு வியப்புக்குறி தோன்ற, அபிநயம் பிடிக்கிற பாவனையில் நின்றாள்.

பின்னால் நாரு கத்தையுடன் கந்தசாமி வந்தான்.

“பாரான்யா அவன... பழையபடியே வந்து நின்னுக்னு மொறைக்கிறத... அப்பிடியே கொள்ளிக்கட்டைய எடுத்தாந்து கண்ணுல சுட்டா என்ன இவன...”

“சரிதான் உள்ளே போமே பேசாத... சும்மா பொண போணன்னிக்னு...” அவன் படல் கட்ட உட்கார்ந்தான். “இப்பதான் ஒரேடியா காட்டிக்கிறா என்னுமோ பெரிய பத்தினியாட்டம்”

சனவரி 1971

கசடதபற

*

தனபாக்கியத்தோட ரவ நேரம்

தனபாக்கியம் ஆத்திரம் தாங்காமல் ஓலமிட்டு அழுதாள். பரட்டைத் தலைமயிர் காதோரங்களிலும் கன்னங்களிலும் தொங்கியது. கண்களிலிருந்து பெருகி வரும் கண்ணீரைக்கூடத் துடைத்துக் கொள்ளத் தோன்றாமல் கத்தினாள். புருஷனோட சண்டை, வயிற்றெரிச்சல்.

“ஓங்க எழவுங்கள எடுக்க: ஓங்க கருமாந்தரத்துக்க ஒழைச்சி ஒழைச்சிதான் ஓடா பூட்டனேடா! இன்னமும் அடிக்க வர்றியேடா, பாவி நீ வெளங்குவியா...”

“ஓனக்கு இன்னமும் என்னுமோ ஓடம்பு ஊரிக்னுதான் இருக்குது.”

கட்டிலில் குந்தியிருந்தவன் தலையை ஆட்டிக் கறுவினான்.

“யாருக்கு ஊருதுன்னு ஒன்னுந் தெரியல. கேப்பார் மேப்பார் கெடையாதுன்னு நெனைச்சீங்கீறியா... எங்க பெரிய அண்ணாத்த காதுல வுழணம்... அப்புறம் தெரியும்.”

அவன் தடதடவென்று எழுந்து அவளருகில் வந்தான்.

“என்னா சொன்னா! அவன் வந்தாயென்னா மயிரப் புடுங்கிடுவானா... வீணா ஈசாமைய கெளப்பாத...”

“புடுங்கறதும் புடுங்காததும் அப்புறம் தெரியுது” அவள் அடங்காமல் பதில் சொன்னாள்.

அவன் பல்லைக் கடித்துத் தாங்கமாட்டாத எரிச்சலுடன் “ஏய்... போய் இட்டாமே பாப்பம். இன்னும் எவனெவன இட்டாரியோ இட்டா... போ!” என்று அவள் தோளைப் பிடித்துத் தூக்கி அப்பால் தள்ளினான்.

“இட்டாரனா இல்லியா பாரேன்” தரையில் சாய்ந்த அவள் சொல்லிக்கொண்டே நிமிர்ந்தாள்.

“.....த்தா சொல்லிக்னே ஒக்காந்திங்கீறாடா இவ...” சட்டென்று குனிந்து பிடரிப்பக்கமாய் மயிர்க்கற்றையைப் பிடித்து இழுத்து அரிவிக்கால் பக்கமாய்க் கிடாசினான்.

“போய் இட்டா பாப்பம்.”

“பாவி... எரும மாடாட்டம். எங் கை சோறு ரொணம் சும்மாயிருக்குமா... உன்ன மாரியாத்தா தூக்க....”

அவள் முடிக்கவில்லை. தபதபவென்றுகன்னத்திலும் காதாம்பட்டையிலும் அறைகள் விழுந்தன.

“வ் வா வா வா...” என்று வாயிலடித்துக் கொண்டு அழுதாள்.

“மூடுறி வாயெ... மினியப் பிடிச்சிப்போட்டுருவேன் இப்ப !” சின்னக்குழந்தைகளைப் பொலி போட்டுடுவேன் என்பதைப் போல அவன் ஒரு விரலைக் காட்டி கண்களில் ஆவேசம் பொங்க எச்சரித்தான்.

“போடு.. அடி.... குத்து....ம்....ஒன் இஷ்டந்தான்... ஆரு கேக்கப் போறா... அவ்வளத்துக்கும் அனுபவிப்ப...”

பட்டென்று மோவாயில் ஒரு உதை. அவள் பல் கிட்டும் சப்தம் கூடக் கேட்டது. “பொணமாக்கிடுவேன் இப்ப.”

“ஐயோ... ஐயோ.. ஐயோ...” தெரு பூராவுக்கும் கேட்கும்படி குலையில் குத்திக்கொண்டு அழுதாள்.

“நீ கத்திக்னேயிரு.. இன்னைக்கி ஒழிஞ்ச...”

அவள் அடங்கவில்லை. “நீ வெட்டிக்கூடம் போட்றா பாவி. வெட்டிப் போடு. இங்கியே சாவறேன். அப்பதான் தெரியும் தனபாக்கியம்மா யாருன்னு...ம்...ம்.. அடி... உன் இஷ்டம் எவ்வளவோ பாரு...”

அவள் தலையைத் தாழ்த்தி ஆட்டி, பின்னால் எதுவோ பெருசாய் வஞ்சம் தீர்ப்பதற்கு இப்போ அடங்கிப் போகிற மாதிரி வணங்கிக்கொடுத்து முதுகைக் காட்டினாள்.

“ம்... எம்மாத் தரம் அடிக்கிறியோ அடி.”

“....த்தா... ஜென்மமாடா இது. சாவ மாட்டாத கெடக்குது...” அவன் சலிப்புடன் அப்பால் நகர்ந்தான்.

அவள் வெடுக்கென்று எழுந்தாள். கொடியில் கிடந்த இரண்டு மூன்று ரவிக்கைகளை ஒரு புடவையில் போட்டு மூட்டை கட்டினாள்.

"எங்க இதெல்லாம் மூட்ட கட்டற" அவன் கண்களை உருட்டினான்.

அவள் பதில் பேசவில்லை. மூட்டையை அக்குளில் அணைத்துக் கொண்டு தூளியில் தூங்கிக்கொண்டிருந்த குழந்தையைத் தூக்கக் குனிந்தாள்.

சடாலென்று எழுந்து முன்னால் வந்த அவன், அவள் மயிரைப் பிடித்து இழுத்தான். "புள்ளைய ஏண்டி தூக்கற..."

"சீ... உடு...!" அவன் பிடியிலிருந்து சிம்பினாள் அவள்.

"தேவிடியா முண்ட... மனுஷனாவா மதிக்கற நீ..." வெகு வேகமாய் இழுத்து அப்பால் தள்ளினான்.

"அடி, எம்மாத்தரம் முடியுமோ பாரு! அவ்வளவோ தரமும் வட்டின்னு வச்சிக்கோ."

"பெருசா புடுங்கிடப் போறா இவ, எவனும் வந்து ஒன்னும் இங்க ஆட்ட முடியாது தெரிஞ்சுக்கோ..."

"கரம்பேறிப் போய் கெடக்குதே... முடியுமா பின்ன..."

பளார் என்று ஒரு அறை விழுந்தது. அந்த வேகத்திலேயே பக்கத்தில் இருந்த தூணில் ணங் என்று மோதி விழுந்தாள்.

"ம்... பாரு. வேளா வேளைக்கு வடிச்சிக் கொட்டனனே, அந்தத் திமிரு... தனபாக்கியம் கைராசி! பாவி... புழுத்துப் போய்த்தாண்டா சாவே நீ!"

அவன் பல்லைக் கடித்தான். அடிப்பதைத் தவிர வேறு என்ன செய்வது!

"அப்படி எங்கனா போய் கத்து.. போ. சுழிசட... இனிமே இந்த வாசப்படி நொழையாத, கழுத்தை, பிடித்து நெட்டி வெளியே தள்ளினான்.

நெட்டிய வேகத்தில் வெளியே வந்தவள், கீழே விழாமல் தடுமாறி சமாளித்து நின்றாள், மூட்டை பின் தொடர்ந்து வந்து விழுந்தது.

"ஒழிஞ்சிபோ! இனிமே இங்க வராத. நீ இல்லன்னா இன்னொருத்தி. என்னுமோ பெரிய பகுடாலு வித்த காட்டிக்னுகிறியே நீ அப்பப்ப! போய் உங்கண்ணங்காரன் மாமங்காரனையெல்லாம் இட்டுக்னு வா. இன்னம் எவனெவன் வாரானோ வரட்டும். சீ! ஒரு மனுசன் எம்மாத்தரம்னுதான் பொறுக்கறது."

வெய்யில் சூடேறிக்கொண்டு வந்தது. மாட்டுக்கொட்டகை யில பசுவும் கன்றும் எடைய எடைய கட்டியிருந்தன. மற்ற மாடுகள் எல்லாம் மந்தையோடு மேய்ச்சலுக்குப் போயிருந்தன. சற்றுத் தள்ளியிருந்த பூவரசமரத்தின் நிழலில் குந்தியிருந்தாள் தனபாக்கியம். மூட்டை மடியில் இருந்தது. குத்துக்காலிட்டு கைகளில் முகத்தைத் தாங்கியிருந்தாள். அவள் இஷ்டப்படாமலே, தானாக வழிவதைப் போல, கண்ணீர் பெருகிக் கொண்டிருந்தது.

"இட்டாந்து வச்சிக்னு குடுத்தனம் பண்ணப் போறாராமே. பண்ணட்டமே ஆரு வேண்டான்னா. இருக்கறவரிக்கும் தெரியாது தனபாக்கியம்மா யாருன்னு, பூட்டாதான் தெரியும்... ஆம்பளன்ன வாசிதான் அந்தப் பேச்சி."

"வெயிலுன்னும் மழன்னும் பாக்காம நம்ப லோல்பட்டு, ஜன்மத்த ஓழைச்சா, தின்னுப்புட்டு நம்பளையே ஓதைக்க வர்றாருன்னா ஐயா!"

"அங்கங்க ஊருல ஓலகத்துல பொண்டாட்டிய என்னமா வச்சிக்னு இருக்கிறான் நெவக்கணுவுல அழுக்குப்படாம, உன்னைக் கட்டிக்னு வந்து நான் என்ன சொகத்தடா கண்டேன் பாவி. ஆசப்பட்டது அறியப்பட்டதுன்னு என்னிக்காவது ஒரு நாளாவது ஏதாவது உண்டா!"

"இன்னும் அந்தமாரில்லாம் இருந்துட்டா ஐயோ... ஒரு நாளைக்கி வப்பியா நீ!' கண்களைத் துடைத்துக் கொண்டாள்.

"என்னாதே தனபாக்கியம் இங்க வந்து குந்திக்ன..." மூனாவது வீட்டுக்காரி செகதலாம்பா கேட்டாள்.

"ஏதோ எந்தலையெழுத்து. வவுத்தெரிச்சல் கொடும. எதுனா பேசிக்னுகிறேன். நீ மாட்டுனு போயேன்."

மூஞ்சியிலடித்த மாதிரி அவளுக்குப் பதில் சொல்லிவிட்டு மூக்கைச் சிந்தி பூசரமரத்தில் அப்பிப் பூசினாள். காலை மட்டி போட்டுக் குந்திக்கொண்டாள்.

"போறவ இவ மாட்டுனு போறத்தான! நம்பள பாத்தா அது அதுக்கும் சிகுருத்தியா இருக்கறாப் போலருக்குது."

முனகிக்கொண்டாள். பக்கத்திலிருந்த குழந்தை அழும் சப்தம் கேட்டது. தொடர்ந்து அவன் ஏணையை ஆட்டும், ஏணைக் கயிறு மேல் வாரையில் கிறீச்சிடும் ஒலியும் கேட்டது.

குழந்தை அழுகை ஓயவில்லை.

அவன் மாட்டை அதட்டுவது போல நாக்கை மடித்து 'ழ்க்கோ... ழக்கோ...' என்று ஒலியெழுப்பினான்.

குழந்தையை ஏணையிலிருந்து வெளியே தூக்கிக்கொண்டிருக்க வேண்டும். முன்பு அடக்கமாய்க் கேட்ட அழுகை ஒலி விசாலமாய் கேட்டது.

தனபாக்கியம் எல்லாவற்றையும் காதில் வாங்கிக்கொண்டு இறுக்கமாய் உட்கார்ந்திருந்தாள்.

“டோ... டோ... டோ... டோய்... அழாதறா கண்ணு மூக்கோழ்க்கோ... மூக்... மூக்... மூக்கோ...” குழந்தை வீறிட்டது.

“ச்சொ.... சொச்... சொச்... சொச்... சொச்சோ...” அவன் குழந்தைக்குப் பராக்கு காட்ட முயற்சித்தான். கதவோரம் படுத்திருந்த நாய் அவனை நெருங்கி வந்து வாலை ஆட்டியது. “சீச்... சனியன்...” அவன் குழந்தையைப் போட்டுக் குலுக்கினான், ஊறுகாய்ப் பானை குலுக்குவது மாதிரி. அழுகை அதிகமாகியது.

“சண்டைக்கு மின்னாடி பால் குடுத்து ஏணையிலே போட்டது. பாவம் பசிதான் போலருக்குது, கத்துது...” தனபாக்கியம் நினைத்தாள்.

“ஏந்தே செகதலாம்பா...”

“என்னா செத்த மின்ன செடாச்சிக்ன... இப்ப அப்படியே நாக்குல வெல்லம் தடவிக்னு கூப்புடற...”

“ஏதோ என் புத்தி பேதம்.. செத்த அந்தப் புள்ளைய வாங்கியாந்து குடுத்துட்டுப் பூடேன். பசிதே... அது கத்துது.”

செகதலாம்பா புள்ளையை வாங்கியாந்து கொடுத்தப்புறம் அதற்குப் பால் கொடுத்துத் தலையைக் கோதிவிட்டு, கனிவு பொங்க அதையே பார்த்துக்கொண்டிருந்தாள். “புள்ளைய வுட்டுட்டு பூடறதாமில்ல... இவரு வச்சி காப்பாத்திட மாட்டாரு. வீறாப்புல ஒன்னும் கொறைச்சல் இல்ல.” இளம் கழுத்திலும் பிடரியிலும் முத்து முத்தாய் அரும்பியிருந்த வியர்வையை வாயால் ஊதிவிட்டு “பாவம் புள்ளைக்கி என்னுமா வேர்த்துடிச்சிம்மா..” என்று சொல்லிக் கொண்டாள்.

“என் ராஜா... என் செல்லம்.. புழுக்கம் தாங்கமாட்டாரு இவரு! கஷ்டாளி மாதிரிதான் வேர்வயெல்லாம்....” பிரியத்தால் பல்லைக்கிட்டிக் கொஞ்சிக் கொண்டிருந்தாள்.

“ஏமா... சின்னாம்மா, ஆளுவளுக்கு கூழு கரச்சி எடுத்தாரச் சொன்னாரு பெரியவரு, படியாள் தொரசாமி வந்து கொட்டாய் ஓரமாய் நின்றான்.

“எட்டு ஆளும்மா... ஓங்க மாமனாருக்குச் சாப்பாடு வேணாவாம். சின்னவரு சாப்பாடானதும் கழினிக்கி வந்து அவர அனுப்பச் சொன்னாரு...”

“அது என்னுமோ இங்க எதுவும் ஏங்கிட்ட சொல்லாத. உள்ள இருப்பாரு பாரு, அவருகிட்ட போய் சொல்லு. இல்லாட்டி புதுசா எவளோ வர்றாளாம்... அவகிட்ட சொல்லு... அவ கரச்சி ஊத்தியனுப்புவா.. தனபாக்கியம்மா இல்லண்ணா எதுவும் நடக்காதாயென்னா. அப்படி அப்பிடியே எல்லாம் நின்னா போயிட போவுது...”

“அட வாம்மா எதுவாயிருந்தாலும் இருக்கட்டும். ஆளுவளுக்கு சாப்பாடு குடுத்தனுப்பிப்புட்டு அப்புறம்ன்னா கூட போய் கோவிச்சிக்னு குந்திக்குவ, வெய்யிலு வேற, இம்மாந்தூரம் நடந்து வந்ததே வெலவெலன்னு வருது. தூக்கிக்கினு அப்பறம் வேற போவணம்.”

“அட என்னடா நீ, சிகிருதிக்கா சொல்றேன். அந்த வூட்ட இனி நான் நொழைய மாட்டேன். உள்ள இருக்கறவருகிட்ட போய் சொல்லு. கழுத நொழையுமா இனி அந்த வூட்ட...” தனபாக்கியம் திட்டவட்டமாய்ச் சொல்லிவிட்டாள்.

“என்னாடாயிது வம்பாப் போச்சி” முணுமுணுத்துக் கொண்டவன் “ஓவ் சின்னவரே ஓவ்.. ஓவ்... ஐயா...’ என்று ரொம்ப நேரம் உட்பக்கமாகக் குரல் கொடுததுப் பார்த்து ஓய்ந்ததில், ‘அட எப்படியாவது போவட்டும் போ. இங்க யாரால முடியும்’ என்று கொட்டாயில் இருந்த வைக்கோலின் மேல், தலையில் கட்டியிருந்த துண்டை அவிழ்த்துப்போட்டு விரித்துப் படுத்து விட்டான். கொஞ்ச நேரத்தில் குறட்டைச் சத்தம் கேட்டது.

தனபாக்கியத்துக்குச் சங்கடமாகி விட்டது.

“இத என்னாடியிது இமுஷை நமக்கு. எங்க போனாருன்னு தெரியலியே இந்த ஆம்பள” என்று கொஞ்சநேரம் முனகினாள். பிறகு குழந்தையைத் தூக்கிக்கொண்டு எழுந்தாள். “அந்த மனுஷன் வேற கழனிலிருந்து வந்தார்னா எல்லார் மேலயும் சுள்ளு சுள்ளுன்னு எரிஞ்சுவுழுவாரு. வர்றதல்லாம் நமக்கு வம்பாதானா வரணம்” கொஞ்ச நேரம் ஒதுங்கி நின்று எட்டிப் பார்த்து உள்ளே நுழைந்தாள்.

கட்டிலில் புருஷன் நிம்மதியாய் கொறட்டை விட்டு, மல்லாந்து கிடந்தான். தெருக்கதவு பரக்கத் திறந்து கிடந்தது. “தெறந்து போட்டுட்டு தூங்கறதப் பாரேன். சண்ட போட்டது எளப்பு ஆயிட்டாப் போலக்குது பாவம்!”

தோளிலிருந்த குழந்தையைக் கீழே தவழவிட்டு, சத்தம் காட்டாமல் கூழுப்பானையைத் திறந்தாள். கையை விட்டு அள்ளிக் குண்டானில் போட்டாள்.

தரையில் விட்ட குழந்தை புரண்டு கவிழ்ந்து குலாவியது. ஆ...ஊ என்று கத்தியது. "த... சும்மா கெடயேன் அப்பிடி. இப்பத்தான் ஓரேடியா கொலாவுது என்னுமோ என்னைக்குமில்லாத...'' சொம்பு, தவலையில் இடித்து விடாதபடி தண்ணீர் மொண்டு கூழைக் கரைத்தாள்.

குழந்தை கட்டிலை நோக்கி மாரால் நகர்ந்தது.

"த... அங்க எங்க போற. இப்பிடி வா இப்பிடி... என்னா சவரட்சண பண்ணு, அது அதும் ரத்தம் உடுதா பார்... என்னுமா ஓடுது இப்பதான் புதுசா காணாத்த கண்டுட்டாப் போல...' இழுத்துத் திசைமாற்றி விட்டாள்.

தோட்டத்துக்கு வந்து முனியனை எழுப்பினான். "ஒரு பேச்சி... 'ம்'ன்னு சொன்னா போதும். பொழுது போறவரிக்கும் தூங்குவியே நீ; இந்தா இந்தா. பத்தரமா பாத்து எடுத்தும்போ. வரப்பு கிரப்பு தடுக்கிவுட்டுறப் போவுது. கடிச்சிக்க மேல்தாம்பளத்துலியே வச்சிருக்கறேன். குண்டான் போட்டு மூடி; பாத்து'' அவனை அனுப்பிவிட்டு உள்ளே நுழைந்தாள்.

"அவரு வேற வரும்போதே பசி பசின்னு வருவாரு. என்னாத்த பண்றதுன்னு ஒன்னும் தெரியல. எப்படியாவது போவட்டும் போ. வந்தா தோதான் இருக்கறாரே புள்ள. இருக்கற கூழக் கரச்சி ஊத்தறாரு, அப்பனும் மவனுமா சேந்து குடிக்கட்டும். அப்பத்தான் தெரியும்'' முனகியவாறே குழந்தையைத் தூக்கி இடுப்பில் ஏற்றிக் கொண்டு தோட்டத்துக்குத் திரும்பினாள். தெருப்பக்கமிருந்து பஞ்சாங்க அய்யாரின் குரல் கேட்டது.

"ஏண்டா.... சுப்புராயா...''

ரெண்டு குரலுக்குப் பேசாமலிருந்தாள். மறுபடியும் குரல் கேட்டது.

"என்னா!'' எரிபுரியுடன் போய் நின்றாள்.

"அப்பாடா!' தெருத்திண்ணையில் குந்தினார் ஐயர்.

"என்னா எல்லாம் சௌக்கியந்தானா, ஓம் புருஷங்காரன் எங்க?''

"சௌக்கியத்துக்கு என்னா கொறச்சலு. அது அது வந்த விதி அனுபவிச்சுத்தான் தீரணம்.''

“ஓம் மாமியாருக்கு நாளைக்கித் திதியோல்லியோ... சொல்லிட்டுப் போலாம்னு வந்தேன். எங்க அவன் கழனி கட்டுக்குப் போயிருக்கானா?”

“திதியோ கிதியோ! எதுவும் இங்க ஏங்கிட்ட சொல்லாதீங்க. எனக்கொன்னும் தெரியாது. நீங்களாச்சி அவராச்சி. அவரு தூங்றாரு.”

“சரியாப் போச்சி...” வெய்யிலின் களைப்போடு அலுத்திருந்த ஐயர் எழுந்தார். “நான் பொறப்பட்ட நேரமே சரியில்லையோ என்னுமோ, போற எடமெல்லாம் மனுஷாள் மொக்குறியே நேக்கு ஒன்னும் சரியாப் படலே, நான் சாயரட்சை வர்றேன்.”

அவர் போன பிறகு அவள் கதவைச் சும்மா சாற்றிவிட்டு தோட்டத்துக்கு வந்தாள். பசுவுக்குத் தண்ணீர் காட்டாததால் அது நேரம் அறிந்து கத்தியது.

“அது அது வெசனமத்துத் தூங்குது. எல்லாம் நம்ப தலை யிலதான் கூழக் கரைச்சி ஊத்தி வச்சிருக்கறாப்போல இருக்குது” முனகலுடன் சால்சட்டியிலிருந்து ஒரு குடம் தண்ணீர் சாய்த்து தொட்டியில் ஊற்றி, மூட்டையிலிருந்து முறத்தில் கொஞ்சம் தவிட்டை அள்ளிப்போட்டு கலக்கி பசுவை அவிழ்த்துத் தண்ணீர் காட்டினாள்.

வைத்த வாயை எடுக்காமல் தாகத்தோடு அது உறிஞ்சுவதையே பார்த்துக் கொண்டிருந்தவள் குடித்து முடித்ததும் இழுத்துக் கம்பத்தில் கட்டி நாலு வைக்கோலை அள்ளிப் போட்டாள்.

உள்ளே வந்தாள்.

“எல்லாம் நமக்குப் பெரிய இமுஷை. ஒன்னும் புரிய மாட்டுது. பெரிய தலமூச்சனையா போச்சி இதுங்களோட. ஆரியோ இட்டாந்து வச்சி ஆக்கப் போறன்னாரே.. அவளக் கூடம் காணமே! தனபாக்கியம்மாதான் பத்த வக்யணும் போலருக்குது.”

அடுப்பை மூட்டி சோற்று உலை சாய்த்துப் போட்டாள். அரிசியை அளைந்து தண்ணீர் விட்டுக் கழுவி அரித்து அடுப்பில் போட்டுவிட்டு, வாசற்படிப் பக்கமாய்ப் போய்க் குந்திக் கொண்டாள்.

“இதுக்கு தூக்கம் போலருக்குது. மூஞ்சை கீஞ்சையெல்லாம் போட்டு பிச்சிக்குது” என்று கால்களை நீட்டி குழந்தையைக் கவிழ்த்துப் போட்டுத் தட்டினாள். கட்டில் கிறீச்சிட்டது. அவன் புரண்டு தூக்கம் கலைந்து எழுந்தான். கட்டிலிலேயே உட்கார்ந்திருந்தான்.

அவள் வேறுபக்கம் முகத்தைத் திருப்பிக் கொண்டாள். கொஞ்சநேரம் அமைதியிலே கழிந்தது.

"அய்யர் வந்துட்டுப் போனாரு..." தனபாக்கியம் தலையைத் திருப்பாமலே கூழுப்பானையிடம் சொன்னாள்.

"என்னாவாம்..."

"ம்... ஓங்கம்மாவுக்கு நாளைக்கு தெவசமாம்."

"அப்புறம் என்ன சொன்னாரு?"

"அப்புறம் என்ன சொல்லுவாரு..."

மீண்டும் கொஞ்சநேரம் அமைதியில் தவழ்ந்தது.

"புள்ள தூங்கிப்புட்டு இருந்தா இப்படி கொண்ணாந்து ஏணையில் போடேன், நான் ஆட்டறேன். நீ அடுப்பு வேலையை கவனிப்ப!"

"ஒன்னும் வேணாம், அது நல்லா தூங்கிட்டுது. தோட்டத்துக்குப் போயி நாலு முருங்கக்காயன்னா தட்டு, பதார்த்தத்துக்கு ஒன்னும் இல்ல."

மார்ச் 1973
உதயம்

தற்செயல்

நாளைய எட்டாம் நாள் கலியாணம். இந்நேரம் தாலி கட்டி முடிந்திருக்கும். வரிசை வைத்து காப்பு களைந்து விட்டிருப்பார்கள். பந்திக்கு ஆயத்தம் செய்துகொண்டிருந்தாலும் இருக்கலாம். சாப்பிட்டுக் கொண்டிருந்தாலும் இருப்பார்கள். புதுக்கயிறு கழுத்திலே ஏறி விட்டிருக்கும். பச்சை மஞ்சள் பூச்சோடு பசபசவென்று தவழும். தங்கக்காசும், நாணலும் நெஞ்சிலே கொஞ்சும். கலியாணத்துக்காக செய்த புது நகைகளோடு கூறைப்புடவையோ, அதைக் களைந்துவிட்டுப் பட்டுப் புடவையோ கட்டிக் கொண்டு நிற்பாள். ஒன்றும் புரியாமல் சுற்றிச் சுற்றி வருவாள். பெருமிதத்தால் பூரித்துப் போய்விடுவாள். எல்லாப் பெண்களையும் போலவே இவளுக்கும் கலியாணம் நடக்கப் போகிறது.

நினைக்க நினைக்க வத்ஸலாவுக்கு உடம்பு புல்லரித்து, உள்ளங்காலிலிருந்து உச்சி வரைக்கும் எதுவோ ஜிவுஜிவு என்று ஏறியது. மனசெல்லாம் துள்ளியது. எதிரேயிருக்கும் நிலைக் கண்ணாடியில் நெஞ்சு வரைக்கும் தெரியும் தன் பிம்பத்தைப் பார்த்துச் சிரித்துக் கொண்டாள். எல்லாமே புதுசாகிப் பூத்துச் சிரிக்கிற மாதிரி உற்சாகம் பெருக்கெடுத்தது.

மாப்பிளையாக வரப் போகிறவர் நல்ல அழகு. பெண் பார்க்க வந்து போன அன்று பார்த்தாள். செல்வராசுவை விட அழகு. காலையில் தினம் ஆபிஸ் வேலை செய்பவர்கள் தெரு வழியாகப் போவார்களே பேன்ட் போட்டுக்கொண்டு, அவர்களையெல்லாம் விட அழகு. வேஷ்டி கட்டிக்கொண்டு வந்திருந்தார். கூடத்தில் உட்கார்ந்திருந்தார்.

சுற்றிலும் சொந்தக்காரர்களுக்கு மத்தியில் வாயில் வேஷ்டி மொசுமொசுக்க கோரைப் பாயில் சப்ளாங்கால் போட்டுக் குந்தியிருந்தார். அப்பா குரல் கொடுத்தார். சீவி சிங்காரித்து கொண்டிருந்தவள் கூடத்துக்குப் போய் சம்பிரதாயப்படி காட்சி கொடுத்து விட்டு வந்தாள். அம்மா சொன்னபடி தலையைக் குனிந்து வந்தாள். அறையில் வந்து நின்று ஜன்னல் வழியாகப் பார்த்தாள். மாப்பிள்ளை நல்ல சிகப்பு. தலை நிமிர்ந்திருந்தது. பிரகாசமான கண்களால் வீட்டை நோட்டமிடுகிற மாதிரி மெல்ல விழிகளை ஓட்டினார். இவள் வந்து மறைந்த அறையின் வாயிற்படியைப் பார்த்தார்.

இவளுக்கு உள்ளே இருப்புக் கொள்ளவில்லை. தவிப்பாக இருந்தது. இன்னொரு தடவை போய் தன்னைப் பூராவும் அவருக்குக் காட்ட வேண்டும் போலிருந்தது! நைஸாகப் போய் வரலாமா என்று நினைத்தாள். வேண்டாம் என்றும் நினைத்தாள். உள்ளேயே நின்று கொண்டிருந்தாள்.

அம்மா வந்தாள். "என்னாடி; மாப்பள புடிச்சிருக்கா...!" கொஞ்சோண்டு நாணம் வந்தது. தலையைத் தாழ்த்தாமல் தலையை ஆட்டினாள் "ஓ!" என்றாள்.

அம்மா சிரித்துக் கொண்டே போனாள். இவள் நகராமல் நின்று கொண்டிருந்தாள். எல்லாம் முடிந்து மாப்பிள்ளை வீட்டார் புறப்பட எழுந்தபோது கூடத்துக்கு வந்தாள். எல்லாருக்கும் பின்னால் வாயிற்படியைத் தாண்டிக்கொண்டிருந்த அவர் எதேச்சையாகத் திரும்புகிறா மாதிரி மெல்லத் திரும்பினார். இவள் பார்த்தாள். மெல்ல சிரித்தாள். போகிற அவரையே திருப்தி பொங்கப் பார்த்துக் கொண்டிருந்தாள்.

அவரோடு கூடப் போய் சம்சாரமாக வாழப்போகிறாள். ரத்னாம்பாவும், பொக்கிலையும், கும்பம்மாவும் கலியாணம் கட்டிக் கொண்டு போய் குடும்பம் நடத்துவதைப் போலவே இவளும் போகப் போகிறாள். அவர் வீட்டிலேயே இருப்பாள். ஆடிமாசம் வருவாள். அப்புறம் சூல் வைத்து அழைத்துக் கொண்டு போவார்கள். வேறு ஏதாவது விசேஷம் என்றால் நடுவில் வருவார்கள். எல்லாம் அவர்கள் மாதிரியேதான். ஆனால், அவர்களுடைய புருஷன்களையெல்லாம் விட இவர் ரொம்ப அழகு. இவராட்டம் அழகு யாருக்கும் வராது.

கலியாணம் முடிந்தால் மூனு நாளைக்கோ அஞ்சி நாளைக்கோ 'மரு' இருக்கும். இங்கே வந்து தங்கியிருப்பார். அக்கம்பப்பக்கத்தில் இருப்பவர்களெல்லாம் பார்ப்பார்கள். "இவர்தான் வத்ஸலா புருஷன். இவர்தான் வத்ஸலா புருஷன்" என்று பேசிக்கொள்வார்கள். "நல்ல அழகு. குடுத்து வச்சவதான்."

மரு முடிந்து ஊருக்குப் போகும்போது கையில் டிரங்க் பொட்டியை எடுத்துக் கொண்டு கூடவே போவாள். கூடவே நிற்பாள். பஸ் வரும். “ஏறிக்கோ'' என்பார். பின்னாலேயே ஏறிக்கொள்வார். எல்லாரும் அதிசயத்துடன் பார்ப்பார்கள். இவள் எல்லாரையும் பார்ப்பாள். “எங்க வூட்டுக்கார்தான் இவரு'' சொல்லாமல் சொல்லுவாள்.

ஆரம்பத்திலேயே எப்படிப் பேசுவது, என்னமாய்ப் பேசுவது என்று கூச்சமாக இருக்கும். எதுவும் செய்யக்கூடத் தோன்றாது, எதிரில் போவதற்கேகூட கூச்சம் வந்தாலும் வரும். செல்வராசுவிடம் பழகினா மாதிரி இவரிடம் பழக முடியாது, இவர் சொந்த புருஷன்.

புருஷனைக் கண்டால் எல்லாப் பெண்களுக்குமே புதுசில் கூச்சமாகத்தான் இருக்கும். ரத்னாம்பாகூட முதலில் ரொம்பக் கூச்சப்பட்டாள். நாலைந்து நாள் பழக்கத்தில் கூச்சமெல்லாம் பறந்து விட்டிருக்கும். தனியாகக் 'குடுத்தனம்' வைக்கப் போகிறாராம். காலை பத்து மணிக்கெல்லாம் பலகாரம் செய்து கொடுத்து, சாப்பாடு கட்டிக் கொடுத்து ஆபிஸ் அனுப்பிவிட வேண்டுமாம். காலையில் போனால் சாயங்காலம் தான் வருவாராம்.

சாயங்காலம் இவள் மனசில் எதை எதையோ தூண்டிவிட்டது. தன் பிம்பத்தைப் பார்க்கக்கூட என்னமோ மாதிரியிருந்தது. பின்னலை இழுத்து முன்னால் விட்டுக்கொண்டு அப்பால் நகர்ந்தாள். ஜன்னலருகில் போய் நின்றாள். ரிப்பன் நுனியை பல்லால் கடித்தவாறு தோட்டத்தைப் பார்த்தாள். செடியில் கனகாம்பரம் பூத்துக் குலுங்கியது. முனையில் தொத்தி உட்கார்ந்திருந்த கருப்பு நிறக் குருவியொன்று ஊஞ்சலாடுவது மாதிரி மேலும் கீழும் ஆடிக்கொண்டிருந்தது. “கீச்சு கீச்'சென்று கத்தியது.

இவள் புன்னகையோடு திரும்பினாள். சாயங்காலம் வந்தால் அவர் விடிந்தால்தான் போவார். வந்ததும் தொட்டு அணைத்துக் கொள்வார். ராத்திரியானால் பக்கத்தில் படுத்துக்கொள்வார். விடியற வரிக்கும் படுத்துக்கொண்டிருப்பார். செல்வராசு மாதிரியே அவரும் செய்வார். வேறு மாதிரி ஏதாவது இருந்தாலும் இருக்கும். புதுசாக ஏதாவது செய்தாலும் செய்வார். ஆனால் முன்னே மாதிரி பயந்து பயந்து சாக வேண்டியதில்லை. சின்ன சத்தம் கேட்டால்கூட அலறிப் புடைத்து பீதியடைய வேண்டியதில்லை. யாராவது பார்த்து விடுவார்களோ என்று திக்திக்கென்று அடித்துக் கொள்ள வேண்டியதில்லை. யாராவது ஏதாவது நினைத்துக் கொள்வார்களோ என்று சங்கடப்பட வேண்டியதும் இருக்காது. கலியாணம் எதற்காகச் செய்கிறார்கள் என்று எல்லாருக்கும் தெரிந்தே இருக்கிறது.

கலியாணம் ஆகாமல் அப்படிச் செய்தால்தான் தப்பு. யாராவது பார்த்துவிட்டால் வம்பு. அதனால்தான் ரகசியமாகச் செய்ய வேண்டியிருக்கிறது. தன்பாடு இனி கவலையில்லை. ஆனால் செல்வராசுதான்! பாவம்! ரொம்ப பயந்து கொண்டிருக்கிறான். அவனும் கலியாணம் பண்ணினால் நல்லது. பயப்படாமல் செய்யலாம். போகும்போது பார்த்துச் சொல்லிவிட்டுப் போக வேண்டும்.

கலியாணம் ஆகாமல் பகிரங்கமாகவே எல்லாரும் இப்படிச் செய்யலாம் என்றால் அப்பறம் கலியாணம்தான் எதற்கு. அதற்காகத்தான் கலியாணம் என்று ஒன்று வைத்திருக்கிறார்கள் போலிருக்கிறது, ஆனால் கலியாண சமாசாரம் சொன்னால், செல்வராசு மட்டும் ஏனோ சந்தோஷப்படாமல் முகம் வாடிப் போகிறான். எல்லாரும் ஆசைப்படும் போதும் அவன் மட்டும் ஏனோ உம்மென்று மூஞ்சை வைத்துக் கொண்டிருக்கிறான்.

'சளப் சளப்'பென்று குளம்படிச்சத்தம் ஒலியெழுப்ப சேடை கலக்கிய கழனியில் மாடுகள் இழுக்கின்றன. ஊரும் கலப்பை சேற்றைப் பிளந்து கொண்டு நகர்கிறது. கழனியில் வந்து பாயும் வாய்க்கால் நீர் பிளப்பில் ஓடுகிறது. பக்கத்துக் கழனியில் கூலிப் பெண்கள் நடவு நடுகிறார்கள். கேலிப்பேச்சும் கிண்டலும் ஊர்க்கதையும் சரளமாக அடிபடுகின்றன. ஏர் ஓட்டுற ஆண்கள் ரெண்டு பொருள்படும்படி அர்த்த புஷ்டியுடன் என்னவோ சொல்லிச் சிரிக்கிறார்கள். பெண்களைச் சத்தாய்க்கிறார்கள். செல்வராசும் ஏர் ஓட்டுகிறான்.

செல்வராசு எட்டாங்கிளாஸ்வரை படித்து படிப்பை நிறுத்தி விட்டவன். அடுத்த தெருக்காரன். கறுப்பு உடம்பு. உள்ளே கோவணம் கட்டி அரைக்கால் டிரௌசர் மாத்திரம் போடுவான். வேஷ்டி கட்ட மாட்டான். மேலே சட்டை பனியன் கூடம் இருக்காது. தலையில் மட்டும் ஒரு துண்டு கட்டியிருப்பான். வேலை செய்யும்போது நடு நடுவே அவிழ்த்து முகத்தைத் துடைத்து மறுபடியும் கட்டிக் கொள்வான். சும்மாயிருக்கிறான். அடிக்கடி திரும்பி வரப்பில் நிற்கிற அவளைப் பார்த்து மெல்ல சிரிக்கிறான். இவளும் பதிலுக்குச் சிரிக்கிறாள்.

உச்சிவேளையில் ஏரைக் கழனியிலே விட்டுவிட்டு கைகால் கழுவிக்கொண்டு எல்லாரும் சாப்பாட்டுக்கு வருகிறார்கள். மாமரத்தடியில் குத்துக்காலிட்டுக் குந்துகிறார்கள். செல்வராசும் குந்துகிறான். கையைக் கூட்டி தன்னைத் தயார்படுத்திக் கொள்கிறான். செம்பிலே சாய்த்த கூழைக் கைகளில் ஊற்றும்போது குனிந்த வாக்கிலிருக்கும் இவளையே பார்க்கிறான். விழுங்கி விடுவது

போலப் பார்க்கிறான். இந்தப் பார்வையில் ஏதோ சக்தியிருக்கிறது. உள்ளே உறைந்து கிடக்கும் எதை எதையெல்லாமோ மீட்டு மேலே கொண்டு வந்து மிதக்க வைப்பதைப் போலிருக்கிறது.

கொஞ்சம் சங்கடப்பட்டவள் போல தலையைத் தாழ்த்திக் கொள்கிறாள். கொஞ்சம் கழித்து மறுபடியும் நிமிர்ந்து பார்க்கிறாள்.

"போதுமா..."

வாய் நிறைய உப்பிய கூழை உள்ளுக்கு விழுங்கிவிட்டு 'ம்' என்று தலையை ஆட்டுகிறான். கிணற்றில் இறங்கி வாயைக் கழுவி தலையில் கட்டியிருக்கும் துண்டால் துடைத்துக்கொண்டே மேலே ஏறி வருகிறான்.

"தூரத்தில் இருந்து பாத்தா நம்ப டீச்சரம்மா மாதிரியே இருக்கிற நீ!" இவள் மெல்ல சிரித்துக்கொள்கிறாள். அவ்வளவு அழகாகவா இருக்கிறோம் என்று உள்ளுக்குள் பெருமை பொங்குகிறது. "படிச்சிருந்தா டீச்சர் வேலைக்கி கூடந்தான் போயிருப்பேன். அதுக்குள்ளதான் வயிசுக்கு வந்துட்டேன்னு நிறுத்திட்டாங்களே, அஞ்சாங்ககிளாஸோட."

அறுவடையெல்லாம் முடிந்த சமயம் அது. அடித்துத் தூற்றிய நெல் களத்திலேயே இருந்தது. மாமரத்தடியில் கட்டில் போட்டுப் படுத்திருக்கும் பாட்டிக்கு சாப்பாடு கொண்டுபோய்க் கொடுத்துவிட்டுத் திரும்பிக் கொண்டிருந்தாள். காலியான டேவ்ஸாவை இடுப்பில் தொற்றலாக வைத்திருக்கிறாள். சந்தடியற்ற அமைதி. உச்சி வெய்யில் அழுந்தியிருக்கிறது. சுற்றிலும் அறுவடையான வயல் வரப்புகள். தேய்ந்த ஒற்றையடிப் பாதையில் நடந்து வந்தாள். சின்ன மணல் ஓடை. ஓடையிறக்கத்தில் செல்வராசு எதிர்ப்பட்டான். ஆளுயர ஓடை அது.

எதிர்பாராத விதமாய் அவனைக் கண்டதும் உள்ளே ஏதோ குறுகுறுப்பு ஏற்பட்டது. எதையோ நிமிண்டுவதைப் போலிருந்தது. அவனும் அப்படித்தான் இருந்தான். அகஸ்மாத்தாய் பார்த்ததால் முகத்தில் ஏற்பட்ட வியப்பு ஒரு கணம் தோன்றி மறைய நடையில் தேக்கம் வெளிப்பட்டது.

"சாப்பாடு குடுத்துட்டு வர்றீயா?"

"ஆமா!"

அவன் பார்வை கலங்குகிறது. அவளைப் பூராவும் அப்படியே தழுவி அப்புகிறது. மெல்ல நிமிர்கிறாள் இவள். அவன் எதுவோ செய்யப் போகிறான். எதுவோ நடக்கப்போகிறது என்று தெரிகிறது. வேண்டாம் என்று சொல்லத் தோன்றவில்லை. தவிர்த்துக்கொண்டு நழுவிட வேண்டும் என்றுகூட விருப்பமில்லை.

"வூட்ட எதுனா வேல இருக்குதா?" என்கிறான் அவன்.

"ஒன்னுமில்லை" என்று சிரிக்கிறாள்.

அவன் சுற்றும்முற்றும் பார்க்கிறான். தொண்டைக்குழி ஏறி இறங்குகிறது. இவளுக்கும் கிறக்கமாக வருகிறது. கொஞ் சமும் எதிர்பாராத விதமாய் எட்டி இவள் மார்பைப் பிடித்து விடுகிறான். வலது கையால் பிடித்து இடது கையால் இடுப்பை வளைத்து நெருக்குகிறான். இறுக்கி அணைக்கிறான்.

"ச்சொச்சோ.. யார்னா வந்துட்டாங்கன்னா.."

"யாரும் வரமாட்டங்க இந்நேரத்துல" குரல் வெதுவெதுப்போடு சூடாக இருக்கிறது. மூச்சின் உஷ்ணம் கழுத்தைச் சுடுகிறது. பிடியைத் தளர்த்தாமலே மெல்ல அவன் தள்ளிக்கொண்டு போகிறான். வழியை விட்டு ஒதுக்குப்புறமாய் ஓடை உள்வாட்டமாகவே கொஞ்ச தூரம், ஓரத்தில் உயர உயரப் பனைமரங்கள். சின்னச் சின்னக் கன்றுகள். நெருக்கமாகப் புதர். ஒரே ஒரு ஒற்றை வேப்பமரம் மட்டும் நின்றிருக்கிறது. அடர்ந்த மரம், அடர்ந்த நிழல். குளுமையாய்ப் பரவியிருக்கிறது. பாதத்தில் குளிர்ச்சி தட்டுகிறது.

"யார்னா பாத்துடப் போறாங்க."

அவன் அதைக் காதில் வாங்கிக் கொண்டதாகத் தெரியவில்லை. முதுகை வளைத்திருந்த பிடியைத் தளர்த்தி ஏனத்தை வாங்கி அப்பால் வைக்கிறான். காலைப் பின்னி பதமாகக் கீழே தள்ளுகிறான். மணல் படுகையில் கிடத்தி விடுகிறான்.

பனை ஓலைகள் சலசலத்தன. வேப்பமரம் கிளைகள் ஆட்டியது. நீலநிறக் குருவியொன்று வாலை ஆட்டியபடியே விட்டு விட்டுக் கத்திக் கொண்டிருந்தது. மேற்கே போகும் ரயில் பக்கத்து ஸ்டேஷனிலிருந்து கூவி மெல்ல ஊர்ந்து நகரும் சத்தம் கேட்டது. மறமறவென்று உடம்பெல்லாம் எதுவோ ஏறுவதைப் போலிருந்தது. பின்தலையிலும் முதுகிலும், வெறும் தொடைகளிலும் பொடி மணல் உறுத்தியது. என்ன ஏது என்று சொல்ல முடியாத ஒரு திளைப்பில் பலங்கொண்ட மட்டும் அவன் முதுகை இறுக்கி அணைக்கிறாள். "ரயில் போவுது" என்கிறாள். அவன் மெல்லக் கிசுகிசுத்தான். "எதுனா போவட்டும். கம்முன்னு இரு."

மாமரத்தின் கீழே பூக்கள் சிந்திக் கிடக்கின்றன. மரத்தில் கட்டை எறும்பு ஊர்கிறது. வடுக்கள் காய்ந்து தொங்குகின்றன. பாட்டி பெரியம்மாவின் சாவுக்குப் போய்விடவே இவள் காவலிருக்கிறாள். கட்டிலில் குந்தியிருக்கிறாள். மணலைத் தட்டிக்கொண்டு எழுந்ததையும் ஏனத்தை எடுத்து பழையபடியே இடுப்பில் வைத்துக் கொண்டு நடந்ததையும் நினைக்க சந்தோஷமாக இருக்கிறது.

"பெரிய ஆளுதான் நீ" என்று அவனைப் பார்த்து சிரிக்கிறாள்.

"ஏன் என்ன..." என்று அவனும் பதிலுக்குச் சிரிக்கிறான்.

"என்னா துணிச்சல் அப்பிடி வெடுக்குன்னு புடிச்சி நீ..."

"எல்லாரியும் அப்பிடி புடிச்சிடுவேனா. நீன்ன வாசிதான் அந்த மாட்டன்றத்தான."

சிரித்துக்கொண்டேதான் கேட்டாள் இவள். ஆனால், அவன் முகம் ஒரு மாதிரியாக ஆகியது. "வச்சலா" என்றான். அன்போடு கண்டிப்பு காட்டும் பாவனையில் இதமாயிருந்தது குரல். "எம்மா நாளா உம்மேல எனக்கு ஆச தெரியுமா."

"இத்தினி நாளா ஏன் எங்கிட்ட சொல்லலே."

"சொல்லணும். சொல்லணும்னுதான் நெனக்கிறது. ஆனா என்னுமா சொல்றதுன்னாதான். அதனாலதான் அப்பிடி... அந்த மாதிரி மொரட்டாம் போக்கா கூடம் புடிச்சிருக்க மாட்டேன். எதுவோ ஒரு வேகம்" பேசும் போதே அவன் குரல் தழுதழுத்தது. 'நீயும் இம்மா நாளா பாத்துக்னுருக்கிறயே எப்பனா எதுனா இன்னொரு பொண்ணுகிட்ட இந்தமாதிரி நடந்துக்னதா கேள்விப்பட்டிருப்பியா?'

"எனக்கு அப்பவே தெரியும்."

"என்னான்னு?"

"நீ இந்தமாரி செய்வேன்னு."

அறுப்பு அறுத்த கழனியில குத்துக் கொட்டை போடுகிறார்கள். மஞ்சள் நிறப் பூக்கள் கழனியெங்கும் கண்சிமிட்டுகின்றன. இவள் தினமும் அவனைச் சந்திக்கிறாள். என்ன ஏது என்று புரியாத பழக்கம். சின்னக் குழந்தைகள் கூட்டாஞ்சோறு ஆக்கி அம்மா அப்பா ஆட்டம் ஆடுவது மாதிரி. தின்பண்டத்துக்கு ஆசைப்படுவது மாதிரி. மனசில் எந்தவித உறுத்தலும் இல்லை. எப்போதும் போலவே இருக்கிறாள். அவன் ரொம்பக் கரைந்து போயிருப்பதைக் கூட இவளால் புரிந்து கொள்ள முடியவில்லை.

"வச்சலா" என்கிறாள் அவன்.

"என்னா?"

மெல்ல இவள் கைகளை எடுத்து தன் கைகளுக்குள் வைத்து அழுத்திக் கொள்கிறான். "ராவிக்கு உங்க வூட்டுக்கு வரட்டுமா?"

"எதுக்கு?"

"ராவுல படுத்தா தூக்கம் வரமாட்டுது வச்சலா. எப்பவும் உம் பக்கத்துலியே இருக்கணம் போலருக்குது."

"ஆர்னா பாத்துட்டாங்கன்னா?"

"யாரும் பார்க்கமாட்டாங்க. பாதி ராத்திரிக்கு மேலே வர்றேன். தோட்டத்துக் கதவைத் தெறந்துக்னு மாட்டுக் கொட்டாய்க்கா வா."

"எதுனா ஆயிடுத்துன்னா?'

"கிஷ்டவேணி கத தெரியுமில்ல…"

அவன் கொஞ்சம் தயங்கி இவள் முகத்தைப் பார்க்கிறான். இவள் கண்களில் எதையோ தேடி ஏமாந்தவனாக அந்த ஏமாற்றத்தை மறந்து மெல்லச் சிரித்தபடி "அதெல்லாம் ஒன்னும் ஆயிடாது. பயப்படாதே. அதுக்கெல்லாம் மருந்து இருக்குது."

"மெய்தானா! ஒன்னும் ஆவாதா?"

"உங்ககிட்ட நான் பொய்யா சொல்றேன்" இவள் கைகளை அழுத்தி விட்டுவிட மனமில்லாமல் பார்க்கிறான்.

கைகளை சாதாரணமாய் விடுவித்துக் கொள்கிறாள் இவள். "கொட்டாய்லியே இரு. கதவைத் தட்டிப்புடாத."

ராத்திரி வந்தது. அவனும் வந்தான். கீழே உட்காரப் போன அவளைக் கொஞ்சம் வைக்கோலை அள்ளி மெத்து மெத்தென்று உதறிப் பரப்பி தலையிலிருந்து துண்டை அவிழ்த்துப் போட்டு உட்கார வைக்கிறான். பக்கத்தில் குந்திக்கொள்கிறான். கொஞ்சம் சாய்ந்து அவள் வயிற்றிலே முகத்தைப் புதைத்து இடுப்பைச் சுற்றி வளைத்து 'வச்சலா' என்கிறான்.

"ம்"

"இப்படியே இருக்கணம் போலருக்குது."

"ஆசதான்" என்று சிரிக்கிறாள்.

"தெனம் வரட்டுமா?" ஏக்கத்தோடு கேட்கிறான்.

தினம் வராவிட்டாலும் சந்தர்ப்பம் கிடைத்தபோதெல்லாம் வந்தான். ஐந்தாம் பிறை நிலவு மங்கி வியாபித்திருந்தது. காடு கட்டும் முளைக்குச்சும், புல் தரையும், குப்பைமேடும் குளுமையாய் சலனமற்று இருந்தது. கொட்டாய் உள்ளிலும் கொஞ்சம் கம்மலான வெளிச்சம். உருவங்கள் மங்கலாகத் தெரிந்தன. வைக்கோலை அசை போட்டு பெருமூச்சு விடும் மாடுகளுக்குப் பக்கத்தில் கொஞ்சம் தள்ளி அவனை அணைத்துப் படுத்திருந்தாள். முதுகைப் பிடித்து பல்லைக் கடித்து, உற்சாகத்துடன் ஒரு இறுக்கி இறுக்கி "அடுத்த வாரம் எனக்கு கலியாணம்' என்றாள். அவன் பேசாமலிருந்தான். "மின்ன வந்து பாத்துட்டுப் போனாருன்னு சொல்லல; அவர்தான். பத்திரிகல்லாம் கூடம் அடிச்சாச்சி. உனக்குத் தெரியுமில்ல, அந்த எடந்தான், எங்க அளவுக்கு நெல

புலமெல்லாம் இருக்குதாம். அவரு உத்தியோகத்துல வேற இருக்கறாராம். மாசம் எரநூறு ரூவா சம்பளம்.''

அவனிடமிருந்து பதில் எதுவும் வரவில்லை.

கொஞ்சம் கழித்து "கட்டிக்னு போனினா அப்பறம் எங்களல்லாம் மறந்துடுவ இல்ல'' என்றான் அவன்.

"அது எப்பிடி, அப்பப்ப இங்க வந்து போவமாட்டனா.''

"வந்தினா இந்தமாதிரி என்ன பாக்க வருவியா!''

"அது எப்படி? அவரு இருக்க மாட்டாரா...!''

"வந்தினா இந்தமாதிரி என்ன பாக்க வருவியா!''

"அது எப்படி? அவரு இருக்க மாட்டாரா...''

அவன் பெருமூச்சு விட்டுக்கொண்டான். இறுக்கம் தளர்ந்த மாதிரியிருப்பதை உணர்ந்தாள் இவள். சட்டென்று அவன் கைகளை விலக்கித் தள்ளிக்கொண்டு எழுந்தாள். இருளில் அவன் முகம் கறுப்பாகத் தெரிந்தது.

"என்னா ஒனக்கு'' என்றாள்.

"ஒன்னுமில்ல'' என்றான்.

இருந்தாலும் இவளுக்குக் குறையாகத் தோன்றியது.

"தோ பாரு. இந்தமாதிரி இருந்தினா அப்பறம் எழுந்து உள்ள போயிடுவேன்.''

அவன் "வச்சலா'' என்றான். இழுத்து மடியில் கிடத்தி சாய்த்துக் கொண்டு முதுகைத் தடவினான்.

இவள் "நீ கூடம் கல்யாணத்துக்கு வந்துடு. நான் வண்டி சார்ஜ் தர்ரேன்'' என்றாள்.

குருவி எங்கோ பறந்தோடி விட்டது. ஊஞ்சலாடிக் கொண்டிருந்த நரம்பு ஒடிந்து விழவே பயத்தில் சடசடத்துப் பறந்தது. அதன் லயிப்பில் நின்றிருந்தவள், ஒரு வினோதமான புன்னகையுடனே ஜன்னலை விட்டு அப்பால் நகர்ந்தாள். கண்ணாடியில் மறுபடியும் தம் பிம்பத்தைக் காணவேண்டுமென்று தோன்றியது. கூடத்திலிருந்து அம்மா அழைக்கவே பேசாமல் திரும்பி வந்தாள்.

அம்மா கலியாணத்துக்காக எடுத்திருந்த ஜவுளி வகையறாக்களை விரித்துப் பார்வையிட்டுக் கொண்டிருந்தாள். வெளூர் நீலத்தில் நாலு விரற்கடை அகலம் வெள்ளி சரிகை பார்டர். மஞ்சள் வண்ணத்தில் கத்திரிப்பூ கொடியோடினா மாதிரி மெல்லீஸ் வாயில். ரோஸ் நிறத்தில் காபி கலர் கட்டம்

போட்ட சாட்டின். அது அதற்குப் பொருத்தமான ஜாக்கெட். எல்லாம் இவளுக்கு. பரவசத்தால் நெஞ்சு விம்மியது. இப்படியும் அப்படியுமாகப் புரட்டிப் புரட்டிப் பார்த்தாள்.

“மின்ன அந்த போலீஸ்காரூட்டு பொண்ணு கட்டிக்னு இருந்துதே அந்தமாதிரி இல்லம்மா இந்தச் சேல.''

“உங் கண்ணு என்னா பழுதாடி. அது என்னா வெல. இது என்னா வெல. அது என்னமோ பதிமூனர்ர ரூபாயோ, பத்தர்ர ரூபாயோன்னுதான் சொன்னா. இது எழுவத்தெட்டு ருபாயாமில்ல...''

“அதவிட ஒஸ்தி” உதட்டுக்குள் முணுமுணுத்துக் கொண்டாள். அட்டைப்பெட்டியைத் திறந்து புதுசாய் வாங்கி வந்திருந்த தோடுகளைப் பார்த்தாள். “போட்டுப் பாக்கட்டாம்மா...''

“பாரேண்டி எல்லாம் ஒனக்குத்தான்.''

வெளியே போயிருந்த நைனா வந்தார்.

“சரி சரி எல்லாத்தியும் எடுத்து வச்சிட்டு சாப்பாட்டப் போடுங்க. தலைக்கிமேலே வேல கெடக்குது. வெளில அனுப்ப வேண்டிய பத்திரிகைங்கல்லாம் அப்பிடி அப்பிடியே கெடக்குது. வெலாசம் எழுதணம். தபாலாபீஸ் போவணம்.''

“அப்பிடியா.... எடுத்து வைடி எல்லாத்தியும் அப்பறமா பாப்ப'' அம்மா எழுந்து அடுப்பண்டை போனாள். எப்போதோ வடியல் விட்டிருந்த சோற்றுப் பானையை நிமிர்த்திக் குலுக்கினாள். அடுக்குச் சட்டியை எடுத்து வைத்து சோறு தோண்டி தயார் செய்ய ஆரம்பித்தாள்.

வத்ஸலா எல்லாவற்றையும் கட்டிச் சுருட்டிக்கொண்டு அறைக்குள் நுழைந்தாள்.

தெருவிலே சைக்கிள் மணி அடிக்கும் சப்தம் கேட்டது.

“ஏங்க... யாரு வூட்ல?''

“யாரு?''

“இங்க வாங்க; தந்தி வந்திருக்குது.''

“தந்தியா!'' திடுக்கிட்டாள் அம்மா. “இங்க வாங்க. அத என்னான்னு பாருங்க.''

தோட்டத்தில் கை கழுவப் போன நைனா ஒன்றும் புரியாமல் வந்தார்.

“எங்கருந்து வந்துருக்குது?''

“கடலூர்ல இருந்து''

நெஞ்சில் பீதி படர்ந்தது. அம்மா கலவரத்துடன் "ரேடியோவ அடக்குடி'' என்றாள். ஈரக் கையைத் துடைத்துக் கொண்டு கையெழுத்துப் போட்டுத் தந்தியை வாங்கிய நைனாவின் கரங்கள் நடுங்கின. சிரமத்துடனே பிரித்தார். தந்தி சேவகனிடமே கொடுத்து "என்னா போட்டுருக்குது படிங்க'' என்றார்.

"யாரோ ரங்கனாதனாமே. அவரு தவறிட்டாராம்.''

"என்னா!'' அம்மாவும் நைனாவும் ஏககாலத்தில் அலறினார்கள். வத்ஸலா திடுக்கிட்டுப் போய் நின்றாள்.

"எப்படி செத்தாராம்?''

"என்னுமா செத்தாரு?''

"அதெல்லாம் இதுல தெரியாதுங்க. செத்துட்டாரு அவ்வளோதான்." வெடிக்காமல் குமுறியதில் உடம்பு நடுங்கியது. வத்ஸலா அதிர்ச்சியிலிருந்து மீளாமலேயே திக்பிரமையுடன் நின்றாள். இவளால் நம்ப முடியவில்லை. "எப்படி அதுக்குள்ளே செத்துட முடியும், கலியாணம் ஆவாம."

கொடியில் கிடந்த சட்டையை இழுத்து உதறிப் போட்டுக் கொண்டு "பத்தரமா பாத்துக்கோங்க. யார் கிட்டயும் எதுவும் மூச்சுவுட்டுக்க வேணாம். போயி என்னான்னனு பாத்துக்னு வந்துடறேன்'' என்று கரகரத்த குரலில் சொல்லிவிட்டுப்போன நைனாவைப் பார்த்தாள்.

அடுக்குச்சட்டியில் தோண்டி வைத்திருந்த சோற்றில் ஈ மொய்த்தது. "அப்பிடியே எடுத்து வச்சி மூட்றி'' என்றாள் அம்மா. இவள் கண்களிலிருந்து பொலபொலவென்று கண்ணீர் வந்தது. முந்தானையால் துடைத்துக்கொண்டாள். "மெய்யாலுமா செத்திருப்பாரு?''

பூவரச மரத்தின் இலைகள் பழுத்து உதிர்ந்து கிடந்தன. பசங்கள் பீப்பி செய்து ஊதுவது அனாதைக் குழந்தைகளின் கேவலைப் போலக் கேட்டுது. கலியாண தேதி முடிவடைந்து நேற்றோடு எட்டு நாள் ஆகிவிட்டது. நைனா புறப்பட்டுப்போன போது இருந்த கொஞ்ச நஞ்ச நம்பிக்கையும் அவர் திரும்பி வந்து "பாம்பு கடிச்சி செத்துட்டானாம். கைகால் அலம்ப சொம்பு எடுக்க போயிருக்கிறான். உள்ளியே சுருட்டிக்னு கெடந்திருக்குது பாவம்... நல்ல பாம்பாம்!'' என்றதும் பூராவும் கறுத்து இருண்டு போய்விட்டது.

கலியாண சேதி சொன்ன வீடெல்லாம் எழவுச் சேதி சொல்ல வேண்டியதாயிருந்தது. பார்ப்பவர்களெல்லாம் எப்பிடி ஆச்சாம், என்னமா செத்தாராம் என்று ஆளுக்கு ஒன்றாகக் கேட்டார்கள். எல்லாருக்கும் சொல்ல வேண்டியிருந்தது. இருக்கிற துக்கத்திலும்

வெறுமையிலும் ஒவ்வொருவருக்கும் சொன்னதையே திருப்பிச் சொல்ல வேண்டியிருந்ததில் வேதனையும் எரிச்சலும்தான் மிஞ்சியது.

வத்ஸலாவின் முகத்தில் உயிர் இல்லை, களை இல்லை, கட்டிக் கொடுத்து அறுத்து விட்டவளைப் போலக் கிடந்தாள். வெளியே தலை காட்டவே கூசியது. கழனி கட்டுக்கு சாப்பாடு எடுத்துக்கொண்டு போகும்போதும் வரும்போதும் ஒருத்தர் பாக்கியாக இவளை விட்டு வைக்கவில்லை.

"அதோ போவுது பார். அதான். பாவம்! பத்திரிகல்லாம் கூடம் அடிச்சாச்சி. அதுந் தலையில் எழுதி வச்சத பாத்தியா?"

"அது அது குடுத்து வச்சது அவ்வளோதான்."

"அடப்பாவமே..."

"எங்கனா கேழ்விப்பட்டு இருப்பியா இந்தமாதிரி."

வழியெல்லாம் வந்து விழும் வார்த்தைகள் காதில் நெருப்பாகச் சுட்டன. உடம்பே கூனிக் குறுகுவதைப் போலிருந்தது. நடக்க முடியவில்லை. கால்கள் பின்னின. சீக்கிரம் வீட்டுக்குப் போய் தலையை எங்காவது மறைத்துக் கொள்ள வேண்டும் என்று தோன்றியது.

அதே ஓடையில் எதிர்ப்பட்டான் செல்வராசு. பார்க்கவே அருவருப்பாயிருந்தது இவளுக்கு. பார்க்காத மாதிரி தலையைக் குனிந்துகொண்டு நடந்தாள்.

சோகத்துடனே கிட்டே நெருங்கிய அவன் "வச்சலா" என்றான். நின்று எரித்து விடுபவனைப்போல அவனை முறைத்துப் பார்த்தாள் இவள். "திருப்திதானா!" என்கிற மாதிரியிருந்தது பார்வை.

அவன் "எல்லாம் கேள்விப்பட்டேன். ரொம்ப இதுவா யிடுச்சி.... எப்பிடிச் செத்தாராம்" என்றான்.

"எப்படியோ செத்தாரு ஒனக்கென்னா அதப்பத்தி..."

"வச்சலா..."

"ஆமாமா.. ரொம்ப அக்கறதான் போ."

ஜூலை 1973
உதயம்

*

கரசேவை

"தோழரே... தோழரே..."

நள்ளிரவின் ஆழ்ந்த உறக்கத்தில் இருந்தவன் மெல்ல கண் விழித்தான். குரல் எங்கிருந்து வந்தது என்பது தெரியவில்லை. குரல் வந்தது பிரமையா உண்மையா என்பதும் புரியாமலிருந்தது. படுத்த வாக்கிலேயே யோசனையிலிருந்தான். இரண்டாவது முறையும் குரலைக் கேட்க, அதிர்ச்சியுற்று எழுந்தான். பாயில் அமர்ந்தபடியே சுற்றும் முற்றும் பார்த்தான். மங்கிய மின்னொளியில் அறை வெறிச்சென்றிருந்தது. எழுந்து கதவைத் திறந்து வெளியில், பக்கத்தில், சன்னலோரம் எல்லா இடங்களிலும் பார்த்தான். மனதில் கிலி படர பகுத்தறிவு, மூடநம்பிக்கை எதிர்ப்பு என்பதெல்லாம் கேள்விக்குறியாகி விடுமோ என்பது போலத் தோன்றியது. குழப்பத்தோடும் மிரட்சியோடும் சுற்றும் முற்றும் பார்த்துக் கொண்டிருந்தான்.

"என்னா தோழர் பயந்துட்டீங்களா?" மீண்டும் குரல்.

இவனுக்குப் பீதியில் உடம்பெல்லாம் வியர்த்துக் கொட்ட, 'யார் நீங்க? எங்க இருக்கறீங்க?" என்றான்.

கடகடவென்ற ஒரு பலத்த சிரிப்புடன் பின்னாலிருந்து வந்தது குரல், "நான்தான் தோழர். உங்க கை பேசறேன். உங்களோட உங்க ஒடம்புல ஒரு அங்கமா இருந்தும் எங்களையெல்லாம் எதுவும் கண்டுக்காம ரொம்ப நாளா மறந்து இருந்திட்டீங்களே!"

இவன் அதிர்ச்சியோடு பின்புறம் திரும்பக் கை பாலமுருகனாய் வடிவம் கொண்டு இவன் முன்னே நின்றது.

லேசாய் பயம் தெளிய வினோதமாகப் பார்த்தான்.

"அநியாயத்துக்கும் எங்கள்ளாம் கை வுட்டுட்டீங்களே தோழர்" என்றது கை.

இவனுக்குப் புரியவில்லை. குழப்பத்தோடு இருந்தான்.

"நீங்க ஏன் தோழர் இப்ப முன்ன மாதிரி மாநாடுங்கள்லாம் நடத்தறதில்ல?"

"மாநாடா..."

"அதான் தோழர், கோரிக்கை மாநாடு, எழுச்சி மாநாடு, ஆதரவு மாநாடு, எதிர்ப்பு மாநாடுன்னு அடிக்கடி நடத்துவீங்களே"

"ஆமா. அதுக்கென்னா..."

"அந்தமாதிரி மாநாடெல்லாம் இப்ப நீங்க நடத்தறதில்லன்றத்தான் எங்கக் கொறையே..."

"கொறையா..."

"ஆமா தோழர். அடிக்கடி இப்பிடி மாநாடு நடந்துக்னு இருந்தாதான் எங்களுக்கும் ஒரு தெம்பு இருக்கும். மனசுக்கும் ஓர் உற்சாகம் இருக்கும். அத வுட்டுட்டு நீங்க பாட்டுனு இப்பிடி மாசக் கணக்கா எந்த மாநாடும் நடத்தாம சும்மா இருந்தீங்கன்னா எங்க கதி என்னா ஆவுறது தோழர் சொல்லுங்க."

இவனுக்குப் புதிராயிருந்தது. "உங்களுக்கென்னா கொறை இதுல?"

"என்னா தோழர் இப்பிடி கேட்டுட்டீங்க. மாநாட்டுல எங்களோட பங்கு ரொம்ப முக்கியமில்லியா."

"ஓங்களோட பங்கா."

"சரியாப் போச்சி போங்க" கை அலுத்துக் கொண்டது. "எப்பவுமே எந்தப் பொருளும் கூடவே இருக்கிறவரைக்கும் தெரியாது அதன் அரும, அப்படி இல்லாம கைய உட்டுப் போனாத்தான் தெரியும் அதன் பெருமன்னு சொல்லுவாங்களோ, அந்தமாதிரிதான் இருக்குது நீங்க கேக்கறது."

"என்னா பெரும?"

"என்னா பெருமையா? எங்களோட பெரும என்ன சாதாரண பெருமையா. எங்க பெரும என்னான்னு இன்னும் பலபேருக்கு முழுசா தெரியாமலே இருக்குது. நாங்க இல்லன்னா தான் தெரியும் எங்க அரும"

கை வருத்தத்தோடு சொல்வது போல் தோன்றியது. இவனுக்கும் ஏதோ குற்றவுணர்வு ஏற்பட "உங்க பெரும தெரியாமலா இருக்கிறோம்" என்றான்.

"என்னா தெரியும். சொல்லுங்க பாப்பம்" என்றது கை.

எல்லா மனிதர்களையும் போலவே இவனும் அன்றாடம் கைகளைப் பயன்படுத்தி வாழ்ந்தாலும் இதுவரை ஒருநாளும் கைகளின் பயன்பாடு பற்றி யோசித்ததில்லை. இப்போதுதான் முதன்முறையாக யோசிக்கத் தொடங்கினான். "உண்ண, உடுக்க, எடுக்க, பிடிக்க, குடிக்க, புகைக்க, கழுவ, துடைக்க, வணங்க, வரவேற்க, வழியனுப்ப, கைகுலுக்க, கட்டி அணைக்க, டாடா காட்ட, அடிக்க, இடிக்க, வெட்ட, குத்த, தாக்க, தடுக்க, முழக்கமிட முஷ்டியை உயர்த்த... இப்படிக் கைகளால்தான் எத்தனை பயன்..." நினைக்க நினைக்க இவனுக்கே மலைப்பாயிருந்தது. தெரிந்த அனைத்தையும் ஒன்று விடாமல் சொன்னான்.

எல்லாவற்றையும் கேட்டு முடித்த கை சற்று ஏளனமாய்ச் சிரித்தது. "இதெல்லாம் தினப்படி அன்றாடப் பயன்பாடுகள் தோழர். குறிப்பாக மாநாடுங்கள்ல எங்களோட பயன் என்னான்னு சொல்லுங்க."

"மாநாட்டுலயா" என்று யோசித்தான். "தட்டிகட்ட, விளம்பரம் எழுத, சுவரொட்டி ஒட்ட, துண்டறிக்கை விநியோகிக்க, உண்டி குலுக்க, துண்டு ஏந்த, மேடை போட, பந்தல் அலங்காரம் செய்ய, தோரணம் கட்ட, சால்வை அணிவிக்க, ஒலிபெருக்கி அமைக்க, மைக் பிடிக்க..." இப்படி எவ்வளவோ பயன்பாடுகள் நினைவுக்கு வர ஏதோ மகத்தான கண்டுபிடிப்பை நிகழ்த்தியது போன்ற பெருமிதத்துடன் எல்லாவற்றையும் ஒன்றுவிடாமல் சொன்னான்.

இருந்தும் கை திருப்தியடையவில்லை.

"எல்லாம் சரிதான் தோழர், ஆனா முக்கியமான ஒன்ன உட்டுட்டீங்களே"

"எத..?"

"நீங்க சொன்னதெல்லாம் மாநாட்டுக்கான ஏற்பாடுகள் தோழர். ஆனா மாநாடு நடக்கும்போது அதுல எங்களோட பங்கு என்னா, அதச் சொல்லுங்க..."

"இவனுக்குப் புரியவில்லை."

"நல்லா யோசனைப் பண்ணிப் பாத்து சொல்லுங்க தோழர். மைக் வரிக்கும் வந்துட்டிங்க. அதைத் தாண்டி வாங்க" கை புதிர் போட்டது.

"மைக்கைத் தாண்டியா..." எதுவும் பிடிபடாமல் குழப்பத்துடன் யோசனையில் ஆழ்ந்தார்.

கை 'க்ளூ' கொடுத்தது. "மைக்க புடிச்சா என்ன தோழர் பண்ணுவாங்க."

'பேசுவாங்க..."

“அவங்கள யார் பேச வக்றது?”

“மூளை. சிந்திக்குது. வாய் பேசப் போவுது” என்றான் இவன். இதுல கைக்கு என்னா வேல. சில பேர் கைய ஆட்டி, சொழட்டி, முழக்கி, பாவன பண்ணிப் பேசுவாங்க அதச் சொல்றியா...”

“ஐயோ அது இல்ல தோழர், கை அலுத்துக் கொண்டது “என்னா தோழர் இது கூட தெரியாம இருக்கிறீங்க.”

“எத...”

“கை தட்டறத் தோழர், கை தட்றது தெரியாது. மாநாடு நடக்கும் போது தலைவர்கள் பொறுப்பாளர்கள் பேசும்போது அப்பப்ப கை தட்டுவாங்களே. அது. இந்தக் கை தட்டல் இல்லாம எந்த மாநாடாவது நடந்தது உண்டா. அப்படி நடந்தாதான் அது சுவாரஸ்யமா இருக்குமா!”

“ஓ... அதுவா” என்றான்.

“என்னா தோழர் அவ்வளோ அலட்சியமா சொல்லிட்டீங்க. கை தட்டலோட அருமை என்னா, அதன் முக்கியத்துவம் என்னான்னு புரியாம இருக்கறிங்க நீங்க” என்றது கை.

நீண்ட நேர விவாதத்தில் புதிர் தெளிய இவன் லேசாய் சலிப்புற்றவனாக, இந்த நேரத்தில் இதற்கு என்ன இவ்வளவு முக்கியத்துவம். நல்ல உறக்கத்தில் எழுப்பி இப்படி ஒரு விசாரணையில் ஈடுபடுத்துகிற அளவுக்குத் தலை போகிற பிரச்னையா இது என்பதில் உற்சாகமின்றி இருந்தான்.

பொதுவாகக் கைத்தட்டல்கள் பற்றி இவனுக்கு அவ்வளவாக நல்ல அபிப்ராயம் இருந்ததில்லை. இதனால் கைதட்டல்களே இவனுக்குப் பிடிக்காது என்று சொல்ல முடியாது. கைத் தட்டல்கள் சிறப்பாக ஏதாவது பாராட்டப்படவேண்டிய இடங்களில் அரிதாக மட்டும் அமைந்தால் பரவாயில்லை. அல்லாது எதற்கெடுத்தாலும் கை தட்டுவது அல்லது அற்ப விஷயங்களுக்கெல்லாம் கை தட்டுவது என்பதில் இவனுக்கு உடன்பாடு இல்லை. எடுத்துக்காட்டாக “தமிழர்கள் மானம் காக்கும் மறவர்களாக வீறு கொண்டு எழுவார்கள்” என்றாலும் கைத்தட்டல் “அவர்கள் சூடு சொரணையற்ற இளித்தவாய்ச் சோதாக்களாகத் திரிகிறார்கள்” என்றாலும் கைத்தட்டல் “தங்கத் தம்பி தாண்டவராயன்” என்றாலும் கைத்தட்டல் “அருமை அண்ணன் அம்பலவாணன” என்றாலும் கைத்தட்டல் என இப்படி எடுத்ததற்கெல்லாம் கைத்தட்டல்கள் மலிந்திருந்த சூழல் கைத்தட்டல்கள் மேல் இவனுக்கு ஒரு மரியாதைக்குறைவை ஏற்படுத்தியிருக்க சுரத்தின்றி “அப்படியா...” என்றான்.

கை லேசாய்க் கோபமடைந்ததுபோல் தோன்றியது. "என்ன கைத்தட்டல்கள் பற்றி இவ்வளவு இளப்பமான கருத்து கொண்டிருக்கிறாய். சின்ன வயதில் கைத்தட்டல்கள் பற்றி படித்தில்லையா நீ" என்றது.

குரல் சற்றுச் சூடேறி, பேச்சும் ஒருமையில் வர லேசாய் அதிர்ச்சியுற்றான். "சரியாய் நினைவில்லை..." என்றான்.

"இதற்குள்ளாகவா எல்லாவற்றையும் மறந்துவிட்டாய்" என்ற கை செய்யுள் ஒன்றைச் சொல்லி,

'கல்விக்கழகு கசடற மொழிதல்
செல்வர்க்கழகு செழுங்கிளை தாங்குதல்
உண்டிக்கழகு விருந்தோடு உண்டல்
கைகளுக்கழகு கரவொலி எழுப்பல்'

"படித்ததில்லையா நீ?" என்று கேட்டது.

முதல் மூன்று வரிகளை மட்டும் படித்ததாக இவனுக்கு ஞாபகம், நாலாவது தொடர் பற்றி ஏதும் நிச்சயமில்லை.

"சரியாய் நினைவில் இல்லை" என்றான்.

"கைகள் உள்ளவர்கள் பாக்கியவான்கள், கைகளைத் தட்டுபவர்கள் இரட்சிக்கப்படுவார்கள் என்கிற வேத வசனங்களையாவது கேட்டிருக்கிறாயா" என்றது.

"இதுவும், எதுவும் கேட்டதாக ஞாபகம் இல்லை" என்றான்.

"ஓ, இதையெல்லாம் படிக்காததனால்தான் நீ கைத்தட்டல்கள் பற்றி அக்கறையில்லாமல் இருக்கிறாயா?" என்ற கை, "பேசுவது வாய்தானே இதில் கைகளுக்கென்ன பங்கு இருக்கிறது என்று நீ கை தட்டல் பற்றி பொறுப்பில்லாமல் இருக்கிறாய். ஆனால் அந்த வாய்களைப்பேச வைப்பதும், பேச விடாமல் முடக்கிப் போடுவதும் எல்லாம் இந்தக் கைகள்தான் என்பதை மறந்துவிடாதே" என்றது கை. கூடவே கைத் தட்டல்களின் பெருமைகள், சாகசங்கள் அதன் வகைப்பிரிவுகள் பற்றியெல்லாமும் அது பிரஸ்தாபிக்கத் தொடங்கியது.

"தட்டுவது கைகளையோ கைகளாலோ எப்படியும் நிகழலாம். எனில் கைகளால் தட்டுவது சட்டமன்றம், கைகளைத் தட்டுவது கவியரங்கம், மாநாடு, பொதுக்கூட்டம், பட்டிமன்றம், சில சமயம் கடைத்தெருவும்."

"கடைத்தெருவில் எதற்கு?" என்றான்.

“நண்பர்கள், தெரிந்தவர்கள் போனவர்களை அழைக்க, தெருவோடு செல்கிற சம்பந்தப்பட்டவர்களைத் திரும்பிப் பார்க்க வைக்க, பல சமயம் சம்பந்தப்படாதவர்களையும்...'' என்று தொடர்ந்தது கை.

“கைத்தட்டல்களுக்குப் பல வல்லமைகளுண்டு, மாநாடுகளில் அவை பேச்சாளர்களுக்குப் போதையூட்டி பேச்சின் போக்கையே திசைமாற்றும். தடம் புரட்டும். முதலில் பேசுகிறவர் பெறும் கைத்தட்டல் அடுத்துப் பேச இருப்பவரைத் திணற அடிக்கும், திண்டாடச் செய்யும். ஏங்கி அலைய வைக்கும். சிற்றுரையோ பேருரையோ சுவை குன்றா வரிகளுக்காகச் சொற்சிலம்பச் சதிராட வசியம் வைத்துக் களம் இறக்கும். எதிர்பார்த்த கைத்தட்டல் கிட்டாதபோது சோர்வூட்டும், விரக்தியளிக்கும், சில சமயம் தற்கொலைக்குத் தூண்டுவதுமுண்டு. மாநாடுகளில் மட்டுமல்ல பொதுக்கூட்டம், கருத்தரங்கம், கவியரங்கங்களிலும் கைகளின் பங்கு இவ்வாறே.''

இவன் களைப்போடு கேட்டுக்கொண்டிருந்தான். வேறு யாராவதாயிருந்தால் விடைகொடுத்து வழியனுப்பி வைக்கலாம் அல்லது விலகி அப்பால் செல்லலாம். உடன் பிறந்தே கொல்லும் வியாதி என்பது போல் உடம்பின் ஒரு உறுப்பாகவே இருக்கும் கை, இப்படி கூடவே இருந்து உயிரை எடுத்தால்... மீள வழியின்றி பார்த்துக் கொண்டிருந்தான்.

கை தொடர்ந்து “தட்டும் கைகளிலும் பல வகையுண்டு. தட்டும் வாய்ப்பிற்காகவே காத்துத் தவம் கிடக்கும் கைகள். கிடைத்த வாய்ப்பை நழுவ விடாது காற்றுள்ள போதே தூற்றி மகிழும் கைகள், நமைச்சலெடுத்தவன் சொரிவது போல் தட்டுவதையே தொழிலாகக் கொண்ட கைகள், தட்டித் தட்டியே உரமேறிக் காப்புக் காய்த்த கைகள். பழக்க தோஷத்தால் அவ்வப்போது ஒலிப்பான்களை அழுத்தும் வாகன ஓட்டிகள் போல் நொடிக்கொருதரம் தன்னையறியாமல் தட்டுவதே வாடிக்கையாய் வழக்கப்பட்டுப் போன கைகள், உடையவன் விருப்பமின்றியே அனிச்சைச் செயலாய் தானாக இயங்கித் தவணைமுறையில் விட்டு விட்டுத் தட்டித் தீர்க்கும் கைகள், கை தட்டும் சந்தர்ப்பங்களுக்காகவே எப்போதும் தயாராய்த் தலைதூக்கிக் காத்து விழித்திருக்கும் கைகள். இப்படிக் கைகளில்தான் எத்தனை வகை' என்றது கை. “கூடவே கைத் தட்டலின் வகைகளை விவரிக்கவா'' என்றது.

இது பல மாநாடுகளில் பார்த்ததுதான் என்பதனால் “வேண்டாம்'' என்றான்.

"சரி, ஆனால் கைகளைப் பற்றி இளப்பமான மதிப்பீடு மட்டும் கொள்ளாதே. கைகளுக்கும் தன்மான சுயமரியாதை உணர்ச்சிகளெல்லாம் உண்டு."

எப்படி என்று இவனுக்குக் கேட்கத் தோன்றவில்லை.

கை அதுபாட்டுக்குத் தொடர்ந்தது. "கைகளுக்குக் காதுகளுமுண்டு. கிளர்ச்சியூட்டும் உரைகளுக்காகவே செவிகளைத் தீட்டி வைத்துக் காத்திருக்கும் கைகள், அப்படிப்பட்ட சந்தர்ப்பங்களையே வழங்காத சவத்துப்போன உரையைக் கேட்டு அலுத்துக் கடுப்பாகி உடையவனையே கேள்வி கேட்கும். அதாவது, வேலையற்ற இடத்திற்கெல்லாம் என்னை எதற்கடா அழைத்து வந்தாய் முட்டாளே. நீ மட்டும் வந்து தொலைவதுதானே" என்று கேட்கும் கைகள்.

கை தந்த விளக்கத்தில் நடந்து முடிந்த மாநாட்டு நிகழ்ச்சிகள் பல மனக்கண் முன் ஓட இவன் மெல்ல சிரித்துக் கொண்டான்.

கை தீர்மானமாய்ச் சொன்னது... "எனவே தோழரே, மாநாடுகளுக்குக் கைத்தட்டல்கள் முக்கியம். மாநாடு களைகட்ட, நிகழ்ச்சிகளுக்கு உயிர் கூட்ட, கேட்போர் களி கொள்ள, அரங்கு அதிர விண்ணைப் பிளக்கும் கரவொலிகள் மிக மிக முக்கியம். தவிர கைகளின் பிறவிப்பேறும் அஃதே" என்றது.

நேரம் என்ன இருக்கும் என்று தெரியவில்லை. கை தொடர்ந்து பேச, மௌனமாய்க் கேட்டுக் கொண்டிருந்தான்.

கை இறுதியாய்ச் சொன்னது. "அதுதான் தோழரே, கைகளின் முக்கியவத்தும் தெரியாமலோ அல்லது கைகளுக்கு அஞ்சியோ யாரும் அதை வீட்டில் வைத்துவிட்டு வந்துவிடக்கூடாது என்பதால்தான் மாநாட்டிற்கு அழைப்பு விடுக்கும் கட்சிகள் கைகளின் முக்கியத்துவம் கருதி அதற்கும் தனியாக சிறப்பு அழைப்பு அனுப்ப வேண்டும் எனக் கோருகிறோம்."

இவன் விட்டால் போதும் என்பது போன்ற சலிப்புடன் லேசாய்த் தலையை ஆட்டி 'சரி' என்றான்.

கை ஓரளவு திருப்தியடைந்தது போல் தோன்றியது. பிறகு சற்று யோசனையோடு அது கேட்டது. "ஆமாம். அடுத்த மாநாடு எப்ப தோழர்?"

"கூடிய விரைவில் இருக்கலாம். இன்னும் தேதி நிச்சயமாகவில்லை" என்றான்.

"தேதி முடிவானதும் மறக்காமல் தெரிவி" என்று பழைய நிலைக்குச் சுருண்டது கை.

சற்று நேரம் அதையே விசித்திரமாய் பார்த்துக்கொண்டிருந்து விட்டுப்படுத்தான். கனவு போல் நடந்து முடிந்த இந்நிகழ்வில் பாதிப்பில் ஏதேதோ யோசனைகளோடு படுத்துக் கிடந்தவன் எப்போது தூங்கினான் என்று தெரியவில்லை. காலை வழக்கம் போல் விழிப்புக் கண்டு எழுந்து பல் துலக்கிச் செய்தித்தாளை விரிக்க ஒரு சின்ன அதிர்ச்சி. 7ஆம் பக்கம் உலகச் செய்திகள் இடம் பெறும் பகுதியில் ஒரு தகவல் "கை தட்டினால் ஆயுள் கூடும். ஆராய்ச்சியாளர்கள் முடிவு'' என்கிற தலைப்பில் "கைத்தட்டல் இரத்த ஓட்டத்தை சுறுசுறுப்பாக்குகிறது. இதயத்தை வலுப்படுத்துகிறது. ஆகவே நீண்ட ஆயுளோடு வாழத் தாராளமாகக் கைத்தட்டுங்கள்'' என்று தெரிவித்திருந்தது.

சில மாதம் முன்பு சிரிப்பு பற்றி இப்படி ஒரு செய்தி வந்து, "சிரிப்பது உடல் ஆரோக்கியத்திற்கு நல்லது. அது பதற்றத்தைத் தணிக்கிறது. மன அழுத்தத்தைக் கட்டுப்படுத்துகிறது. ஆகவே, தாராளமாக மனம்விட்டுச் சிரியுங்கள்'' என்றெல்லாம் மருத்துவர்கள் கூறியிருந்ததை இதழ்களில் பார்த்திருந்தான். சிரிப்பைத் தாண்டி கைத்தட்டலுக்கும் இப்படி ஒரு பலன் இருக்கிறது என்று அறிய இவனுக்கு மகிழ்ச்சியாயிருந்தது. நாட்டுக்கும் வீட்டுக்கும் நன்மை பயக்கும், உடலுக்கும் மனத்திற்கும் ஊட்டம் அளிக்கும் கைத்தட்டல் பற்றி இவ்வளவு காலமும் குறைவான மதிப்பீடு கொண்டிருந்ததற்காக வருத்தமடைந்தான்.

அடுத்து வரக்கூடிய மாநாடுகளிலிருந்தாவது இனி கைத்தட்டலுக்கு உரிய முக்கியவத்துவம் தரவேண்டும் என்று கருதினான்.

இனிவரும் மாநாட்டிற்கான திட்டமிடல் பற்றிய ஆலோசனைக் கூட்டங்களில் ஒரு கருத்தை முக்கியமாகச் சொல்ல வேண்டும் என்று நினைத்துக் கொண்டான். அதாவது, மாநாட்டிற்கு அழைப்பு விடுத்துச் சுவரொட்டி போடும்போது இப்படி போடச் சொல்லி கருத்துத் தெரிவிப்பது பொருத்தமாயிருக்கும் போல் தோன்றியது.

"தோழர்கள் அணி அணியாய்த் திரண்டு வருக! அலை கடலென ஆர்ப்பரித்து வருக! மாநாடு சிறக்க வேனோடு வருக. மறக்காமல் உங்கள் கைகளுடனும்..."

ஜூலை 2003

தமிழர் கண்ணோட்டம்

*

வினை

விடியவே எழுந்து, எல்லா வேலைகளையும் முடித்து, ஏழு மணிக்கெல்லாம் புறப்படத் தயாராகியிருந்தாள் மனைவி. இவன் "நீ எதுக்கு காலையில் எழுந்து கஷ்டப்பட்டுக்னு கெடக்கப்போற. நீம்பாட்டுனு எழுந்து பொறப்படு. நான் பார்த்துக்கறேன்' என்று சொல்லியிருந்தும் அவள் கேட்கவில்லை. "நீங்க எதுக்கு அடுப்புகிட்ட கெடந்து லோல் படப்போறிங்க. தெனம் செய்யறது. யாராவது ஒருத்தர் செய்யத்தான் போறம். கொஞ்சம் வேளையோட எழுந்தா செய்துட்டுப் போறது'' என்று அவள் நேரத்தோட எழுந்தாள். சாதம் வடித்து ஒரு குழம்பு வைத்து நெருப்பை மட்டும் வெளியே தள்ளி அணைக்காமல் அடுப்பிலேயே விட்டு "பால்தான் வரணம். நான் பொறப்படறதுக்குள்ள வந்துட்டா, டீ போட்டுடறேன். இல்லாட்டி, டீ மட்டும் நீங்க போட்டுக்கோங்க' என்று குளிக்கச் சென்றாள். குளித்து முடித்து உடைமாற்றி தலையைப் பின்னி, பின்னால் தள்ளிவிட்டுக்கொண்டு, முகத்தை அழுந்தத் துடைத்து பவுடர் பூசிக்கொண்டிருந்தாள். "தோ பாலும் வந்துடுத்து.''

காலையில் வந்து விழுந்த தினசரியைப் புரட்டிக் கொண்டிருந்தவன் எழுந்து பாலை வாங்கினான். வழக்கமாக பால் காய்ச்சுகிற குண்டானில் ஊற்றி அடுப்பில் ஏற்றி அடுப்படியிலேயே உட்கார்ந்தான்.

பவுடரைப் பூசி சாரி பண்ணி பொட்டு வைத்துக்கொண்டிருந்தவள் "நீங்க எழுந்திரிங்க. நான் கலக்கிக் குடுத்துட்றேன்'' என்றாள். "வேண்டாம். இப்ப எங்க நீ டிரஸ் பண்ணிக்னு வந்து அடுப்படில உக்காரப் போற. நான் பாத்துக்கறேன்..''

"ஒன்னும் ஆவாது எழுந்திரிங்க.''

"வேணாம் வுடு. என்னா ஒரு அஞ்சி நிமிஷம்.''

"அப்ப நான் பசங்கள எழுப்பவா. அப்பறம் அதுங்க முழிச்சிக்னு அம்மாவ' காணம்னு சிணுங்கப் போவுதுங்க."

"இப்ப எதுக்கு எழுப்பப் போற. ஒன்னும் சிணுங்காது வுடு."

அவள் போய் பசங்கள எழுப்பினாள். கூடத்தில் தரையில் பாய்போட்டுச் சுருண்டு கிடந்தன பசங்கள். "த... எல்லாம் எழுந்திரிங்க. அம்மா ஊருக்குப் போவப் போறேன் பாருங்க. எல்லாம் எழுந்து டாடா சொல்லுங்க... அப்புறம் எழுந்து அம்மாவாக் காணம்னு அழக்கூடாது... ம்... சீக்கிரம் எழுந்திரிங்க."

"அதுங்கள எதுக்கு வீணா இப்ப டிஸ்டர்ப் பண்ணிக்னு இருக்ற... லீவுதான். தூங்கட்டும் வுடு."

"ம்... அது என்னா அது ஏழு மணி வரிக்கும் தூங்கறது.."

அவள் விடாமல் எழுப்பினாள். குழந்தைகள் ரொம்ப ஆயாசத்தோடும் விருப்பமின்றியும் முனகிப் புரண்டு கண்விழித்துப் பார்த்தன. ஒரு பெண்ணும் பையனும். எட்டு வயது. ஆறு வயது. அம்மா ஊருக்குப் போகப்போகிறாள் என்று அதுகளுக்கு நேற்றே தெரியும். இருந்தாலும் போகும்போது சொல்லிக்கொண்டு போகவேண்டுமே என்று அவளுக்கு. குழந்தைகளைத் தூக்கி உட்கார வைத்து "என்னா... அம்மா ஊருக்குப் போவட்டுமா... ராத்திரிக்கு வந்துடுவேன். அப்பார தொந்தரவு பண்ணாம புத்திசாலியா இருந்துக்கணம். எங்கியும் அங்க இங்க, வெய்யில்ல ஆட்டம் போடப் போவாம, வூட்லியே உக்காந்து வெளையாடிக்னு இருக்கணம்... என்னா... தெரியுதா..." குழந்தைகள் தூக்கக் கலக்கத்துடன் எல்லாத்துக்கும் தலையாட்டி மீண்டும் படுக்கையிலேயே குப்புறக் கவிழ்ந்துகொண்டன.

"பசங்களுக்கு காலையில் டிபன் மட்டும் ஹோட்டல்ல வாங்கிக் குடுத்துடுங்க. நீங்களும் சாப்பிடுங்க. சாதம் ரெண்டு வேளைக்கும் சேத்தேதான் வடிச்சி வச்சிருக்கறேன். சாயங்காலம் பால் வந்தா காய்ச்சி ஒறைக்கு மட்டும் கொஞ்சம் எடுத்து வச்சிட்டு மீதிய டீ போட்டுக் குடிச்சிடுங்க." குழந்தைகள் பக்கம் திரும்பினாள். "த என்னா எல்லாம் மறுபடியும் படுத்துக்னீங்க... என்னா... அப்பாகூட பத்ரமா இருந்துக்றீங்களா..."

எல்லாவற்றையும் காதில் வாங்கிக்கொண்டிருந்தவன் "எல்லாம் இருந்துக்கும் வுடு" என்றான். பால் காய டீத்தூள் போட்டான். அவள் "வேற என்னாங்க எடுத்து வச்சிக்கணம்" என்றாள்.

"என்னா.. ஒரு நோட் புக். இல்லன்னா ஒரு டயரி. ஒரு பேனா... எதாவது நோட்ஸ் எடுக்க... ஒரு டவல் மொகம்

தொடைச்சிக்க... வேற எதாவது ஒனக்கு வேணும்னா... கொஞ்சம் பவுடர், சாந்து, ஒரு பேப்பர்ல மடிச்சி வச்சுக்கோ...''

அவள் தூசி படிந்திருந்த பழைய ரெக்சின் பேகை எடுத்து, கந்தல் துணியால் துடைத்து சுத்தம் செய்து தேவைப்பட்டவற்றை எடுத்து வைத்து தோளில் மாட்டிக்கொண்டாள். சரியாய்த் துடைக்காததால் பையில் திட்டுத் திட்டாக தூசு படிந்திருப்பதைப் பார்த்தான். "நல்லா தான் தொடையேன்.''

"எல்லாம் போதும் தொடைச்சாச்சி...''

"எந்த வேலையும் ஒரு ஒழுங்கா செய்வம்னு கெடையாது. எல்லாம் அரகொற. செய்யறத சுத்தமாதான் செய்யேன்... அசிங்கமா இல்ல பாக்கறதுக்கு...''

அவள் அதைப் பொருட்படுத்தாமல் "எங்க பேனா..?'' என்றான்.

"ஷெல்புல இருக்கும் பாரு''

"நல்லா பாரு, ஒரு பொருளு எடுத்தா... எடுத்த எடத்துல வைப்பம்னு கெடையாது. எடுக்க வேண்டிது கண்ட எடத்துல போட்டுட வேண்டிது. அப்புறம் தேடிங் கெடக்க வேண்டியது. இதே பொழப்பா போச்சி உன்னோட...''

"நானா எடுக்கறேன் பேனாவ அப்பப்ப.''

"நீதான் நேத்து சாயங்காலம் லட்டர் எழுதன உங்கக்காவுக்கு..''

"ஆமா இருங்க... இங்கதான் எங்கியாவது இருக்கும்...''

"இங்க இல்லாம பின்ன ஊருக்கா போயிடும். எல்லாம் இங்கதான் இருக்கும். ஆனா அவசரத்துக்குதான் எதுவும் ஆப்டாது.''

"சரி... சரி.. ஆப்டுக்ச்சி... பேசாம இருங்க...''

"எங்க இருந்தது?''

"ரேடியோ பின்னால...''

"பின்ன அங்க வச்சிட்டு ஷெல்புல தேடனா... எடுக்க வேண்டியது. இந்த மாதிரி எங்கியாவது போட்டுட வேண்டியது. அப்புறம் இங்க தான வச்சேன். அங்கதான் வச்சேன்னு எங்கியவாது தேடிங் கெடக்க வேண்டியது...''

"அதான் ஆப்டுக்ச்சே... அப்புறம் அதோட வுடுங்களேன்!''

"ஆமா எப்பவும் உனக்கு இந்த வீறாப்புல ஒன்னும் கொறைச்சல் இல்ல...''

அவள் பேனாவைப் பைக்குள் திணித்தபடியே "அப்புறம் வேற என்னாங்க..." என்றாள்.

"தோ இரு டீ ஆயிடுச்சி. குடிச்சிட்டுப் போயிடுவ..."

"பஸ் வந்துடமாட்டான்" அவள் வாட்சைத் திருப்பிப் பார்த்துக்கொண்டாள்.

"வரமாட்டான். ஏழு இருவதுக்குத்தான்..."

"ஏழே கால் இல்ல..."

"ஏழே கால்தான்.. ஆனா எங்க வர்றான்.. அரக்கி அரக்கின்னு ஏழு இருவதுக்கு மேலதான் வர்றான்."

டீயை வடிகட்டி சர்க்கரை போட்டுக் கலக்கி, இவன் ஒரு டம்ளர், அவளுக்கு ஒரு டம்ளர் ஊற்றிக்கொண்டு மீதியை அடுப்பிலேயே மூடி வைத்துவிட்டு எழுந்தான். "இந்தா குடிச்சிடு."

அவள் இவனைப் பார்த்தாள். இவன் போட்டுக்கொண்டு வந்து தருகிற டீ. எப்பவோ ஒரு முறை அரிதாகக் கிடைக்கிற சந்தர்ப்பம். ரொம்பப் பெருமையோடு வாங்கிக் கொண்டாள். அலங்காரமான முகத்தில் கண்கள் மகிழ்ச்சிப் பூரிப்போடு சிரித்தன. அழகாய்த்தான் இருக்கிறான் என்று நினைத்துக் கொண்டான்.

"இரு வட்டா எடுத்துக்னு வந்து ஆத்தித் தர்றேன். சுடச்சுட குடிச்சி வேர்து அப்புறம் பவுடர்ல்லாம் கலைஞ்சி மொகமெல்லாம் திட்டுத் திட்டா அசிங்கமா ஆயிடப்போவுது...." இவன் டீயை மேசைமீது வைத்து, வட்டா எடுத்து வந்து அவளுக்கு நாலு ஆற்று ஆற்றித் தந்து, இவன் டீயை எடுத்துக் கொண்டான்.

அவள் அவசர அவசரமாக ஊதி வாயில் ஊற்றிக் கொண்டிருந்தாள். "பஸ் வந்துடப் போவுது பாருங்க."

"ஒன்னும் வராது. வந்தா சத்தம் கேக்கும். நீ மெதுவாகவே குடி. ஒன்னும் அவசரமில்ல." இவன் டீ டம்ளரோடு வெளியே வந்து நின்றான். அவள் டீ குடித்து மறுபடியும் குழந்தைகளிடம் எதுவோ சொல்லிக்கொண்டு கடைசியாக ஒருமுறை கண்ணாடிப் பார்த்து அவனைத் தொடர்ந்தாள்.

இவன் "பசங்க உள்ள என்னா பண்ணுது" என்றான்.

"முழிச்சிக்னுதான் கம்முனு படுத்துக்னு இருக்குதுங்க. எழுந்து வந்து டாடா சொல்லுங்கன்னா... எதுவும் வரமாட்டன்னுது."

இவன் சிரித்துக் கொண்டே உள்ளே நுழைந்தான். குழந்தைகளைத் தாஜா செய்து அழைத்துக் கொண்டு வெளியே வந்தான். வெளியே வந்த குழந்தைகள் விருப்பமின்றித் திரும்பவும் படுக்கும் யோசனையில் சோர்வோடு நின்று கொண்டிருந்தன.

வீட்டெதிரிலேயே சாலை. அந்த இடத்தில் ஸ்டாப்பிங் இல்லை என்றாலும் கைகாட்டினால் நிறுத்துவான். புதிதாக உருவான குடியிருப்புப் பகுதி அது. எல்லாரும் வழக்கமாக அங்கேதான் ஏறுவார்கள். இவள் இங்கே ஏறி இங்கிருந்து பதினைந்தாவது மைலில் உள்ள ஒரு நகரத்தை அடைந்து அங்கே இவளுக்காகக் காத்திருக்கும் ஒரு மாதர் குழுவோடு சேர்ந்து பின் அங்கிருந்து பஸ் பிடித்து முப்பத்து நாலாவது மைலில் உள்ள மாவட்டத் தலைநகரை அடையவேண்டும்.

இவள் போகவேண்டிய வழியைச் சொல்லி, நிச்சயம் அந்தக் குழு இவளுக்காகக் காத்திருக்கும். இல்லையென்றாலும் இவள் பிடிக்க வேண்டிய இடம் அடையாளம் மார்க்கங்களைச் சொல்லி, அங்கு நடந்துகொள்ள வேண்டிய முறைகள் பக்குவங்களை நினைவுபடுத்திக் கொண்டிருந்தான். "பொதுக்கூட்டமெல்லாம் கேட்டுக்னு இருக்க முடியாது. ஊர்வலத்துல மட்டும் கலந்துக்னு முடிஞ்சதும் நேரா பொறப்பட்டு வந்துடு. அப்பதான் நேரத்தோட வூடு வந்து சேர முடியும்.''

ஏதோ ஆழ்ந்த யோசனையோடு எல்லாவற்றுக்கும் "ம்...ம்..'' என்று சொல்லிக்கொண்டிருந்த அவள் "கழுத்துக்குதாங்க ஒன்னும். இல்ல. கயிறு வேற ரொம்ப பழசாப் போயிடுச்சி...'' என்றாள். இவன் கழுத்து விஷயத்தை விட்டு கயிறு விஷயத்துக்கு மட்டும் பதில் சொன்னான். "கயிறு வேணும்னா அங்கியே பஸ் ஸ்டாண்ட் கடைங்கள்ள எங்கியாவது இருக்கும். போவும்போதே ஒன்னு வாங்கி மாத்திக்னு போயிடேன்'' என்றான்.

"பக்கத்து வூட்டன்னா அவங்க செயின கொஞ்சம் கேட்டு வாங்கிக்காத போச்சி. என்னா நம்ப நாலு நாளு, அஞ்சி நாளாத் தங்கப் போறம். தோ காலையில போயி சாயங்காலம் வந்து தந்துடப் போறம்...'' என்றாள் அவள்.

"சே... சே.. அதெல்லாம் என்ன பழக்கம். எரவலெல்லாம் வாங்கிப் போட்டுக்னு... இதல்லாம் யாரும் ஒன்னும் அங்க பெருசா கவனிச்சிக்னு இருக்க மாட்டாங்க. சொல்லப்போனா.. இந்த மாதிரி விஷயத்தையெல்லாம் யாரும் அங்க ஒரு சப்ஜக்டாவே நெனைக்க மாட்டாங்க. நீம்பாட்டுனு சும்மா தைரியமா போயிட்டு வா...''

பஸ் வந்தது. கை காட்ட, நின்றது. அவள் "வரட்டுங்களா'' என்று ஏறிக் கொண்டாள். கண்டக்டர் "நீங்க வல்லியா சார்'' என்றான். இவன் சிரித்து "இல்ல, இவங்க மட்டும்தான்'' என்றான். பஸ் புறப்பட குழந்தைகள் நின்ற இடத்திலிருந்தே 'டாடா' காட்டின. அவள் அதைக் கவனிக்காமல் ஏறிய வேகத்தில் காலி இடத்தைத் தேடிக் கொண்டிருந்தாள்.

பஸ் தொலைவில் போக இவன் திரும்பி வந்தான். "சரிவாங்க... பல்ல வெளக்கிக்னு வந்து டீயக் குடிப்பீங்க..." என்று குழந்தைகளை லேசா உலுப்பி "இன்னும் தூக்கம் கலையல..." என்று அதுகளை அழைத்துக்கொண்டு உள்ளே நுழைந்தான். பல்பொடி டப்பாவைத் தேடி எடுத்து அதுகளைக் கை நீட்டச் சொல்லி ஆளுக்குக் கொஞ்சம் தட்டிவிட்டு பழையபடியே பேப்பரில் உட்கார்ந்தான்.

பல்பொடியை வாங்கிக்கொண்டு திரும்பிய பையன் "அப்பாதான் கரெக்டா கொட்டுவாரு. அம்மான்னா எந்தக் கையில கொட்டறதுன்னு தெரியாம சோத்துக் கையில கொட்டுவாங்க" என்றான்.

"சரிதான் போடா. அம்மாவுக்குத் தெரியாது. நாம்ப எந்தக் கைய நீட்டறமோ அந்தக் கையில கொட்டிடுவாங்க" பெண்.

"இல்லக்கா, நம்ப பீச்சக்கைய நீட்டனாகூடம் இதுவா பீச்சக்கை. அந்தக் கைய நீட்டுன்னுவாங்க..."

"ஆமா... எப்பியோ ஒரு தடவ தெரியாம கொட்டிட்டாங்கன்னா... அதியே சொல்லிக்னு இருப்பான்.."

இரண்டும் பேசிக்கொண்டே பல் தேய்க்கக் கிளம்பின. போன கையோடே திரும்பி வந்தான் பையன். "அம்மாவப் பாருங்கப்பா. குளிச்சிட்டு சோப்ப அப்பிடியே போட்டுட்டு போய் இருக்கறாங்க." பல் தேய்த்த கையோடு சோப்புப் பெட்டியையும் இரண்டு விரல்களால் பிடித்துக்கொண்டு வந்து காட்டினான். பெட்டியில் சோப்பு பொதபொதவென்று ஊறிக்கொண்டு கிடந்தது. இவனானால் சோப்பை ஈரமில்லாமல் உதறி சுத்தமாக எடுத்துக் கொண்டுவந்து வைப்பான். பையனும் கூடுமானவரைக்கும் அப்படியே.... இப்படி ஊறப்போட வேண்டாம் என்று அவளுக்கு நூறு தரம் சொல்லியாயிற்று. என்ன சொல்லி என்ன பயன், குட்டிச்சுவரிடம் மோதிய கதைதான். "எத்தினி தடவ சொல்லு கழுதைக்கி ரவன்னா அறிவுன்றது இருந்தாதான" முனகிக் கொண்டான். "நீ கொண்டும் போயி ஈரமில்லாத ஒதறி வைபா..."

கல்யாணமாகி வந்து, ஒம்பது வருஷமாய் அவளின் இந்தமாதிரி அசட்டையான பழக்கவழக்கங்களை மாற்றிக்கொள்ளச் சொல்லி இவனும் எவ்வளவோ சொல்லிப் பார்த்துவிட்டான். "நாள் பூரா மாடு மாதிரி ஒழைச்சி என்னா பிரயோஜனம். செய்யற வேலைய ஒரு ஒழுங்கா செய்வம்னு பழகிக்கக் கூடாதா... சிந்தன, செய்யற வேலையில இல்லாம எங்க இருக்கும்..." அவளுக்கு எங்க இருக்குமோ தெரியாது. எந்தப் பொருளையும் அதற்கு என்று உரிய இடத்தில் வைக்காமல் கண்ட இடத்தில் போட்டுத் தேடிக்

கொண்டிருப்பது.. துணிமணிகளைக் கழற்றி, ஈசிசேர், சைக்கிள் கேரியர், புக் ஷெல்ப், கதவு, ஜன்னல் என்று நினைத்த இடத்தில் போடுவது.. சமைக்கப் போனால் இருக்கற சாமான் டின்கள் பண்டபாத்திரங்கள் எல்லாவற்றையும் எடுத்துக் கடை பரப்பி வைப்பது மாதிரி வைத்து உட்கார்ந்துகொண்டு சமைப்பது... இருக்கிற பொருட்களைச் சீராக ஒழுங்காக அடுக்கி வீட்டை செட்டாக வைத்திருப்போம் என்று இல்லாமல், எல்லாவற்றையும் காமா சோமா என்று போட்டு வைத்திருப்பது.. தினமும் சீப்பை எடுத்து தலைவாரி எங்காவது போட்டுவிட்டு, இவன் சீப்பைத் தேடும்போது அவளும் கூட சேர்ந்து தேடி கடைசியில் சமையலறையில் கடுகு சீரக டப்பாக்களுக்கிடையில் கிடந்து எடுத்துக் கொடுப்பது... காய்ச்சிய பாலை பொறுப்பாய் பத்திரமாய் எடுத்து மூடி வைப்போம் என்று இல்லாமல் தோனுகிற இடத்தில் வைத்துப் பூனை வந்து குடித்துவிட்டுப் போக விடுவது, சர்க்கரைப் பாட்டிலைச் சரியாக மூடாமல் எறும்பு ஏறவிட்டு, அதையும் கூட கவனிக்காமல் டீயில் போட்டுக் கலக்கி எடுத்துக்கொண்டு வந்து, இவனிடம் நீட்டும்போது பார்த்து "இருங்க வர்ரேன்'' என்று நடுவிரலால் ஒவ்வொன்றாய் எடுத்துச் சுண்டி உதறுவது... இத்யாதிகள்... இத்யாதிகள்... இவன் எவ்வளவு மல்லுக்கட்டி, மோதி, எப்படிச் சொல்லிப் பார்த்தும் என்ன.. அவளிடம் மாற்றமேயில்லை. இந்த மாதிரி அசட்டுத் தனங்களை இவனாலும் சகித்துக் கொள்ள முடியவில்லை.

தினத்துக்கும் ஒரு பத்து வாட்டியாவது அவள் இந்தமாதிரித் தவறுகளுக்காக இவனிடம் வாங்கிக் கட்டிக் கொள்வாள். இந்தத் திட்டு அவளுக்கு பழக்கமாகிவிட்டது. திட்டித் திட்டி சரியான "சொரணை கெட்ட ஜன்மம்'' என்று இவனுக்கும் அலுத்துப்போய் விட்டது. அவளாவது கொஞ்சம் உணர்ந்து தன்னை மாற்றிக்கொள்வதாக இல்லை. திருந்தாத ஜன்மத்தை சும்மா திட்டி என்ன பிரயோஜனம் என்று இவனாவது அதைக் கண்டு கொள்ளாமல் விடுவதாகவும் இல்லை. "சோப்பு போட்ட கையோட மூடி எடுத்து வச்சிட்டு குளிப்பம்னு கெடையாது... அப்பிடியே ஊறப்போட்டு வச்சிட்டுப் போயிருக்கறதப் பாரு.. பொத பொதன்னு பன்னியாட்டம்.. சே!''

குழந்தைகள் பல் துலக்கி முடித்து முகம் கழுவிய ஈரத்தோடே உள்ளே நுழைந்தன. "அப்பா டீ...''

"போய் மூஞ்சத் தொடச்சிக்னு வாங்க" இவன் பேப்பரை மூடி வைத்துவிட்டு எழுந்து உள்ளே நுழைந்தான். ஆளுக்கு ஒரு டம்ளரில் டீயை ஊற்றிக் கொடுத்தான். வெதுவெதுப்பான, திட்டமான சூட்டோடு கூடிய டீ. பையன் வாங்கி மடக்மடக்கென்று குடித்தான்.

பெண் வாங்கி வைத்துக்கொண்டு உட்கார்ந்தாள். இன்னும் தூக்கக் கலக்கம் சரியாய்த் தெளியாத முகம். பையனானால் எழுந்த கொஞ்ச நேரத்தில் சுறுசுறுப்பாகி விடுவான். பெண் கூடுதலான நேரம் தூங்குவதோடு எழுப்பினாலும் சட்டென்று எழுந்திருக்க மாட்டாள். எழுந்தாலும் தெளியாது. குளிக்க வைத்தால்தான் தெளியும். பொதுவாகவே விடுமுறை நாட்களானால் காலையிலேயே குளிக்க வேண்டிய கட்டாயம் இருப்பதில்லை. மத்தியானம், சாயங்காலம் என்று ஆகும். இந்தமாதிரி சமயங்களில் எட்டு எட்டரைவரை கூட பெண் மந்தமாகவே இருப்பாள். எப்போதும் ஏதோ யோசனையில் மூழ்கியது போலவோ, கனவுலகத்தில் சஞ்சரித்திருப்பது போலவோ முகத்தை வைத்துக்கொண்டிருப்பாள். டீயைக் குடிக்காமல் கம்மென்று கையில் வைத்து "அம்மா எப்பப்பா வருவாங்க' என்றாள்.

இவன் "ராத்திரிக்கி'' என்றான். "என்னாக்கா, அம்மா மாநாட்டுக்குப் போய் வர்றேன்னாங்களே தெரியாது. மாநாடெல்லாம் பேசிட்டு ராத்திரிக்குத்தான் வருவாங்க...'' என்றான் பையன்.

இவன் பையனைப் பார்த்து "டேய் வாயத் தொட மீச வச்சா மாதிரி இருக்குது பார்' என்றான். "டீய குடிச்சிட்டு அவங்கவங்க குடிச்ச டம்ளர அவங்கவங்க எடுத்துக்னு போய் கழுவிக்னு வந்து வச்சிட்டு போய் எல்லாம் ஆய் பண்ணிட்டு வாங்க...'' இவன் எழுந்து ஒரு சிகரெட்டைக் கொளுத்திக் கொண்டு மறுபடியும் பேப்பரிலேயே உட்கார்ந்தான்.

சொன்னதையே திருப்பித் திருப்பிச் சொல்லுமளவுக்கு அவள் புண்ணாக்கு மாதிரி நடந்து கொள்கிறாளே என்று இவன் அடிக்கடி அவளைக் கடிந்து கொண்டாலும், இவனுக்கு அவள் மேல் பிரியம் இருந்தது. தினத்துக்கும் காலையில் எழுந்ததும் அவள் படுகிற பாடு... எழுந்த வேகத்துக்கு பம்பரமாய்ச் சுழன்று வீடு வாசல் பெருக்கி, பாத்திரம் தேய்த்து, டீ போட்டுக் கொடுத்து, டிபன் செய்து கொடுத்து, மத்தியானம் இவனுக்கு சாப்பாடு கட்டிக் கொடுத்து, நடுவில் பசங்களை எழுப்பித் தயார் செய்து குளிக்க வைத்து, டிரஸ் பண்ணி ஸ்கூலுக்கு அனுப்பி வைத்து... எல்லாம் எட்டே முக்கால் ஒன்பதுக்குள். அதற்குமேல் எல்லாரும் போனபிறகு தண்ணீர் மொண்டு, துணி துவைத்து, மத்தியானம் வீடு வருகிற பசங்களுக்கு சாப்பாட்டு போட்டு அனுப்பி, கொஞ்சம் படுத்து எழுந்தாளானால் மறுநாள் டிபனுக்கு மாவு அரைத்துப் போட்டு பத்து பாத்திரம் தேய்த்து, சாயங்காலம் டீ போட்டுக் கொடுத்து... வாய்ப்புக் கிடைக்கும்போது அவளுக்கு ஒத்தாசையாகவும் உதவுவான் என்றாலும்.. சே.. ரொம்ப அலுப்பூட்டும் வேலைதான் என்று சலித்துக் கொள்வான்.

ஆனால் அவள் எப்போதும் சலித்துக்கொண்டது கிடையாது. இவன் ஒத்தாசையை எதிர்பார்ப்பதும் கிடையாது. அவளை வந்து பார்த்து விட்டுப் போனவர்கள் எல்லாரும் எத்தனை பவுன் போடுவார்கள், எவ்வளவு ரொக்கம் கொடுப்பார்கள் என்று கேட்டுப் பேரம் பேசிவிட்டுப் போக இவன் பைசா எதிர்பார்க்காமல் அவளைத் திருமணம் செய்து கொண்டான் என்பதில் அவளுக்கு ரொம்பப் பெருமை. தீபாவளி, பொங்கல் சீர்வரிசை, வளைகாப்பு, தலைப்பிரசவம் என்று இதற்கெல்லாம் கூட பெண் வீட்டாரிடமிருந்து எதையும் எதிர்பார்க்காமல் எல்லாவற்றையும் இவனாகவே பார்த்துக் கொண்டான் என்பதிலும் அவளுக்கு ரொம்பப் பூரிப்பு. மற்றப் பெண்கள் யாராவது வந்து தங்கள் தாய் வீட்டுச் சிரமங்களைச் சொல்லி அவளிடம் சுமையை இறக்கிக் கொள்ளும்போது கூட "எங்க வூட்டுக்கார்கிட்ட அந்த இதெல்லாம் கிடையாது. மத்தவங்களெல்லாம் நோக்க இவர தெய்வமாதான் கோயில் கட்டி வச்சிக் கும்புடணும்'' என்பாள். இவன் காதுபடவே ஒருநாள் அவள் இப்படிப் பேசக்கேட்டு அதற்காகவும்கூட இவன் ரொம்பக் கடிந்து கொண்டான். "எதுக்கு இந்தமாதிரி அனாவசியமான டயலாக் எல்லாம். பெரிய இது மாதிரி... அப்பதான் தெரியுமா...?''

குழந்தைகள் வெளியே போய் கால் அலம்பிக்கொண்டு திரும்பி வந்தன. இவன் "ஓட்டலுக்குப் போலாமா... இல்ல நான் போய் டிபன் வாங்கியாந்துடறேன். இங்கியே சாப்டுக்கலாமா...'' என்றான். பெண் "ஓட்டலுக்கே போலாம்ப்பா...'' என்றாள். பையன் "வேணாங்கப்பா இங்கியே வாங்கிக்னு வந்து சாப்ட்டுக்கலாங்கப்பா...'' என்றான். இவன் கொஞ்சம் யோசித்து பெண்ணிடம் "இன்னொரு நாளைக்கி எப்பியாவது ஓட்டலுக்கு போய் சாப்டுக்குவம்'' என்று அவளுக்கு சமாதானம் சொல்லிவிட்டு "இங்கியே இருங்க. நான் சைக்கிள் எடுத்துக்னு போய் வாங்கிக்னு வந்துடறேன். எல்லாம் இங்கியே சாப்ட்டுக்கலாம்'' என்றான். "உனக்கு என்னா வேணும், உனக்கு என்னா வேணும்'' என்று இரண்டையும் தனித்தனியே கேட்டுக்கொண்டு சைக்கிளை எடுத்துக்கொண்டு புறப்பட்டான். பெண் 'பூரி உருளைக்கிழங்கு' பையன் 'இட்டிலி வடை'.

வாங்கிக்கொண்டு வந்த பார்சலை இருவருக்கும் தனித்தனியே பிரித்து வைத்தான். சாப்பிட்டுக் கொண்டிருக்கும்போதே பெண் "அப்பா ஒரே ஒரு இட்டிலி'' என்றாள். இவன் தனக்காக வாங்கி வைத்திருந்த பார்சலைப் பிரித்து இரண்டு இட்டிலிகளை எடுத்து வைத்தான். பையனைப் பார்த்து "உனக்கு பூரி வேணுமா'' என்றான். "வேணாங்கப்பா...'' "சரி சாப்ட்டு எல்லாம் எலைய சுருட்டி தூர கொண்டும்போய் போட்டுட்டு கையைக் கழுவிக்னு

வந்து வெளியில எங்கியும் போவாம திண்ணையிலேயே உக்காந்து வெளையாடிக்னு இருக்கணும் என்னா.. நான் அதுக்குள்ளே போய் குளிச்சிட்டு வந்துடறேன்.'' இவன் சோப்பு டவல் எடுத்துக்கொண்டு கிணற்றடிக்குக் கிளம்பினான்.

இத்தனைக்கும் அவள் வீட்டில் அவர்கள் எதோ ஒரு வகையில் தூரத்து உறவுதான் என்றாலும் இவன் கட்சியில் இருப்பதை வைத்து பெண் கொடுக்க ரொம்ப யோசனை செய்தார்கள். "ஐயோ... இந்தக் கட்சியில இருக்கறவங்கல்லாம் பொண்டாட்டிய வச்சிக் காப்பாத்த மாட்டாங்களாமே.. அப்பப்ப வுட்டுட்டு வுட்டுட்டு ஜெயிலுக்குப் போயிடுவாங்களாமே.... இல்லன்னா போலீசு வந்து புடிச்சிக்னு போயிடுமாமே.. இது மாதிரி எதனா ஒன்னு ஆச்சின்னா இவங்கள்லாம் யார் கடைசீ வரைக்கும் வச்சி காப்பாத்தறது'' என்றார்கள்.

அதைக் கேட்க இவனுக்குச் சிரிப்பாய் வந்தது. என்ன மாதிரி தேவையில்லாத பிரமைகளை எல்லாம் வளர்த்து வைத்துக் கொண்டிருக்கிறார்கள் அல்லது இப்படிப்பட்ட பீதிகளுக்கு ஆளாக்கப்பட்டிருக்கிறார்கள் என்று இவன் அவளை மட்டும் தனியே அழைத்து வைத்து கொஞ்சம் பேசினான். இவனது வாழ்க்கைமுறை, லட்சியம், சுபாவம், இவனுக்கு வாழ்க்கைப் பட்டால் அவள் எப்படியெல்லாம் நடந்து கொள்ள வேண்டி யிருக்கும். துரதிருஷ்டவசமாக ஏதாவது நேர்ந்தால் அவள் எப்படிப்பட்ட சோதனைகளையெல்லாம் சந்திக்க வேண்டி யிருக்கும் என்று சொல்லி, அவள் எதிர்ப்பட வேண்டிய சிரமங்கள், ஏற்படுத்திக்கொள்ள வேண்டிய சகிப்புத் தன்மைகள் எல்லாவற்றையும் பற்றிச் சொன்னான்.

எல்லாமும் கேட்டுக் கொண்டிருந்துவிட்டு அவள் சிரித்தாள். என்னா பெரிய சோதனை வந்துடப் போவுது. பார்த்துக்கலாம். "தோ பார் இப்ப சுளுவா சிரிச்சிட்டு நாளைக்கி வந்து பொலம்பி மூக்க சிந்திக்னு இருக்கக் கூடாது. அப்பறம் உனக்கு வாழ்க்க பாழ். எனக்கும் காலம் பூராவும் இம்சை....'' இவன் எப்படியெல்லாமோ சிரமங்களைக் கொஞ்சம் பெரிது படுத்தியே விவரித்தும், சற்றுக் கூடுதலாகவே பயமுறுத்தியும் அவள் அசைகிற மாதிரி இல்லை. எல்லாவற்றுக்கும் அவள் "ம்...ம்...'' என்றாள். "இவ்வளோதான.... இது என்னா பெரிய விஷயம்.. இதல்லாம் நான் பாத்துக்குவேன்'' என்றாள்.

நிஜத்தில் சொன்ன மாதிரியேதான் நடந்துகொண்டாள் அவள். எதோ இவனுக்கு வாக்குக் கொடுத்து வந்து மாட்டிக் கொண்டோமே என்பதற்காக அப்படி நடந்து கொண்டாள் என்று

சொல்லமுடியாது. இயல்பில் அவள் சுபாவமே அப்படித்தான் இருந்தது. இருக்கிற சூழ்நிலைக்கு இணங்கிப்போகிற சுபாவம். எதையுமே சீரியசாய் எடுத்துக் கொள்ளாத, எதைப் பற்றியுமே பெருசாய்க் கவலைப்பட்டு மனசைப் போட்டு அலட்டிக் கொள்ளாத, எல்லாவற்றையுமே இலகுவாய், களுவாய் எடுத்துக் கொள்கிற சுபாவம்.

இந்தச் சுபாவம் இவனுக்குப் பல வகையிலும் சௌகர்யமாயிருந்தது. ஆனால் இதுவே இவனுக்கு பல வகையிலும் சங்கடமாகவும் இருந்தது. சமயத்தில் ரொம்பக் கடுப்பாகவும் இருந்தது. எதையும் ஒரு ஒழுங்கு முறையோடும் சீரோடும் அழகோடும் செட்டாகச் செய்து பழக்கப்பட்டு அதுவே இயல்பாகவும் சுபாவமாகவும் படிந்து போய் விட்ட இவனுக்கு அவளின் இந்த, அந்தந்த நேரத்துக்கு அததைப் பயன்படுத்தி, அததை அப்படியே அப்படியே போட்டு, விட்டேற்றியாய் குடும்பம் நடத்துகிற பொறுப்பற்ற போக்கு சமயத்தில் பொறுமை கடந்த எரிச்சலையுண்டு பண்ணும். ரொம்பக் கடுமையாகவே திட்டிவிடுவான். அவளும் தான் என்ன செய்கிறோம். எப்படி நடந்து கொள்கிறோம் என்பதையே உணராதவளாய் இவனைப் பற்றியே குறையாகவே அடிக்கடி சொல்வாள். "ஆமா... எப்படிப் பாத்தாலும் அது சரியில்லை... இது சரியில்லண்ணு எதுக்கெடுத்தாலும் எதாவது என்ன கொற சொல்லி திட்டிக்னு இருக்கறதே உங்களுக்கு வேலையாப் போச்சி..."

பார்க்கப்போனால் இதுவெல்லாம் ஒரு பெரிய குறையே அல்ல என்று எப்போதாவது இவன் மனசுக்கு சமாதானமாய் எதாவது தோன்றினாலும் "சரி, சுயமாய்த்தான் தெரியவில்லை. தெரியாததைச் சுட்டிக்காட்டி இப்படி நடந்துகொள்ள வேண்டும், அப்படி நடந்து கொள்ள வேண்டும்" என்று சொன்ன பிறகாவது உணர்ந்து "சரி, இப்படி இப்படி நடந்து கொள்ளவேண்டும், இது இது அவருக்குப் பிடிக்கும், இது இது அவருக்குப் பிடிக்காது" என்று அதற்கேற்பத் தன்னைத் திருத்திச் சரிசெய்து கொள்ளக்கூடாதா என்று பொருமிக் கொள்வான். நியாயமாய் சொல்லப் போனால், ஒருவருக்குப் பிடித்த, பிடிக்காத பழக்கவழக்கங்கள் என்று பார்த்து, ஏதோ கணவன் கருத்தை அறிந்து மனைவி அதற்கேற்ப நடந்து கொள்ள வேண்டும் என்றோ, ஒருவர் கருத்தை ஒருவர் மேல் திணிப்பது போன்றது என்றோ கூட இல்லை. முறையான, முறையற்ற பழக்க வழக்கங்கள் என்ற அளவிலாவது அவள் இதைப் புரிந்து தன்னை மாற்றிக் கொள்ளக்கூடாதா. "சும்மாவா சொன்னார்கள் செய்வன திருந்தச் செய்" என்று புலம்பிக்கொள்வான்.

மற்றபடி இதுவரைக்கும் ஒரு நாளும் அவள் வாயைத் திறந்து இது வேண்டும், அது வேண்டும் என்று கேட்டதில்லை. சேர்த்து வைப்போம், மிச்சம் பிடிப்போம், இதை வாங்குவோம், அதை வாங்குவோம் என்றும் திட்டம் தீட்டிக் கோட்டை கட்ட முனைந்ததில்லை. இவன் பல சமயங்களில் சொந்தக்காசை செலவு பண்ணி வெளியூர் போய் வருவது, பத்திரிகைகள் வாங்கிப் படிப்பது, புத்தகம் வாங்குவது இதைப்பற்றிக் கூட அவள் எப்போதும் எதுவும் முனகியதில்லை. மற்ற சராசரிப் பெண்களைப் போல இந்தக் காசெல்லாம் இருந்தால் மீத்தி வைத்து அதை இதை வாங்கலாமே என்று அங்கலாய்த்ததில்லை. இது மாதிரி விஷயங்களில் இவன் எப்படியோ அப்படியே தான் அவளும்.

எப்போதாவது ரொம்ப நெருக்கடி ஏற்பட்டு காசுக்காக இங்கே அங்கே அலையும்போது மட்டும் "ஏங்க நம்ப இப்பிடியே இருந்துக்னு இருந்தா எப்டிங்க... நம்பளுக்குன்னு இல்லன்னாலும் நம்ப பசங்களுக்குன்னாவது எதாவது நாலு காசு சேத்து மிச்சம் புடிச்சி வக்யணுங்க... சமயத்துல ஒரு பத்து இருவது வேணும்னாகூடம் அங்க இங்க கடன் வாங்கிதான பொரட்ட வேண்டிதா இருக்குது'' என்பாள்.

இவன் "ம்... அதுக்கென்னா பண்றது. கஷ்டம்னு வந்தா எங்கியாவது கடன் வாங்கிதான் பொரட்டிக்னும். அதுக்கெல்லாம் பாத்தா முடியுமா... என்னா எப்பவுமேவா வாங்கப்போறம்... இல்லன்னா வாங்கப் போறம்... பணம் வரும்போது திருப்பிக் குடுத்துடப் போறம்...'' என்பான். "நம்பல்லாம் நம்ப அப்பா அம்மா சேத்துவச்சி அதுலியா சாப்டுக்னு இருக்கிறோம். ஏதோ படிக்க வச்சி வளர்த்து உட்டாங்க, அதவச்சி நாம்ப வாழலியா.. அந்த மாதிரி வளர்த்து எதியோ கொஞ்சம் படிக்கவச்சி உட்டுட்டா அப்பறம் அது அது புத்தியக் கொண்டு பொழைச்சிக்னு போவுது..."

"இருந்தாலும் காசு வரும்போது கால் பவுன்ல ஒரு மோதரம்னா வாங்கிப் போட்டு வக்யணுங்க. சமயத்துல வேணும்னா வச்சி வாங்கறா மாதிரி. திடீர்னு யாருக்காவது ஒடம்பே சரியில்லன்னு வச்சிக்கோங்க. அப்ப போய் எங்க நிக்கறது... நம்பகிட்ட ஒரு பொருளுன்னு இருந்தா நம்ப மாட்டுனு போய் வச்சி வாங்கி செலவு பண்ணலாமில்ல..''

இவன் குளித்து முடித்து வந்து டிபன் சாப்பிட்டு எழுந்தான். சிகரெட் ஒன்றைக் கொளுத்திப் புகைத்தவாறே, ஒரு புத்தகத்தை எடுத்து விரித்துக் கொண்டு உள்ளே ஈசி சேரிலேயே சாய்ந்தான். வெளியே திண்ணையில் அண்டை பக்கத்து வீட்டுக் குழந்தைகளைக் கூட்டி வைத்து விளையாடிக் கொண்டிருந்த பசங்களிடம்

எதுவோ தகராறு. பையன் வெதும்பிக் கொண்டே வந்தான். "தோ பாருங்கப்பா.. அக்கா இல்லிங்கப்பா... இப்பிடி பண்ணி வெரல வுடுன்னு சொல்லுச்சிங்கப்பா... வுட்டதும் நறுக்குனு புடிச்சி கிள்ளிடுச்சீங்கப்பா..." இவன் லேசாய் சிரித்து, விரலை அடையாளமாக நுழைத்து புத்தகத்தை மூடிக்கொண்டு, "எங்க காட்டு" என்று பையனைக் கிட்டே அழைத்து விரலைப் பார்த்தான். கிள்ளல் ஒன்றும் பெருசு இல்ல. சும்மா சாதாரண நகப்பதிவுதான். வலியை விடவும் ஏமாற்றம் தான் பையனுடைய வெதும்பலுக்குக் காரணம் என்று தெரிந்தது. "நீ ஏன் வெரல வுட்ட" என்றான். "அக்கா தாங்கப்பா வுடச் சொல்லச்சி" "ஏன் எதுக்குன்னு கேக்கணுமில்ல" என்று பையனை சமாதானப்படுத்தி விட்டு பெண்ணை அழைத்தான். "ஏய் இங்க வா இங்க' கொஞ்சம் திருதிருத்த முழியோடு பெண் வந்தாள். "ஏன் தம்பி கைய கிள்ளின..." "அவன் எங்கப்பா கையவுட்டான்." "உத வாங்குவ கழுத, நீயே கையிவுடச் சொல்லிக் கிள்ளிப்புட்டு அவன் ஏங்கப்பா வுட்டான்னா... ஒழுங்கா அவன அழ வக்யாம வச்சிக்னு வெளையாடிக்னு இருக்கணம். இல்ல ஏதாவது சில்மிஷம் பண்ணிக்னு இருந்த.. ஒததான் வாங்குவ. போய் சத்தம் போடாம வெளையாடுங்க.... போங்க..." பையன் கண்களைத் துடைத்துக்கொண்டு போனான்.

வீட்டின் வெளிமுற்றத்தில் படர்ந்திருந்த நிழல் சரசரவென்று கரைந்து வெய்யில் ஏறிப்போயிருந்தது. நல்ல வெய்யில், தினம் சாணிபோட்டுப் பெருக்கியதால் வெளுத்துப்போன முற்றத்தில் பட்டுத்தெரித்து கண்களைச் கூசச் செய்தது. இவன் இவனையறியாமல் ஏதோ யோசனையில் சிறிது நேரம் முற்றத்தையே உற்றுப் பார்த்திருந்து விட்டு கையில் பிடித்திருந்த புத்தகத்தை மீண்டும் விரித்தான். புத்தகத்தில் எழுத்துக்களெல்லாம் பூத்துப்போய் தெளிய கொஞ்சம் நேரம் ஆகியது.

அவள் கல்யாணமாகி வரும்போது இவன் எதுவும் எதிர்பார்க்க வில்லையென்றாலும் அவள் கழுத்தோடு மூனு பவுனுக்கு ஒரு செயினும் கால் கால் பவுனுக்கு இரண்டு மோதிரமும் போட்டுக் கொண்டு வந்தாள். யாராவது வந்து கேட்பவனுக்கு போட்டு அனுப்ப என்று வாங்கி வைத்திருந்தார்கள் போலும். கல்யாணமாகி வந்த கையோடு குடும்பத்தில் ஏற்பட்ட ஒரு நெருக்கடியில் ஜவுளிக் கடனைக் கட்ட, கல்யாணத்துக்காக வாங்கியிருந்த கடன்களில் சிலதைத் தீர்க்க என்று அந்த செயினை வாங்கி அடகு வைக்க, பிறகு அதை மீட்கவே முடியாமல் போய் நண்பன் ஒருவன் உதவியோடு அதை மீட்டு பவுன் வெறும் நானூறு ரூபாய் இருந்த காலத்திலேயே அதை விற்றுத் தீர்த்தாகிவிட்டது. மோதிரமும் அப்படியே.. இதைப் பற்றிக்கூட அவளிடம் எந்த

ஒரு சின்ன முணுமுணுப்பும் எப்போதும் இருந்தது கிடையாது. எப்பவாவது உறவினர் வீட்டுக்கு அல்லது விசேஷங்களுக்கு என்று புறப்படும்போது மட்டும் "கழுத்து வெறுமையாயிருக்கிறதே..." என்பதை ஒரு குறையாகச் சொல்வாள். "எல்லாம் நகையும் நட்டும் போட்டுக்னு வந்து நிக்கறப்போ நாம்ப மட்டும் வெறுமையா இருக்கறது என்னமோ மாதிரி ஒரு சங்கடமாக இருக்குதுங்க..." என்பாள். பிறகு கொஞ்சம் யோசித்து சொல்வாள் "அநியாயமா போச்சி... அப்ப வித்தது இப்ப வித்திருந்தா கூடம் நல்ல வெல போயிருக்கும். ஒரு அரப்பவுன்ல கவரிங்லியாவது ஒன்னு வாங்கிப் போட்டுக்னு இருந்திருக்கலாம். என்னா பண்றது... அப்ப இருந்த புடுங்கல் அப்பிடி..."

அவளின் ஆதங்கமும் ஏக்கமும் இவனுக்கும் மனசில் நெருடலாய் உறுத்தும். கணவன் மனைவிக்குள் சகலத்தையுமே கறாராய்க் கணக்குப் பார்த்துத் தாய் வீட்டிலிருந்து போட்டுக் கொண்டு வந்தது தனி, புருஷன் போட்டது தனி என்று பிரிவினை போட்டு அடுத்தவனை சித்ரவதைக்குள்ளாக்குகிற மனைவிமார்களைப் பற்றி இவனுக்குத் தெரியும். கணவன் தூக்குக் கயிற்றின்கீழ் நின்றாலும் அதைப்பற்றி எனக்குத் துளிக்கூடக் கவலையில்லை. "என் தாய்வீட்டிலிருந்து போட்டுக் கொண்டு வந்த நகைகளை மீட்டு வைத்துவிட்டு அப்புறம் பிராணனை விடு" என்கிற மனைவிமார்களைப் பற்றியும் இவன் கேள்விப்பட்டிருக்கிறான். அந்த மட்டில் அந்த மாதிரியெல்லாம் இல்லாமல் இணக்கமானவளாக வந்து வாய்த்தாளே என்று உள்ளூரத் திருப்திப்பட்டுக் கொள்வான். தானாக எதுவும் செய்து போடாவிட்டாலும், அவள் போட்டுக்கொண்டு வந்ததையாவது சேதப்படுத்தாமல் இருந்திருக்கலாமே என்று நினைப்பான். இழந்த அளவுக்கு இல்லாவிட்டாலும் இவன் சக்திக்கு முடிந்த அளவிலாவது எதையாவது ஒன்று செய்த போட வேண்டும் போல இருக்கும். "பாப்பம். எப்பாவது அட்வான்ஸ் வாங்கும்போது கூட எதுனா லோன் போட்டாவது எதாவது ஒன்னு வாங்குவம்" என்பான். "ஆமாங்க. ஒரு பவுன்ல மெல்லீசா மைனர் செயின் மாதிரி கூட எதாவது ஒன்னு வாங்கிப்போட்டு வக்யலாங்க... அவசரத்துக்கும் ஒதவும்" என்பாள். "பாப்பம்."

இவன் சம்பளத்தில் அப்படி எதுவும் மிச்சமாகாது. அட்வான்சோ லோனோ... வாங்கினால்கூட வாங்குவதற்குள் வருகிற தொகைக்கு மேலே கடன் தொகை பெருகி, வருகிற பணத்தில் வாங்கிய கடனை அடைப்பதே பெரும்பாடாகி, அதுவே வாடிக்கையாகவும் தொடர்ந்து வருகிறது என்பது இவனுக்குத் தெளிவாகவே தெரிந்திருந்தாலும் அவள் எப்பவாவது தன் விசனத்தை வெளிப்படுத்தி இந்தமாதிரி கோரிக்கை வைக்கும்

போதெல்லாம் இவனும் அந்த விசனத்துக்கு ஆட்பட்டு அவளுக்கு சமாதானமாகவும் ஏன் இவனுக்கான சமாதானமாகவும் "பாப்பம்... பாப்பம்' என்றே சொல்லி வந்தான்.

கூடவே அவள் இம்மாதிரி விசனங்களிலேயே அதிகம் மூழ்கி விடக்கூடாதே என்பதற்காகச் சமயம் வாய்த்த போதெல்லாம் தன் கட்சி விவகாரங்கள், பெண்கள் உரிமை, ஆண் பெண் சமத்துவம், ஜனநாயகம், சோஷலிசம் அது இது என்று ஏதோ கொஞ்சம் சொல்வான். அதோடு அவள் நிறைய விஷயங்கள் படிக்க வேண்டும். நிறைய விஷயங்கள் தெரிந்து கொள்ளவேண்டும். வாழ்க்கை அவளுக்கு அப்பால் எப்படியிருக்கிறது... அவளாட்டம் பெண்கள் எப்படியெல்லாம் வாழ்ந்து கொண்டிருக்கிறார்கள். என்ன என்ன செய்கிறார்கள் என்பதையெல்லாம் அவள் புரிந்து கொள்ள வேண்டும்... அது பற்றியெல்லாம் அவள் அக்கறை எடுத்துக் கொள்ள வேண்டும் என்று சொல்வான். இதையெல்லாம் அவளுக்குப் புரியவைக்க ரொம்ப சிரத்தையும் எடுத்துக்கொண்டான்.

"தோ பார்... பம்பாய்ல ஆயிரம் ஆயிரத்து ஐநூறுன்னு சம்பளம் வாங்கற ஆபிசர் மனைவிங்கல்லாம்கூட வெலை வாசிய கொறை... நியாய விலைல பொருட்கள வழங்குன்னு ஊர்வலம் போறாங்க பார்....!" "தோ பார்.. படிச்ச பெண்கள்தான் குடிக்கத் தண்ணி கேட்டு காலி பானைகளோட ஒன்னா கூடி ஆர்ப்பாட்டம் பண்றாங்க பார்..." செய்தித்தாள்களில் வந்திருக்கும் புகைப்படங்களை எடுத்துக் காட்டுவான். செய்திகளை எடுத்துக்காட்டி படிக்கச் செய்து சொல்வான். "நாலு காசு மிச்சம் பண்ணி நக நட்டு செய்து போட்டுக்கறதுனால என்னா வந்துடப் போவுது சொல்லு. ஏதோ அவசரத்துக்கு வச்சி வாங்க ஏதாவது ஒன்னு வாங்கி வக்யணம்ன்ற... ரைட்டு. ஆனா அதியே ஒரு கௌரவமா நெனச்சிக்னு அது இருந்தாதான் வெளிய போவணம், யாரையும் பார்க்கணம். அது இருந்தாதான் யாரும் மதிப்பாங்க... இல்லாட்டி யாரும் மதிக்க மாட்டாங்கன்னு நெனைக்கறது இருக்குது பார்.... அதுதான் தப்பு.. கௌரவம் நகநட்டுல இல்ல. இது நம்ப நடவடிக்கையில் செய்கையில இருக்கு. நம்ப அடுத்தவங்களுக்காக ஊருக்காக என்ன செய்யறம்ன்றத வச்சி அது அடுத்தவங்க பாத்து குடுக்கறதுதானே தவிர, மத்தபடி அது போட்டுக்னு இருக்கற நகநட்டுலு இல்ல. அப்பிடிப் பார்த்தா நாட்டுல எவ்வளவோ பணக்காரப் பொம்பளைங்க இருக்காங்க. நெறைய நக நட்டுப் போட்டுக்னு.... ஆனா அவங்களுக்கெல்லாம் இல்லாத மதிப்பு இவங்களுக்கு எப்பிடி வந்ததுன்னு கொஞ்சம் யோசிக்கப் பாக்கணம்.." என்று இவன் அறிந்த மாதர் சங்க

முக்கியஸ்தர்களை, அவர்களது போராட்டச் சிறப்புகளை, தியாக வாழ்க்கையை அடிக்கடி சொல்வான். "அதோட நகநட்டு இல்லன்னா தைரியமா எங்க வேணா போலாம். எங்க வேணா வரலாம். ஒன்னும் பயம் இல்ல. ஆனா எதுனா போட்டுக்னு இருந்தம்னா... எப்ப எது நடக்குமோ.. என்னா ஆவுமோன்னு ஒரே பயம்... தனியா எங்கியும் போல முடியாது... சாதாரண கால் பவுன், அரை பவுனுக்கெல்லாம் நாட்டுல என்னான்ன நடக்குது தெரியுமா... மின்ன ரெண்டு கிராமுக்கோசரம் தனியா போன ஒரு சின்னப் பொண்ண மடக்கி, ஒரு கொலையே நடந்திருக்குது தெரியுமா...!''

அவள் 'இந்தக் கதையெல்லாம் வுடாதீங்க. அங்கங்க நாட்டுல நகநட்டு போட்டுக்னு இருக்கறவங்கல்லாம் வெளியில கிளியில எங்கயும் போவலியா என்னா... ஏதோ எங்கியோ ஒன்னு அப்பிடி நடந்துதுன்னா... அத வச்சிக்னு எல்லாத்தியுமே அப்படி பாக்கமுடியுமா... இந்தமாரியெல்லாம் எனக்கு காது குத்தாதீங்க...' என்றெல்லாம் சொல்ல மாட்டாள். இவன் சொல்வதையெல்லாம் கேட்டு அவளும் "அது சரி, நகநட்டு என்னா... நம்ப கூடவே வா வரப்போவுது. சும்மா எல்லாரும் அத ஒரு கௌரவமா நெனக்யறாங்களேன்றதாலதான் நாம்பளும் அதப்பத்தி நெனக்க வேண்டிதா இருக்கு. யாரும் அதப்பத்தி நெனைக்கலன்னா நாம்பளும் ஏன் அதப்பத்தி நெனைக்கப் போறோம்...'' என்று சொல்வாள்.

அவளிடம் ஒரு நல்ல சுபாவம். எந்தச் சூழ்நிலையோடும் தன்னை ஐக்கியப்படுத்திக் கொண்டு விடுவாள். இதுவும், எதையும் அவள் தெளிவோடு உணர்ந்து யோசித்து அதற்கேற்பத் தன்னை மாற்றிக் கொள்ள வேண்டும் என்று திட்டமிட்டு முயற்சி செய்ததாக இருக்காது. அவள் சுபாவமே சூழல் எப்படியோ அப்படியே அவளும். முகம் பார்க்கிற கண்ணாடி மாதிரி, எதிர்ப்படுகிற பொருட்களையெல்லாம் அப்படி அப்படியே பிரதிபலித்துக் காட்டுகிற மாதிரி... இவனோடு இருக்கும் போது இவன் சம்மந்தப்பட்ட இவனுக்கு இணக்கமான விஷயங்களைப் பற்றிப் பேசுவாள். இவனை விட்டு உறவினர்கள் வீட்டுக்குப் போனால் அவர்களோட ஐக்கியமாகி அவர்கள் சம்பந்தப்பட்ட விஷயங்களை... அவர்களுக்கு இணக்கமான முறையில்... அதில் பல இவனோடு பேசிக் கொண்டிருந்ததற்கு முற்றிலும் முரணானதாய் இருந்தாலும், இது முரண் என்கிற ஒரு குறைந்தபட்ச பிரக்ஞைகூட இல்லாமல் அவர்களோடு பேசிக் கொண்டிருப்பாள். எப்பவாவது இவன் உடன் இருந்தால் இவனுக்கு எரிச்சலாயிருக்கும்.

இவள் தன்னையல்லாமல் வேறு யாரையாவது, அல்லது வேறு எந்தக் கட்சிக்காரனையாவது கல்யாணம் பண்ணிக்கொண்டு போயிருந்தால் எப்படியிருந்திருப்பாள் என்று நினைத்துக் கொள்வான்... அந்தந்தக் கட்சியின் நியாயத்தையும் பேசும், அந்தந்தக் கட்சிக்காரரின் மனைவியாக, ஒரு பணக்காரனைக் கல்யாணம் பண்ணிக்கொண்டு போயிருந்தால் இடுப்பில் சாவிக்கொத்து செருகி வேலைக்காரியை "அதட்டி உலா வரும் ஒரு மேஸ்திரியம்மாவாக... ஒரு ஆபீசரைக் கட்டிக்கொண்டு போயிருந்தால் வீட்டுக்கு வரும் பியூனை வேலை வாங்கி, லஞ்சம் வாங்கிய பணத்தில் நகைநட்டு பண்ணிப் போட்டுக் கொண்டு, அரசாங்க ஜீப்பை எடுத்துக்கொண்டு போய் ஹைக்கிளாசில் செகண்ட் ஷோ சினிமா பார்க்கிற ஆபீசரூட்டு அம்மாவாக... சரியான சுபாவம்... இப்படிக்கூட எங்காவது இருக்க முடியுமா... பச்சோந்தி மாதிரி, சனியன்... தனக்கென்று ஒரு ஓரிஜினாலிட்டியே இல்லாமல் என்று சலித்துக் கொள்வான்.... ஒரு வேளை எல்லாப் பெண்களுமே இப்படித்தானோ... அல்லது பெண்மையே பெரும்பாலும் இப்படி சார்புநிலை கொண்டிருப்பதால்தான் தனித்துவம் இல்லாமல் இருக்கிறதா...

எப்படியோ... இந்தமாதிரிப்பட்டவளை வேற்று சூழ்நிலை எதுவும் அண்டவிடாமல் இவன் சார்ந்த சூழலிலேயே பழக்கி அதற்கேற்ற மாதிரியே அவளைத் தயார் செய்துவிட்டால் அவளுக்கும் இதுமாதிரி நகைநட்டு போன்ற சில்லறை விஷயங்களில் சிந்தனை போகாது. தனக்கும் அவளை ஏதோ குறையாய் வைத்திருக்கிறோமே என்று உறுத்தலாய் உணர்கிற மனப்பாரமும் இருக்காது என்று அதற்கான முயற்சிகளில் இவன் தீவிரமாய் இறங்கிக் கொண்டிருந்த போதுதான் கட்சியின் மாவட்டச் செயலாளரிடமிருந்து இவனுக்கு அந்தக் கடிதம் வந்தது. "நடைபெற இருக்கும் மாதர் சங்க மாநாட்டிற்கு தங்கள் துணைவியாரையும் தயவு செய்து கட்டாயம் அனுப்பி வைக்கவும் தவறாமல்' என்று குறிப்பிட்டு எங்கு எப்படி எந்த நேரத்துக்கு வரவேண்டும், வழித்துணையாக யார் யாரெல்லாம் வருகிறார்கள் என்று எல்லாம் விவரமாக எழுதியனுப்பியிருந்தார் அவர்.

மாவட்டச் செயலாளர் இவனை நேரில் பார்க்கும் போதெல்லாம் "உங்கள் துணைவியாரை கொஞ்சம் தயார் செய்தால் அவர்களை வைத்து அந்தப் பகுதியில் மாதர் இயக்கங்களைக் கட்டலாமே'' என்று அடிக்கடி சொல்லிக் கொண்டிருந்தார். அவர் சொல்லாத முன்பே இவனும் ஏற்கெனவே யோசித்து வைத்திருந்தபடி ஸ்தல நடவடிக்கைகளில் அவளைக் கொஞ்சம் கொஞ்சமாக இழுத்துவிட்டு ஊர்வலம், உண்ணாவிரதம், ஆர்ப்பாட்டம் போன்ற நிகழ்ச்சிகளில் பங்கு

கொள்ளச் செய்திருந்தான். அவளும் தயக்கம் காட்டாமல் புதிதாக வருபவர்கள் கூச்சம் கீச்சம் எல்லாம் பட்டு ஒதுங்குவார்களே அந்த மாதிரியெல்லாம் ஒதுங்காமல் இதுவும் ஏதோ சமையல் செய்வது, பாத்திரம் தேய்ப்பது போல ஒரு வேலை என்பது மாதிரி அவள் பாட்டுக்கு எல்லா நிகழ்ச்சிகளிலும் கலந்துகொண்டாள். காலிப் பானையை இடுப்பிலே ஏந்தி கடைத்தெரு வரியாக ஊர்வலம் போனாள்.... அலுவலகங்கள் முன் நின்று எழுதிக் கொடுத்த மாதிரியே கோஷம் போட்டாள். மைக்கைப் பிடித்து ஏதோ நாலு வாாத்தை தடுமாறாமல் சுயமாய்ப் பேசினாள். இதையெல்லாம் அறிந்துதானோ என்னமோ, இந்தமாதிரி ஈடுபாடுள்ளவர்களை மாநாடுகளுக்கெல்லாம் அனுப்பி வைத்தால் கொஞ்சம் கூடுதலாக ஒரு இன்ஸ்பிரேஷன் கிடைக்கும் என்று மாவட்டச் செயலாளர் கருதினார் போலும்.

சாதாரணமாய் கட்சியின் கமிட்டிக் கூட்டங்கள், பேரவைகள் என்று நடக்கும் போதெல்லாம் கட்சி உறுப்பினர்கள் தாங்கள் கட்சியின் நிகழ்ச்சிகளில் பங்கு கொள்வதோடு, தங்கள் மனைவிமார்களையும் கட்சி நிகழ்ச்சிகளுக்கு அழைத்து வந்து அவர்களையும் கட்சி நடவடிக்கைகளில் ஈடுபடுத்தவேண்டும், அப்படி கட்சி நடவடிக்கைகளில் நேரடியாக ஈடுபடுத்த முடியாவிட்டால் மாதர் சங்க நிகழ்ச்சிகளிலாவது அவர்களைப் பங்குகொள்ள வைக்கவேண்டும் என்று அடிக்கடி பேசப்படுவதுண்டு. ஆனால் இப்படிப் பேசுபவர்கள் யாரும் தங்கள் மனைவிமார்களை எந்த நிகழ்ச்சிக்கும் அனுப்புவதில்லை என்பது பேசுபவர்கள் மனச்சாட்சியறிந்த ஒரு உண்மை என்பதோடு, இது மாவட்டச் செயலாளர் உள்பட கட்சியறிந்த, வாயால் பேசிக் கொள்ளப்படாத ஒரு ரகசியம் என்பதும் இவனுக்குத் தெரியும். அந்த மாதிரி நிகழ்ச்சிகளுக்கு கட்சிக்காரர்களின் மனைவிமார்கள் தாங்களாகவே வராமல் இருக்கிறார்களா.. அல்லது அவர்கள் விரும்பி அவர்களது கணவன்மார்கள் அவர்களைப் போகவிடாமல் தடுக்கிறார்களா என்பதெல்லாம் பெரிய ஆராய்ச்சிக்குட்பட்ட விஷயம். காரணம், “கட்சி’ கூட்டத்துக்கெல்லாம் நீ ஒன்னும் போவவேணாம். அங்க கண்டவனும் வருவான்...!’ என்று முக்கிய பொறுப்பிலுள்ள தோழர்களே சிலர் சொல்லியிருப்பதாகவும் இவன் கேள்விப்பட்டிருக்கிறான்.

இன்னும் சில கட்சிக்காரர்கள் தங்கள் மனைவிமார்களை மாதர் சங்கத்துக்கோ, கட்சி நடவடிக்கைகளுக்கோ அனுப்புவதை விட கட்சி இன்ஃபுளுயன்சைப் பயன்படுத்தி அவர்களுக்கு வேலை தேடிக் கொள்வதையே சௌகர்யமாகக் கருதுகிற, இதில் வேலை தேடித்தரும் அலுவலக மற்றும் போஸ்டிங் வாங்கித் தருகிற அதிகாரிகளுக்கும் சம்திங் கொடுப்பதெல்லாம்கூட சகஜமான புரட்சிகர நடவடிக்கைகளுள் ஒன்றாய் ஆகிப்போன பல

உதாரணங்களையும் இவன் அறிவான். ஒருவேளை நாளைய புரட்சிக்கு இவர்கள் ஏதும் உயிர்த்தியாகம் செய்ய நேர்ந்து மனைவி விதவையாகி வருமானத்துக்கு வழியில்லாமல் வறுமைக் கோட்டுக்குக் கீழே போய்விடக் கூடாது என்கிற "சமூக அக்கறை' அதற்குக் காரணமாக இருக்கலாம்... கட்சிக்கு வருமுன்பே கணவன் மனைவி இருவரும் வேலை செய்யக் கூடியவர்களாக இருப்பதையோ கட்சிக்கு முழு நேர ஊழியராய் வர உத்தேசித்திருப்பவர்களையோ அல்லது முழு நேர ஊழியர்களாய் வந்து விட்டவர்களையோ இதில் சேர்க்க வேண்டாம். அவர்கள் சங்கதி வேறு. அவர்கள் தங்கள் மனைவிமார்களுக்கு வேலை தேடுகிறார்கள் என்றால் அதில் ஒரு நியாயம் இருக்கிறது. ஆனால் சாதாரணமாய் உள்ளவர்களே மனைவியை மாதிரி சங்கத்துக்கு அனுப்புவதை விட்டு வேலை தேடுவதிலேயே மும்முரமாயிருக்கிறார்கள் என்றால்...

இவனைப் பொறுத்தவரைக்கும் இவன் முழு நேர ஊழியனில்லை. கட்சியில் அப்படிப்பட்ட தியாகத்துக்கும் இப்போது ஏதும் உடனடி அவசியம் வந்துவிட்டதாகவும் இவனுக்குத் தோன்றவில்லை. எனவே இவன் அது பற்றியெல்லாம் கவலைப்பட்டுக் கொள்ளாமல் பேசாமல் இருந்தான்.

புத்தகத்தை மூடிக்கொண்டு மணியைப் பார்த்தான். ஒன்னரைக்கு மேலே ஆகிப்போயிருந்தது. பசங்கள் சாப்பாட்டு ஞாபகம்கூட இல்லாமல் அதுபாட்டுக்கு விளையாடிக் கொண்டிருந்தன. அதுகளைக் கூப்பிட்டு "எல்லாம் கையக் கழுவிக்னு வாங்க சாப்டுவீங்க'' என்றான்.

"இப்ப வேணாங்கப்பா.... நாங்க அப்பறமா சாப்டுக்கறம்...'' விடுமுறை நாள் என்றாலே இந்தத் தொல்லைதான். பள்ளிக்கூட நாளாயிருந்தால் ஒரு மணிக்கெல்லாம் வந்து வந்த வேகத்துக்கு அது அதும் பசியோடு அள்ளிப் போட்டுக்கொண்டு ஓடிவிடும். விடுமுறை நாளானால் வம்பு பண்ணி வற்புறுத்தித்தான் சாப்பிட வைக்க வேண்டும்.

"அப்புறம் என்னா அப்புறம் ஒரேயடியா வந்து சாப்ட்டு போங்க எல்லாம்.''

அதுகள் வேண்டாவெறுப்போடு எழுந்து கையைக் கழுவிக் கொண்டு வந்தன. "தோ பாருங்கப்பா... கைய நல்லா தேச்சித்தான கழுவணம்'' என்றான் பையன். "ஆமா அதுக்கென்னா..'' "அக்கா அப்படியே வாளில கைய உட்டு நனைச்சிக்னு வந்துடுத்து...!''

"இல்லீங்கப்பா நான் நல்லாதான் தேச்சிக் கழுவிக்னு வந்தேன். அவன் சும்மா சொல்றான்.''

"இல்லீங்கப்பா. பொய் சொல்லுது...''

“த நீ அப்பிடியேதான் கைய வுட்டுட்டு வந்த...’’

“சின்னப் பையனுக்கு இருக்கற அறிவுகூடம் உனக்கு இல்ல பாத்தியா... பொய் சொல்லாத... அவன் தான் பாத்துட்டு வந்து சொல்றான் இல்ல. போய் நல்லா தேச்சிக் கழுவிக்னு வா.. போ.’’

தம்பியைப் பார்த்து முறைத்துக்கொண்டே எழுந்துபோய் கைகளைக் கழுவிக்கொண்டு வந்தாள் பெண். “அம்மா எப்பங்கப்பா வருவாங்க.’’ “சும்மா அதியே கேட்டுக்னு இருந்தினா ஓதைதான் உழும்... அதான் ராத்திரிக்கி வருவாங்கன்னு ஒருதடவ சொன்னேன் இல்ல...’’ சோற்றைப் போட்டுக் குழம்பு ஊற்றினான். கத்தரிக்காய் குழம்பு. “காரமா இருக்கப் போவுது. பட்டும் படாத பெசைஞ்சி சாப்பிடுங்க...’’

அதுகள் பிசைந்து சாப்பிடத் தொடங்கின “டேய்... சாதத்த ஏண்டா எங்க பாத்தாலும் எறைக்கற... சிந்தாம சாப்புடணம்னுதான் சொல்லியிருக்கறாரு அப்பா’’ பெண் வாய்ப்புக் கிடைத்தது என்பது மாதிரி பையனை அதட்டினாள். பிசைய வராமல் அமுக்கி அமுக்கித் தவித்துக் கொண்டிருந்த பையன் “பெசஞ்சி குடுத்துடுங்கப்பா’’ என்று தட்டை நகர்த்தினான். கீழே கிடந்த சாதத்தையும் பொறுக்கத் தொடங்கினான். ‘‘அது போனா போவுது வுடு’’ என்று சாதத்தை இழுத்துப் பிசைந்தான் இவன். “சாப்டுக்னு இருக்கற கைய இவன் ஏங்கப்பா தரையில வக்யறான்’’ “அவன் என்னா சின்னப் பையன்தான. உன்னைவிட ரெண்டு வயசு சின்னவன் தெரியுமா...’’ “என்னா... சின்னவன். அவன் மட்டும் ஏங்கப்பா எப்பப் பாத்தாலும் எம்மேல கோள் மூட்டிக்னே இருக்கறான்...’’ இவன் மெல்ல சிரித்துக்கொண்டே பக்கத்திலிருந்த தண்ணீர்க் குண்டானில் பையனின் கையைப் பிடித்துக் கழுவிவிட்டு, “கோள் என்னா மூட்டறான்... தப்பு செய்தா சொல்றான்... அதுல என்னா தப்பு’’ என்றான்.

பெண் அதைக் காதில் வாங்காமல் வேறு ஏதோ யோசனை கொண்டவள் போல சாப்பிடத் துவங்கினாள். தட்டைச் சுற்றிலும் இறைத்துக் கொண்டுதான். இயலாமை கொண்டவன் போல சோர்வோடு முகத்தை வைத்துக் கொண்டிருந்த பையன் “என்ன சொல்லுச்சே, அக்காவப் பாருங்கப்பா...’’ என்றான். “சரி சரி... போனா போவுது வுடு. ரெண்டு பேருமே சின்னப் பசங்கதான். போவப்போவ எல்லாம் சரியா பழக்கமாயிடும்’’ “என்ன மட்டும் ஏங்கப்பா சொல்லணும்’’ “சரி தெரியாம சொல்லிடுத்து வுடு...’’ என்று பையனை சமாதானப்படுத்தினான்.

இந்தச் சம்பாஷணைகள் எதையுமே கண்டுகொள்ளாதவள் போல் அவள் பாட்டுக்கு சாப்பிட்டுக் கொண்டிருந்தாள்

பெண். பிறகு ஏதோ ஞாபகம் வந்தவள்போல "சீனு வூட்டு லதா இல்லிங்கப்பா அதுக்கு காது குத்திட்டாங்க...." என்றாள். "அதுக்கென்னா உனக்கு கூடத்தான் காது குத்தி இருக்குது.' "அந்த லதா இல்லிங்கப்பா... அழகா இருக்குது..." இவன் சிரத்தை யில்லாமல் "ஓ... ஹோ..." என்றான். பெண் கொஞ்சம் பொறுத்து "அது மாதிரியே எனக்கு ஒன்னு வாங்கித்தர்றீங்களாப்பா..." என்றாள். பேச்சு மாதிரி முகத்தை வைத்துக் கண்களை உருட்டிக் கேட்கும் பெண்ணின் முகத்தைக் காண இவனுக்கு சிரிப்பு வந்தது. "வாங்குவம்.. வாங்குவம்... எப்பனா நமக்கு பணம் வரட்டும்" என்றான். உடனே பையன் "அது எவ்வளோங்கப்பா இருக்கும்..." "என்னா ஒரு நூத்தி அம்பது எரநூறு ரூபா இருக்கும்..." "அவ்வளோ ரூபாயா... அப்ப வேணாக்கா... அப்பாவுக்கே கொஞ்சோண்டு சம்பளம்தான் தர்றாங்க...." பையனின் வார்த்தைகளைக் கேட்டு இவன் சிரித்துக் கொண்டான்.

பொதுவாகவே அதுகள் இரண்டின் சம்பாஷணைகளையும் கேட்க பலது இவனுக்கு விசித்திரமாய் இருக்கும். பெண் எதிலும் விடடேற்றியாய் படிக்கிற புஸ்தகத்தை, விளையாடுகிற சாமான்களைக் கண்டகண்ட இடத்தில் போட்டு எது சொன்னாலும் காதில் வாங்காமல் எதைப் பற்றியுமே லட்சியம் செய்து கொள்ளாமல் அதன் போக்குக்கு அது பாட்டுக்கு கிடக்க, பையன் எதையும் பொறுப்பாய் எடுத்து வைத்து, சொல்லுகிறதைச் சட்டென்று புரிந்துகொண்டு எதிலும் ஒரு கருத்தாய் ஒரு சூட்டிகையாய்.. சின்ன வயசிலேயே இப்படிப்பட்ட சுபாவங்கள் எப்படித்தான் படிகிறதோ என்று நினைத்துக் கொள்வான். இதைக் குறிப்பிட்டு மனைவிகூட அடிக்கடி சொல்வாள் "தோ ஒன்னு வந்து இருக்குது பாருங்க, அப்பிடியே எல்லாத்திலியும் உங்களாட்டமே. நீங்க கூட சின்ன வயசல இப்பிடிதான் இருந்திருப்பீங்களா..."

இவனைப் பொறுத்தவரைக்கும் இதை பெறும் ஆண் பெண் சுபாவ வித்யாசமென்றோ... அல்லது தந்தையின் சுபாவம் மகனுக்கும், தாயின் சுபாவம் மகளுக்கும் படிகிறது என்றோ.. எதையும் வறட்டுத்தனமாகக் கருதியதில்லை. இப்போதைக்கு இதுகள் ரெண்டும் இப்படியிருக்கின்றன. இந்த வயசுக்கு இப்படி. போகப் போக எப்படியிருக்குமோ... எப்படி மாறுமோ... இரண்டுமே தலைகீழாய் மாறினாலும் மாறலாம். எல்லாம் அது அதுகள் வளர்கிற சூழலைப் பொறுத்து. ஆனால், ஒரே சூழலில் குழந்தையிலேயே இப்படிப்பட்ட வித்தியாசமான சுபாவங்கள், பழக்க வழக்கங்கள் எப்படித்தான் படிகின்றனவோ என்று நினைத்துக் கொள்வான்... ஒரு வேளை ஒரே சூழல் என்று கருதுவது கூட ஒரு போலித் தோற்றமாகி வித்யாசமான சூழல்கள் வாய்த்திருக்குமோ.. அல்லது இவனது மருத்துவ நண்பர் ஒருவர்

கூறியதுபோல தலைச்சன் குழந்தையைவிட இரண்டாவது குழந்தை சற்று சூட்டிகையாக இருக்கும், காரணம் அது தனக்கு முன் பிறந்த குழந்தைகளைப் பார்த்து பலது கற்றுக்கொள்கிறது. புரிந்து கொள்கிறது. அந்த வாய்ப்பு முதல் குழந்தைக்கு இல்ல, என்றாரே... அதுமாதிரிப் பட்டதாய் இருக்குமோ என்று சமாதானம் செய்து கொண்டான்.

“அப்பா தயிர்'' என்றாள் பெண்.

அதுகள் இரண்டும் சாப்பிட, பாய் எடுத்துப் போட்டு “கம்முனு படுக்கணம். எதுனா கலாட்டா பண்ணிக்னு இருந்தீங்க ஒதைதான் விழும்'' என்று அதுகளை ஒரு அதட்டல் போட்டு படுக்கப் பண்ணிவிட்டு வந்தான்.

வீட்டில் கப்சிப் என்று ஒரே அமைதி நிலவியது. அவள் இல்லாமல் வீடே வெறிச்சென்று கிடப்பதுபோல் தோன்றியது. நல்ல பசியிருந்தும் ஏனோ சாப்பிட வேண்டும் என்கிற உற்சாகமில்லை. விருப்பமின்றி உட்கார்ந்தான். தனியே எடுத்துப் போட்டுக்கொண்டு சாப்பிடுவது கூட கஷ்டமாக இருந்தது.

கணவன் கட்சியில் ஈடுபட மனைவிமார்கள் பல கஷ்டநஷ்டங்கள் தியாகங்கள் செய்வது போலவே மனைவிமார்கள் கட்சி, மாதர் சங்கம் இத்யாதிகளில் ஈடுபட கணவன்மார்களும் பல தியாகங்கள் செய்ய வேண்டியிருக்கும் போலிருக்கிறது என்று நினைத்துக் கொண்டான். என்னத்தையோ எடுத்துப்போட்டு பேருக்கு என்று ஏதோ கொஞ்சம் சாப்பிட்டு எல்லாவற்றையும் எடுத்து பத்திரப்படுத்தி மூடி வைத்துவிட்டு எழுந்தான். இவனும் ஒரு பாயை எடுத்துப்போட்டு தலையணையை சுவரில் முட்டுக்கொடுத்து காலை நீட்டித் தலையைச் சாய்த்தபடியே புத்தகத்தை விரித்தான்.

சாயங்காலமாகி பொழுது அமர, குழந்தைகளை எழுப்பி வெத வெதவென்று தண்ணீர் போட்டு அதுகளைக் குளிக்க வைத்து டிரஸ் பண்ணிவிட்டு, பையனுக்குத் தலைவாரி, பெண்ணுக்கு சீப்பு ரிப்பன் எடுத்துக் கொடுத்து பக்கத்து வீட்டில் போய் தலைவாரிக் கொண்டு வரச் செய்து, சாயங்காலம் பால் வர அதுகளுக்கு டீ போட்டுக் கொடுத்து, பொழுது இருட்ட விளக்கைப்போட்டு, அதுகளைக் கொஞ்சம் படிக்கச் சொல்லிக் கேட்டு, நடுநடுவே திருத்தி, அவ்வப்போது அதுகள் கேட்கிற சந்தேகங்கள், நூதனமான கேள்விகளுக்கெல்லாம் விளக்கம் கொடுத்து... இதெல்லாம் அவள் இருந்தால் அவள் பார்த்துக் கொள்கிற சங்கதிகள்.

கொஞ்சம் வளர்ந்த பிள்ளைகளை வைத்துக்கொண்டு நமக்கே இப்படியிருக்கிறதே... இன்னம் சின்னஞ்சிறுசுகள்,

கைக்குழந்தைகளை வைத்துக் கொண்டிருப்பவர்களுக்கு எப்படி யிருக்கும் என்று நினைத்துக் கொண்டான். பெரும்பாலான கட்சிக்காரர்கள் தங்கள் மனைவிமார்களை மாதர் சங்கம் இத்யாதிகளுக்கு அனுப்பாதது, அம்மனைவிமார்களுக்கு இதில் நாட்டமில்லை என்பதைவிட, இப்படி அவர்களை வெளியே அனுப்புவதால் ஏற்படும் சில சில்லறை அசௌகர்யங்களைக் கூட தாங்கிக் கொள்ள விரும்பாத கணவன்மார்களின் சுயநல உணர்வும் இதற்குக் காரணமாக இருக்குமோ என்கிற சந்தேகமும் இவனுக்குத் தோன்றியது.

இவனைப் பொறுத்தவரைக்கும் அவளை மாதர்சங்கம் அது இது என்று தீவிரமாக இறக்கிவிட்டு மாவட்ட அளவில் அவளைப் பெரிய தலைவராக்கிட வேண்டும் என்றோ அல்லது மாநிலக்குழு உறுப்பினராக்கி விட வேண்டும் என்றோ, அந்த மாதிரியெல்லாம் எந்த பெரிய நினைப்பும் கிடையாது. அந்த மாதிரித் தகுதியும் அவளுக்கு இருப்பதாக இவன் எப்போதும் கருதியதில்லை.

ஏதோ, வெளியுலகம் தெரியாமல் கிணற்றுத் தவளையாய் தன் வீடு, தன் குடும்பம் என்று இது சம்பந்தப்பட்ட சிந்தனைகளிலேயே அவள் முடங்கிப் போகாமல், அவளும் நாலு வெளி விஷயங்கள், உலக நடப்புகள் தெரிந்து கொள்ளட்டுமே... இப்படி அவள் சிந்தனை விரிவடைந்தால் தனக்கும் கொஞ்சம் பாரம் குறையுமே என்று நினைத்திருந்தான்.

அதோடு வீட்டுக்குள்ளேயே அடைபட்டுக் கிடப்பவளுக்கு ஒரு இடம் வெளியில் போக கொள்ள இது ஒரு நல்ல பெராக்கு மாதிரியும், சும்மா நாலு வீட்டுப் பெண்களோடு சேர்ந்து வெட்டியாய், சினிமாக் கதை, புடவைக்கதை, நகைக் கதை, ஊர்க்கதை என்று பேசிக் கொண்டிருக்காமல் கொஞ்சம் வித்யாசமான சூழலில் கிடைக்கிற ஒரு ஆரோக்கியமான பெராக்காகவும் இருக்கும் என்று கருதினான்.

இந்தப் பெராக்கு எப்படியிருக்கிறது என்பது அங்கே கிடைக்கிற விஷயங்களை அவள் எப்படி வாங்கிக்கொள்கிறாள் என்பதைப் பொறுத்து இதில் ஏதாவது இன்ஸ்பிரேஷன் கிடைத்து அவள் மேற்கொண்டு இந்த ரீதியில் தன்னை வளர்த்துக் கொள்ள வேண்டும் என்று ஆர்வம் காட்டுவாளானால் அதைப்போல சந்தோஷமான சமாச்சாரமும் வேறு எதுவும் இருக்கமுடியாது. எவ்வளவோ பெருமையாகவும் இருக்கும் என்று சொல்லிக்கொண்டான்.

தேய்பிறை நிலவின் மங்கிய வெளிச்சம் சாலையிலும் முற்றத்திலும் வியாபித்திருந்தது. சாலையில் எப்போதோ ஒருமுறை பஸ் அல்லது லாரி போய்க் கொண்டிருந்தது. வெளியே

திரைப்படப் பாடல்கள் போட்டுக் கொண்டிருந்த டூரிங் டாக்கீசில் கடைசி பக்திப்பாட்டு போட்டு படம் ஆரம்பித்து ஓட்டிக்கொண்டிருந்தான். தெற்குப் பக்கமிருந்து வருகிற பஸ்சில் அவள் வரவேண்டும். இந்நேரம் ஊர்வலம் முடிந்து பொதுக் கூட்டம் ஆரம்பமாயிருக்கும். இப்போது புறப்பட்டால்கூட ஒன்பது மணிக்கெல்லாம் வந்துவிடலாம்.

படித்துக் கொண்டிருந்த பெண் நடுவில் நிறுத்தி "அம்மா எப்பங்கப்பா வருவாங்க..." என்றாள். "அம்மா லாஸ்டுக்குத்தான்க்கா வருவாங்க... மாநாடெல்லாம் பேசிட்டுதான் வரணம்'' என்றான் பையன். "அதுக்கு முன்னாடியே வந்துடுவாங்க" என்றான் இவன். பிறகு "எதுக்கு...'' என்றான். "பசிக்குது'' என்றாள் பெண். "சரி அப்ப புஸ்தகத்தெல்லாம் எடுத்து வச்சிட்டு கையக் கழுவிக்னு வாங்க சாப்பிடுவீங்க...''

குழந்தைகள் கையைக் கழுவிக்கொண்டு வர அதுகளுக்கு மட்டும் போட்டு இவன் சாப்பிடாமல் இருந்தான். அவள் வரட்டும் சாப்பிட்டுக் கொள்ளலாம் என்கிற தாராளமோ இல்லை அவள் வந்து போடட்டும் என்கிற சுயநலமோ... தெரியவில்லை. குழந்தைகளுக்குப் பெருக்கி பாய் போட்டு படுக்கை விரித்து, தெருப்பக்கம் சிமெண்ட் கட்டையில் வந்து உட்கார்ந்தான். கொதிப்பு இன்னும் அடங்காமல் கட்டை பின்புறம் சுட எழுந்து குத்துக்காலிட்டு அமர்ந்தான்.

குழந்தைகள் எதுவும் படுக்கப் போகாமல் இவனைத் தொடர்ந்து வந்து இவன் பக்கத்திலேயே ஒண்டிச் சாய்ந்தன. "ஏன் யாருக்கும் தூக்கம் வல்லியா...'' "அம்மா வந்தப்புறம் போய்த் தூங்குவம்'' என்றான் பையன். மறுபடியும் "அம்மா எப்பங்கப்பா வருவாங்க'' என்று கேட்டு லேசாய் கண்கலங்கினாள் பெண். "புண்ணாக்கு இப்ப எதுக்கு சிணுங்கறே, அதான் இன்னும் கொஞ்ச நேரத்துல வந்துடப் போறாங்க இல்ல...''

பெண் ஒவ்வொரு பஸ் வந்து நிற்கும்போதும் "ஹையா அம்மா இந்த பஸ்ஸுல வந்துடுவாங்க'' என்று குதித்தாள். "வரமாட்டாங்க'' என்றான் பையன்.

"வருவாங்க...''

"வரமாட்டாங்க...'' "என்னா பெட் கட்டற, நான் சொன்னேனே பாத்தியா...''

வேறு யார் யாரோ இறங்கிப்போவதைப் பார்த்து பெண் பொலபொலவென்று கண்ணீர் வடிக்க ஆரம்பித்தாள். அவளைச் சமாதானப்படுத்தி தொடையில் சாய்த்துக் கொண்டான். பெண் கண்களைத் துடைத்துக் கொண்டு "அம்மா இந்நேரம் என்னாடா

பண்ணுவாங்க'' என்று பையனைக் கேட்டாள். "மாநாடு முடிஞ்சி பஸ் ஏறி இருப்பாங்க. பஸ்ஸுல வந்துக்னு இருப்பாங்க...''

தொடர்ந்து அதுகள் ஏதோ பேசிக்கொண்டிருந்தன. அந்தச் சம்பாஷணைகள் எதிலும் கலந்துகொள்ளாமல் ஏதேதோ யோசனைகளோடு இவனும் மனசுக்குள் அவளை எதிர்பார்த்துக் காத்து கொண்டிருந்தான். குழந்தைகளைப் போலவே ஒவ்வொரு பஸ்ஸுக்கும்.

கடைசியாக பத்தே கால் பஸ்சில் வந்து இறங்கினாள் அவள். வழக்கமாகவே விசுக்விசுக்கென்று நடக்கும் அவள் ஏதோ ஒரு பெரிய வீரசாகசம் மிக்க காரியத்தைச் செய்து முடித்து வெற்றிவாகை சூடியவள் போல, நடையில ஒரு வீராங்கனைத்தனம் தெரிய நடந்து வந்தாள். "அக்கா அம்மா வந்துட்டாங்க...'' என்று பையன் கத்த, இவன் மடியிலேயே சாய்ந்து கண்ணயர்ந்திருந்த பெண் முழித்துக் கொள்ள இரண்டும் ஓடிப்போய் அவள் இடுப்பைக் கால்களைக் கட்டிக் கொண்டன. பதிலுக்கு அவளும் குனிந்து கட்டிப் பிடித்துக் கொஞ்ச... கொஞ்சம் அவகாசம் கொடுத்து இவன் "என்னா இவ்வளோ நேரம்'' என்றான்.

"எங்க ஊர்வலம் முடியவும் பஸ் புடிச்சி வரவும் சரியாதான் இருக்குது... இதுக்கே எல்லாரும் இருங்க பொதுக்கூட்டம் கேட்டுட்டு ராத்திரிக்கி தங்கி காலையில போய்க்கலாம்ன்னாங்க. நான்தான் அவரு எதிர்பார்த்துக்னு இருப்பாரு. பசங்க வேற தனியா கெடக்கும். எல்லாத்துக்கும் நாளைக்கி ஸ்கூல் வேற. லீவா இருந்தாலும் பரவால்லண்ணிட்டு பொறப்பட்டு வந்துட்டேன். பசங்க எதுனா அழுதாங்களா...''

"பொண்ணுதான் சாயங்கலம் கொஞ்சம் விசும்புச்சி...''

"அது என்ன வுட்டுட்டு இருக்காதே...'' என்று பெண்ணைக் கட்டிப் பிடித்துக் கொண்டாள். "பசங்கள்ளல்லாம் சாப்டாச்சா. நீங்க சாப்டீங்களா..''

"பசங்க சாப்டாச்சி... நான்தான் சாப்புடணம்.''

"தெரியுமே... சரி உள்ள வாங்க...''

குழந்தைகளை அழைத்துக் கொண்டு உள்ளே நுழைந்தாள். அதுகளுக்கு வாங்கி வந்திருந்த காகிதப் பொட்டலத்தைப் பிரித்து, ஏதோ நெய் பிஸ்கட் ஆளுக்கு ரெண்டு எடுத்துக் கொடுத்தாள். தின்று அதுகள் மனசுக்குப் பட்ட எதை எதையோ அவளிடம் கேட்க, அவள் "மத்தியானம் சாப்டீங்களா... குளிச்சீங்களா... யார் தலவாரி வுட்டது'' என்று விசாரிக்க அவள் எல்லாவற்றுக்கும் ஈடு கொடுத்துக் கேட்டு, "சரி... சரி போய் எல்லாம் படுத்துத் தூங்குங்க.. நாளைக்கி ஸ்கூலு. சீக்கிரம் எழுந்திரிக்கணம்...'' என்று

அதுகளைப் படுக்கப் பண்ணினாள். "சரி கையைக் கழுவிக்னு வாங்க சாப்டுவிங்க..."

அவள் சாப்பாடு போட இவன் சாப்பிட்டுக்கொண்டே "மாநாடெல்லாம் எப்பிடி இருந்தது" என்றான்.

"ரொம்ப நல்லா இருந்துதுங்க... அங்க வந்திருந்தவங்கல்லாம் பேசப் பேச எவ்வளோ விஷயம் நம்ப தெரிஞ்சிக்காம இருக்கறமேன்னு இருந்தது. எல்லாம் டயரில நோட்ஸ் எடுத்துக்னு வந்து இருக்கறேன். நீங்க எங்க இதல்லாம் எங்கிட்ட சொல்றிங்க. நீங்க உண்டு உங்க வேல உண்டுன்னு என்ன வெறும் சமையல்காரி மாதிரிதான வச்சிக்னு இருக்கறீங்க... இனிமே நைட்ல பசங்கல்லாம் படிச்சி முடிஞ்சப்புறம் ஒரு அரைமணி நேரம் தெனம் எனக்கு இதல்லாம் சொல்லுங்க... மொதல்ல இந்த இங்கிலீஷ் பேப்பர நிறுத்திட்டுத் தமிழ்ப் பேப்பரா வாங்குங்கன்னாலும் அதுவும் கேக்க மாட்டேன்றீங்க... தமிழ் பேப்பர்னா உங்கள எதிர்பார்க்காம நானே எல்லாத்தியும் படிச்சுக்வேன் இல்ல.. நம்ப வூட்டுலேயே ஆண் டாமினேஷன் இருக்குதுன்னுதான் இதுக்கு அர்த்தம்."

இவன் எதுவும் பதில் சொல்லாமல் மனசுக்குள்ளேயே சிரித்து சாப்பிட்டு முடித்து எழுந்தான். சிகரெட்டைத் தேடி எடுத்துக் கொண்டு சமையல் அறையிலேயே குந்திப் புகைக்க இவன் சாப்பிட்ட தட்டிலேயே அவளும் போட்டுக்கொண்டு தொடர்ந்து மாநாட்டுக் கதைகளைச் சொன்னாள்.

"இது மாதிரியெல்லாம் அடிக்கடி வெளியில போவணுங்க... எங்கியும் போவாம வூட்டுலியே அடஞ்சி கெடந்தா என்னா தெரியுது... அங்கங்க மாதர்கள் என்னென்னா மாதிரி போராட்டமெல்லாம் நடத்தியிருக்கறாங்க தெரியுமா... நம்ம பக்கத்துலதான் ஒன்னும் இல்ல. நம்ப பக்கத்திலியும் மாதர் சங்கம் சீக்கிரம் ஆரம்பிச்சிடணும். சந்தா புக்கெல்லாம் வாங்கியாந்து இருக்கறேன். நம்பளுக்கு எவ்வளோ கோட்டா தெரியுமா. எரநூத்தி அம்பது. அடுத்த மாசம் பத்தாம் தேதிக்குள்ள முடிச்சி சென்டருக்கு பணம் அனுப்பிடணம். நாளைக்கி உங்களெல்லாம் ஸ்கூலுக்கு அனுப்பிட்ட பிற்பாடு இப்படி.. போய் நம்ப பக்கத்து பெண்கள் எல்லாம் மொதல்ல மெம்பரா சேத்துடலாம்னு இருக்கறேன். ஏங்க... சேக்கலாமில்ல..."

"ஓ! தாராளமா..." என்று இவன் தொடர்ந்து அவள் சொல்வதைக் கேட்டுக்கொண்டிருந்தான். அவள் உற்சாகத்தையும் துடிப்பையும் காண ஒரு பக்கம் இவனுக்கு வேடிக்கையாய் இருந்தாலும் ஒரு பக்கம் பூரிப்பாகவும் இருந்தது. அவள் நோட்ஸ் எடுத்துக்கொண்டு வந்திருந்த டயரியைப் பார்த்து, தாலுக்கா வாரியாக நிர்ணயிக்கப்பட்ட மெம்பர்ஷிப் கோட்டாவைப் பார்த்து புதிதாக அறிமுகப்பட்ட சில பேர்களாவது தொடர்புகளுக்காக

அவள் குறித்துக் கொண்டு வந்திருந்த முகவரிகளைப் பார்த்து பரவாயில்லை. அவள் மாநாட்டுக்குப் போய் வந்தது ஒரு நல்ல அனுபவம்தான். மாவட்டச் செயலாளர் கருதியிருந்த மாதிரியே அவளுக்கு இது ஒரு நல்ல இன்ஸ்பிரேஷன்தான் என்று நினைத்துக் கொண்டான்.

சாப்பாடு முடிந்து இருவரும் படுக்க, பசங்கள் தூங்கிப் போயிருந்தன. அவள் புடவையை உருவிக் கிடாசி, ப்ளவுஸ் கொக்கிகளை அவிழ்த்துவிட்டு "சே.. ஒரே கசகசன்னு.. காலை யில குளிச்சது. பேசாம வந்த கையோட ரெண்டு சொம்பு ஊத்திக்னு வந்து படுக்காத போச்சி.. வெய்யில்ல ஊர்வலத்துல நடந்து வந்தது வேற எவ்வளோ தூரம்... கிட்டத்தட்ட மூனு மைலுக்குமேல் இருக்கும் போலருக்குது போங்க..." என்றாள்.

இவன் "மூனு மைலா... எங்கருந்து ஆரம்பிச்சது..." என்றான். அவள் இடத்தைச் சொன்னாள். இவன் இவனுக்குத் தெரிந்த சில பேர்களைக் குறிப்பிட்டு "அவங்களப் பாத்தியா... இவங்களப் பாத்தியா... நீ யாருன்னு அவங்களுக்குத் தெரியுமா..." என்று கேட்டுக் கொண்டிருந்தான்.

எல்லாவற்றுக்கும் பதில் சொல்லிவிட்டு அவள் சொன்னாள்.

"என்னுமோ பெருசா யாரும் நகநட்டே போட்டுக்னு வரமாட்டாங்க... யாரும் அதப் பெருசு பண்ணிக்க மாட்டாங்கன்னிங்களே... எல்லாம் கழுத்துல செயின், கையில வளையல்தான். நான் மட்டும்தான் வெறும் கழுத்து, எனக்கு ஒரே இதுவாப் போச்சி.. சில பேர் என்னா உங்க ஹஸ்பண்ட் உங்கள இப்பிடி வெறுமையா வெச்சிக்னு இருக்கறாரு. சம்பாரிக்கிற காசெல்லாம் என்னா பண்றிங்க. ரெண்டே பசங்கதானன்னு நேராவே கேட்டுட்டாங்க போங்க..."

"இன்னொரு அம்மா, அந்த அம்மாதான் மாவட்டத் தலைவராம். அவங்க மேல எவ்வளோ நகன்றீங்க. நம்ப இவரு இருக்கறாரே தொழிற்சங்கத் தலைவர் அவரோட சம்சாரமாம் அவங்க. அப்புறம் அவங்க பொண்ணு ஒன்னு. அதும் மேல எவ்வளோ நகன்றீங்க... வந்திருந்தவங்க எல்லார் கண்ணும் அதும் மேலதான் இருந்துது. அதியேதான் பாத்துக்னு இருந்தாங்க எல்லாரும். மாநாட்ட யார் பாத்தாங்க..."

இவனுக்கு நமநமவென்று ஒரு கடுப்பு மனசெல்லாம் ஊர்ந்து படர்ந்தது. அது தன் மேலா அல்லது மனைவி மேலா இல்லை மாநாட்டுக்கு வந்திருந்த மற்றதுகள் மேலா என்று சரியாய்த் தெரியவில்லை. "அதுங்க கெடக்குது வுடு..." என்றான். மனசுக்குள்ளாகவே பீடைகள், கழிசடைகள் என்று திட்டிக் கொண்டான்.

அப்படியே நகைநட்டுகள் வைத்திருந்தாலும் கழற்றி எங்காவது பெட்டியில் வைத்துவிட்டு வராமல் இந்தமாதிரி மாநாட்டுக்கெல்லாம் தான் போட்டுக்கொண்டு வரவேண்டுமா... அப்போதுதான் அதுகள் டம்பம் தெரியுமா... இது என்ன மாநாடா... இல்லை கல்யாணம், வளைகாப்பு, மஞ்சள்நீர், எக்ஸிபிஷனா, எத்தனை பேரைப் பாதிக்கும் இது என்றுகூட ஒரு சொரணை இல்லாமல், எருமாட்டு ஜன்மங்கள்... இதையெல்லாம் கட்சியில் எப்படி அனுமதிக்கிறாங்களோ என்று குமுறிக் கொண்டான். “சரி... சரி அவங்க போட்டுங் கெடந்தத வுடு. மத்தபடி எல்லாருமேவா அந்த மாதிரி போட்டுக்னு வந்திருந்தாங்க...'' என்றான்.

“சிலபேர் ரொம்ப ஏழைங்க. அவங்கள வுடுங்க. மத்தபடி நம்ப நெலமைக்கி இருக்கறவங்கள சொல்லுங்க. அவங்க எல்லாரும் ஏதாவதொன்னு போட்டுக்னுதான் இருக்கறாங்க.''

இவன் கொஞ்சம் யோசித்து, இவனுக்குத் தெரிந்து ரொம்ப புரட்சிகரமாய்த் தாலி கட்டலைக்கூடத் தவிர்த்து திருமணம் செய்து கொண்ட, மேல்நாட்டிலெல்லாம் போய்ப் படித்து வந்த ஒரு பட்டதாரிப் பெண் மணியின் பெயரைக் குறிப்பிட்டு “அவங்க...'' என்றாள்.

அடையாளம் சொல்லி “அவங்களா...'' என்றாள்.

“ஆமா அவங்கதான்...''

“அவங்க கூடதான் போட்டுக்னு இருந்தாங்க. கழுத்துல ஒரு மெல்லீஸ் செயின், சோத்துக் கையில ரெண்டு வளையல், பீச்சங்கையில வாட்ச்...''

இவன் “கவரிங்கா இருக்கும்'' என்றான்.

“இல்லிங்க, பவுனுதான்.''

“உனக்கு யார் சொன்னது...''

“ஏன் பாத்தா தெரியாதா...''

“தோ பாருங்க. இந்தமாதிரி கதல்லாம் அடிக்காதீங்க. கவரிங்கே கூடதான் இருக்கட்டும். அத ஏன் போடணம் சொல்லுங்க. அது ஒரு கௌரவம்னுதான... எல்லாம் அவங்கவங்க புத்திசாலித்தனமாதான் இருக்கிறாங்க. நாலு காசு சேத்து வச்சி நக நட்ட வாங்கி வச்சிக்னு இருக்குதோ இல்லியோ வெளில வரும்போது கௌரவமாதான் வர்ராங்க... நாமதான் ஏமாளியா இருக்கறம்...''

இவன் எரிச்சலை வெளிக்காட்டாமல் "நம்ப வருமானம் அப்பிடி அதுக்கு நாம் என்னா பண்றது..." என்றான்.

"எல்லாம் நம்பளாட்டம்தான் செலவு பண்ணிக்னு திரியறாங்களா."

இவனுக்கு என்ன சொல்வது என்று தெரியவில்லை. செலவு என்று அவள் எதைக் குறிப்பிடுகிறாள். இவன் அடிக்கடி வெளியூர் போவதையும் பத்திரிகைகள் புத்தகங்கள் வாங்குவதையா.. இவன் ஆத்திரத்தை அடக்கிக்கொண்டு நீண்டகாலமாய் இயக்கத்தில் இருக்கும் இன்னொரு அம்மாவின் பெயர் சட்டென்று ஞாபகத்துக்கு வர அவர்களின் பெயரைச் சொல்லி "அவங்க" என்றான்.

"யாரு கொஞ்சம் வயசானவங்களா, கருப்பா, ஒல்லியா, ஒயிட் சாரி கட்டிக்னு இருக்கறாங்களே... அவங்களா..."

"அவங்கதான்..."

"அவங்க எதுவும் போட்டுக்னு இல்ல. சிம்ப்ளா தான் இருக்கறாங்க.."

"பின்ன.." என்றான்.

"அவங்க விடோ... அவங்கள மாதிரியே என்னியும் இருக்கச் சொல்றிங்களா..."

இவனுக்கு மேற்கொண்டு எதுவும் பேசத் தோன்றவில்லை. "சரி இப்ப அதுக்கு என்னா பண்ணணம்ன்ற..."

"நான் உங்கள ஒன்னும் பண்ணச் சொல்லல. எப்பவாவது லோன் போட்டீங்கன்னா ஒரு அரப் பவுன்ல ஒரு கவரிங் செ யினாவது வாங்கிக் குடுத்துடுங்க போதும். அது கெடக்கும் ஒரு நாலஞ்சு வருஷத்துக்கு அப்புறம் வேணுமானா கூட மாத்திட்டு வேற எடுத்துக்கலாம். கூட கொஞ்சம் பணம் போட்டு..." அவன் முதுகை வளைத்துச் சொன்னான்.

"அவ்வளோதான்... சரி வுடு..."

அவள் தொடர்ந்தாள். "லோன் எப்பங்க முடியுது..."

"இன்னும் மூனு மாசம்..."

"கட்டாயம் வாங்கித் தரணும்."

"அதான் சொல்லிட்டன் இல்ல. அப்புறம் என்னா..."

"அப்பறம் கடன் இருக்குது. அது இதுன்னு சொல்லக்கூடாது."

"அது அப்புறம் பாத்துக்குவம்... இப்ப என்னா இப்ப. வுடு அந்தக் கதைய..."

இவன் தன் மேல் கிடந்த அவள் கையை ஒதுக்கிவிட்டு யோசனையிலாழ்ந்தான்.

பொதுவாகவே பெண்களுக்கு பூ புடவை பொன் நகைகள் மேல் உள்ள மோகத்தை எப்படிப் புரிந்து கொள்வது என்பது இவனுக்குத் தெரியவில்லை. பல்கலைக் கழகப் பேராசிரியர்கள் எவரேனும் இதைச் சமூகவியல் ரீதியில் ஆராய்ந்து "தீஸிஸ்களை" வெளியிட்டால் அது பல வகையிலும் தன் போன்ற கணவன்மார்களுக்கு ரொம்ப உபயோகமாயிருக்கும்... எதை எதையெல்லாமோ ஆராய்ந்து டாக்டர் பட்டம் வாங்குகிறவர்கள் இதையெல்லாம் ஆராய்ந்து பட்டம் வாங்கக் கூடாதா என்று நினைத்துக் கொண்டான்.

கொஞ்சம் விவரம் தெரிந்தவளாய் இருக்கும்போதே இப்படி. இதுவே, சுத்தமாய் எதுவுமே தெரியாத சராசரி மொக்கையாக இருந்திருந்தால் தன் கதி என்னாவது என்று நினைத்துப் பார்த்தான்.

பூ இவனுக்கு ரொம்ப சர்வசாதாரணம். வெளியே போகும்போது ஞாபகம் மட்டும் வரவேண்டும். வாங்கிக்கொண்டு வந்து தந்து விடலாம். புடவை, அதுவும் வீடு தேடி வந்து இன்ஸ்டால்மண்டில் கொடுத்துவிட்டு மாசாமாசம் வந்து வசூல் பண்ணிக்கொண்டு போக ஆட்கள் இருக்கிறார்கள். ஆனால் பொன் நகை... அதுதான் இவனுக்குக் கவலையாய் இருந்தது. அதையும் யாராவது தவணை முறையில் தந்து வசதிப்பட்டபோது அதாவது இவனுக்கு வசதிப்பட்டபோது வந்து வாங்கிக்கொண்டு போகிற மாதிரியிருந்தால் எவ்வளவு இதுவாயிருக்கும்... ஆனால் எவன் கொடுப்பான். அப்படியே கொடுப்பதானாலும் இவனால் நாணயமாய்க் கட்ட முடியுமா... அதைக் கட்ட, வாங்கிய நகையை அல்லவா மீண்டும் வைக்க வேண்டியிருக்கும்.. என்று யோசித்துக் கொண்டிருந்தான்.

"தனியாய்த் தட்டித் தட்டித் தேற்றி உருவாக்கிய உணர்வுகள், சிந்தனைகளை ஆகர்ஷித்து இழுத்து வளர்த்தெடுக்கும் மையமாக மாநாடு அமையும் என்று பார்த்தால் அதோடு மட்டும் அமையாமல் இன்னொரு பக்கம் அது, ஏற்கெனவே வளர்த்தெடுத்து உருவாக்கி வைத்திருந்த எல்லாவற்றையும் போட்டு உடைத்து சுக்கு நூறாக்கி குட்டிச்சுவராக்கும் மையமாகவும் அல்லவா அமைந்துவிட்டது.... இதெல்லாம் என்ன போக்கோ கண்றாவி... என்று நினைத்துக் கொண்டான். மாநாட்டுக்குப் போனால் இவள் வளர்ந்து வருவாள் என்று பார்த்தால் வளர்ச்சியோடு வம்பையுமல்லவா சேர்த்து வாங்கி வந்திருக்கிறாள்..." என்று குழம்பிக் கொண்டிருந்தான்.

தேர்ந்தெடுத்த சிறுகதைகள்

இவளை மாதர் சங்கம், மாநாடு அது இது என்று எங்கும் இனி மேல் வெளியில் அனுப்புவதா, இல்லை வீட்டோடு வைத்திருப்பதா என்பது இவனுக்குத் தீவிரமான கேள்வியாய் இருந்தது. அந்தத் தீவிரத்திலேயே வெகுநேரம் தூக்கம் வராமல் புரண்டான். என்ன யோசித்தும் இவனால் ஒரு முடிவுக்கு வரமுடியவில்லை. இது சாதாரணப் பிரச்னையாயில்லாமல், 'கொள்கை' சம்மந்தப்பட்ட பிரச்னையாயிருப்பதால் அடுத்த முறை மேல் கமிட்டிக்குப் போகும்போது மாவட்டச் செயலாளரைக் கேட்டு இது பற்றி முடிவு செய்து கொள்ளலாம் என்று நினைத்துக் கொண்டான்.

1985

உதயம்

*

நிலச்சரிவு

சுற்றிலும் சன்னமாய் இருள் கவிய இருந்த படிகளில் இவன் முயன்று ஏறிக்கொண்டிருந்தான். இன்னும் முழுமையாய் பூச்சுவேலை செய்யப்படாத கரடு முரடான கான்கிரீட் படிகள். வலிமைமிக்க செங்குத்தான படிகள். நேரே ஏறி, சற்று ஓய்வுகொண்டு பின்பு எதிர்த்திசையில் திரும்பிச் செல்லும் வகையில் அமைந்திருந்த மடிப்பு மடிப்பான படிகள்.

இவனால் படிகளில் நேராகவே நடந்து ஏறமுடியும் என்றாலும் ஏனோ ஒரு குழந்தையைப் போலவோ அல்லது பிராணியைப் போலவோ நான்கு கால்களால் மண்டியிட்டுத் தவழ்ந்து ஏறிக் கொண்டிருந்தான். ஒவ்வொரு படிக்கும் கைகளைத் தூக்கி மாற்றி மாற்றி வைத்து முழங்கால்களை மேலே மாற்றி இழுத்துப் போட்டு மிக சிரமத்தோடே ஏறிக் கொண்டிருந்தான்.

இவனைத் தவிர படிகளில் யாரும் ஏறி வந்ததாகத் தெரியவில்லை. மேலேயிருந்து மட்டும் நிறையப் பேர் இறங்கிகொண்டிருந்தார்கள். உருவம் தெரியாத மனிதர்கள். கால்கள் மட்டுமே தெரிந்தன. தடித்த கனமான கால்கள், காலணி அணிந்தும் அணியாமலும். யாரும் இவனைக் கண்டுகொள்ளாமல் இப்படி ஒருவன் எதிர்ப்படுவதையே பொருட்படுத்தாதவர்கள் போலவோ அல்லது இப்படி ஒருவன் ஏறி வருவதையே அறியாதவர்கள் போலவோ தாங்கள் தரையை அடைவதிலேயே குறியாய் இவனை இடித்துத் தள்ளி இறங்கிக் கொண்டிருந்தார்கள்.

நெரிசலாய் இறங்கும் அவர்களிடையே இவன் மிகவும் அவதிப்படுபவனாய் இருந்தான். காலணி அணிந்த அவர்களது பாதங்கள் இவனது புறங்கைகளை நசுக்கி மறைந்தன.

தேர்ந்தெடுத்த சிறுகதைகள் ✺ 87

தோலால் ஆன கனமான முரட்டுக் காலணிகள் இவன் விரல்களை அழுத்தும்போது விரல்களே நசுங்கிக் கூழாவது போல் இருந்தது. மென்மையான கான்வாஸ் அல்லது ரப்பர் காலணிகள். அதன் பாரத்தால் விரல்களே கான்கிரீட் படிகளுக்குள் புதையுண்டு போவதுபோல் அழுத்தின. விதம்விதமான காலணிகள். விதம் விதமான வலிகள். ஒவ்வொன்றும் அதனதன் தன்மைக்கேற்ப இவன் கைகளை நசுக்கிப் பதம் பார்த்துக் கொண்டிருந்தன. மொத்தத்தில் எல்லாமே உபாதையாக இருந்தது. இந்த உபாதையை விடவும் அவர்களது போக்கினால் கொண்ட எரிச்சலே இவனுள் மிகுந்ததாகத் தோன்றியது. இவன் அடிக்கடி பின்னோக்கித் தள்ளப்பட்டான். இருந்தும் இவன் விடாமல் முன்னேறிக் கொண்டிருந்தான்.

ஒருவழியாக இவன் விளிம்புக்கு வந்துவிட்டிருந்தான். ஏதோ ஒரு அகலமான கான்கிரீட் பாலத்தின் மேல் நிற்பதாகத் தோன்றியது. மேலே சம பரப்பாயிருந்தது. இவன் நின்ற இடத்தைச் சுற்றிலும் ஏராளமான துணிகள் காயப் போட்டிருந்தார்கள். வண்ண வண்ணத் துணிகள், ஆண்களுடையதும் பெண்களுடையதும் குழந்தைகளுடையதுமான துணிகள். நீலம் மஞ்சள் சிவப்பு வெள்ளைத் துணிகள். இவன் துணிகளுக்கு மேலாக நடந்து சென்றான்.

கீழே அருவி நீர் சலசலத்து ஓடிக்கொண்டிருந்தது. அருவியில் ஆண்களும் பெண்களுமான நிறைய பேர் குளித்துக்கொண்டும் துவைத்துக்கொண்டும் இருந்தார்கள். துவைப்பவர்கள் துணியை நீரில் நனைப்பதும் அருவியோரம் கரையையொட்டி இருந்த கல்லில் அடிப்பதும், பிறகு அலசி முறுக்கிப் பிழிந்து கரையில் வீசியெறிவதுமாக இருந்தார்கள். துணிகளை அடிக்கும்போது அவர்கள் ஒவ்வொரு அடிக்கும் 'சோ... சோ...'வென்று சீரொழுங்கான ராகத்தோடு ஓசை எழுப்பினார்கள். பிறகு துணிகளைப் பிழிந்து கரையில் எறியும்போது முதுகை நிமிர்த்தி இடுப்பைப் பிடித்து தங்களை ஆசுவாசப்படுத்திக் கொண்டு பெருமூச்சு விட்டார்கள். குளித்துக் கொண்டிருந்தவர்கள் உற்சாகமாக நீரைக் கைகளால் தள்ளிக்கொண்டோ குதூகலத்தோடு ஓடிப்பிடித்து விளையாடிய படியோ இருந்தார்கள்.

அவர்களைக் காணும் ஒரு மகிழ்ச்சியில் இவனுக்குக் காலடியில் ஏதோ வழுக்குவது போல் தோன்றியது. பதற்றப்படாமல் மெல்ல கீழே குனிந்து பார்த்தான். இவனுக்கு உடம்பு சிலிர்த்தது. தலையைச் சுற்றியது. மயங்கி அப்படியே கீழே விழாமல் போனது ஆச்சர்யம்தான் என்று நினைத்துக் கொண்டான். நடுங்கும் கால்களுடன் மிகுந்த நிதானத்துடன் மெல்லச் சிறுகச்

சிறுக உடம்பைக் கீழே இறக்கி குத்துக்காலிட்டு அமர்ந்தான். சட்டென்று எதிரே விரித்திருந்த துணிகளுக்குக் கீழாகத் தெரிந்த இரும்புக் குழாய்களைக் கைகளால் பற்றிக் கண்களை இறுக மூடிக் கொண்டான்.

சுற்றிலும் காயப்போட்டிருந்த துணிகள் இவன் நினைந்திருந்தது போல் சமதளத்தில் விரிக்கப்பட்டிருக்கவில்லை. இவன் நின்றிருந்த இடத்தில் இல்லை. வெறும் இரும்புக் குழாய்களே குறுக்கும் நெடுக்குமாக அகல அகலமான இடைவெளிகளை ஏற்படுத்தும் வகையில் சதுரம் சதுரமாகப் பாவப்பட்டிருந்தன. வண்ணம் பூசப்படாத வழவழப்பான மெல்லிய குழாய்கள். குழாய்கள் ஏற்படுத்தியிருந்த இடைவெளிச் சதுரங்களுக்கிடையே தாராளமாய் ஒரு ஆள் நழுவ வாய்ப்பிருந்தது. அந்தக் குழாய்களுக்கு மேலே குழாய் தெரியாமல் துணிகளைக் காயப்போட்டு வைத்திருந்தார்கள். யானை பிடிக்க அமைத்து வைக்கும் பொறி மாதிரி!

இவ்வளவு நேரம் அந்தக் குழாய்களின் மீதுதான் நின்றிருந்தோம் என்கிற நினைப்பே இவனுக்கு குலை நடுக்கமெடுக்க வைத்தது. அதன்மீது எப்படி நடந்துவந்தோம் என்றோ, தவறி எங்காவது கால் வைத்திருந்தால் என்ன நேர்ந்திருக்கும் என்றோ நினைக்கும்போதே இடைவெளியில் புகுந்து கீழே விழுந்து விடுவான் போல் தோன்றியது.

மூடிய கண்களைத் திறக்காமலே மெதுவாகக் குனிந்து ஒவ்வொரு காலாக மெல்ல பின்புறம் நீட்டிவைத்து அப்படியே முகத்தையும் மார்பையும் குழாயோடு சேர்த்து அழுந்தப் புதைந்து குப்புறப்படுத்தான். பிறகு மெல்ல கைகளை ஒவ்வொன்றாகப் பற்றி, கால்களைத் துழாவி நீட்டி கிடைத்த குழாய்களில் கால்களை ஊன்றி படுத்தவாக்கிலேயே மார்போடு ஊர்ந்து ஊர்ந்து பின்புறம் நகரத் தொடங்கினான். நடுவே ஒருமுறை கண்களைத் திறந்து பார்த்தவன் உடனே மூடிக் கொண்டான்.

கீழே கிடுகிடு பள்ளமாயிருந்தது. சலசலத்து ஓடும் அருவி நீரின் நடுவே, பெரிய பெரிய பாறைகள் கூர்மையானதும் கரடு முரடானதுமாக தலைகள் நீட்டிக்கொண்டிருந்தன. விழுந்திருந்தால் என்ன ஆகியிருக்கும்.. என்று நினைத்தான். சற்று நேரம் வரைக்கும் எந்த அச்சத்தையும் தோற்றுவிக்காத இந்த உயரம் இப்போது இந்த அளவுக்கு நடுங்க வைப்பதேன்...! பாதுகாப்பற்ற நிலையில் இருப்பதனாலா என்று நினைத்துக் கொண்டான்.

அந்தப் பயத்திலேயே பின்புறம் கையைக் கொடுத்து முதுகுப்புறம் தடவிப் பார்த்தான். பாதுகாப்பான சமதரையில் பத்திரமாக கோரைப்பாய் விரித்துப் படுத்திருப்பதான நம்பிக்கை கொள்ள, வழுவழுப்பான அந்த வருடலின் சுகத்திலேயே இவன் பின்புறம் ஊர்ந்து கொண்டிருந்தான்.

இயல்பிலேயே இவனுக்கு உயரங்கள் அச்சத்தையும் நடுக்கத்தையும் ஏற்படுத்தியிருந்தன. இப்போதும் மிக உயரமான அணைக்கட்டு மேலே ஏறி நின்று கீழே சீறிப்பாயும் தண்ணீரைப் பார்க்கும்போதும், அடுக்கடுக்கான மாடிக் கட்டிடங்கள் மேலே ஏறிநின்று கீழே செல்லும் மனிதர்களையும் வாகனங்களையும் நோக்கும்போதும் இவனுக்கு எல்லாம் அசைவற்று நிற்பது போலவும், தான் மட்டும் அப்படியே நிற்கிற இடத்தோடே சேர்ந்து நகர்வது போலவும் தோன்ற, முழங்கால்களுக்குக் கீழே நடுக்கம் ஏற்படுவதை உணர்வான். உடனே கீழே இறங்கிவிட வேண்டும்போல இருக்கும். அந்த வெறியில் அப்படியே கீழே குதித்து விடவேண்டும்போல உள்ளிருந்து ஒரு விபரீத ஆசை கிளரும். இவனையறியாமலேயே எங்கே கீழே குதித்து விடுவானோ என்று பயமாக இருக்கும். மெல்லப் பக்கத்திலிருக்கும் எதையாவது பிடித்துக் கண்களை மூடி கீழே பார்ப்பதையே தவிர்த்து வேறுபுறம் திரும்பிவிடுவான். அல்லது அப்படியே குத்துக்காலிட்டு உட்கார்ந்துவிடுவான்.

சின்ன வயதிலிருந்தே இந்தப் பயம் இவனை விடாமல் பற்றித் தொடர்ந்து வந்திருக்கிறது. பள்ளிப் பருவங்களில் சகாக்களோடு சேர்ந்து பனங்காய் வெட்டப் போகும்போது, அரைக்கால் சட்டை இடுப்புப் பட்டையில் கத்தியைச் செருகி பனைமரத்தில் மார்கொடுத்து அணைத்து பனங்காய்க் குலைகளை நெருங்கி மட்டைகளை விலக்கி வாகாய்க் குந்தி வெட்டத் தோது பார்க்கும் நேரம் தற்செயலாக கீழே பார்க்க இவனுக்கு தொடைகளும் கால்களும் நடுங்கத் தொடங்கிவிடும். அப்படியே கீழே விழுந்துவிடுவான் போல இருக்கும் அல்லது கீழே குதித்துவிட வேண்டும் போல ஆசை எழும். இப்படிக் குதிப்பதைத் தவிர்க்க இவன் கண்களை மூடி கத்தியை வீசி எறிந்துவிட்டு சரசரவென இறங்கி கீழே வந்துவிடுவான். தடதடவென நடுங்கும் கால்களுடன் கீழே நின்று அண்ணாந்து பார்த்தபடியே பெருமூச்சு விட்டுக் கொள்வான்.

இவ்வளவு உயரம் ஏறி காய்களை வெட்டாமல் இறங்கி வந்து விட்டதற்காக சகாக்கள் இவனை கேலி செய்து கெக்கலி கொட்டி நகைப்பார்கள். இவன் அதைப் பொருட்படுத்தாமல் தான் தப்பி வந்ததாக மகிழ்ச்சியடைந்து, தனக்கு ஏற்பட்ட மனநிலையைச் சொல்லி அவமானம் கொள்ளாமல் நிற்பான்.

இதேநிலைதான் இவன் நாவற் பழங்களுக்குப் போகும்போதும். தான் ஏறி இறங்கிய கிளைகளுக்கும் மேலே உச்சாணிக் கொம்புகளில் கால்களைப் பின்னித் தொங்கப் போட்டபடியே மிகச் சாதாரணமாய் அமர்ந்து லட்டு லட்டாய்க் கனிந்த பழங்களை

சாவகாசமாகப் பறித்து சாப்பிட்டுக் கொண்டிருக்கும் சகாக்களை லயிப்போடு அண்ணாந்து பார்த்தபடியே தரையில் நிற்பான். பழம் கேட்கக் கூச்சமாயிருக்கும். உங்களுக்கெல்லாம் பயமா இல்லியா....!

எல்லாம் இப்போதும் தெளிவாகவே இவன் ஞாபகத்தில் இருந்தன. நடுங்கும் உடலைப் பின்புறமாக நகர்த்தி நகர்த்தி, கால்களால் கம்பிகளைத் துழாவி ஊன்றி, கைகளை இழுத்து இழுத்து வைத்து குழாய்களைப் பற்றியவனாக இவன் பின்புறம் ஊர்ந்து நகர்ந்து கொண்டிருந்தான். கோரைப் பாயின் வருடலில் பத்திரம் கொள்ள இவனுக்கு நகர்தல் பயமற்றதாயிருந்தது. கால்களை படியைத் தொட இவன் தெம்பு வரப் பெற்றவனாக மெல்ல எழுந்து நின்றான். சற்றுமுன் தனக்கு ஏற்பட்ட திகிலைப் பற்றி இவனுக்கே வேடிக்கையாய்த் தோன்ற மெல்ல சிரித்துக் கொண்டான்.

இப்போது இவன் கீழே இருந்தான். அருவியின் கரையை யொட்டிய பசுமையான புல்தரையில் நின்றுகொண்டிருந்தான். அருவியில் குளிப்பவர்களையோ துவைப்பவர்களையோ யாரையும் காணவில்லை. துவைத்துக் காயப்போட்டிருந்த துணிகள் மட்டும் கேட்பாரற்று அப்படியே கரையில் பரவிக் கிடந்தன.

இவன் முன்பு ஏறியிருந்த, துணிகள் காய்ந்து கொண்டிருந்த உயரத்தை அண்ணாந்து நோக்கினான். அந்த உயரம் கீழேயிருந்து பார்க்க கவர்ச்சியூட்டுவதாக இருந்தது. ஆசையில் அந்த உயரத்தையே அதிக நேரம் பார்த்துக்கொண்டிருந்தான். கழுத்து வலித்து. அந்த உயரத்தை நிலத்தோடு தொடர்புபடுத்தி நின்றிருந்தன கனம் கனமான கான்கிரீட் தூண்கள். பூமியைக் குடைந்து நிறுவப்பட்ட வலிமையான தூண்கள். உறுதியோடு பாலத்தை உயர்த்திப் பிடித்து நின்றிருந்தன. முடிவின்றித் தெரியும் மிக நீண்ட பிரும்மாண்டமான பாலம். முடிவு தெரியாத பாலம். கண்ணுக்கெட்டிய தூரம் வரை கான்கிரீட் தூண்களே வரிசையாகத் தெரிந்தன. பாலத்தின் எல்லாப் பகுதிகளும் கான்கிரீட் கலவைபோட்டு தளமாக்கிப் பூசப்பட்டிருக்கும் இவன் ஏறியிருந்த பகுதி மட்டும் வெறும் இரும்புக் குழாய்களால் மட்டுமே பாவப்பட்டிருந்தது ஏன் என்பது இவனுக்குத் தெரியவில்லை.

இவன் யோசனையோடு பார்த்துக் கொண்டிருக்கும்போதே மேலே காயப் போட்டிருந்த துணிகள் காற்றில் மெல்ல சடசடத்தன. பிறகு அப்படியே அந்தரமாய் மேலெழுப்பிக் காற்றில் சிறகை விரித்துச் செல்லும் பறவைகளைப் போல் அசையாமல் பறந்தன. இவன் பறக்கும் துணிகளையே பார்த்துக் கொண்டிருந்தான். வண்ண வண்ணத் துணிகள் இப்படிப் பறப்பது பார்க்க அழகாகவே இருந்தது. அகலம் அதிகமான சில பெரிய துணிகள் சுருண்டும்

வளைந்தும் தாழ்ந்தும் உயர்ந்தும் காற்றின் வேகத்துக்கும் திசைக்கும் தக்கபடி பறந்து எங்கெங்கோ சென்று கொண்டிருந்தன.

அவை எவ்வளவு தூரம் பறந்தன அல்லது எங்கே தரையில் விழுந்தன என்பதை அறிய முடியவில்லை. இதைக் காண இவனுக்குக் கலக்கம் ஏற்பட்டது. தானும் இப்படி இந்தத் துணிகளைப்போலவே பறந்து எங்காவது தொலைந்து போயிருக்க வேண்டியவன். எப்படியோ தப்பித்து வந்தோம் என்று நினைத்துக் கொண்டான். ஆனால், பாலம் பறக்காதது இவனுக்கு ஆச்சர்யத்தை அளித்தது. கனமான கான்கிரீட் தூண்களைப் பார்த்துக் கொண்டான்.

இவன் பாலத்தின்மீது எதற்காக ஏறினான் என்பது இப்போது நினைவுக்கு வந்தது. இவனுக்கு ஒரு இலக்கியக் கூட்டத்தில் பேச ஏற்பாடாகி இருந்தது. நண்பர் ஒருவர் கூட்டம் நடைபெறும் இடத்தைச் சொல்லி இந்தப் பாலத்தின் மேலேயே ஏறி நடந்தால் மறுமுனையில் கூட்டம் என்று சொன்னதாக ஞாபகம்.

இப்போது இவனுக்கு கூட்டத்துக்குப் போகும் உத்தேசம் எதுவும் இல்லை. மெல்ல அருவியை ஒட்டியவாறே நடந்து சென்றான். அருவியின் இருபுறமும் மேடும் பள்ளமுமான பசிய புல்வெளிகளும், நெருக்கமான முட்புதர்களுமே மண்டிக் கிடந்தன. சற்றுத் தள்ளி அடர்ந்த காடுகளும் உயர உயரமான மரங்களும் தெரிந்தன. நடுநடுவே வெற்று நிலம் மேடு தட்டித் தெரிந்தது.

இவன் குறிக்கோள் எதுவும் இல்லாதவனைப் போல விட்டேற்றியாக நடந்தான். களராயிருந்த ஒரு இடத்தில் காட்டுவாசிகள் போல் தோற்றமளித்த மனிதர்கள் வரிசையாக குத்துக்காலிட்டு அமர்ந்து வெறும் கைகளால் நிலத்தைக் கிளறிக் கொண்டிருந்தார்கள். உள்ளிருந்து கிழங்கு போன்ற எதையோ எடுத்து கடித்துத்தின்றபடியே முன்னோக்கி நகர்ந்து கொண்டிருந்தார்கள். அதற்கும் அப்பால் கருத்த உடம்போடு அழுக்கு வேட்டியைக் கீழ்ப்பாய்ச்சிக் கட்டியிருந்த திடகாத்திரமான மனிதர்கள் கடப்பாரையால் நிலத்தைக் குத்தித் தோண்ட, மண்வெட்டியால் நொச்சித் தட்டில் மண்ணை அள்ளிப் பக்கத்தில் நின்ற மாட்டுவண்டியில் கொட்டிக்கொண்டிருந்தார்கள். மாடுகள் வெள்ளையும் பழுப்பும் கலந்த நிறத்தில், அகலமாக வளைந்த கொம்புகளுடன் நுகத்தடியில் பூட்டிய வாக்கில் நின்றிருந்தன. அவர்கள் குனிந்தும், நிமிர்ந்தும் மண்தட்டைத் தலையில் சுமந்தபடி நடந்தும் இயங்கினர். மண்வெட்டி சத்தம் எழுப்ப அவர்கள் மண்ணை வாரும்போதும் வண்டியில் கொட்டும்போதும் புகைப்படலம்போல புழுதி பறந்து ஒருவித மணம் பரப்பியது. கடப்பாரையை அவர்கள் ஒவ்வொரு முறையும்

தூக்கி நிலத்தில் போடும் போதும் ணங்... ணங்... என்ற ஒலி கேட்டுக்கொண்டிருந்தது. 'அகழ்வாரைத் தாங்கும் நிலம்...' என்று புத்தகங்களில் படித்திருப்பது ஞாபகம் வர அது பற்றிய யோசனைகளோடே நடந்தான்.

அருவியின் கரையோரமாகவே நடந்து சென்றவன் அருவியை விட்டு விலகி வேறு எங்கோ வந்துவிட்டிருப்பதை உணர்ந்தான். இந்த இடத்தில் சதுப்பு நிலம்போல் நீர் கசிய இருந்த பரந்த நிலப்பகுதியில் ஆங்காங்கே குட்டை குட்டையாக கழிவுநீர் போல தண்ணீர் தேங்கித் தெரிந்தது. கரும்பழுப்பாய்க் குழம்பி முழங்காலளவு மட்டுமே இருந்த அந்த நீரில் பரட்டைத்தலைகளுடன் சிறுவர்களும் சிறுமிகளும் பெண்களுமாக பலர் குனிந்தபடியே கைகளை விட்டு எதையோ துழாவிக் கொண்டிருந்தார்கள். வெகு நேரம் துழாவிக்கொண்டிருந்து விட்டு நிமிர்ந்த அவர்களது கரங்களில் சேறு இருந்தது. அந்தச் சேற்றிலிருந்து நத்தைகளைப் பொறுக்கியெடுத்து அந்தச் சேற்று நீரிலேயே அலசி அவர்கள் தங்கள் மடிகளிலேயோ அல்லது இடுப்பில் செருகியிருந்த ஈரம் படிந்த அழுக்குப் பைகளிலேயோ போட்டுக் கொண்டிருந்தார்கள். தங்களுக்கு விதிக்கப்பட்டதே இதுதான் என்பதுபோல வேறு எந்தச் சிந்தனையுமற்று நத்தைகளே குறியாய்த் துழாவி நிமிர்ந்த அவர்களது வறண்ட முகங்களையும், ஒளியிழந்த இருண்ட கண்களையும் காண இவன் வருத்தமடைந்தான். அவர்களுக்குக் கொடுப்பதற்காக தன்னிடம் எதுவுமே இல்லை என்பதை நினைக்க இவனுக்கு சங்கடமாயிருந்தது. சோர்வோடு நடந்தான்.

இப்போது இவன் பசிய வயல்வெளிகளுக்கு மத்தியிலே இருந்தான். வயல்களில் வாய்க்கால் நீர் சீரான சலசலப்புடன் பாய்ந்துகொண்டிருந்தது. கட்டிய கோவணத்துடன் உடம்பெல்லாம் சேறு படிய ஆண்கள் சேடை ஓட்டிக் கொண்டிருந்தார்கள். வெள்ளை நிற மாடுகள் வால்களை அவ்வப்போது சுழற்றி சளக்சளக்கென்று நடந்து கலப்பையை இழுத்துக் கொண்டிருந்தன. முழங்கால் வரை சேலையைத் தூக்கி இடுப்பில் செருகியிருந்த பெண்கள் குனிந்தபடியே நடவு நட்டுக் கொண்டிருந்தார்கள். அதற்கும் அப்பால் சுற்றிலும் எங்கும் ஒரே பசுமையாயிருந்தது. வளமான நீர்ப் பாய்ச்சலால் செழித்த வளமான பயிர்கள், நெல், கரும்பு, வாழை, வெற்றிலைத் தோட்டங்கள் என எங்கும் ஒரே பசுமை. விதம்விதமான பச்சை கட்டியிருக்கும் வித விதமான பசுமை. இந்தப் பசுமையைக் காண இவனுக்கு உற்சாகமாயிருந்தது. மனசே லேசாகி மிதப்பதுபோல் தோன்றியது. மகிழ்ச்சியும் குதூகலமும் பொங்க ஒரு கிளுகிளுப்பில் இவன் கால்கள் பூமியிலிருந்து துள்ளி மேலெழும்பின. எழும்பிய வேகத்தில் இவன் அப்படியே பறக்கத் தொடங்கினான்.

தன்னால் எப்படி திடீரென்று இப்படிப் பறக்கமுடிந்தது என்று இவனுக்கு ஆச்சர்யமாயிருந்தது. தனக்கு ஏதும் இறக்கை முளைத்து விட்டதா என்று இவன் தன் தோள்பட்டைகள் புஜம் எல்லாவற்றையும் தடவிப் பார்த்துக் கொண்டான். எல்லாம் எப்போதும் போலவே சாதாரணமாக இருந்தன. என்றாலும் இவனால் பறக்க முடிந்தது எப்படி என்பது இவனுக்கு வியப்பாக இருந்தது. முதலில் இவன் படுத்த வாக்கில் அல்லாமல் நின்றவாக்கிலேயே அப்படியே நினைலக்குத்தாக ஜிவ்வென்று மேலே எழும்பினான். அந்தரத்தில் இப்படி மேலேழும்புவது அற்புதமான அனுபவமாக இருந்தது. இப்படி மேலே ஏறியபிறகு இவனுக்கு ஒரு பறவையின் இயல்பு வந்துவிட்டதுபோல் தோன்றியது. கைகளை இறக்கைகளாகப் பாவித்து குப்புறப் படுத்தவாக்கில் சடசடத்துப் பறந்து கொண்டிருந்தவன் விதம் விதமாகப் பறக்கத் தொடங்கினான். கவிழ்ந்தவாக்கில் நீரில் நீந்துபவன் போல கால்களைச் சேர்த்து வைத்து கைகளால் காற்றைத் தள்ளியும், கைகளை உடம்போடு சேர்த்துவைத்து எந்த அசைவும் இல்லாமலும், கை கால்களை பரப்பிய வாக்கில் விரித்தும்... மல்லாந்தும் இவன் விருப்பத்துக்கு எப்படி வேண்டுமானாலும் இவனால் பறக்க முடிந்தது. இவனுக்குத் தோன்றிய விதங்களில் பறந்து கொண்டிருந்தான்.

கீழே காடுகள், மலைகள், பள்ளத்தாக்குகள், அருவிகள் சதுரம் சதுரமாய் வரப்பு கட்டிய வயல்வெளிகள், அகண்ட நிலப்பரப்புகள் தெரிந்தன. காடுகளில் கும்பலாகக் கொஞ்சம் பேர் திரண்டு ஆங்காங்கே மரங்களை வெட்டிக் கொண்டிருந்தார்கள். அகண்ட நிலப்பரப்புகளில் சிறுவர்களும் சிறுமிகளுமாக ஆடுமாடுகள் மேய்த்துக் கொண்டிருந்தார்கள்.

வயல்வெளிகளுக்கு நடுவே தெரிந்த களத்துமேடுகளில், அறுப்பு அறுத்தக் கட்டுகளைத் தூக்கிச் சுமந்து ஓடி வந்து பெண்களும், கட்டு அடிக்கும் ஆண்களுமாகக் கூடி உழைக்கும் மனிதர்கள் தெரிந்தார்கள், யாரோ சிலர் சிறிய ஓடைகளில் ‘பறி’ வைத்து மீன் பிடித்துக் கொண்டிருந்தார்கள். எல்லாவற்றையும் பார்த்தபடி இவன் விருப்பம் போல பறந்து கொண்டிருந்தான்.

இவனோடு சேர்ந்து இவனைச் சுற்றிலும் பல்வேறு பறவைகளும் பறந்து கொண்டிருந்தன. விதம்விதமான பறவைகள், சிறியதும் பெரியதுமான பல வண்ணச் சிறகுகள் கொண்ட பறவைகள், அவற்றோடு சேர்ந்து பறப்பது இவனுக்கு மிகுந்த மகிழ்ச்சியை அளித்தது. ஏனோ உயரங்கள் இப்போது முன்னேமாதிரி அச்சமூட்டுவதாயில்லை. இப்படி உயரங்களில் நின்று உலகைப் பார்ப்பதே ஒரு குதூகலமான அனுபவமா

யிருப்பதாக உணர்ந்தான். தன்னோடு பறந்த பறவைகளுடன் கலகலப்பாகப் பேசினான். பறவைகளின் பாஷை இவனுக்குத் தெரிந்திருந்தது போல் தோன்றியது. அப்பறவைகளும் இவனோடு பேசின. கீச்சு கீச்சென்று விதம்விதமான ஒலிகளை எழுப்பி, இப்படி ஒருவன் இதுவரை தங்களோடு, தங்களுக்கு இணையாக இதுபோல பறந்து வந்ததில்லை என்பதாக இவனோடு பறப்பதில் பெருமை கொண்டு தங்கள் மகிழ்ச்சியை வெளிப்படுத்தின.

இப்படியே ஆயுள் முழுக்கவும் பறந்து கொண்டிருந்தால் எவ்வளவு ஆனந்தமாயிருக்கும் என்று நினைத்துக் கொண்டான். என்றாலும் இவன் அறிந்த கருத்துகளை, இவனை நிகர்த்துப் பகிர்ந்து கொள்ள யாரும் இங்கு இல்லை என்பதை நினைக்க இவனுக்கு சோர்வு தட்டியது. மனிதத் துணையே இல்லாது, தான் மட்டுமே இப்படித் தனித்துப் பறந்து கொண்டிருப்பது வருத்தத்தைத் தருவதாக இருந்தது. இப்படி ஒரு வருத்தத்தை உணர இவனுக்குத் திடீரென தாக மெடுப்பதுபோல் கருதினான்.

அதிக நேரம் பறந்ததால் தான் களைத்துப் போயிருக்கலாம். அல்லது பறவைகளோடு நிறையப் பேசியதில் நாக்கு வறண்டு போ யிருக்கலாம் என்று நினைத்துக் கொண்டான். எப்படியானாலும் உடனே தண்ணீர் குடிக்க வேண்டும். குடித்துத் தாகத்தைத் தணித்துக் கொண்ட பிறகு மேற்கொண்டு பறப்பதா இல்லையா என முடிவு செய்து கொள்ளலாம்... என்று கருதினான்.

ஒரு குருட்டுத்தனமான யோசனையில் இவன் காற்றைக் கைகளால் அள்ளிக் குடித்துத் தன் தாகத்தைத் தீர்த்துக் கொள்ள முயன்றான். இவனால் முடிவதாயில்லை. முடிந்த மட்டும் இவன் காற்றை அள்ளி அள்ளிக் குடித்துப் பார்த்தான். ஆனால் ஒரு சொட்டு நீரும் தொண்டையில் இறங்குவதாயில்லை. காற்றில் அடங்கியுள்ள பொருட்களில் நீரும் ஒன்று என இவன் அறிவியல் ஆசிரியர் சொல்லியதாக இவனுக்கு ஞாபகம். ஆனால், அந்த நீரால் இவன் தாகத்தைத் தணிக்க முடியவில்லை. வறட்சி தொண்டையை இறுக்குவதாயிருந்தது. தாகத்தைத் தீர்த்துக்கொள்ள இவன் நிலத்துக்கு இறங்க வேண்டியது அவசியமாகப் பட்டது. ஆனால் நிலத்துக்கு இறங்கவேண்டும் என்கிற எண்ணமே இவனுக்கு வருத்தத்தை அளித்தது. இந்த வருத்தத்தை அவன் விசித்திரமாக உணர்ந்தான்.

சற்று முன்வரை உயரங்களைக் கண்டு அஞ்சி நடுங்கியவன் தற்போது உயரே இருந்து கீழே இறங்கப் பிரியப்படாதது அவனுக்கே வியப்பாயிருந்தது. கீழே இறங்காமல் தாகத்தைத் தணித்துக் கொள்ள முடியாதா என்கிற யோசனையுடனே இவன் தொடர்ந்து மிதந்து கொண்டிருந்தான்.

இப்போது இவன் தொழிற்சாலைகள் மிகுந்த ஒரு நகரத்தின் மேலே பறந்தான். உயர உயரமான பலமாடிக் கட்டடங்கள், அலுவலகங்கள், கரிய புகையைக் கக்கும் நீளநீளமாகத் தொழிற்சாலைப் புகைபோக்கிகள் தெரிந்தன. புகைபோக்கி யினால் அசுத்தப்பட்டிருந்த காற்று இவன் மூச்சை நிமிண்டியது. சுத்தமான இயற்கைக் காற்றை சுவாசித்து வந்த இவனுக்கு இது அருவருப்பைத் தந்தது. இந்த சுவாசத்தையே இவன் அடியோடு வெறுத்தான். தொண்டைவரை இறங்கிவிட்டது போன்ற இந்த அசுத்தத்தை வெளியேற்ற காரித்துப்ப முயன்றான். வாயில் எச்சில் கூட ஊற முடியாத அளவுக்கு தொண்டை வறண்டு போயிருந்தது. இவனுக்கு சலிப்புத் தட்டியது. வேறு வழியின்றி மீண்டும் தன்னை நிலைக்குத்தாக நிறுத்திய வாக்கில் அப்படியே கிர்...ரென்று கீழே இறங்கத் தொடங்கினான்.

இவன் இறங்கிய இடம் நெருக்கமான குடியிருப்புகள் கொண்ட ஒரு விசாலமான தெருவாக இருந்தது. தெருக்கள் வெறிச்சோடிக் கிடந்தன. வீடுகள் நிச்சலனமாயிருந்தன. எங்கு போய்த் தண்ணீர் கேட்கமுடியும் என்பது தெரியவில்லை. எல்லா வீடுகளும் அடைபட்டிருந்தன. உள்ளே மனிதர்கள்இருக்கிறார்களா இல்லையா என்பது தெரியவில்லை. ஆனால் பல வீடுகளில் வானொலி பாடிக்கொண்டிருந்தது. தொலைக்காட்சிகள் ஓடுவதும், மின் விளக்குகள் எரிவதும், மின் விசிறிகள் சுழல்வதும் திறந்திருந்த சன்னல்கள் வழியாகத் தெரிந்தன. இவன் எந்த வீட்டின் கதவையும் தட்ட விரும்பாதவனாக எதாவது ஒரு வீட்டின் கதவு திறந்திருக்காதா என்கிற ஆர்வத்துடன் ஒவ்வொரு வீடாகப் பார்த்துக் கொண்டு நடந்தான். எந்த வீட்டின் கதவும் திறந்திருக்கவில்லை என்பதால் மிகவும் களைப்பு ஏற்பட்டது.

தெருமுனையில் எல்லா வீட்டுப் பெண்களும் ஒரு பெரிய கூட்டமாகக் கூடி இருந்தார்கள். அவர்கள் எதற்காகவோ முண்டி மோதிச் சண்டையிடுகிறார்கள் போல் தோன்றியது. ஒவ்வொருவரும் கைகளால் அசிங்கமாக சைகை செய்து காட்டி ஆபாசமான வசைச்சொற்களைக் காற்றில் வீசி காற்றை அகத்தப்படுத்திக் கொண்டிருந்தார்கள். சமயத்தில் நேருக்கு நேர் மோதி தலைமயிரைப் பிடித்து சண்டையிட்டுக் கொண்டார்கள். இவன் புரியாமல் அவர்களை நெருங்கி வந்தான். இவன் நெருங்க எல்லாப் பெண்களும் இடுப்பில் குடத்தோடு அந்த இடத்தைவிட்டு அகன்று கொண்டிருந்தார்கள். அவர்கள் கலைய நடுவில் ஒரு தண்ணீர்க் குழாய் கொஞ்ச நேரத்துக்குக் கொஞ்ச நேரம் துளியாய் ஒரு சொட்டு நீர் சொட்டத் திறந்து கிடந்தது. இவன் அருகில் நெருங்க அதுவும் நின்று போய்விட்டது. அவர்கள் சண்டையிட்டுக் கொண்டதற்கான காரணத்தை அறிந்து இவன் யோசனையோடு

குழாயை இப்படியும் அப்படியுமாகத் திருப்பினான். எப்படித் திருப்பியும் நீர் வருவதாக இல்லை. இவன் கொஞ்சம் யோசித்து குழாய்க்குள் விரலை விட்டுப் பார்த்தான். ஈரமான விரல் வெளியே வந்தது. இவன் அந்த விரலை ஆசையோடு ஒரு குழந்தையைப் போல வாயில் வைத்துச் சூப்பினான். அந்த நீரின் சுவை இவனுக்கு மிகவும் பிடித்திருந்தது. இவன் குழாயடியிலேயே அமர்ந்து ஏதாவது அதிசயம் போல் திடீரென்று தண்ணீர் வராதா என்று நீண்டநேரம் காத்துக் கிடந்தான். ஏமாற்றமே மிஞ்சியது. சோர்வோடு எழுந்தான்.

தண்ணீர்க்குடங்களோடு சென்று மறைந்த எந்தப் பெண்மணியையாவது தண்ணீர் கேட்டுப் பார்க்கலாமா என்று நினைத்தான். ஆனால், சுற்றும் முற்றும் எங்கும் யாரையும் காணமுடிவதாயில்லை. அந்தப் பெண்கள் எந்தப் பக்கமாகச் சென்று மறைந்தார்கள் என்பதும் தெரியவில்லை. அவர்களைக் கேட்டால் தண்ணீர் தருவார்களா என்பதும் இவனுக்குச் சந்தேகமாயிருந்தது. முன்போலவே வெறிச்சோடிக் கிடந்த தெருக்களில் தீர்மானமான எந்த முடிவுமின்றி விட்டேற்றியாக நடந்தான்.

நகரின் மறுகோடிக்கே வந்துவிட்டதுபோல் தோன்றியது. மிகவும் சலித்துப் போயிருந்தான். ஒரு குவளைத் தண்ணீருக்காகக் கூட இவ்வளவு சிரமப்பட வேண்டிவரும் என்பது இவனுக்கு ஆச்சர்யமாயிருந்தது. இவன் பறந்து கொண்டிருந்தபோது பார்த்த, பளிங்கு போன்ற தூய்மையான நீர் ஓடும் அருவிகளை நினைத்துக் கொண்டான். பாலத்தின் கீழே மக்கள் குளித்தும் துவைத்தும் கொண்டிருந்த அருவி இவன் நினைவுக்கு வந்தது. அந்த அருவியின் சத்தம் இவன் காதுகளில் தெளிவாகவே கேட்டது.

இவன் சிறிது நின்று கூர்மையுடன் சத்தம் வந்த திசையைக் கவனித்தான். பிறகு ஆவலோடு அந்தத்திசையை நோக்கி நடந்தான்.

இவனுக்கு ஏமாற்றமாகப் போய்விட்டது. சாலைக் கழிவுகளும் நகரின் மனிதக் கழிவுகளும் சேர்ந்து சாக்கடைபோல் கறுத்திருந்த நீர் மிகுந்த துர்நாற்றத்தோடு சளசளத்து சப்தம் எழுப்பியபடி பள்ளத்தில் விழுந்து சரிந்து ஓடிக்கொண்டிருந்தது. அருவருப்போடு மூக்கைப் புறங்கையால் தேய்த்துவிட்டுக் கொண்டபடி அப்பால் திரும்பி வேறு திசை நோக்கி நடந்தான்.

இவனுக்கு திடீரென்று கிணறுகள் பற்றிய ஞாபகம் வந்தது. இவ்வளவு நேரம் சொம்பு டம்ளர்களிலும், தவலைகள் குடங்களிலுமே தண்ணீரைத் தேடிய தன் பைத்தியக்காரத்தனத்துக்காக தன்னையே நொந்து கொண்டவன் போல் விழிப்புற்று இவன் கிணறுகளைத் தேடிப் போக ஆரம்பித்தான்.

எதாவது ஒரு வீட்டின் முன்புறம் அல்லது தோட்டத்தில் சுற்றிலும் தென்னை மரங்கள் அடர்ந்த நிழலில் கயிறு வாளியோடு கூடியதாய், அல்லது வயல்வெளிகளில் பாசனத்துக்காகத் தோண்டப்பட்ட படிகளோடு கூடியதாய் கண்ணாடி மாதிரி தரை தெரிய தண்ணீர் ஊறும் கிணறுகளைப் பற்றி இவன் கற்பனை செய்தான். அப்படிப்பட்ட கிணறுகள் எதுவும் எதிர்ப்படாதா என்று தேடியவனாக இவன் நகரத் தெருக்களில் நடந்து கொண்டிருந்தான்.

நகர வீதிகளைச் சுற்றி அலுத்தவன் நகரைக் கடந்து நீண்டு கிடந்த விசாலமான அகல தார்ச்சாலையில் நடந்தான். இருபுறமும் பரந்து கிடந்த பசிய வயல்வெளிகளைக் கண்டு, இங்கு கட்டாயம் எங்காவது கிணறு இருக்கவேண்டும் என்கிற முடிவில் கீழே இறங்கி நடந்த இவனை யாரோ பெயர் சொல்லி அழைப்பதுபோல் தோன்றியது. இவனுக்கு அறிமுகப்பட்ட பழக்கப்பட்ட குரல். சுற்றும் முற்றும் பார்த்தான். சாலையில் இவனைக் கடக்க இருந்த சுற்றலாப் பேருந்து ஒன்றிலிருந்து இவனுக்குத் தெரிந்த யாரோ ஒருவர் இவனைப் பார்த்த மகிழ்ச்சியில் கைகளை ஆட்டி அசைத்து கிட்டே வருமாறு அழைத்துக் கொண்டிருந்தார். இவன் வியப்போடு பார்த்து சற்று தயங்கி நின்று பின் அவரை நோக்கி நடந்தான்.

அவர் ஏதோ மாநாட்டு ஊர்வலத்தில் கலந்துகொள்ள பேருந்து ஏற்பாடு செய்ததாகவும் வெறும்ஊர்வலம் என்றால் பலர் வர மாட்டார்கள் என்பதால் அப்படியே ஒரு சுற்றுலாவுக்கும் ஏற்பாடு செய்து போய்க் கொண்டிருப்பதாகவும் சொல்லி இவனையும் ஏறிக்கொள்ளச் சொன்னார்.

இவன் நோக்கம் எதுவும் இல்லாதவனைப் போலவோ, அவர் அழைப்பைத் தட்டிக் கழிக்க விரும்பாதவன் போலவோ மறுப்பு எதுவும் சொல்லாமல் போய் பேருந்தில் ஏறிக்கொண்டான்.

பேருந்தில் இருந்தவர்கள் இவனுக்கு ஏற்கெனவே அறிமுகமானவர்கள்போல் தெரிந்தார்கள். இவனைப் பார்க்க இவனது வருகையால் தங்களுக்கு ஏற்பட்ட மகிழ்ச்சியை வெளிப்படுத்துவது போல முகத்தில் லேசான புன்னகையைத் தவழவிட்டார்கள். இவனும் பதிலுக்கு அவர்களைப் பார்த்து மெல்ல புன்னகைத்தான்.

பேருந்து மேடு பள்ளங்களில் ஏறி இறங்கியும், வளைவுகளில் திரும்பியும் குலுங்கி அதிர்ந்து சீறி ஓடிக்கொண்டிருந்தது. பயணிகளில் பலர் வாட்டர் பாட்டல்களிலும், பிளாஸ்டிக் கேன்களிலும் வைத்திருந்த தண்ணீர் தளும்பித் துள்ளியது.

இவனுக்கு அதைப் பார்க்க வியப்பாக, இருந்தது. தண்ணீர் குடிக்க வேண்டும் என்கிற ஞாபகமே தனக்கு மறந்து போய்விட்டது போல் தோன்றியது. தாகம் எப்படி மறைந்தது என்று இவனுக்குத் தெரியவில்லை. ஒருவேளை அறிமுகப்பட்டவர்கள் மத்தியில் இருப்பதான நிறைவில் தாகம் தணிந்திருக்கும் போலும் என நினைத்துக் கொண்டான்.

இவனையே ஆர்வத்தோடு பார்த்துக் கொண்டிருந்தவர்கள் இவன் வியப்பு மேலிட இவனைத் 'தோழர்' என்று அழைத்தார்கள். இவன் திகைத்து நோக்க 'எதைப் பத்தியாவது பேசுங்களேன் தோழர். நேரத்த பயனுள்ள வகையில் கழிப்போம். சும்மா இருக்கறதுக்கு ஒரு இலக்கிய வகுப்பு எடுங்களேன்' என்றார்கள். இவன் லேசாய் சிரித்து எதுவும் வேண்டாம். பயணத்தை பயண சுகத்தோட கழிப்போம் என்று அவர்களுக்குச் சொல்லி சன்னல் வழியே வெளியே வேடிக்கை பார்த்துக் கொண்டு வந்தான்.

இயற்கை எழில் கொழிக்கும் மலைகளும் பள்ளத்தாக்குகளும் நிறைந்த ஒரு நிலப்பகுதியில் பேருந்து வளைந்து நெளிந்து ஓடிக் கொண்டிருந்தது. சுற்றிலும் மரங்கள் அடர்ந்த சரிவு சரிவான மலைகள், ஆழமான, பலவித நிறங்களில் மலர்கள் பூத்துக் குலுங்கும் பள்ளத்தாக்குகள், நடுநடுவே தெளிந்த நீர் ஓடும் சிற்றோடைகள், மலைச் சரிவுகளில் ஆங்காங்கே திட்டுத்திட்டாய் நட்டு முளைத்தது போல் வீடுகள், இப்போதுதான் புதிதாக கட்டப்பட்டதுபோல அல்லது வண்ணம் பூசப்பட்டது போலப் புதுமைப்பொலிவுடன், வெள்ளையடிக்கப்பட்ட சுவர்களையுடைய சிவந்த ஓட்டு வீடுகளும், சிறிய மச்சு வீடுகளும், வீடுகளின் முன்னும்பின்னும் சரிவுகளிலும் மனிதர்கள். மரங்களை வெட்டியும், வேலியடைத்தும், நிலத்தை உழுதும் பண்படுத்தியும், களையெடுத்தும், அறுவடை செய்தும் உழைத்துக் கொண்டிருக்கும் கூட்டம் கூட்டமான மனிதர்கள். ஆங்காங்கே பூச்சிகளைப் பிடித்தும், பூக்களைப் பறித்தும் விளையாடி மகிழும் பல்வேறு நிறங்களில் வண்ண வண்ண உடைகள் அணிந்த குழந்தைகள்.

இவன் குளிர்ச்சியான இயற்கைச் சூழலையும் மகிழ்ச்சிகரமான மனிதர்களையும் காணப் பரவசம் அடைந்தான். அந்தப் பரவசத்தில் இவனுக்கு ஏனோ நிலத்தை பற்றிய சிந்தனை தோன்றியது.

மனிதன் நிற்க, நடக்க, உட்கார, படுக்க, குடியிருக்க, உயிர் வாழப் பயன்படுகிற நிலம், குடிக்க, புசிக்க, வசிக்க, பயணம் போக, பறக்க... பயன்படுகிற நிலம், தானியங்களையும் பழங்களையும் கனி வளங்களையும் அள்ளி அள்ளித் தருகிற நிலம்.. மனிதனைப் பிறக்க வைத்து, தவழ வைத்து, வளர வைத்து, வாழ வைத்து, மரணத்துக்குப் பின் அவனைத் தன்னிடமே உள்வாங்கிச்

தேர்ந்தெடுத்த சிறுகதைகள் ✵ 99

சொரித்துக் கொண்டு தலைமுறை தலைமுறைக்கும் வற்றாது புதிய புதிதாக வளங்களை வாரி வழங்கிக் கொண்டிருக்கிற நிலம். எதுதான் தரவில்லை நிலம். எதற்குத்தான் ஆதாரமாயில்லை நிலம். நிலமில்லாமல் எதுதான் இருக்கிறது. நிலம்... நிலம்... நிலம். நிலமே மனிதனின் சொத்து. மனிதனுக்கு நிலமே சொத்து. மனிதனே நிலத்தின் பிறப்பு. நிலம் இல்லையெனில் மனிதனே இல்லை. இப்படி யோசிக்க யோசிக்க இதுவரை சாதாரண அறிவுக்கு எட்டியிருந்த அல்லது சாதாரணம் போல் தோன்றியிருந்த அற்ப விஷயங்களெல்லாம் கூட ஏதோ ஒரு அசாதாரண அற்புத பரிணாமம் கொண்ட செய்திகள் போல் தோன்றின. தான் ஒரு ஞானியைப் போல இப்படிச் சிந்திப்பதில் இவன் கிளர்ச்சியடைந்தான். இவனுக்கு பேருந்தில் இருக்க நிலை கொள்ளவில்லை. ஓ...! என்று இரைந்துகொண்டு ஒரு தாவலில் பேருந்திலிருந்து வெளியே குதித்து நிலத்தில் விழுந்து புரளவேண்டும் போலிருந்தது. நிலத்தை அள்ளி அள்ளி உடம்பு பூராவும் தேய்த்து, எல்லார் மீதும் பூசி, எல்லாரையும் கட்டிப்பிடித்துத் தழுவி நிலத்திலேயே அமிழ்ந்திருக்க வேண்டும் போலிருந்தது. இந்த நிலம் முழுமையையும் அப்படியே தன் இரு கைகளாலும் கட்டி அணைத்து, கால்களை அகலப் பரப்பி, ஆசை தீரத் தழுவிக் கவிழ்ந்து கிடக்கவேண்டும் போலிருந்தது.

இயற்கையின் எழில் அனைத்தையும் ஒருசேரப் பார்க்கும் ஒரு பொருத்தமான இடத்தில் பேருந்தை நிறுத்தச் சொல்லி பயணிகள் கீழே இறங்கினார்கள். இவர்கள் இறங்கிய இடம், ஒரு ஆழமான பள்ளத்தாக்கையொட்டிய ஒரு மலைச்சரிவு. பள்ளத்தாக்குக்கு அப்பால் சுற்றிலும் மலைகளும் சரிவில் வீடுகளும், பேருந்தை விட்டு இறங்கிய பயணிகள் ஆளுக்கொரு புறம் உற்சாகமாய் ஓடித் தங்களை ஆசுவாசப்படுத்திக் கொண்டார்கள். பேருந்திலேயே நீண்ட நேரமாய்ப் பயணம் செய்த களைப்பு நீங்க இயற்கைச் சூழலில் காலாற நடந்தார்கள் அல்லது துள்ளிக் குதித்து ஓடினார்கள். இவன் தன்னை அழைத்து வந்த தோழரோடு குதூகலத்தோடு இறங்கினான். பசுமையான புற்கள் அடர்ந்த குளிர்ச்சியான பூமியில் அதன் சுகத்தை அனுபவித்தபடியே வெறும் கால்களோடு நடந்தான். இவர்கள் இறங்கியிருந்த மேட்டின் விளிம்புக்குச் சென்று கீழே தெரிந்த பள்ளத்தாக்கையும், சுற்றிலும் தெரிந்த மலைச் சரிவுகளையும் வீடுகளையும் மனிதர்களையும் பார்த்துக்கொண்டு நின்றான்.

இவனுக்கிருந்த பரவசத்தில் மனம் லேசாகிப் பறப்பதுபோல் தோன்றியது. இந்த மகிழ்ச்சியில் எங்கே மீண்டும் பறக்கத் தொடங்கி விடுவோமோ என்று இவன் பயந்தான். இவனையும் மீறி பறந்துவிட வாய்ப்புண்டு என்பதுபோல ஒரு அச்சம் ஏற்பட்டது. அப்படிப்

பறப்பதைத் தவிர்ப்பதற்காக இவன் பக்கத்திலிருந்த தோழரின் கரத்தை இறுகப் பற்றிக் கொண்டான். கால்களை வலுவாக பூமியில் ஊன்றி நின்று, தன் போராட்டத்தில் வென்றுவிட்டதைப் போன்று களிப்பில் திளைத்துக் கொண்டிருந்தான்.

அப்போதுதான் குலைநடுங்க வைக்கும் அந்தப் பயங்கரம் நிகழக் கண்டான். இவனும் கூட வந்த தோழரும் பயந்து அதிர்ந்து பின்பக்கம் திரும்பித் தலைதெறிக்க ஓடத் தொடங்கினார்கள். எதிர்ப்புறம் தெரிந்த மலைச்சரிவிலிருந்து ஏதோவிமான குண்டு வீச்சுத் தாக்குதலுக்கு ஆட்பட்டது போல 'கும்..கும்...' மென்று வெடிச்சத்தம் மலையெங்கும் அதிர்ந்து எதிரொலித்தது. ஒவ்வொரு சத்தத்துக்கும் ஒவ்வொரு பகுதியிலிருந்து நிலம் வெடித்துப் பிளந்து சரிந்தது. வீடுகள் இடிந்து வீழ்ந்தன. வீடுகளிலும், சரிவுகளிலுமிருந்த மனிதர்கள் பீதியில் குழந்தை குட்டிகளுடன் தலைதெறிக்க இறங்கி ஓடி வந்து கொண்டிருந்தார்கள். வெடித்துச் சரிந்த நிலப்பரப்பு மண்ணாய்ப் பொங்கி கடலலை போல் அவர்களைப் பின்தொடர்ந்து துரத்தியது. சீறிப் படமெடுத்து வரும் நாகம் போல அவர்கள் மேல் பாய்ந்தது. பலர் மண்ணில் மறைந்து கொண்டிருந்தார்கள். அவர்கள் ஓட ஓட மீண்டும் சத்தம் தொடர்ந்து, அடுத்தடுத்து நிலம் சரிந்து கொண்டிருந்தது.

இவர்கள் நின்றிருந்த இடத்திலும் காலடியில் நிலம் அசையத் தொடங்கியது. எந்த நேரத்திலும் இந்த நிலமும் சரிந்து விழலாம் என்கிற அச்சம் இவனுக்குள் பீதியையுண்டு பண்ணியது. இவன்கூட நின்ற தோழரின் கையைப் பிடித்து இழுத்துக்கொண்டு ஏதோ ஒரு திசையில் ஓடத் தொடங்கினான்.

பிரிதேதோ ஒரு திசையில் சுற்றுலாப் பயணிகளும் ஓடிக் கொண்டிருந்தார்கள். இவர்கள் ஓடிய திசைக்கு எதிரேயிருந்த நிலமும் சரியத் தொடங்கியது. இவர்களை நோக்கி வேக வேகமாக இறங்கி வருவது போல் தெரிந்தது. இவன் பற்றியிருந்த தோழரை இழுத்துக் கொண்டு வேறு ஒரு திசையில் ஓடத் தொடங்கினான். எப்படியாவது ஓடி உயிர் தப்பித்தால் போதும் என்கிற வேகத்தில் இவனோடு வந்த தோழர் இவனிடமிருந்து கையை உதறி, இவன் தோளைப் பிடித்து அழுத்தி பின்னுக்குத் தள்ளிவிட்டு எங்கோ மிக வேகமாக ஓடத் தொடங்கினார்.

ஒருகணம் இவன் ஓடித் தப்பிக்க வேண்டும் என்கிற உயிராசையையும் மறந்து அப்படியே அசைவற்று நின்று, ஓடும் தோழரையே பார்த்துக் கொண்டிருந்தான். மனம் அதிர 'தோழமையுணர்வு' பற்றி புத்தகங்களில் படித்திருந்ததை ஞாபகம் செய்து கொண்டான். அந்தச் சூழலிலும் இவனால் சிரிக்க முடிந்தது ஆச்சர்யம்தான். குதிகால் புட்டத்தில் இடிக்க திரும்பிக்கூடப்

தேர்ந்தெடுத்த சிறுகதைகள் ✖ 101

பார்க்காமல் தலைதெறிக்க பாய்ந்து ஓடும் தோழரையே அசைவற்றுப் பார்த்து இவன் மௌனமாய் சிரித்தபடியே நின்றான்.

எல்லாமே அடங்கி ஓய்ந்துவிட்டது போல் தெரிந்தது. சுற்றுலாப் பயணிகள், பேருந்து, தோழர் எல்லாமே மறைந்து இவன் ஒருவன் மட்டுமே தனியாக இருப்பதுபோல் தோன்றியது. சுற்றிலும் இடிந்து சரிந்த வீடுகளும், வெடித்துச் சிதறிய நிலப்பகுதிகளும், மண்ணில் மறைந்துபோன மனிதர்களும் மட்டுமே தெரிய இவன் இந்த இடிபாடுகளில் சிக்காத ஒரு சிறிய, சுற்றுப்புறம் முழுவதும் மூடிய, கதவுகளற்ற ஒரு குடிசையின், சாணமிட்டு மெழுகிய தரையில் நின்று கொண்டிருந்தான். விதவைத் தோற்றம் கொண்ட மலைவாழ் பெண்மணி ஒருத்தி மட்டுமே அந்தக் குடிசையில் இருந்தாள். வாயிற்புறம் எது, கதவு எது என்று தெரியாத சுற்றிலும் தட்டியால் புறம் எது, கதவு எது என்று தெரியாத சுற்றிலும் தட்டியால் அடைக்கப்பட்ட அந்தக் குடிலில். அந்தப் பெண் வந்து இவன் கைகளைப் பிடித்து எதுவோ சொன்னாள்.

செழுமையான மார்பகங்களைக் கொண்ட வனப்பு மிகுந்த இளம்பெண் அவள். இவனை எங்கேயும் போகாமல் இங்கேயே இருக்கச் சொல்லிக் கேட்டுக்கொண்டது போல் தோன்றியது. வெளியே என்ன நடக்கிறது என்று அறியாமலேயே சுற்றிலும் அடைப்பட்ட அந்தக் குடிலில் எந்த சுகத்துக்காகவும் இவனால் தனித்து ஒதுங்கியிருக்க முடியாது என்று இவனுக்கு நன்றாகவே தெரிந்திருந்தது. அவளுக்கு மறுப்பு சொல்லவும் முடியாமல், அவள் முகம் வாட்டமுறுவதையும் பார்க்க விரும்பாமல் சிறிது நேரம் மௌனமாக நின்றான். அவள் சாக்குத் தடுப்புக்கு அப்பால் இவனுக்காக எதுவோ எடுத்துவர உள்ளே நுழைந்து மறைந்த சமயம், இவன் குடிலின் நடுவிலிருந்த நெடுங்காலைப் பிடித்து கிடுகிடுவென மேலே ஏறி கீற்றைப் பிய்த்துக்கொண்டு வெளியே வந்து தரையில் குதித்தான். அவள் திரும்பி வந்து தன்னைக் காணாமல் ஏமாற்றமடைவாள் என்ற வருத்தம் வெகுநேரம் வரைக்கும் இவனை வாட்டியது. இதுவெல்லாம் தாங்கிக்கொள்ள வேண்டியதுதான் என்று சொல்லிக் கொண்டான்.

தளர்வோடு எங்கோ நடந்து கொண்டிருந்தான். ஒரு சிறு கிராமத்தை ஒட்டினாற்போல் ஓடிய புகைவண்டிப் பாதையின் பக்கத்திலிருந்த ஒரு குறுக்குப் பாதையின் ஓரம் இவன் நின்றான். புகைவண்டியொன்று தடதடவென்று வேகமாக ஓடி வளைவில் மறைந்தது புகைவண்டி ஓடி மறைந்த வேகத்தில், அந்த வேகத்துக்குப் பொருத்தமாகக் கடகடத்துச் சிரித்தபடியே, தெரு முனையிலிருந்த ஒரு சிறு வீட்டின் திண்ணையில் குடுமித்தலையுடன் சிவந்த வெற்றுடம்பில் பூணூல் அணிந்த ஒரு பெரியவர் தனியாக, அவர் பாட்டுக்கு ஏதோ சொல்லிக் கொண்டிருந்தார். அவர்

பேச்சு இவனுக்குப் புரிவதாக இருந்தது. அவருடைய நெருங்கிய உறவுக்காரர் ஒருவர் ரயில்வே அமைச்சகத்தில் பெரிய அதிகாரியாய் இருப்பதாகவும், அவர் மூலம் போக்குவரத்துக்கு வசதியாக தன் வீட்டுக்கு அருகிலேயே தண்டவாளம் போட்டுக்கொண்டதாகவும், அடுத்து தன் மகளைக் கொடுத்த இடத்தில் ரயில் போக்குவரத்து இல்லாமல் அவள் மிகவும் சிரமப்படுவதால், கூடிய விரைவில் அவள் வீட்டுக்குப் பக்கத்திலேயும் ரயில் பாதை போட உத்தேசித்திருப்பதாகவும் பெருமையோடு சொல்லி, மறுபடியும் அதேபோல புகைவண்டி ஓட்டத்தையொத்த ஒலியில் அவர் பாட்டுக்கு சிரித்துக் கொண்டிருந்தார்.

இவனுக்கு ஏனோ அப்படியே அவர் குரல்வளையைப் பிடித்து நெரிக்க வேண்டும்போல் இருந்தது. பல்லைக் கடித்துக்கொண்டு அவரையே மென்று அரைத்துவிடுவதுபோல பார்த்தான். பிறகு அடுத்தடுத்துத் தோன்றிய காட்சிகள் இவனுக்குக் குழப்பமாகவும் தெளிவுற்றும் தெரிந்தன.

விதவிதமான உடையணிந்த வெவ்வேறு அரசியல் கட்சியைச் சேர்ந்த நாலு பேர் மேடைகளிலே நின்று மைக்முன், கைகளை ஆட்டி ஆட்டிப் பேசினார்கள். வீராவேசம் பொங்க முழங்கி ஒருவரை ஒருவர் திட்டி சாவல் விட்டார்கள். மங்கிய இருளில் பிரகாசமான உடையணிந்த அவர்கள் தோற்றம் தேவதூதர்களைப் போலவோ அல்லது சைத்தானைப் போலவோ இருந்தது. பேசி முடித்த பிறகு, அவர்கள் ஒரு குடிசை வீட்டின் பின்புறம் தென்பட்டார்கள்.

முக்காடு போட்டு முகத்தை மறைத்திருந்த அந்த நால்வரும் ஒன்று சேர்ந்து வீட்டின் சுவரிலோ கதவிலோ 'கன்னம்' வைத்தார்கள். தங்களுக்குள் வேற்றுமையே எதுவும் இல்லாதவர்களாய் விழித்துக் கொண்டு அவர்கள் சுற்றுமுற்றும் பார்த்துக் கொண்டிருந்தார்கள்.

நாலைந்து உயர் சாதியினர், சாதியில் தாழ்த்தப்பட்டவர்போல் தோற்றம் தந்த ஒருவரைக் கதறக் கதற இழுத்துப்போட்டு அடித்து தாங்கள் அடித்த பெருமையையும், தங்கள் வீரத்தையும் சொல்லி, சொல்லி மகிழ்ந்து சுய புகழ்ச்சியில் திளைத்துக் கொண்டிருந்தார்கள்.

காவலர் உடுப்பு போல் அணிந்த சிலபேர் திருவிழாக் கூட்டம் போல் தெரிந்த ஜனத்திரளில் புகுந்து அவர்களிடையே ஜேப்படி அடித்தார்கள். சத்திரத்துத் திண்ணையில் அனைவரும் வட்டமாக அமர்ந்து ஜேப்படி அடித்த பொருள்களை வைத்து சீட்டு ஆடினார்கள். புதியதாய்த் தென்னங்கீற்று வேய்ந்து முகப்பில் நம்பர் போர்டு மாட்டப்பட்ட ஒரு கடையில் எல்லாரும் சேர்ந்து குடித்தார்கள். வியர்த்துக் கறுத்த முகங்களில், சிவந்து செருகுகிற

கண்கள் காண்பதற்கு அவர்களை ஒரு மிருகக் கூட்டம் எனத் தோற்றம் கொள்ளச் செய்தது. மூச்சு முட்டக் கூடிக்குடித்துக் கொண்டிருந்தவர்கள், போகிற வருகிற பெண்களின் அங்கங்களைத் தொட்டு கையைப் பிடித்து இழுத்து கேலி செய்து எக்காளமிட்டுச் சிரித்தார்கள். அருவருப்போடு முகம் சுளித்து அவர்கள் பிடியிலிருந்து திமிறி விடுபட்டுச் சபித்தபடியே முனகிச் செல்லும் பெண்களைப் பார்த்து பூரிப்படைத்து, மகிழ்ச்சியோடு தங்கள் சாகசங்களைப் பாராட்டி பெருமிதப்பட்டுக் கொண்டார்கள். அடுத்த காட்சியில் கரிய தோற்றமுடைய யாரோ ஒரு இளம் பெண்ணை எல்லாரும் கும்பலாய் வளைத்துப் பிடித்து வலுக்கட்டாயமாய்க் கடையின் பின்புறம் தள்ளிக் கொண்டு போவதுபோல் தெரிந்தது.

அதற்குமேல் இவனுக்கு தெளிவாக எதுவும் நினைவில் இல்லை. இவனுக்கு ஞாபகமெல்லாம் வெடித்துச் சரிந்து சிதறிய அந்த நிலத்தைப் பற்றியதாகவே இருந்தது. பீதியோடு ஓடி வந்த ஆண், பெண், குழந்தைகளையும் அவர்களை நோக்கித் தீப்பிழம்பு போல துரத்திவந்த நிலப்பகுதியையுமே நினைத்துக் கொண்டிருந்தான். அந்த நினைப்பே இவனுக்கு கிலியூட்ட இவன் சரிவே ஏற்படாத ஒரு நிலத்தைப் பற்றிக் கற்பனை செய்தான்.

வற்றிக் காய்ந்து மணல் பரப்பாயிருந்த ஒரு ஆற்றின் கரையோரம் மேட்டில் இவன் நின்றிருந்தான். அருவியின் ஒரு பகுதியில் குட்டை குட்டையாகத் தண்ணீர் தேங்கி நின்றது. தேங்கி நின்ற அந்த நீரில் ஆண்கள் மார்பு வரை வேட்டித் துணியை இழுத்துக்கட்டி பெண்களைப்போல குத்துக்காலிட்டுக் குந்தி, குனிந்து குளித்தபடியிருந்தார்கள். கல்லில் உரசிய மஞ்சளை எடுத்து கைகளில் பூசி முகத்தில் தேய்த்துக் கொண்டிருந்தார்கள்.

காய்ந்து மணல் பரப்பாயிருந்த பகுதியில் கட்டுமஸ்தான உடலுறுதி வாய்ந்த பெண்கள் சேலையை வரிந்து ஆண்களைப் போல் கீழ்ப்பாய்ச்சுக் கட்டி திறந்த மார்புகளுடன் தேகப் பயிற்சி, போலவோ, மல்யுத்தப் பயிற்சி போலவோ எதுவோ செய்து கொண்டிருந்தார்கள். மணல் வெளியில் ஒருவரையொருவர் பொருதியும், பரப்பில் முதுகு விழ தூக்கி பல்டியடிக்க வைப்பதுமாக எதிர்காலத்தில் நடக்க இருக்கும் ஏதோ ஒரு போருக்காகத் தங்களைத் தயார் செய்து கொள்பவர்களைப் போல செயல்பட்டுக் கொண்டிருந்தார்கள். இந்தக் காட்சி இவனுக்கு விசித்திரமூட்டு வதாயிருந்தாலும் மகிழ்ச்சியளிப்பதாய் இருந்தது. கொஞ்ச நேரம் நின்று பார்த்துக் கொண்டிருந்தான்.

இப்போது இவன் நிலச்சரிவை நினைத்து முன்னைப்போல பீதியடையவில்லை. எவ்வளவு நிலம் சரிந்தாலும் மனித வாழ்க்கை நிலத்தை நம்பித்தான் இருக்கிறது. மனிதன் நிலத்தை நம்பி

நிலத்தின் மீதுதான் வாழ்ந்தாகவேண்டும். வேறு வழியில்லை என்று சொல்லிக்கொண்டான். மனிதன் நிலத்தைவிட்டுப் பிரிய முடியாது. அவன் ஆகாயத்தில் வாழமுடியாது. எனவே, இந்தச் சரிவை வெற்றி கொள்வதில் மனித வாழ்க்கையின் மகத்துவமே அடங்கியிருக்கிறது போலும் என்று நினைத்துக் கொண்டான்.

இப்படி நினைத்துக் கொண்டிருக்கும்போதே இவன் காலடியிலிருந்து நிலம் மீண்டும் சரியத் தொடங்கியது. இவன் நினைத்திருந்தால் அனாயாசமான ஒரு எம்பலில் முன்னைப் போல ஆகாயத்தில் பறந்திருக்க முடியும் என்று தோன்றியது. ஆனால், அவன் பறப்பதில் விருப்புக் கொள்பவனாய்த் தெரியவில்லை. பூமியோடு தொடர்பறுந்த எந்த உயரத்துக்கும் இவன் போகத் தயாராயில்லை. உயரங்கள் அச்சமூட்டுவதனாலும், உயரங்களை அடைவது சிரமமூட்டுவதானாலும் நிலத்தோடு தொடர்புடைய உயரங்களை மட்டுமே இவன் நேசிப்பவனா யிருந்தான். நிலத்தொடர்பற்ற அச்சமற்ற பறப்பை இவன் மனம் வெறுத்து ஒதுக்கியது. சுற்றிலும் அதிர்ந்து நடுங்கும் பூமியைப் பார்த்தபடியே அசையாமல் நின்றான்.

இவன் காலடியிலிருந்த மண் மேலும் மேலும் தாழ்ந்து சரிய இவன் அப்படியே நின்ற வாக்கிலேயே பூமியில் புதைந்தான். அணையுடைத்து வரும் வெள்ளம்போல் தபதபவெனச் சரிந்த மண் இவனைப் படிப்படியாக விழுங்கியது. முழங்கல், இடுப்பு, மார்பு, கழுத்து, தலை என முழுவதுமாக மூடி இவன் மூச்சை அழுத்தி இறுக்கியது. மரணம் நெருங்கிவிட்டது என்பதை இவன் தெளிவாகவே உணர்ந்தான். திணறிச் சாவது நிச்சயம் என்று உணர்ந்த நிலையில் அதிலிருந்து விடுபடும் உக்கிரத்தோடு தீவிரமாய்ப் பலங்கொண்ட மட்டும் அதே நிலத்தில் தன் கால்களை உந்தி ஒரு பம்மு பம்மி உடலை மேலே எம்பினான்.

இவனைச் சுற்றி மூடியிருந்த மண்ணின் அழுத்தம் குறைந்து இவனுக்கு வழி விட்டதாகத் தோன்றியது. ஏதோ ஒரு பரந்த நீர்நிலையில் மூழ்கி உல்லாசமாக நீந்தி வெளிவருவது போன்ற இலகுகொள்ள இவன் மண் குவியலிலிருந்து வெளிப்பட்டு மேலே வந்தான்.

வெளியில் சுத்தமான காற்றை நுகர மனம் இதம் கொள்வதா யிருந்தது. கடுமையானதொரு திணறலிலிருந்து மீண்டு வந்து இப்படி ஒரு சுகமான காற்றைச் சுவாசிக்க மீண்டும் மீண்டும் இதேபோல நிலச்சரிவுகள் ஏற்பட்டு இவன் நீந்தி நீந்தி மேலெழுந்து வரவேண்டும்போல் இவனுக்குள் ஒரு ஆசை கிளர்ந்தது.

1983

*

சூழல்

வாழ்க்கையே ரொம்ப விசித்திரமானதுதான். என் வாழ்க்கையிலேயே நேர்ந்த சொந்த அனுபவத்திலிருந்து இதைச் சொல்கிறேன். நினைத்தால் ஒரு சமயம் வேடிக்கையாக இருக்கிறது. ஒருபுறம் வேதனையாகவும் இருக்கிறது. சில சமயம் 'சே என்ன வாழ்க்கை இது' என்று ஒரு சலிப்பு தட்டுகிறது. இருந்தாலும் யாரிடமாவது கொட்டிக்கொண்டால் மனசுக்குக் கொஞ்சம் ஆறுதலாக இருக்கும் என்பதற்காகச் சொல்கிறேன்.

நான் சொல்லப் போகிற விஷயம் என் குடும்பம் சம்பந்தப்பட்டது. அதனால், இதை நீங்கள் வேறு யாரிடமும் சொல்லக்கூடாது. உங்கள் மனதோடு வைத்துக் கொள்ள வேண்டும் அல்லது இந்தக் காதால் வாங்கி அந்தக் காதால் விட்டுவிட வேண்டும். அதேபோல நான் சொல்கிற விஷயங்களை வைத்து என்னைப் பற்றியும் நீங்கள் தவறாக எடை போட்டுவிடக் கூடாது. 'அடடா இந்தமாரிப்பட்ட பெண்ணா இவள். அப்படியா சங்கதி' என்று முகம் சுளிக்கக்கூடாது. எல்லாம் சந்தர்ப்ப சூழல். காலக்கோளாறு. ஏதோ அப்படி நடந்துவிட்டது.

அப்போது நாங்கள் திருக்கோயிலூரில் இருந்தோம். அவருக்கு ஆர்.டி.ஓ. ஆபிசில் வேலை. காலை பத்து மணிக்குப் போனால் மதியம் ஒரு மணிக்கு மேல்தான் வருவார். சாப்பிட்டு முடித்து மறுபடி கிளம்பினாரானால் சாயங்காலம் மணி ஆறோ ஏழோ சில சமயம் எட்டு, ஒன்பது மணி கூட ஆகிவிடும். முதல் பையன் அப்போது ரெண்டாங்கிளாஸ் படிக்கிற பையன். அதுவும் ஸ்கூலுக்குப் போய்விடும்.

வீட்டில் நான் மட்டுமே தனியாக இருப்பேன். ஏறக்குறைய பத்து மணிக்கு அவர் புறப்படும் போதெல்லாம் வேலை முடிந்துவிடும். பையனுக்கு கையில் சாப்பாடு கொடுத்தனுப்ப வேண்டும் என்பதற்காக டிபன் செய்கிற கையோட மத்தியானம் சமையலையும் சேர்த்து முடித்து விடுவது. அதற்கப்புறம் ஏதாவது வாரப் பத்திரிகைகள், மாதாந்திரக் கதைப் புத்தகங்களை எடுத்து வைத்துக் கொண்டு பாயை விரித்துப் போட்டுப் படுத்து படிக்கத் துவங்கி விடுவேன். ரெண்டு நாள் ஒரு வட்டம், மூனு நாள் ஒரு வட்டம் அழுக்கான துணிகளைத் துவைக்கிற வேலையைவிட்டால் மற்றபடி பெரும்பாலும் ஓய்வுதான். அண்டைப் பக்கத்து வீடுகளுக்குப் போவதோ வம்பளப்பதோ அவருக்குப் பிடிக்காது. எனக்கும் அதில் நாட்டம் கிடையாது என்பதால், அவர் போன கையோடு தெருக்கதவைத் தாள்போட்டு தனியாக வீட்டோட கிடந்துடுவேன்.

பக்கத்து வீட்டில் சிவராமு, சிவராமு என்று ஒரு பையன், பி.எஸ்.சி. முடித்துவிட்டு வீட்டில் சும்மா இருந்தான். வேலை கிடைக்கவில்லை. எங்கெங்கோ அப்ளிகேஷன் போட்டுவிட்டு வேலைக்கு எதிர்பார்த்துக் கொண்டிருந்தான். நாங்கள் குடியிருந்த வீடு அவர்களுடையது. பையனுக்கு அப்பா இல்லை. நோய்வாய்ப்பட்ட விதவைத் தாய். பெரும்பாலும் சமைத்த நேரம் போக வீட்டிலேயே முடங்கிக் கிடப்பாள். கிராமத்தில் ஏதோ கொஞ்சம் நிலம் இருந்து குத்தகைக்கு விட்டிருக்கிறார்கள். அதிலிருந்து வரும் வருமானமும் வாடகையும்தான் ஜீவனத்துக்கு. பையனுக்கு ஒரே ஒரு அக்கா இருந்து கட்டிக் கொடுத்து விட்டிருக்கிறார்கள். இவனுக்கு ஒரு வேலை கிடைத்து ஒரு கல்யாணமும் பண்ணி முடித்துவிட்டால் அப்புறம்தான் தனக்கு ஓய்வு. இந்த வயதான காலத்தில் இன்னும் எவ்வளவு நாளைக்கு இவனுக்கு சமைத்துப் போட்டுக் கொண்டிருப்பதோ என்று எப்பவாவது அலுத்து கொள்வாள் அவன் அம்மா.

பையன் நல்ல பையன். எந்தத் தப்புதண்டாவும் இருப்பதாகச் சொல்ல முடியாது. இவன் வயசுப் பசங்கள் மாதிரி கும்பல் கூடி அரட்டை அடிப்பதோ, வீட்டில் குரலையுயர்த்திப் பேசி அதிகாரம் செய்வதையோ பார்க்க முடியாது. பெரும்பாலும் அவன் வீட்டில் இருக்கிறானா இல்லையா என்று கூடத் தெரிந்து கொள்ள முடியாது. அப்படி ஒரு அமைதியான அடக்கமான பையன் அவன்.

எங்கள் வீட்டுக்கு தினம் 'எக்ஸ்பிரஸ்' வரும், காலையில் ஆபிஸ் புறப்படுமுன் அவர் புரட்டிப் பார்த்துவிட்டுப் போனாரானால்,

இரவு வந்து சாப்பாட்டுக்குப் பிறகுதான் மத்ததை முழுசாக படிப்பார். மற்ற நேரங்களில் பேப்பர் மேசை மேலேயேதான் கிடக்கும். எப்பவாவது மூட் இருக்கிற நேரங்களில் என்னுடைய டென்த் இங்கிலிஷை வைத்து நானும் எதையாவது கூட்டிப் படிப்பேன்

அவன் வருவான். "ஏங்க... ஏங்க..."

"என்னா...?"

"கொஞ்சம் பேப்பர் தர்றீங்களா, பார்த்துட்டுத் தர்றேன்."

"வான்டட் காலம்' பார்க்கப்போகிறான் போலிருக்கிறது பாவம். இவனுக்கு ஒரு வேல கெடைக்கலியே என்று நினைத்துக் கொள்வேன். வீடு கொஞ்சம் பெரிய வீடு. வாடகைக்கு விடுவதற்காக வீட்டை நீள வாட்டத்தில் தடுத்து சுவர் எழுப்பி யிருந்தார்கள். தெருப்பக்கம் எப்போதும் தாள் போட்டிருக்கும் என்பதால் தோட்டப் பக்கமாகத்தான் வருவான். இரண்டு வீட்டுக்கும் சேர்ந்தாற்போல தோட்டத்தைச் சுற்றி பின்புறம் பெரிய மதிற்சுவர், ஆளுயரத்துக்கு.

பேப்பர் கேட்பது தினப்படி வழக்கமாகிவிட்டது. தினம் அவர் ஆபிஸ் புறப்பட்ட பிறகு அவன் பேப்பருக்காக வருவான் என்பது வாடிக்கையாகி விட, சில சமயம் அவனாக வந்து கேட்க கொஞ்சம் நேரமானாலும், தினம் இப்படி இரவல் கேட்க சங்கடப்படப் போகிறான் என்று நானாகவே கூப்பிட்டுக் கொடுத்துவிடுவேன். பி.எஸ்.ஸி. படித்தவர்கள் 'வான்டட்' என்று என் கண்ணில் ஏதாவது பட்டாலும் அவனிடம் சொல்லுவேன். அந்தப் பழக்கம் வாஸ்தவத்தில் சொல்கிறேன் அன்று சகோதரன் மாதிரிதான் இருந்தது. கூப்பிடுவது பேசுவது கூட 'வா போ' என்ற ஒருமை யில்தான். ஆனால் துரதிருஷ்டம் வேறு மாதிரி ஆகிவிட்டது. அன்று அவர் ஆபிஸ் புறப்பட்ட பிறகு இடதுகையில் ஒரு புஸ்தகத்தை எடுத்துக்கொண்டு வலதுகையால் பாயை எடுத்து உதறிப் போடப் போனவள் 'வீல்' என்று கத்தி விட்டேன்.

பாயில் ஒரு தேள் கிடந்தது. 'சினைத் தேள்' என்று சொல்வார்களே அந்தமாதிரி. ரொம்ப கன்னங்கரேலென்று ஒரே கருப்பாய் கொடுக்கைத் தூக்கிக்கொண்டு நின்றது. கொட்டினால் விஷம், ஆபத்து என்கிற பயத்தைவிட அதை என்ன செய்வது, எப்படி அடிப்பது என்பது பெரிய பிரச்னையாக இருந்தது அடித்தால் கொழகொழ வென்று நசுங்கி, பிதுங்கி ஒரே அவருவருப்பாய்.... அந்தமாதிரியெல்லாம் பார்க்க எப்போதுமே எனக்கு மனம் ஒப்பாது. அமட்டி அமட்டிக்கொண்டு வரும்.

ரெண்டு மூனு நாளைக்கு அதே ஞாபகமாக இருக்கும். சோற்றைப் போட்டுக்கொண்டு உட்கார்ந்தால் குமட்டும். மழைக்காலங்களில் ரோட்டில் நடக்கும்போது எப்பவாவது லாரியில் அடிபட்டு செத்துக் கிடக்கும் தவளையைப் பார்க்கக்கூட எனக்கு ஒப்பாது. வயிற்றைப் புரட்டும்... என்ன செய்வது என்று புரியாமல் யோசனையுடன், அசையாமல் கிடக்கும் தேளையே பார்த்துக் கொண்டிருந்தேன்.

இதற்குள் சத்தம் கேட்டு அவனே வந்துவிட்டான், தோட்டத்து வராந்தாவில் நின்று "என்னங்க?" என்றான்.

"தேளு..." என்றேன் தேளையே பார்த்துக்கொண்டு.

"கொட்டிப்புடுத்தா...!"

"இல்ல இல்ல... பாய்மேல இருக்குது. அடிக்கணம்."

"எங்க..." என்று உள்ளே கூடத்துக்கு வந்தான் அவன்.

சுற்றும் முற்றும் பார்த்து மூலையில் கிடந்த துடைப்பத்தை எடுத்துத் திருப்பிக்கொண்டு அடிக்கடையால் அடிக்கப் போனவனை "வேண்டாம்" என்று தடுத்து நிறுத்தினேன்.

தேள் இன்னும் பாயிலேயே கிடந்தது. அடித்தால் பாயெல்லாம் ஆகிவிடும் என்பது ஒருபுறம். துடைப்பத்தால் அடித்து துடைப்பமெல்லாம் கொழகொழவென்று ஆகிவிட்டால் அந்த இடத்தில் கை வைத்து அப்புறம் எப்படி பெருக்குவது, என்னதான் கழுவினாலும் என்பது மற்றொன்று.

கொஞ்சம் யோசித்து "அந்தச் சிமிட்டாவ எடுத்து அப்படியே அசையாம புடிச்சிக்னு போயி தோட்டத்துப் பக்கமாக கொண்டு போயி போட்டு அடிச்சிட்டு வந்துடேன்" என்றேன்.

அவன் சிமிட்டாவை எடுத்தான். சிமிட்டாவை நிதானமாய்த் தேளின் பின்புறம் கொண்டு போய்ப் பக்குவமாய் அதைப் பிடித்த வரைக்கும் பரவாயில்லை. பிடித்துவிட்ட உற்சாகத்தில் அதைத் தூக்கிக் கொண்டு அடி எடுத்து வைக்கும்போது பிடி கொஞ்சம் நழுவி விட்டிருக்கும் போலிருக்கிறது. பொத்தென்று தேள் கீழே விழுந்து, விழுந்த வேகத்தில் வெகுவேகமாக என் பக்கமாக ஓடி வந்தது.

திடீரென்று அதிர்ச்சிக்குள்ளான நான் "அம்மா" என்று கத்தியபடியே எகிறித்தாண்டி அப்பால் ஓடிவந்தேன். வந்த வேகத்தில் அவன் மேல் ஒரு இடி. என் மார்பு அவன் தோள்பட்டையில் இடித்து விட்டது. எனக்கு சங்கடமாகப் போய்விட்டது. தூணோரம் ஒதுங்கி நின்றுவிட்டது.

தேர்ந்தெடுத்த சிறுகதைகள் 109

அவன் என்னை ஒரு மாதிரியாகப் பார்த்துவிட்டு தேளைப் பின் தொடர்ந்தான். தேள் சுவரோரம் போய்ப் பதுங்கியிருந்தது. மிக ஜாக்கிரதையாக இடுக்கியால் அதைப் பற்றிக்கொண்டு முன்னைப்போல் நழுவவிட்டு விடாமல் பத்திரமாக கொண்டுபோய் தோட்டத்தில் போட்டு அதை அடித்துவிட்டு இடுக்கியோடு அவன் திரும்பி வந்தான்.

"இந்தாங்க..."

"நல்லா அடிச்சாச்சா..."

"ம்..."

"அடிச்சி எங்க தூக்கிப் போட்ட?"

"குப்பைக்கா தூக்கிப் போட்டுட்டேன்" என்றவன் சிரித்துக் கொண்டே போய்விட்டான்.

அன்று சாயங்காலம் அவர் வந்த பிறகு விஷயத்தைச் சொன்னேன்.

"அப்பிடியா... நல்லவேள" என்று ஆறுதலைடைந்த அவர் "தேளு இங்கே எப்படி வந்திருக்கும் வீட்டுல..." என்றார்.

"அதுதாங்க எனக்கும் தெரியல..." என்றேன்.

"வீட்டிலேயே இருந்ததா. இல்ல வெளில இருந்து வந்திருக்குமா... மத்த எடமெல்லாம் பாத்தியா வேற எங்கனா இருக்கப் போவுது..."

"இல்ல இது ஒன்னுதான். எங்கிருந்தோ வந்துட்டுருக்குது..."

"ஓட்டு வூடா இருந்தாலும் மேல இருந்து வுழுந்திருக்கும்னு சொல்லலாம். இது மெத்த ஊடு. எப்படி வந்திருக்கும்... சரி... சரி... பத்தரம். இனிமே எதியும் பார்த்து எடு. எதிலியும் அவசரப்பட்டு கை வக்யாத" என்றார்.

தேள் நழுவி விழுந்து ஓடி வந்ததையும் நான் பயந்து எகிறித் துள்ளி ஓடியபோது அவன் மேல் இடித்துக்கொண்டதையும் கூட அவரிடம் சொன்னேன்.

"எனக்கு ஒரு மாதிரியாயிடுத்துங்க."

"அதனாலென்ன... பஸ்ஸுல போவும்போது ரஷ்ஷுல கை காலு மேல படல... அதுமாதிரிதான். அது ஒன்னும் தப்பு இல்ல. அவனும் அது மாரிப்பட்டவன் இல்ல. நல்ல பையன்..."

மறுநாள் காலையில் தோட்டப்பக்கம் குளிக்கும்போதுகூட அவர் அவனோடு பேசினார் “தேள் வந்துட்டுதாமே. நீங்கதான் அடிச்சீங்களாமே...”

“ஆமாங்க, ரொம்ப பயந்துட்டாங்க... அவசரம் ஆபத்துக்கு யாரும் இல்லண்ணா என்ன ஆவறது..” பிரஷ்ஷால் பல் துலக்கிக் கொண்டிருந்தவன் சொன்னான்.

ஆனால், அந்தச் சம்பவத்துக்குப் பிறகு அவனைப் பார்க்க எனக்குள் ஏதோ ஒரு கூச்சம் ஏற்படுவது போல இருந்தது. நேருக்கு நேர் முன்னே மாதிரி பார்க்க ஒரு தயக்கம் ஏற்பட்டது. கூச்சம் அவன் மேல் இடித்துக் கொண்டதால் என்று சொல்ல முடியாது. அவன் எதிரில் இப்படிப் பதறி குதியாட்டம் போட்டுவிட்டோமே என்பதனால் இருக்கலாம்.

ஆனால், அவன் அதை எப்படி எடுத்துக்கொண்டானோ தெரியவில்லை. அவன் முகம் முன்னே பேப்பர் கேட்ட மாதிரி யில்லை. நிர்மலமாய் எந்தக் களங்கமுமில்லாதிருந்த முகத்தில் எதுவோ தேங்கிக் குழம்பி, கண்கள் ஆளை ஓட உருவ ஏதோ எதிரே இருப்பதை விழுங்க பசிகொண்டு ஏங்கும் விலங்கு மாதிரி ஒரு விதாய்ப் பார்க்கத் தொடங்கினான். பேச்செல்லாம் முன்னே மாதிரியே ‘ஏங்க, என்னங்க’ என்று இருந்தாலும் பழைய தெளிவு இல்லை. எனக்கு இந்த வித்யாசம் துலாம்பாரமாய்த் தெரிந்தாலும் அந்தக் குழப்பத்தைத் தவிர்ப்பதற்காக, நான் எப்பவும் போலவே சகஜமாக இருப்பதைப் போலவே காட்டிக் கொண்டேன்.

தினம் பேப்பர் மட்டும் கேட்டுக் கொண்டிருந்தவன் “ஏதாவது புஸ்தகம் இருக்குதுங்களா படிக்கறதுக்கு...” என்று கேட்க ஆரம்பித்தான். சமயங்களில் தோட்ட வராந்தாவில் போட்டிருக்கும் பெஞ்சில் பெஞ்ச் அவர்களுடையது உட்கார்ந்து ஏதாவது பேசிக்கொண்டிருப்பான். “சொந்தஊர். எங்க படிச்சீங்க. இதுக்கு முன்னா சார் எங்கே வேல பர்த்துகினு இருந்தாரு. எப்ப மேரேஜ் ஆச்சி” இப்படி ஏதாவது.

நானும் கதவோரம் நின்று கேட்பதற்குப் பதில் சொன்னாலும், ஏதோ யந்திரமாய் பதில் சொல்லிக் கொண்டிருப்பதுபோல் இருக்கக்கூடாதே என்பதற்காக பதிலுக்கு ஏதாவது கேட்பேன். “அவர்கள் குடும்பம், பூர்விகம், அப்பா எப்படி செத்தார்... எப்போது செத்தார்” இப்படி.

சமயத்தில் பத்திரிகையைப் புரட்டி, பத்திரிகையில் உள்ள விஷயங்கள் எது பற்றியாவது பேசுவான்.

அன்று அவன் பெஞ்சில் குத்தி பேப்பரைப் புரட்டிக் கொண்டிருந்தான். பேப்பரிலிருந்த எதையோ காட்டி "தோ பாத்திங்களா... இத, எப்படி இருக்குன்னு" என்றான். கதவோரம் நின்று கொண்டிருந்தவள் "எத" என்று ஒரு அடி முன்னே எடுத்து வைத்து பெஞ்ச் ஓரம் நெருங்கி பேப்பருக்குள் பார்வையைச் செலுத்தினேன்.

"தோ இததான்... ஆச்சர்யமா இல்ல" என்று எதையோ காட்ட பேப்பரை கையில் பிடித்தபடியே எனக்காகப் பிரித்து நீட்டினான். அவன் இடது முழங்கை ப்ளவுசுக்கும் புடவைக் கட்டுக்கும் இடையே இருந்த வெற்றுப் பிரதேசத்தில் ஏதோ அவனுக்கே தெரியாமல் உரசுகிற மாதிரி.

நான் சடக்கென்று விலகி நின்றுகொண்டேன். அவன் வேண்டுமென்று செய்தானோ அல்லது உண்மையிலேயே எதேச்சையாகப் பட்டதோ! ஆனால், மனசுக்குத் தெரிந்து அவன் கை உரசுகிறது என்று அறிந்த பிறகு எப்படி அதை அனுமதிக்க முடியும். கொஞ்சத்துக்கு இடம் கொடுத்தால் பின்னால் ஏதாவது விபரீதமாக ஆகித் தொலைப்பதற்கு பதமாக விலகி கதவண்டையே வந்து நின்றுகொண்டாள்.

அவன் என்னை நிமிர்ந்து பார்த்தான். "என்னாங்க பார்த்துட்டீங்களா..."

"நான் ஏற்கெனவே பாத்தாச்சி.."

பட்டென்று சொல்லிவிட்டேன். எது என்ன என்று எனக்கும் தெரியாது. அவனும் சொல்லவில்லை. அவன் முகம் வதங்கிச் சுண்டிப் போய்விட்டது. அதற்குப் பிறகு அவன் அசட்டுபிசட்டு என்று ஏதேதோ சம்பந்தா சம்பந்தமில்லாமல் கொஞ்ச நேரம் பேசிக்கொண்டிருந்து விட்டு 'வர்றேங்க' என்று படியிறங்கிப் போய்விட்டான்.

பேப்பரைக் கூட கையோடு எடுத்துச் செல்லாமல் அவன் முகம் வெளிறிச் சோர்ந்து திரும்பிச் சென்றதைக் காண எனக்கே கூட பாவமாகத்தான் இருந்தது. ஏன் இப்படி நடந்து கொண்டோம். ஒரு வேளை கை எதேச்சையாகக்கூடப் பட்டிருக்கலாம். நாம்தான் தவறாக எடுத்துக் கொண்டு ரொம்பக் கடுப்படித்து விட்டோமோ என்று நினைத்தேன். அந்த நேரம் முகம் எப்படியிருந்திருக்கும் என்று கண்ணாடியில்கூட பார்த்துக் கொண்டேன். படக்கென்று அப்படிச் சொல்லாமல் நிதானமாகவே சொல்லியிருக்கலாம் என்றும் தோன்றும்.

ஒரு நேரம், இவனுக்காக நாம் ஏன் பரிதாபப்படவேண்டும். அவரிடம் சொல்லி ஒரு எச்சரிக்கை செய்து வைத்தால் என்ன என்றெல்லாம் கூட நினைப்பேன். உடனே, பாவம் அவன். அவனே ஏதாவதொரு வேலை கிடைக்காதா என்று ஏங்கிக் கொண்டிருக்கிறான். இந்த வேதனையில் இது வேறவா. அந்த அம்மாள் வேறு ரொம்ப வருத்தப்படுவாள். அவருக்கும் கஷ்டம். நம்மால் ஏன் இத்தனை பேருக்குத் தொல்லை என்று பேசாமல் இருந்துவிட்டேன்.

அடுத்த நாள் பதினோரு மணிவரை அவன் பேப்பர் கேட்க வரவில்லை. வராவிட்டால் போகட்டும் என்று நான் பேசாமல் இருந்திருந்தால் எந்த வம்புமே வந்திருக்காது. ஆனால், எனக்கிருந்த பரிதாபம் நானாக ஏற்படுத்திக்கொண்ட வினைதான்.

பதினோரு மணிக்கு மேல் அழுக்குத் துணிகளை எடுத்துக் கொண்டு தோட்டப் பக்கம் கிணற்றடிக்குப் போனவள், முருங்கை மரத்தில் கீரை ஒடித்துக்கொண்டிருந்த அவனைப் பார்த்தேன்.

"என்னா இன்னைக்கு பேப்பர் பாக்கலியா..."

"பாக்கணும்.."

"இந்நேரம் வரைக்கும் பார்த்தேன். காணம், பெஞ்ச் மேலதான் எடுத்துப் போட்டுட்டு வந்திருக்கறேன்."

"கொஞ்சம் வேலை. சமையலுக்கு ஒன்னும் இல்லன்னு கீரை ஒடிக்கச் சொன்னாங்க அம்மா. தோ அப்புறமா போய் எடுத்துக்கறேன்..."

கேட்பதற்கு ஏதோ பேசினானே ஒழிய அந்தப் பேச்சில் பழைய சகஜம் தெளிவு இல்லை. ஏதோ தவறு செய்து விட்டவனைப் போன்ற குற்ற உணர்வுடன் முகத்தைத் தொங்கப்போட்டு சோர்வோடு இருந்தான். அன்றைக்குப் பிறகு அடுத்த நாள் வந்து பேப்பர் கேட்கும் போதோ திருப்பிக் கொடுக்கும் போதோ ரொம்ப எச்சரிக்கையோடு எதுவும் மேலே பட்டுக்கொள்ளக்கூடாது என்று உஷார் கொண்டவனைப் போலவே நடந்துகொண்டான். பெஞ்சில் உட்கார்ந்து பேசுவதைத் தவிர்த்து பேப்பரை வாங்கிக்கொண்டு போய் வீட்டில் பார்த்துவிட்டு திருப்பிக் கொண்டு வந்து கொடுத்தான்.

அவனது இந்தப் போக்கு எனக்கு சங்கடமாக இருந்தது. இயல்பாக இருந்தவனை சங்கடத்துக்குள்ளாக்கி விட்டோமா என்று எனக்குள் ஒரு குற்ற உணர்வு. அவனைப் பழையபடியே இயல்பாக்கி, நடுவில் அப்படி எதுவுமே வித்தியாசமாக

தேர்ந்தெடுத்த சிறுகதைகள் ✻ 113

நடக்கவில்லை என்பது போல ஆக்கி விட வேண்டும் போல் இருந்தது. பாவம் அவன் என்ன நினைப்பான் அன்றைக்கு ஆபத்து என்று நானாக எகிறிக் குதித்து அவன் மேல் போய் இடித்துக் கொண்டது தப்பில்லை, அவன் கை பட்டதைப் போய் பெரிதாக்கி விட்டதாக.. சுயநலக்காரி என்பதாக அல்லவா நினைப்பான். அடிக்கடி இந்த நினைப்பு எனக்குள் தலை தூக்கி என்னை அலைக்கழித்தது. அவன் முகத்தைப் பார்க்கவே ஒரு இதுவாக இருந்ததாய் செத்த பிள்ளை மாதிரி, அம்போ என்று எப்போது பார்த்தாலும் முகத்தை சோர்வோடு தொங்கப் போட்டுக்கொண்டு.. என் நடவடிக்கைக்கு பிராயச்சித்தமாக அவனை பழையபடியே பழைய இயல்புக்கு ஆளாக்கிவிட்டு விலக்கிக்கொள்ள வேண்டும் என முடிவு செய்து கொண்டேன்.

அன்று பேப்பரை வாங்கிக்கொண்டு திரும்ப இருந்தவனை "ஏன் இங்கியேதான் உக்கார்ந்து பாரேன்" என்றேன்.

அவன் ஒரு விசித்திரத்தோடு என்னைப் பார்த்துவிட்டு "பரவால்லீங்க. எங்க பாத்தா என்ன. இங்கியே உட்கார்ந்து பார்க்கலாம்..."

அவன் ஒரு நன்றியுணர்வோடு என்னைப் பார்த்துவிட்டு பெஞ்சிலேயே உட்கார்ந்தான். ஆனாலும், பழைய தோரணையில் அல்லாமல் ரொம்ப ஒடுங்கி சுருங்கி, மழைக்கு ஒதுங்கிய கோழியைப் போல உட்கார்ந்து கொண்டிருந்தான். அவன் மௌனத்தைக் கலைக்க "ராத்திரி என்னா சமையல்' என்று பேச்சுக் கொடுத்தேன்.

கேட்டதற்கு மட்டும் ரொம்ப மரியாதையோடு பதில் சொல்லிவிட்டு மறுபடியும் பேப்பரில் தலையைக் கவிழ்த்துக் கொண்டான் அவன். படித்தானோ அல்லது படிக்கிற மாதிரி பாவலா காட்டி என்ன செய்வது என்று தெரியாமல் முழித்தானோ என்னவோ. எனக்கு திருப்தியாகவில்லை.

நாலு நாள் பொறுத்து ஒரு நாள் அப்படித்தான் அவன் பெஞ்சில் உட்கார்ந்து பேப்பர் பார்த்துக் கொண்டிருந்தான். கதவருகே நின்று பேசிக் கொண்டிருந்த நான் சட்டென்று அவனை நெருங்கி அவன் கையைப் பிடித்து திருப்பு "இது என்ன இது மொழங்கையில் கறுப்பா' என்றேன்.

அவன் என்னை நிமிர்ந்து பார்த்தான்.

"எதுங்க? அதுவா... அது அன்னைக்கு கீர ஒடிக்கும்போது மரத்துல பூரிக்னேன். காஞ்சி பக்கு புடிச்சி போச்சி" என்றான்.

அவன் ஒரு புதிய கிளர்ச்சியோடு, பழைய பயமும் சங்கடமும்

மறைய நம்பிக்கையோடு என்னைப் பார்த்துக்கொண்டிருந்தான். அவன் முகத்தில் தோன்றிய தெம்பையும் பூரிப்பையும் காண எனக்கு ரொம்ப நிம்மதியாயிருந்தது. கையை விட்டுவிட்டு அப்பால் வந்து கதவண்டையே நின்று விட்டேன்.

நான் எதற்காக அவன் கையைப் பிடித்தேன் என்பது என் மனசுக்கு மட்டும்தான் தெரியும். ஆனால், அவன் அதை வேறு மாதிரி எடுத்துக்கொண்டிருக்கிறான். அவன் மேலும் தப்பு சொல்ல முடியாது. எல்லாம் என்னால் வந்த வினை. அவனும் என்னைச் சரிவரப் புரிந்து கொள்ளவில்லை. என் பொருட்டு அவனுக்கு எந்த சங்கடமும் வருவதை நானும் விரும்பவில்லை.

அன்று வெள்ளிக்கிழமை. பாத்ருமில் குளித்து முடித்து, ஈரத்தலையை துண்டால் சுற்றி முடிந்து கட்டி, சலவைப் புடவையை அள்ளிச் சுற்றிக்கொண்டு, அறைக்குப் போக வெளியே வந்த எனக்கு ரொம்ப தர்மசங்கடமாகப் போய்விட்டது.

அறைக்குப் போகும் வழியில் வராந்தாவில் அவன் பெஞ்சின் உட்கார்ந்து கொண்டிருந்தான். எப்போது வந்தான். எப்படி வந்து உட்கார்ந்தான் என்று தெரியாது. பழையபடியே பாத்ரூம் போவதா, இல்லை இவனைக் கடந்து அறைக்குப் போவதா என்று புரியவில்லை. எல்லாம் ஒரு கணம்தான். துணியை சரிசெய்து என்னையும் இயல்பாக்கிக் கொண்டு "எப்ப வந்தே'' என்று கேட்டுக்கொண்டே அவனைக் கடந்து அறைக்கு வந்தேன். கதவைச் சாத்துவது அவனுக்கு மூஞ்சியில் அடித்த மாதிரி ஆகிவிடக் கூடாதே என்பதற்காக சத்தம் காட்டாமல் மெல்ல கதவை ஒருக்களித்து வைத்துவிட்டு துணியைக் கட்டிக் கொண்டிருந்தேன்.

"இப்பத்தான் கொஞ்சம் நேரம் ஆவுது, வந்து பார்த்தேன் கதவு தெறந்து கெடந்தது, பாத்ரூமில் சத்தம் கேட்டுது, ஒரு வேளை பாத்திரம் தான் தேய்க்கறீங்களோன்னு அப்படியே உட்கார்ந்திட்டேன். அப்பறம் பாத்தா குளிச்சிட்டு வர்றீங்க. வழக்கமாக சாயங்கலத்துலதான குளிப்பீங்க...''

"இன்னைக்கி வெள்ளிக்கிழமை இல்ல...''

"ஆமா.. ஞாபகமே இல்ல...''

அவன் குரல் கதவருகில் கேட்டது. புடவை கட்டி முன் கொசுவத்தை சரி செய்து நன்றாக வயிற்றில் செருகியவள் அதிர்ந்துபோய் விட்டேன். அவன் கதவைத் தாண்டி என் எதிரே நின்றுகொண்டிருந்தான்.

அவனுக்கு எங்கிருந்துதான் அந்தத் துணிச்சல் வந்ததோ, குளித்து முடித்துவிட்டு வந்த என் பிரகாசம்தான் அவனை நிலை தடுமாறச் செய்ததோ! அப்படியே! வெறி கொண்டவனைப் போல என்மேல் பாய்ந்து என்னை ஒரே இறுக்கமாக இறுக்கிக் கொண்டான். என்ன ஏது என்று நிலமையை உணர்ந்து நான் திணறி விடுபடுவதற்குள்ளாகவே, கன்னம், காது, மூக்கு, கழுத்து, நெற்றி என்று பலநாள் ஆவேசம்போல் சரமாரியாக என் மேல் முத்தங்களைப் பொழிந்தான்.

நான் நினைத்திருந்தால் ஒரே திமிறில் அவனிடமிருந்து உதறிவிடுபட்டு அவனைக் கழுத்தைப் பிடித்து வெளியே தள்ளி, “போடா நாயே'' என்று வாயிற்படியைக் காட்டியிருக்கலாம். ஆனால், ஏனோ அப்படிச் செய்ய எனக்கு மனம் இடம் கொடுக்கவில்லை. என்ன நடந்து கொண்டிருக்கிறது என்று மிக நன்றாகவே தெரிந்தாலும் என்னையறியாமல் எதுவும் மறுப்புச் சொல்லாமல் எப்படியோ நான் அவன் விருப்பத்துக்கு விட்டுக் கொடுத்து நின்றேன். இப்போது நினைத்தாலும் எப்படி அப்படி நின்றேன் என்பது எனக்கே ஆச்சரியமாகத்தான் இருக்கிறது.

அவன் எதுவுமே பேசாமல், பிடியையும் தளர்த்தாமல் கீழே பக்கவாட்டில் சுருட்டிப் போட்ட பாய்க்காக என்னை நெருக்கித் தள்ளிக் கொண்டு போனான். என் வாய் என்னையும் அறியாமலே முணு முணுத்தது. “ஸ்... இப்ப வேணாம்.''

சத்தியமாய்ச் சொல்றேன் என் மனசுக்குத் தெரிந்து அவருக்கு துரோகம் செய்ய வேண்டும் என்றோ, அவனோடு தொடர்பு வைத்துக் கொள்ள வேண்டும் என்றோ நான் ஒருபோதும் நினைத்ததில்லை. அப்படி ஒரு சிந்தனைக்கே எனக்கு இடமில்லை. ஆனால், எப்படியோ அது நடந்துவிட்டது. நான் ஏன் சும்மா யிருந்தேன், எப்படிச் சும்மாயிருந்தேன், எப்படி அவனை அனுமதித்தேன் என்பது இன்னமும் எனக்குப் புரியவில்லை. அவனும்தான் எந்தத் துணிச்சலில், எந்த நம்பிக்கையில் அப்படி என் மேல் பாய்ந்தான் என்பதும் தெரியவில்லை. எமகாதகன், என் நல்ல மனசைப் புரிந்து பணிந்து பணிந்தே என்னைப் பழிவாங்கி விட்டான். ஒடுங்கி ஒடுங்கியே ஒடுக்கிவிட்டான். அவனுடைய உணர்ச்சிகளையும் மதித்து அவனுக்காகவும் கரிசனம் காட்டி அவன் மேலும் அன்பு சொரிய ஆரம்பித்தது இந்த அளவுக்கு ஆகிவிட்டது. அப்பொழுதே அவனை “சீ வெளியே போ'' என்று பிடித்து நெட்டித் தள்ளி தோட்டக் கதவைக் காட்டியிருக்கலாம். அவனும் வெளியே போய் விட்டிருப்பான். ஆனால், அவன் முகம் வெளிறிக் கலங்கி தோல்வியோடும் அவமானத்தோடும்

தலையைத் தொங்கப் போட்டுக்கொண்டு போவதைக் காணச் சகிக்க முடியாது. பிறகு நான் எப்படி அவன் முகத்தில் முழிப்பேன். அவனும்தான் எப்படி என் முகத்தில் முழிப்பான். அந்த உறுத்தலை எப்படி சகித்துக்கொண்டு பக்கத்தில் குடியிருக்க முடியும்.

ஓய்ந்திருக்கும் சமயங்களில் என்னடா இப்படியெல்லாம் நடந்து விட்டதே, இப்படி அவருக்கு துரோகம் செய்கிறோமே என்ற நினைத்து மிகவும் வதைபடுவேன். இன்றோடு கடைசி தடவையாக இருக்கட்டும். ஒரு முற்றுப் புள்ளி வைத்து விடலாம் என்று நினைப்பேன். ஆனால், அவன் விழுங்கி விடுவது போல கிறக்கத்தோடு பார்ப்பதையும், பிரமையோடு நெருங்குவதையும் கால்களில் விழாத குறையாக மண்டியிட்டுக் கெஞ்சி மடியில் முகம் புதைத்து இறுக்குவதையும் என்னால் தாங்க முடியாது. நான் எதையும் தடுக்கச் சக்தியற்றவளாகி செயலற்றவளாக இருந்தேன். அங்கே இருந்த வரைக்கும் ஏறக்குறைய ஒரு வருஷத்துக்கும் மேலாக எங்கள் பழக்கம் நீடித்தது. அக்கம்பக்கத்தில் யாருக்கும் காச் மூச்... என்று எதுவும் தெரியாது. ஒருவேளை அவன் அம்மாவுக்குத் தெரிந்தாற்போல் வித்யாசமாய் வந்ததில்லை. எப்பவும் போல்தான் பழகினாள். கணவரும் வழக்கம் போலவேதான் இருந்தார். ஆனால், அவர் படுக்க வரும் சமயங்களில் மட்டும் எனக்கு ரொம்ப உறுத்தலாக இருக்கும். என்ன ஜன்மம் இது. இப்படி ஒரு ஈனப்பழக்கம் என்று தோன்றும். அவருக்கு செய்கிற துரோகத்துக்காக மனம் அவதியுறும். பேசாமல் எல்லாவற்றையும் ஒரு கடிதத்தில் எழுதி வைத்துவிட்டு செத்துப் போகலாமா என்று கூட பலசமயம் தோன்றும்... குழந்தை மட்டும் இல்லாமலிருந்தால் அப்படியே செத்துத் தொலைந்திருந்தாலும் தொலைந்திருப்பேன்.

எப்படியோ அந்த இம்சையிலிருந்து ஒருவழியாக கொஞ்சம் விடுதலை கிடைத்தது. ஆனால், வேறு ஒரு இம்சையிலே வந்து சிக்கிக் கொண்டாகி விட்டது. இது அதைக் காட்டிலும் எவ்வளவு கொடிய இம்சை என்பது எத்தனை பேருக்குத் தெரியும். இதைப் போய் யாரிடம் என்னவென்று சொல்லித் தீர்க்கமுடியும். யாரிடம் கொட்டித் தீர்த்தாலும் தீராத இம்சை இது. வாழ்க்கை பூராவும் நிம்மதியைக் கெடுக்கும் இம்சை. இதற்கு விடிவே கிடையாது.

நான் இரண்டாவது குழந்தைக்குத் தாயாகும் போதுதான் இங்கே திண்டிவனத்துக்கு மாறுதல் ஆகி வந்து சேர்ந்தது. ஆனால், அங்கே மாதிரி இங்கே தனி வீடு கிடைக்கவில்லை. ஒரு நாலைந்து குடித்தனங்கள் இருக்கும் ஒரு பெரிய வீட்டின் தெற்குப் பக்கத்து போர்ஷனில் நாங்கள் குடியிருக்கிறோம். இங்கு தினம் பேப்பர் வருகிறது. அவர் ஆபீஸ் போகிறார். குழந்தை

பள்ளிக்கூடம் போகிறான். கைக்குழந்தை எனக்குத் துணையாக வீட்டில் இருக்கிறது. ஆனால் வாழ்க்கையில் நிம்மதியில்லை. அவர் மனதில் சந்தேகம் கரையான் மாதிரி அரிக்கிறது. ஆளை ஆழம் பார்க்கிற மாதிரி பார்க்கிறார். அந்நிய மனுஷியைப் பார்ப்பது மாதிரி பார்க்கிறார். ஒவ்வொரு அசைவையும் கூர்ந்து நோக்குகிறார். நடவடிக்கைகளை நோட்டம் விடுகிறார். அது அதற்கும் காரணம் கற்பித்துக் கொள்கிறார்.

இத்தனைக்கும் காரணம் எல்லாம் அடுத்த போர்ஷனில் குடியிருக்கும் மீசைக்காரன்தான். நடுத்தர வயது ஆள், நல்ல திடகாத்திரமான உடம்பு, சம்சாரமும் மூன்று குழந்தைகளும் இருக்கின்றன. எங்கேயோ கொலுத்து மேஸ்திரியாக இருக்கிறானாம். இவன் கீழ் பத்து ஆட்களுக்கு மேல் வேலை செய்கிறார்களாம். வயித்துப் பாட்டுக்குப் பிரச்னை இல்லை. மாச சம்பளக்காரர்களைப்போல ஓரளவு சுமாரான நிரந்தர வருமானம். ஆனால், அவனுக்கு வாய்த்த மனைவிதான் ஒரு மாதிரி. வாயாடி, பஜாரி, அவன் வேலைக்குப் போகிற இடத்தில் வேறு எவனுடைய மனைவியையோ வைத்திருக்கிறானாம். சம்பாதிக்கிற பணத்தையெல்லாம் அவளிடமே கொண்டு போய் கொட்டி அழுது விடுகிறானாம். வீட்டுக்கு ஒழுங்காய் எதுவும் கொடுப்பதில்லையாம் என்று அடிக்கடி இதனையே சொல்லி அழுது புலம்பி அவனிடம் சண்டை வாங்குவாள். வாய்க்கு வந்தபடி பேசுவாள். சில சமயம் சம்பந்தா சம்பந்தமில்லாமல் அக்கம்பக்கத்தில் குடியிருக்கிறவர்களையும் பெயர் சொல்லாமல் வம்புக்கு இழுப்பாள்.

அவர்களெல்லாம் அவள் கணவனை இழுத்துப் போட்டுக் கொள்ள வேண்டும் என்று வசியப்படுத்தப் பார்க்கிறார்களாம். அதுக்காகவே அவளவளும் சீவி சிங்காரித்து மினுக்கிக்கொண்டு திரிகிறார்களாம். இப்படி நாக்கில் நரம்பில்லாமல் பேசுவாள்.

மொத்தம் நான்கு குடித்தனங்கள் உள்ள அந்தக் குடியிருப்பில் முன்பக்கம் மீசைக்காரன் குடும்பமும், பக்கத்தில் மெடிகல் ஷாப்காரர் குடும்பமும் இருக்கிறது. பின்புறம் நாங்களும், ரிட்டையர்ட் ஆகிய ஸ்டேஜில் ஒரு ஆசிரியரும் வயதான அவர் மனைவியும் மட்டும் இருக்கிறார்கள். இருக்கிற நடுத்தரப் பெண்மணிகள் என்பது நானும் மெடிகல் ஷாப்காரர் மனைவியும்தான். அவள் நல்ல அழகி. நான்காவதும் இரண்டாவதும் படிக்கிற இரண்டு பசங்கள் இருந்தாலும் ரெண்டு குழந்தை பெற்றது மாதிரியே தெரியாது. கணவனும் கடைக்குப் போய்விட, குழந்தைகளும் பள்ளிக்கூடம் போய்விட பெரும்பாலும் வீட்டில் தனியாகத்தான்

இருப்பாள். எப்போது பார்த்தாலும் ரேடியோவில் ஏதாவது பாட்டு ஓடிக்கொண்டேயிருக்கும்.

மீசைக்கார ஆள் ஒரு மாதிரிதான். பெண்களைக் கண்டால் வழிந்து வழிந்து பேசுகிற சுபாவம். ஆரம்பத்தில் குடிவந்த புதிதில் இது தெரியாமல் அந்த ஆளோடு சாதாரணமாய் எல்லா ஆம்பிளைகளோடும் பேசுவது மாதிரி "என்ன என்றால் என்ன" என்று பேசியது வாஸ்தவம்தான். குழந்தைகளைப் பள்ளிக்கு அனுப்ப முன்புறம் வரும்போது மெடிக்கல் ஷாப்காரர் வீட்டுப் பசங்கள் படிக்கிற அதே பள்ளியில்தான் பையனும் படித்தான் "என்னாமா சார் ஆபீஸ் கௌம்பியாச்சா" "சாப்பிட்டாச்சா" "இன்னிக்கி லீவா" என்று இப்படி ஏதாவது பேசுவான். நானும் கேட்ட கேள்விக்குப் பதில் சொல்வேன். எப்போதாவது என் குழந்தைய ஆசையோடு தூக்க விரும்பி அது அவன் தோற்றத்தைப் பார்த்து மிரண்டு அழத்தொடங்க "இந்தாமா இதுக்கு நம்பள பாத்தாலே புடிக்க மாட்டது" என்று திரும்பிக் கொடுத்து விடுவான். நானும் குழந்தை அழும்போதோ, வம்பு செய்யும் போதோ "தோ பாரு மீசைக்காரு வர்றாரு புடிச்சிக்னு போ யிடுவாரு" என்று சொல்லியிருக்கிறேன். இதற்காக நான் அவனை வைத்துக் கொண்டிருக்கிறேன் என்று ஆகிவிடுமா என்ன?

"நாங்க என்ன சீவி சிங்காரிச்சினு செவப்பா லட்சணமாகவா இருக்கறம் ஆட்டக்காரி மாதிரி. ஒனக்குப் புடிக்கறதுக்கு."

"கட்டனவன் அவளவளையும் கட்டி ஆண்டா ஏன் அவ அவ இப்படி ஊர் மேயறா."

"எதுவும் எனக்குத் தெரியாதுன்னு நெனச்சிக்னு இருக்கறாரு ஐயா. கத்தரிக்கா வெளஞ்சா கடத்தெருவுக்கு வந்துதானே ஆவணம். என்னைக்காவது ஒரு நாளைக்கி கத சிரிப்பா சிரிச்சிப்புடாது நடுத்தெருவுல. அப்ப வச்சிக்கறேன்."

இப்படி அடிக்கடி காதில் வந்து விழும். பெரும்பாலும் மாலை நேரங்களில் மீசைக்காரன் வந்த பிறகுதான் இந்த வசவு ஆரம்பமாகும். மீசைக்காரன் இது பற்றியெல்லாம் எதுவும் பொருட்படுத்திக் கொள்ளமாட்டான். இது தினப்படி வாடிக்கை என்பதால் மரத்துப் போய் விட்டதோ என்னவோ.

அவளைப் போய் கட்டுப்படுத்தமுடியாது. அவளோடு யாரும் வாயைக் கொடுத்தும் மீளமுடியாது. இவரும் வம்பு தும்புக்குப் போகிறவரல்ல. வந்தால் சமாளிக்கக் கூடியவரும் அல்ல. வந்த புதிதில் இது பற்றி அவரிடம் சொல்லியிருக்கிறேன்.

அப்போதெல்லாம் “கெடக்கிட்டும் வுடு. மனுஷங்கன்னா பலவிதமாதான் இருப்பாங்க. எல்லா எடத்திலியும் எல்லாரும் ஒரே மாதிரியா இருப்பாங்க. இங்க இருக்கப்போறது கொஞ்ச நாளைக்கி. இருக்கறவரிக்கும் இருந்துட்டுப் போவம் அட்ஜஸ் பண்ணிக்னு. அதும் பாட்டுனு எதுனா சொன்னா சொல்லிக்னு போவட்டும் வுடு. எதையும் காதுல வாங்கிக்காத'' என்றார்.

அப்படியெல்லாம் சொல்லியவர்தான் இப்போது அவரே சந்தேகத்துக்கு இரையாகிவிட்டார்.

ஒன்றுமில்லை. ஒருநாள் மாலை ஒரு மணியிருக்கும். நான் முன்புறம் குழந்தைகளுடன் பள்ளிக்கூட சமாசாரமாக மெடிக்கல் ஷாப்காரர் மனைவியுடன் பேசிக்கொண்டிருந்தேன். அப்போ இந்த மீசைக்காரன் வந்தான். பள்ளிக்கூட சங்கதி என்றதும் அது பற்றி அவனும் ஏதோ சொல்ல வந்தான். அந்நேரம் அவர் வந்தார். நான் இயல்பாக “இன்னைக்கி என்னாங்க இவ்வளவு லேட்டு'' என்று கேட்டுக்கொண்டே அவரோடே திரும்பினேன். அவர் உடனே எதுவும் பதில் சொல்லவில்லை. முகம் ஒரு மாதிரி யிருந்தது. சாப்பாடு போடும்போது மட்டும் “அந்த ஆளோட என்ன பேச்சு'' என்றார். நான் நடந்ததைச் சொன்னேன். அவர் திருப்தியடைந்த மாதிரி தெரியவில்லை.

இந்த சம்பவத்தோடு மட்டுமில்லை. குடி வந்த புதிதில் அந்த ஆள் குழந்தையைத் தூக்கி வைத்திருக்க முயன்று என்னிடம் கொடுப்பதைப் பார்த்து நானும் மீசைக்காரர் மீசைக்காரர் என்று குழந்தைக்கு பயம் காட்டுவதை வைத்து, தினம் தினம் வீட்டுக்காரி பேசுவதை வைத்து அவரை விடவும், மீசைக்காரருக்கு ஏதோ நான் அதிக முக்கியத்துவம் கொடுப்பதாகக் கருதி அவராகவே ஒரு சிக்கலான முடிச்சைப் போட்டுக் கொண்டிருக்கிறார். அது அவர் முகத்தில் தெரிகிறது. எனக்கும் நன்றாகவே தெரிகிறது. பக்கத்து போர்ஷனிலிருந்து பேச்சு வரும் போதெல்லாம் அவர் பார்வை என்மேல் ஊர்கிறது. புழு நெளிகிற மாதிரியிருக்கிறது. இதற்கு நானோ அல்லது அந்த ஆளோ என்ன செய்ய முடியும். இதையெல்லாம் அவரிடம் யார் சொல்ல முடியும். எப்படிச் சொல்ல முடியும். எவ்வளவு சொல்ல முடியுமோ அவ்வளவும் சொல்லிப் பார்த்தாயிற்று. அப்படியும் அவர் மனசு ஆறுதலடைந்த பாடில்லை. என் மேல் நம்பிக்கை வந்தபாடில்லை. எப்படி யிருந்தவர் எப்படி மாறிப் போய்விட்டார். எப்படி அவரால் இப்படி மாற முடிந்தது. எது எடுத்தாலும் சந்தேகம். எடுத்தற்கெல்லாம் சந்தேகம்.. சே... சே... இப்படி ஒரு பிழைப்பா.

இப்படியெல்லாம் வரும் என்று தெரிந்திருந்தால் ஆரம்பத்திலேயே நான் கொஞ்சம் எச்சரிக்கையாக இருந்திருக்கலாம். வந்த புதிதில் இரவு சாப்பிட்டு எல்லா வேலைகளையும் முடித்து, படுத்த பிறகு பக்கத்தில் கிளம்பும் சண்டையைப் பற்றி கணவன் மனைவிக்குள் நாங்கள் பேசிக் கொள்ளும்போதெல்லாம் 'அந்த ஆள்தான் ஏதோ பேசனா போறார்னு அந்த பொம்பளையாவது கொஞ்சம் அடங்கிப் போவுதா பாருங்க, இந்த பொம்பள வாயத் தொறக்கலண்ணா ஒன்னும் பிரச்னையே கெடையாது. அந்த ஆள் ஏதோ வெளியில் போய் உழைச்சிட்டு வர்ரான். அதுக்கு உடம்பு வலிக்குதுன்னு ஏதோ கொஞ்சம் குடிச்சிட்டு வந்தான்னா அதப்போய் பெருசா புடிச்சிக்னு, குடிச்சி குடிச்சே என் குடும்பத்த அழிக்கிறியேடா பாவின்னு கத்தறா, அந்த ஆள கேட்டா இன்னைக்கு இருவத்தஞ்சி ரூவா கூலிம்மா, அஞ்சி ரூவா சாராயத்துக்கு எடுத்துக்குனு மீதி இருவது ரூபாயா அவகிட்டதா குடுத்தேன். அது பத்தாது பூராத்தியும் கொண்டாடான்றா. இப்படிக் கேட்டா மனுசனுக்கு ஈசாமையா இல்ல. ஏண்டா பூராத்தியுமே குடிக்கக்கூடாதுன்னுதான் தோணுது. புருஷன் பொண்டாட்டின்னா ஒருத்தர ஒருத்தர் புரிஞ்சிக்கணம்மா. புரிஞ்சிக்காத எடத்துல எங்கிருந்து நிம்மதியிருக்கும். இவளாட்டம் ராட்சசி கிட்ட எப்படிமா சண்ட சாடியில்லாம குடுத்தனம் பண்ணமுடியும் சொல்லுங்க. அந்த ஆத்திரம்தான் அவள இழுத்துப் போட்டு அடிக்கறது. புள்ளைங்கள போட்டு அடிக்கறதுன்றான்' என்று அவன் சாதாரண நேரங்களில் சொல்லியதையெல்லாம் அவரிடம் சொல்ல, அவர் ஏதோ அந்த வார்த்தைகளுக்கெல்லாம் புது அர்த்தம் கற்பித்து அவனுக்காக நான் பரிந்து பேசுகிறேன். சும்மாவா பேசுவேன் என்று விபரீதமாக கற்பனை செய்து கொண்டிருக்கிறார்.

இத்தனைக்கும் இவர் இந்தமாதிரி கற்பனை பண்ண ஆரம்பித்த திலிருந்து நான் அந்த ஆளிடமே பேசுவதேயில்லை. அந்த ஆள் இருக்கும் பக்கமே கூட போவது கிடையாது என்பதை சந்தர்ப்பம் வாய்க்கும் போதெல்லாம் இலைமறை காய்மறையாக அவரிடம் எவ்வளவோ சொல்லியிருக்கிறேன். என்ன சொல்லியென்ன 'எல்லாம் சும்மா மேலுக்குத்தான்' என்பதைப் போல மனசை ஆராய்வது மாதிரி பார்க்கிறார். உள்ளே தான் இருக்கிறோமோ இல்லை அவன் இருக்கிறானா என்பது மாதிரி... மனதை என்ன திறந்தா காட்ட முடியும்?

அறை மங்கியிருக்கிறது. குழந்தைகள் தூங்கிவிட்டன. அவர் நாற்காலியில் குந்தியிருக்கிறார். தலையைக் கைகளில் தாங்கி

யிருக்கிறார். நான் கீழே சுவரில் சாய்ந்து கண்ணீர் வடித்துக் கொண்டிருக்கிறேன். எதை நினைத்து கண்ணீர் வடிக்கிறேன் என்று எனக்கே தெரியாது. பழைய சூழலை நினைத்தா. புதிய சூழலுக்கு மனம் வருந்தியா... கண்களைத் துடைத்துக்கொண்டு மெல்ல அவரிடம் போகிறேன்.

“என்னங்க...''

நிமிர்கிறார் அவர். ஜீவனில்லாத பார்வை.

“வேற எங்கனா ஒரு ஊடு பாருங்க. வாடக கூட இருந்தா கூடப் பரவால்ல. காலி பண்ணி மாத்திக்னு போயிடுவம்.''

“மாத்திக்னு போயிட்டா...''

சுருக்கென்று தைக்கிறது அவர் கேட்பது.

இதற்கு நான் என்ன பதில் சொல்ல முடியும். நிஜமாகவே நான் தப்பு செய்த காலத்தில், இப்படி அவர் சந்தேகப்பட்டிருந்தாரானால்கூட நடந்ததையெல்லாம் சொல்லி அவர் காலில் விழுந்து கதறி மன்னிப்பு கேட்டிருப்பேன். ஆனால், இப்போது நான் எந்தத் தப்புமே செய்யாத போது எதைச் சொல்லி அழ. முன்ன திருக்கோயிலூர்ல இருந்த போதுதாங்க அப்பிடி நடந்தது. இப்ப அதெல்லாம் ஒன்னும் கெடையாதுங்க. அப்ப உங்களுக்கு எதுவுமே தெரியாது. எப்பவும் போல பேசாம இருந்திட்டீங்க. இப்ப இல்லாததல்லாம் நீங்கதான் வீணா கற்பனை பண்ணி மனசை அலட்டிக்கறிங்க என்று என் பரிசுத்தத்தை எடுத்து விளக்கவா...

ஒவ்வொரு நேரம் வருகிற ஆத்திரம் இது. உதட்டு வரை வந்து உள்ளேயே மக்கி மக்கி மறுகும். எதையும் சொல்ல முடியாமல் அவருக்கும் எதையும் உணர்த்த முடியாமல் விழிப்பேன். ஒரு பெண்ணுக்கு இதைவிட அவஸ்தை வேறு என்ன வேண்டும். இப்படியே குமைந்து குமைந்து எத்தனை நாள் வாழ்வது சொல்லுங்கள்.

ஒரு வழியாக என்னுடைய தொடர்ந்த வற்புறுத்தலில் அவர் வேறு வீடு பார்த்து நாங்கள் குடிமாற்றிக்கொண்டு வேறு பகுதிக்கு வந்து விட்டோம். இப்போ தினப்படி தொல்லைகள் இல்லையென்றாலும், எப்போதாவது தப்பித் தவறி அந்த மீசைக்காரன் பேச்சு வந்தாலும், பெரிய பையன் அந்த “மீசைக்காரன் தாத்தா இல்லமா'' என்று பழைய வீட்டு அனுபவத்தில் ஏதாவது பேச்சை ஆரம்பித்தாலும் அவர் முகம் மாறிவிடுகிறது. கணவனும் மனைவியுமாய் கடைத்தெருவுக்கு, சினிமாவுக்கு என்று வெளியே

கிளம்பும்போது எப்போதாவது எதிரே அந்த ஆள் எதிர்பட்டு "என்ன சார் சௌக்யமா, என்னமா சௌக்யமா'' என்று விசாரித்து, குழந்தையைத் தொட்டுப் பேசினாலோ, தூக்கிக் கொஞ்ச முயன்றாலோ அவர் என் முகத்தைப் பார்க்கிறார். என் முகத்தில் ஏதாவது மாற்றம் தெரிகிறதா என்று தேடுகிறார். ஆனால் திருக்கோயிலூரில் இருந்ததைப் பற்றி பேச்சு வந்தால் இயல்பாக இருக்கிறார். அவர் முகத்தில் எந்த மாற்றமும் இல்லை.

ஒரு நாலு நாள் முன்பு கூட சாயங்காலம் அவன் வந்து போயிருந்தான். அவனுக்கு இங்குதான் திண்டிவனத்தில் குடிநீர் வடிகால் வாரியத்தில் ஜூனியர் அசிஸ்டண்டாக வேலை கிடைத்திருக்கிறதாம். நேற்றுத்தான் வந்து ஜாயின் பண்ணியதாகவும், ஆபிஸ் போய் வீடு விசாரித்துக்கொண்டு வந்ததாகவும் சொன்னான். குடும்பம் ஷேமம் எல்லாம் விசாரித்து குழந்தைகளுக்கு விளையாட்டுக் காட்டிக் கொண்டிருந்தான். அவரும் உற்சாகமாக பேசிக்கொண்டிருந்து விட்டு "சாப்பாடெல்லாம் எங்க ஹோட்டல்லதானா, இன்னக்கி நம்ம வீட்டுலியே சாப்பிடுங்க...'' என்று என் பக்கம் திரும்பி 'பேக்' எடு மார்க்கெட்டுக்கு போய் வந்துடறேன்'' என்றார். அவன் பக்கம் திரும்பி "உட்கார்ந்து பேசிக்னு இருங்க. தோ வந்துடறேன்'' என்று சைக்கிளை எடுத்துக்கொண்டு கிளம்பினார்.

இந்த வேடிக்கையை என்னவென்று சொல்வது, எப்படிச் சொல்வது என்று எனக்குத் தெரியவில்லை. இந்த நம்பிக்கையைக் குலைத்து மீண்டும் பாவப்பட்டவளாகவும் நான் தயாரில்லை.

1983

உதயம்

*

நான் பண்ணாத சப்ளை

என் புத்தி எதிலுமே இந்தமாதிரிதான். துப்புக்கெட்ட புத்தி. பதினைந்து ரூபாய் என்றாலும் தலையாட்டி விட்டு வந்தாகிவிட்டது. கொஞ்சம் பேசியிருந்தால் எப்படியும் குறைந்திருப்பான். பன்னிரண்டு ரூபாய்க்கு முடித்து விட்டிருக்கலாம். கூட இருந்தவர்கள் என்ன சொல்கிறார்களோ அதுவே சரியென்று ஒப்புக்கொள்வதாக ஒரு வார்த்தை நாக்கு நீட்டிச் சொன்னது குற்றமாகப் போய்விட்டது. உள்ளூர்க்காரனுக்கு வஞ்சனையா செய்வான்? ஞாயத்தைப் பேசுகிறமாதிரி வாய் கூசாமல் சொல்லிவிட்டார்கள். பதினைந்து ரூபாயாம். எலக்ஷன்காரன் இருபத்தைந்து கொடுத்தானாம்.

அப்படித்தான் வீடு என்ன பெரிய வசதியா... முன்புறம் ஒரு நடை, ரெண்டு பக்கமும் ரெண்டு அறை, பின்பக்கம் சமையல் கட்டு, சின்னத் தோட்டம், ஜன்னலையாவது கொஞ்சம் பெருசாய் வைத்துக் கட்டியிருக்கக் கூடாதா அவன்! சின்னச் சின்னதாய் முகம் பார்க்கிற கண்ணாடி மாதிரி..

சே! என்ன வெய்யில்... இப்படி மண்டையைக் கொளுத்துகிறதே! நன்றாகக் காய்ந்தால் நன்றாகக் கொட்டுமாம். எங்கே கொட்டுகிறது? தினம்தான் காய்கிறது. காய்கிறதில் ஒன்றும் பஞ்சம் இல்லை.

அவள் என்ன சொல்லப் போகிறாளோ! நீங்கள் எதற்குப் போனாலும் இப்படித்தான் ஒன்னுத்துக்கும் உருப்படியில்லாமல்... எல்லாம் நமக்கு பெரிய சனியன். நமக்கு என்று எல்லாம் பொருந்துகிற மாதிரியா அவனவன் வீட்டைக் கட்டி வைத்திருக்கிறான்.

வீட்டைப் பார்த்ததுமே திகைத்து நிற்கப்போகிறாள். இதற்கா பதினைந்து ரூபாய் என்று எரிப்பாள். ஒவ்வொன்னுத்திலும் உங்க பொவுஷு வெளங்குதே போதாதா... என்று சுடப்போகிறாள். அப்பறம் எதற்கெடுத்தாலும் அதே குறைதான். அடுத்த ஊருக்கு டிரான்ஸ்பர் வந்து அந்த வீட்டைக் காலி செய்கிற வரைக்கும் அந்த வீடே அவளுக்கு சாசுவதமான குறை. பிள்ளைகள் ஓடியாடி விளையாடத்தான் ஒரு இடம் உண்டா....! பட்டணமா இது பார்க்கில் போய் விளையாட.... தேடிப் புடிச்சி கண்டுபுடிச்சிங்களே இந்த வூட்ட...

காக்காய்க்கு என்ன கவலை? புளியமரத்தில் உட்கார்ந்து கத்த... தொண்டையைப் பிடித்து திருகிப் போட்டால் தேவலாம்.

பஸ் எத்தனை மணிக்கென்று தெரியவில்லை. ரோடா இது... ரோட்டைப் பார்த்தாலே பஸ் சவாரி செய்கிற லட்சணம் தெரியவில்லையா, ஈ, ஓட்டுகிறது.

“ஏங்க இப்ப திண்டிவனம் பக்கம் பஸ் எத்தனை மணிக்கி?”

“ரெண்டே கால் மணிக்கு.”

சரிதான்... நல்ல நேரத்தில் புறப்பட்டு வந்து மாட்டிக் கொண்டேன். தூங்கி எழுந்திருக்கலாம். தூங்கி... ரெண்டே கால் மணிக்கு... அப்பா!

அது என்ன...? ஓட்டலா...! ஓட்டல் மாதிரியா இருக்கிறது. பகவதி விலாசாம். படிப்பதற்குள் கண்ணே பழுதாகிவிடும் போலிருக்கிறது. அழுக்கேறி மங்கி போர்டே இந்த லட்சணத்தில் இருந்தால் உள்ளே என்ன இருக்கப் போகிறது? இருந்தாலும் வாயில் வைக்கிற மாதிரியாயிருக்கும்...

பசிக்கிற மாதிரிதான் தோனுகிறது. காலையில் புறப்படும்போது ஒரு டம்ளர் காபி சாப்பிட்டது. வீட்டுக்குப் போனால் ஒரேயடியாய் சாப்பிட்டுக் கொள்ளலாம். ஆனால் இந்தக் கண்றாவி பஸ் இப்போதைக்கு எங்கே வரப்போகிறது. எதையாவது ரெண்டு உள்ளே தள்ளலாம்...

என்ன உள்ளே ஒருத்தனையும் காணோமே....! கல்லாவிலேகூட எவனையும் காணோம். “இப்படி அழுது வடிகிறதே! ஏன் என்று கேட்கக் கூட எவனுக்கும் நாதியில்லை. சுத்தமாய் ஆளே இல்லை போலிருக்கிறது. இந்த அழகில் காபி சாப்பாடு ஓட்டலாம். பெயரில் ஒன்றும் குறைச்சல் இல்லை.

அப்பா அது மட்டும் எவனோ வருகிறான். யார் அவன்...! சர்வரா. முதலாளியா, கிளினரா.. எவனோ... பீடை, அழுமூஞ்சி....!

“என்ன சார் வேணும்..?”

"என்னா இருக்குது?...'

"ரவா தோசை, காபி...' பேஷ் பேஷ். கொறட்டை விட்டாலும் அயிட்டத்தில் ஒன்றும் குறைச்சல் இல்லை. ரவா தோசையாம் ரவா தோசை. என்ன ரவா தோசையோ பார்ப்போமே...

"சரி, ஒரு தோசை.. சொல்லு...'

"இப்படி ஒக்காருங்க சார்...'

எங்கே உட்காருவது? வாய்க்கு சுளுவாக சொல்லிவிட்டான் தடியன்! ஏதாவது பேச்சு ஒழுங்காய்ப் பேசத் தெரிய வேண்டாம். உட்காந்தாலே பெஞ்சியிலருப்பதெல்லாம் சோமனில் ஒட்டிக் கொள்ளும் போலிருக்கிறது. வாயில் சோமன், சலவை. இன்றைக்குத் தான் எடுத்துக் கட்டியது. ஒரே நாளில் புரட்டி எடுத்துவிட வேண்டுமா...

அந்த இடம் கொஞ்சம் தேவலாம்போல் தெரிந்தது. எதற்கு நியூஸ் பேப்பரையே மடித்துப் போட்டு உட்காரலாம். நியூஸ் பேப்பர்... எங்கே அதைப் பையில் காணோமே! எங்கே வைத்தேன்? சே! வீட்டுக்காரன் வீட்டிலேயே.. மறந்து வைத்தாகி விட்டதா. சரியான ஞாபகப் பிசகு. இது வேறே பதினெட்டு பைசா தெண்டமா.. எல்லாம் நேரம்.

எலக்ஷன்காரன் கொடுத்தான் என்றால் அது அவன் சவுகரியம். ஒரு மாசமோ ரெண்டு மாசமோ தங்கியிருப்பான். தண்ணியாய் செலவழிக்கிற காசில் ஏதோ ஒரு கணக்கு. இடுப்பொடிய, கூனு வளைய எழுதுகிற குமாஸ்தா சம்பளத்தில் அப்படி முடியுமா. ரொம்ப தாராளமாய் குறைத்து விட்டானாம். பெரிய தாராளம். பதினைந்து ரூபாய்..

பச்சங்.. ஒரு வார்த்தை குறுக்கே புகுந்து பேசாத குற்றம். எப்படியும் குறைந்திருப்பான். இந்த ஊரில் சும்மா கிடக்கிற அந்த வீட்டுக்குத் தன்னை விட்டால் எவன் முழுசாகப் பதினைந்து ரூபாய் எடுத்துக் கொடுக்கப் போகிறான்?

என்னவோ வீடு, சரிந்த விழல்களும் செல்லரித்துப் போன தூண்களும், காரை பெயர்ந்த தரையும்.. அவள் நன்றாய் டோஸ் விடப் போகிறாள். எல்லாவற்றையும் வாங்கிக் கட்டிக் கொள்ளவே இந்த ஜன்மம் எடுத்தாய்விட்டது. எல்லாம் போதாத காலம், தலையெழுத்து!

நம்ப புத்தியை அடித்துக் கொள்ளவேண்டும், சோம்பேறிப் புத்தி. இன்னும் ரெண்டு தெரு சுற்றிப் பார்த்திருக்கலாம். இதைவிட நல்ல வீடாகக்கூட கிடைத்திருக்கும். மழமழவென்று.. சிமெண்ட் பூசி, பெரிய ஜன்னல் வைத்து மெத்தை ஓட்டி ரொம்ப "நீட்' டாகவே கிடைத்திருக்கும்.

பதபதவென்று மின்னண்டையிலேயே வாய் வைத்தாகி விட்டது. அந்தக் கவுண்டரும் சொல்லி வைத்தா மாதிரி கொண்டுபோய் விட்டு விட்டார். எவ்வளவோ சொல்லி வைத்து என்ன பிரயோசனம். உருப்படியாக ஏதாகிலும் "சீப்'பாய் முடிந்ததா.. வாடகைதான் போகட்டும் வீடாவது வசதி உண்டா. தெண்டம் தெண்டம்!

அவள் வந்து குடித்தனம் பண்ணுகிற காலத்தில் பக்கத்துத் தெருவில் பத்து ரூபாய் வாடகையில் பிரும்மாண்டமான மெத்தை வீடு காலியாயிருக்கிறது என்று கேள்விப்பட்டாளானால்... அதுவும் எனக்குப் பிறகுதான் எவனோ வந்து குடியேறிவிட்டான் என்று தெரிந்தால்... வேற வம்பே வேண்டாம்.

பெருச்சாளி வேறு வளர்க்கிறானா இந்த ஓட்டலில்... இவன் என்ன போனவன் ஆளையே காணோம்? எப்பவோ போனான். என் ரவாதோசைக்கு மாவு அரைக்கிறானா.. பெருச்சாளி வேறு காலை எங்காவது கடித்துத் தொலைக்கப் போகிறது. எம்மா நேரம்...!

"ஏம்பபா...!'

"தோ ஆச்சி சார்...!

சரியாப் போச்சி போ! இப்பத்தான் அடுப்பே பற்ற வைக்கிறானா... இவன் எப்ப சூடு பண்ணி எப்ப சுட்டு.. எப்ப நமக்கு தோசை தருகிறவன்.

சரியான தூங்குமூஞ்சி ஓட்டல்தான். ஆளைப் பாரேன் நல்லா தடித்தாண்டவராயனாட்டம். அவனும் அவன் தலையும், வேஷ்டியும்... அடுப்புல நெருப்பு இல்ல சார்.. நேரமாவும்னு சொல்லக் கூடாது? முண்டம் மாதிரி உக்கார வச்சிட்டுப் பூட்டானே... மூஞ்சைப் பாத்தியா நல்லா செங்கொரங்காட்டம். அதுக்குத்தான் நல்லா அழகு ஒழுக ஒக்காருங்க சார்...னு சொல்லிட்டு உள்ளே பூட்டானா. எல்லாம் நமக்கு பேரெழவு...

இப்பதான் குனிஞ்சி குனிஞ்சி ஊதறான். ஊதுறா... ஊது, இவனெல்லாம் எதுக்கத்தான் ஆத்தமாட்டாத ஓட்டல் வச்சி நடத்தறானோ... ஆடிக்கு ஒரு தோசை... அமாவாசைக்கு ஒரு தோசை சுடுவாம் போல இருக்குது; ஊதறதப் பாரேன்... நல்லா அவனும் அவன் வாயும் பன்னி மாதிரி.. அப்படியே அவன் மூஞ்சைப் பிடித்து தரையில் தேய்த்தால் தேவலாம்.

இருக்கிற தொல்லையில் இது வேற இம்சை. இவன் சுட்டுக் குடுக்கறதுக்குள்ள பசியெல்லாம்கூட தீர்ந்துடும்... அதுக்கு அப்பவே ஒன்னும் இல்லேன்னு சொல்லிட்டுப் போறது... பார்க்கப் பார்க்கப் பற்றிக்கொண்டு வருகிறது. பீடை...

இது என்னா இது புதுசா எவனோ... ஆமா! இங்கே இருக்கிற எனக்கே சுட்டு மாளல அவனால... இதுக்குள்ள நாலு பேர் உள்ள நொழைஞ்சீட்டிங்களா...

“என்னாப்பா சாப்பாடு ரெடியா...!''

“ஓ! எல்லாம் தயார்தான்ணே. கொஞ்சம் ஒக்காருங்க... தோ வந்துட்டேன்.''

“ஆவட்டும் ஆவட்டும்... பொறுமையா ஆவட்டும்!''

அவர்களுக்கென்ன சாவகாசமாய் சொல்லிவிட்டு, அந்த அழுக்குப் பெஞ்சே வழக்கமாகிவிட்டதுபோல் உட்கார்ந்து கொள்ள, வாடிக்கைக்காரர்களா.. இந்த ஓட்டல் இருக்கிற பவிசில் வாடிக்கை ஒரு கேடா... மாமூல்காரன் மாதிரி சகஜமாய் அல்லவா கிடக்கிறான்கள். எந்த இழவாவது கிடந்துவிட்டுப் போகட்டும், தோசை என்ன ஆயிற்று. ரவா தோசை.. சரியான எருமை மாடு! செக்கு உலக்கை!

“உங்க எல்.எம். என்னா ரொம்ப எகுர்றாரு?''

“நீ வேற... அவர் எப்பவும் அப்பிடித்தாம்பா.. சும்மா கத்துவாரே தவிர அப்புறம் ஒன்னும் இருக்காது.. சுபாவமே அப்பிடித்தான்...''

எலக்ரிசிடி போர்டில் வேலை செய்பவர்களா...! ஹெல்பர்கள் மாதிரி தெரிகிறது...

“புது எல் ஐ அடுத்த வாரம் இங்கியே குடும்பம் வச்சிடப் போறாராமே...!''

“ஆமா. சொல்லிக்கினுதான் இருக்காரு. இந்த ஊருல வூடு எங்கருந்து ஆபுடப் போவது. சும்மா கெடந்த ஊருலதான் அந்த ஆபிஸுன்னு அது மாட்டுன்னு ஓபன் பண்ணிப்புட்டு... அங்கங்க எங்கப் போனாலும் ஊடு பஞ்சம் பெரிய பஞ்சமா இருக்குதே...''

“நம்ம இவரு வூடு என்னாச்சி. வாள் காரமூடு...''

“அதுவா; அதுகூடம் இன்னிக்குத்தான் ஆரோ வந்து அட்வான்ஸ் பண்ணிட்டுப் பூட்டாங்களாம். கொஞ்சநாள் முன்னாடி காலியாத்தான் கெடந்தது. எவ்வளவோ சொன்னேன். அப்ப அவரு கேக்கல...''

“அப்படியா... அடப் பாவமே! வாடக எவ்வளோ.''

“பாஞ்சி ரூபாதான். நேத்தே சொல்லியிருந்தார்னாகூடம் எப்படினா முடிச்சிட்டிருக்கலாம். இப்பத்தான் ஆருக்கோ வுட்டாங்களாம்... ரெண்டு நாள் மிந்தியே மன்னாதக் கவுண்டர்கிட்ட சொல்லி வச்சிருக்காங்க.''

"என்ன பண்றது எல்லாம் அவர் நேரம்.''

என்ன பேசிக் கொள்கிறார்கள் இவன்கள். நம் கதைதானா... சரிதான்! அப்பா... இப்பத்தானே மனசுக்கு நிம்மதியாயிருக்கிறது. நம்ப நேரம் நல்ல நேரம்தான். இந்த வீட்டை முடித்ததில் தான் ரொம்ப அதிர்ஷ்டசாலிதான். அவள் ஒன்றும் சொல்ல முடியாது. அப்பாடா மக்கித் தொங்கும் விழல்களும் ஓட்டடையும் ஓட்டலே என்னமோ மாதிரிதான் இருக்கிறது. நிராதராவாய் அனாதைப் பிள்ளை மாதிரி. பாவமாய்... அடுப்பில் ஈரம் பட்டுவிட்டதோ என்னவோ, அதான் சீக்கிரம் பற்றமாட்டேன் என்கிறது. வாய் நோக குனிந்து ஊதிக்கொண்டிருக்கிறானே! அழுக்குச் சோமனும் பிசுக்குச் சட்டையும், காய்ந்துபோன தலையும் பஞ்சடைந்த கண்களும் பார்க்கவே பரிதாபகரமாய்த்தான் இருக்கிறான்.

டவுனா் இது? நினைத்த நேரத்துக்கு சொன்னதும் டக்கென்று ஒரு தேய் தேய்த்துப் போட்டு எடுத்துக்கொண்டு வர. இந்தப் பட்டிக்காட்டில் ஒரு நாளைக்கு எத்தனை பேர் தோசை சாப்பிடுவானோ... அவன் என்ன செய்வான் பாவம்!

எலி வளை மாதிரி எங்கேயோ ஒரு மூலையில் எதிலேயோ அமுந்திப்போன மாதிரி அம்போ என்று கிடக்குறானே என்ன சுகத்தைக் கண்டிருப்பான் அவன்! அவனைப் போய், நாய் மாதிரி மேலே விழுந்து பிடுங்கவேண்டுமென்று ஒரு வெறி வந்ததே சற்று முன். என்ன புத்திசாலித்தனம்...

அரக்கப்பரக்கச் சுட்டுக்கொடுத்துத்தான் இப்போ என்ன ஆகப் போகிறது... வெளியே போய் என்ன வெட்டி மளக்கப் போகிறோமா... ரெண்டே காலுக்குத்தானே பஸ், இன்னும் முக்கால் மணி நேரம் இருக்கிறதே... காிசனமாய்ப் பார்த்தேன்.

"தோ ஆச்சி சார்...''

"பரவால்லபா பொறுமையா ஆவட்டும். ஒன்னும் அவசரமில்ல.''

ஜூலை 1972

செம்மலர்

*

எதிர்பார்ப்புகள்

கிளார்க் வீட்டுக்குழந்தை ரொம்ப அழகு என்று சொல்லிக் கொண்டான் அவன். அவர் வீட்டிலேயே எப்போதும் ஒட்டிக்கொண்டு கிடந்தான். காலையில் பலகாரம் சாப்பிட்டு முடிந்ததும் சட்டை மாட்டிக்கொண்டு டீக் கடையில் பங்க்கடையில், பார்பர் ஷாப்பில், லைப்ரரியில் அவனை மாதிரி வேலையற்ற நண்பர்கள் வழியில் கிடைத்தால் அவர்களோடு அங்கங்கே கொஞ்ச நேரம். உடனே வீட்டுக்குத் திரும்பி வந்தான். செருப்பை மாட்டிக்கொண்டு அவர் ஆபிஸ் புறப்படுகிற சமயம் 'என்ன சார் பொறப்டாச்சா' என்று கேட்பான். 'ஆமா சார்' என்று அவர் புறப்பட்ட பிறகு அவளிடமிருந்து குழந்தையை வாங்கி கொஞ்சத் தொடங்குவான். அவர் வீட்டிலேயே வைத்துக் கொஞ்சுவான். எந்நேரமும் கீழே விடாமல் மடியிலோ அல்லது தோளிலோ தூக்கி வைத்துக் கொஞ்சிக் கொண்டிருப்பான். அவள் அலுப்படைந்து முகச்சுளிப்பை வெளிக்காட்ட விரும்பாமல் சிரமப்பட்டு அடக்கிக் கொள்வான். 'சும்மா இப்படி எந்த நேரமும் தூக்கிவச்சிப் பழக்கப்படுத்தாதீங்க. அப்புறம் இதே பழக்கமா யிடப்போவுது.'பரவால்லிங்க. இருக்கட்டும். கொழந்ததான.' பொழுதுசாய மட்டும் கொஞ்சம் வெளியே வருவான். அவள் குழந்தையைக் குளிப்பாட்டி பவுடர் பூசி, மை தீட்டி கன்னத்தில் கண்ணாறு பொட்டு இட்டுக்கொடுக்கிற வரைக்கும் காத்திருந்து தூக்கிக்கொண்டு தெருப்பக்கமாக வந்து உலாத்துவான்.

தெரியாதவர்கள் யாராவது 'யாரு கொழந்தை' என்பார்கள். 'நம்ப கிளார்க் வூட்டுக் கொழந்ததான். தெரியாது? நம்ப வூட்லதான் குடியிருக்காங்க. பின்னால...'

'நல்லா அழகா இருக்குதே. பொசுக் பொசுக்குனு...'

'ஆமா. யாருகிட்டியும் போவாது. என்கிட்ட மட்டுந்தான் வரும்.'

பெருமையோடு சொல்லி அணைத்துக் கொள்வான். வேப்ப மரத்தில் குந்தியிருக்கும் குருவியை அதற்குக் காட்டுவான். காலைச் சுற்றி ஓடி வரும் பழுப்புநிற நாய்க்குட்டியைக் காட்டுவான். அதன் அரையணைக் கயிறுக்குக் கீழே கையைக் கொடுத்துப் பிடித்து இழுத்து ஆட்டி 'பெல்லாவ அறுத்து காக்காய்ச்சிப் போட்டுடலாமா?' என்று கேட்பான். பிறகு உள்ளங்கையால் அழுத்தி மூடிக்கொடுத்து 'ம்... காக்கா கேக்குதும்மா தம்பி பெல்லாவ. குடுக்காத' என்று சொல்வான்.

அவள் கேரியரில் சாதத்தை நிரப்பி அழுத்திவிட்டு கப்பில் சாம்பார் ஊற்றிக்கொண்டிருந்தாள். அவன் வாசற்படியோரம் குழந்தையை மடியில் வைத்து அவள் எதிரில் குந்தினான்.

"இன்னைக்கி என்னாங்க பதார்த்தம்..."

"சம்பார், உருளைகிழங்கு பொரியல்."

"உருளைக்கெழங்குன்னா எனக்கு ரொம்ப புடிக்கும்"

"எடுத்தாந்து தர்றேன். தின்றீங்களா?" குனிந்தவாக்கிலே கேரியரை அடுக்கிக்கொண்டிருந்தவள் நிமிராமல் கேட்டாள்.

"ம். வேணாம் வேணாம் சும்மா கேட்டேன்."

சைக்கிளில் வந்த பியூனிடம் அவள் சாப்பாட்டைக் கொடுத்து விட்டுத் திரும்பினாள். அவனுடைய அம்மா உள்ளிலிருந்து அழைந்தாள்.

"தோ வர்றேம்மா" என்று அசையாமல் குந்தியிருந்தான்.

"நீங்க சாப்பிடப் போவலியா?" அவள் கேட்டாள்.

"சாப்படணும்..."

"நான் சாப்டப் போறேன்."

"கொழந்த..."

"வுட்டுட்டுப் போங்க. அது பாட்டுனு வெளயாடிக்னு கெடக்கும்."

"அதுக்கு சோறு ஊட்டலியா..."

"வேணா. இப்பதான் பால் போட்டது. அப்பறமா ஊட்டிக்கலாம்."

"தட்டுல கொஞ்சம் போட்டு எடுத்துக்கனு வாங்களேன். நான் பெசஞ்சி ஊட்டிடறேன். என் கையால ஊட்டனா சாப்பிடும்."

அம்மா மறுபடியும் கூப்பிட்டாள்.

தேர்ந்தெடுத்த சிறுகதைகள்

“கூப்புடறாங்களே போவலியா?”

“போவணும்.”

அவன் உட்கார்ந்திருப்பதைப் பார்த்து அவள் கேட்டாள் ‘ஏன் இங்கியேதான் சாப்ட்ருங்களேன்.”

அம்மா வந்தாள். அவளைப் பார்த்துச் சிரித்தாள்.

“என்னா பையனாயிருப்பானோ தெரியலியே இவன்? இப்படியா கொழந்த மேல உசிர வச்சிக்னு இருப்பான். சாப்டக்கூட வராம...”

குழந்தையை எடுத்து அவளிடம் கொடுத்துவிட்டு மகனை அழைத்துக்கொண்டு உள்ளே போய் முறைத்தாள் அம்மா. வாய்க்குள் முணுமுணுத்துக் கொண்டாள். சாப்பாட்டுக்குப் பிறகு நாற்காலியிலே போய்க் குந்தினான். குத்துக்காலிட்டு கவிழ்ந்த தலையுடன் அம்மாவின் நடவடிக்கைகளை நோட்டம் விட்டான்.

“பேசாம ஒரு பாய எடுத்துப்போட்டு கம்முனு படு” என்று சொன்ன அம்மா சிமெண்ட் தரையிலே முந்தானை விரித்த கொஞ்ச நேரத்திற்குப் பிறகு எழுந்தான். பின்பக்கமாக வந்தான்.

அவள் சாப்பிட்டு முடித்து பத்துப்பாத்திரம் துலக்கிக் கொண்டிருந்தாள். குழந்தை வாசற்படி உள்ளில் உட்கார்ந்து கோழிக்குஞ்சு மேய்வதை வேடிக்கை பார்த்துக் கொண்டிருந்தது. போய்த் தூக்கிக்கொண்டு வெளியில் வந்தான்.

சீக்கிரம் வேலைகளை முடித்து ஈரக்கைகளைப் புடவைத் தலைப்பில் துடைத்துக்கொண்ட அவள், எதிரில் நின்ற அவனிடமிருந்து குழந்தையை வாங்கிக் கொண்டாள்.

உள்ளே நுழைந்து கூடத்தில் பாயை விரித்துத் தலையணை எடுத்துப் போட்டாள். படுக்க யத்தனித்தவள் பாயிலே உட்கார்ந்து எதிரே அசையாமல் நிற்கும் அவனைப் பார்த்தாள்.

“தூக்கம் வர்ற மாதிரியிருக்குது. கொஞ்சம் தூங்கலாம்னு பாக்கறேன்.’

“ஏன் தூங்குங்களேன்” அவன் அப்படியே நின்றான்.

“நீங்க தூங்கலியா...”

“எனக்கு பகல்ல தூக்கம் வராது...”

கொஞ்சம் பொறுத்துப் பார்த்த பிறகு அவள் ‘இன்னைக்கி என்னமோ ஓரே அசதியா இருக்கறாப் போலருக்குது தனக்குத்தானே முனகிக் கொள்பவள் போல் அவன் காதுபடச் சொல்லிவிட்டு

சுவர்ப் பக்கம் முகத்தை வைத்து குழந்தையைப் பக்கத்தில் கிடத்திப் படுத்துக் கொண்டாள்.

அவன் கொஞ்ச நேரம் நின்றிருந்து நீண்டு வரும் சுவாசத்தை இறுக்கி வெளியில் கொண்டுவந்து விட்டு வீட்டுக்கு வந்தான். போன மார்ச்சில் பி.எஸ்.ஸி தேர்டு பார்ட்டில் போய்விட்டதால் செப்டம்பருக்குப் பணம் கட்டியதை நினைத்து சயன்ஸ் படிக்கலாமா என்று புஸ்தகத்தை எடுத்தான். நாற்காலியில் குந்தி வரிகள் ஓடாமல், குறட்டை விடும் அம்மாவைப் பார்த்தான்.

எழுந்து வீட்டுக்குள்ளேயே நடமாடினான். ஜாடைமாடையாய் தோட்டப் பக்கம் ஏதோ வேலையிருப்பவனைப் போல அடிக்கடி வெளியில் வந்து பார்த்தான். கதவை ஒருக்களித்துவிட்டு அவள் தூங்குவதைக் கண்டு சோர்ந்து திரும்பினான்.

முந்தானையை இழுத்து இடுப்பில் செருகி வளையல்களை கைகளில் இறுக்கமாக ஏற்றிவிட்டு, ஒரு காலைத் தூக்கி கல்லில் வைத்தபடி கிணற்றடியில் புடவை துவைத்துக் கொண்டிருந்தாள் அவள். கை ஏறி இறங்கும் போது அக்குளில் ஈரம் தெரிந்தது. ரவிக்கை நெகிழ்ந்து பிகிந்து இறுக்கம் தாளாமல் திணறியது. குழந்தையை எதிரில் வைத்துக்கொண்டு அங்கேயே நின்றான்.

அவள் அடிப்பதை நிறுத்தி வியர்வையில் ஒட்டியிருந்த தலை முடியை ஒதுக்கிக்கொண்டாள். "சோப்பு தண்ணி மேல படப்போவுது. அப்பால போங்க."

"பரவால்லிங்க இருக்கட்டும்."

"வெய்யில்ல எதுக்கு நிக்கணம்ன்றேன்."

பதில் சொல்லாமல் நின்றான்.

"கொழந்த வேற வெய்யில்ல" அவள் அலுத்துக்கொண்டாள்.

"தோ இப்படி நெழலா வச்சிக்னு உக்காந்துக்கறேன்."

சற்றுத் தள்ளியிருந்த பூவரச மரத்தடியில் குழந்தையை மடியில் வைத்துக்கொண்டு குந்தினான்.

அவள் மறுபடியும் புடவையை அடித்துத் துவைக்காமல் சும்மா சாதாரணமாகவே குமுக்கி அலசிப் பிழிந்தாள். அம்மா வந்தாள்.

"இங்க என்னாடா பண்றே?"

"ஒன்னுமில்லாமா, சும்மா கொழந்தைய வச்சிக்னு ஒக்காந்திக்னுருக்கறேன்."

“அதுக்கு இங்க என்னா. அப்படி எங்கனா தெருப்பக்கம் திண்ணைக்கா தூக்கிப்போயி ஒக்காந்திக்னு இரேன்.”

“எங்க ஒக்காந்தா என்னாமா?”

“போடா தெருவுக்கு.”

அம்மா வைக்கோற்போர் மறைவில் நுழைந்தாள். அவன் தெருப்பக்கம் போனான். வெய்யில் உறைந்த தெருவில் ஈ காக்கை இல்லை.

“எப்படி உக்காந்துக்னுருக்கிறது சும்மா கம்னு வெட்டு வெட்டுனு...” சொல்லிக் கொண்டான்.

அம்மா சொன்னாள், “ஏண்டா ஒனக்கு கொஞ்சமானா எதுனா இருக்கா. என்னாதான் பழக்கமானாலும் ஒரு வயசுப் பொண்ணுக்கு ஒரு ஆம்பளயக் கண்டா ஒரு கூச்சநாச்சம் இருக்காது? இன்னும் என்னா சின்னப் புள்ளையா நீ, எந்நேரம் பார்த்தாலும் அங்கியே பூந்துக்னு..”

“சும்மா இருமா நீ வேற, இப்ப என்னா பண்ணிடறம் இப்ப சும்மா கொழந்தகிட்ட கொஞ்ச நேரம் பெராக்கா வெளையாடனா என்னாவாம்?”

“அதுக்கு இங்க தூக்கியாந்து வெச்சி வெளையாடறது. உன்ன ஆரு வேண்டான்னா. அத வுட்டுப்புட்டு அவ சமையக்கட்டுக்கப் போனா சமையக்கட்டுக்கு. கூடத்துக்குப் போனா கூடத்துக்கு. தோட்டத்துக்குப் போனா தோட்டத்துக்குன்னா... சீ”

அம்மாவை முகச்சுளிப்போடு பார்த்தான்.

‘செகண்ட் சாடர்டே’ விடுமுறையில் வீட்டிலிருந்த கிளார்க்குடனே அவன் பொழுதைக் கழித்தான். பொழுது சாய அவர் ஈஸிசேர் போட்டுத் தோட்டத்தில் அமர்ந்தார். அவன் தடுக்கு எடுத்துப்போட்டு குழந்தையை மடியில் வைத்து எதிரில் உட்கார்ந்தான். கொஞ்ச நேரம் அவனோடு பேசிக்கொண்டிருந்த அவர் இருள் கவிந்து வர அவனைப் பார்த்தார்.

“ஏன் சார். செப்டம்பருக்குப் படிக்கலியா?”

“படிக்கணும்...” இழுத்தாற்போலச் சொன்னான்.

“ஏங்க தண்ணி ஆறுது, குளிக்க வரல்ல’ அவள் உள்ளிருந்து குரல் கொடுத்து வெளியே வந்தாள். “இப்படிக் காட்டுங்க இப்பிடி கொழந்தைய பால் போடணும்’ குழந்தையை அவனிடமிருந்து வாங்கிக் கொண்டாள்.

இருளில் தனியாக உட்கார்ந்தான்.

அம்மா எரிச்சலுடன் கூப்பிட்டாள். “ஏண்டா மண்டூகமா

யிருப்பியா நீ!" அவனுக்கு மட்டும் கேட்கிற குரலில் கிசுகிசுத்தாள். "ஒரு லீவு நாளும் அதுவும் அதுங்க எப்படியெப்பிடியோ கெடக்கும். ஏண்டா... ஒக்காந்து பேச ஒரு நேரங்காலம் கெடையாது?"

ஞாயிற்றுக்கிழமை அவர்கள் எங்கோ வெளியில் புறப்படுவதைக் கண்டான் அவன். சாயங்கால நேரம் சூரிய வெளிச்சம் இருந்தது. உள்ளூர் டூரிங் டாக்கீஸானால் கூட இவ்வளவு சீக்கிரம் போக வேண்டிய அவசியமில்லை. கச்சிதமாக வெளியில் புறப்படுவதற்கென்று செய்து கொண்ட அலங்காரத்தோடு இருந்தாள் அவள்.

"எங்க சார் பொறப்டுட்டீங்க" என்றான்.

"சினிமாவுக்கு..."

"எங்க, திண்டிவனத்துக்கா?"

"இல்ல பாண்டிக்கு, வர்றீங்களா..."

அவள் அவரை முறைத்தாள்.

"இருங்க. தோ வந்துடறேன்."

அவன் உள்ளே நுழைந்து "அம்மா' என்றான். "கிளார்க் வூட்ல எல்லாம் சினிமாவுக்குப் போறாங்களாம்மா, பாண்டிக்கி. என்னியும் கூப்புட்றாங்க... காசு இருந்தா போவலாம்."

"உன்ன நான் எந்நேர வேளையில பெத்தனோ..." அம்மா தலையிலடித்துக் கொண்டாள்.

"எல்லாம் பொறப்டுட்டாங்கம்மா... ரெடியா..."

"சும்மா கெடறா வவுத்தெரிச்சல கௌப்பாத"

அம்மா முகத்தைப் பார்த்து நின்றான்.

"எல்லாம் நீ இன்னோர் நாளைக்கிப் போய்க்கலாம் தனியா. அவங்களோட வேணாம்" அம்மா கறாராச் சொன்னாள். "நீ யார்னா உன் சினேகிதகார பசங்களோட போவியா. அத வுட்டுப்புட்டு அவங்களோட போறானாம் அவங்களோட..."

அவன் முகத்தைத் தொங்கப் போட்டுக்கொண்டு திரும்பினான். குழந்தையைத் தூக்கிக்கொண்டு வெளியில் நின்றாள் அவள். அவர் கதவைப் பூட்டிவிட்டுத் திரும்பினார். "அப்ப நான் வரட்டுங்களா' என்றார். பிறகு ஒரு மாதிரியான சிரிப்புடன் "கொழந்த இல்லாம உங்களுக்குத்தான் ரொம்ப போர் அடிக்கும்... காலையில் வந்துடறோம்" என்றார்.

அவன் தெருவில் இறங்கி நடக்கும் அவர்களையே பார்த்துக் கொண்டு அசையாமல் நின்றான். இத்தனை நாளாய் கொரட்டு

எரவாணத்தில் செருகி வைத்திருந்த செருப்பு கால்களைக் கவ்வ சலவைப் புடவைச் சிக்கலுக்குள் ஒருவாறு நடக்கும் அவள் இறுக்கமான தோளுக்கு மேலே குழந்தையைத் தூக்கியிருந்தாள். தார் ரோடு வரைக்கும் போய் பஸ் ஏற்றலாமா என்று நினைத்தான். பிறகு மந்தமாகத் திரும்பி வந்து இப்படியும் அப்படியும் நடந்து அம்மாவிடம் "வூடே வெறிச்சினு கெடக்குதுமா'' என்றான்.

"அடி என்னாடி இவன் ஊரா மூட்டு புள்ள மேல இப்பிடி உசிர வச்சிக்கினு இருக்கிறானே.''

வெய்யில் நேரத்து அமைதியில் மரத்தடியில் கட்டியிருந்த எருமை மாடு தூங்கியது. மண்ணை சீச்சிவிட்டுப் படுத்த நாய் தூங்கியது. ஈ மொய்க்கும் சப்தம் கேட்டது. அம்மா தூங்கினாள். தூக்கம் வராமல் உழன்றான். காலையிலிருந்து மத்தியானம் வரை அவன் குழந்தையைத் தூக்கிக் குலுக்கியதைக் கண்டு பொறுக்க மாட்டாமல் அவள் சொல்லியதை நினைத்துக் கொண்டான்.

"கொஞ்ச நேரமாவுது கீழ வுடுங்க கொழந்தைய, தூக்கித் தூக்கியே அதுக்கு உடம்பு வலி கண்டுடும் போலருக்குது.''

தோட்டத்துக்கு வந்தான். ஒருக்களித்த கதவுக்கு அப்பால் குழந்தை முழித்துக் கொண்டிருந்தது. மல்லாந்து படுத்து சின்ன விரல்களைக் கூட்டிப் பின்னி ஏதோ பார்த்துக் கொண்டிருந்தது. அவன் சலனம் காட்டாமல் உள்ளே நுழைந்தான். குழந்தையை எடுத்து வைத்துக்கொண்டு அங்கேயே உட்கார்ந்தான்.

பக்கத்தில் கோரைப் பாயில் கிடந்தாள் அவள். சிகப்புத் தோல் மூடிய இரைப்பைகளுக்கு நடுவே கறுத்த இமை முடிகள் மைப் பிசுபிசுப்போடிருந்தன. தலை கலைந்திருந்தது. லேசாய்ப் பிளந்த உதடு. கழுத்தில் புரண்ட ரெட்டைப் பட்டைச் செயின். மஞ்சள் கயிறு. இறுக்கமான ரவிக்கையிலிருந்து நழுவிய முந்தானை பாயில் புரண்டது. சிவப்பு ரவிக்கையும் கொக்கிகளுக்கிடையில் பிகிந்து விலகிய இடைவெளியில் வெள்ளைப்பாடியும் கீற்றாய்க் கோடிட்ட மார்புக்குழிவும் தெரிந்தது. தாலியும் நாணல் காசுகளும் சந்து வழியாக வெளியில் தொங்கின. பாடி முடிச்சு மேடு தட்டிய ரவிக்கைப் பட்டை இறுக்கிப்பிடித்த இடுப்புக்குக்கீழே கொஞ்சம் பிதுங்கிய வயிறும் புடவைக் கட்டு நெகிழ்ந்த இடுப்பும் சரிவும். பாவாடை நாடா வெளியில் நீண்டிருந்தது. கண்டங்கால் சதை வரைக்கும் ஒதுங்கிய புடவை. மஞ்சள் பூசிய கால்கள். கணுக்கால் எலும்பு, முன் நரம்பு, விரல் நரம்புகள், நடுவிரலில் வெள்ளி நெட்டிகள், இறுக்கமாய். வெண்மையான பாதங்களின் ஓரம் சாணித்தரை அழுக்கு, தளதளப்பான கையில் ரவிக்கை இறுக்கிப் பிடித்த தோள்பட்டைக்குக் கீழே அம்மை வடு. கைமடிப்பில் ஹெமிங் தையல். வெள்ளை நூல், மூனு ரப்பர் வளையல்கள், கறுப்பு. தோள்பட்டைக்குக் கீழே கொஞ்ச ஈரம், அவள் லேசாகப்

புரண்டாள். புரண்டவாக்கில் அரைக்கண் விழித்தவள் திகைத்துப் போய் வாரிச் சுருட்டிக்கொண்டு எழுந்தாள். எல்லாவற்றையும் சரி செய்து கொண்டு அவனை எரிக்கும் கண்களுடன் பார்த்தாள்.

திணறலுக்குள்ளாகியிருந்தவன், "கொழந்தமட்டும் தனியா வெளையாடிக்னு கெடந்ததுங்க. அதான்'' என்றான். அவள் பாயை மடித்துப் போட்டு எழுந்தாள்.

அவன் கொஞ்சம் யோசித்து "நான் இப்பதாங்க வந்தேன். கொஞ்ச நேரம்தான். நான் வந்தேன். நீங்க எழுந்திட்டீங்க'' என்றான்.

அவள் எதையும் லட்சியம் செய்யாமல் அவனை ரொம்ப துச்சமாகவும் அல்பமாகவும் நோக்கிவிட்டு வெளியே வந்தாள். கொஞ்சம் தயங்கி நின்ற பிறகு அவனும் வெளியே வந்தான். முகத்தின் வெளிக்காட்டுதலைச் சிரமப்பட்டு அடக்கிக்கொண்டு அவளை நெருங்கினான்.

"இந்தாங்க குழந்தை.''

"அப்படித்தான் வுட்டுட்டுப் போங்க. அதுபாட்டுனு வெளையாடிக்னு கெடக்கும்.''

கோபத்தை உள்ளடக்கிக் குழந்தையை இறக்கிவிட்டு வேகமாக வீட்டுக்கு வந்தான். நடையிலே நடந்தான். திண்ணையிலே உட்கார்ந்தான். பல்லைக் கடித்துக்கொண்டு எழுந்தான். எரவாணத்தை இறுக்கிப்பிடித்து உடம்பை விறைத்தான். நகத்தைக் கடித்தான்.

நன்றாக தூங்கிக்கொண்டிருந்தவன் விழிப்புக்கண்டு எழுந்தான். அம்மா பலகாரத்துக்கு மாவு ருப்ப அரிசி உளுந்து கழுவிக் கொண்டிருந்தாள். குழந்தை அம்மாவின் முதுகைப் பிடித்து மேலே ஏறும் முயற்சியிலிருந்து நழுவி அவனை நோக்கித் தவழ்வதைக் கண்டு அவன் பாயைச் சுருட்டினான்.

"என்னாடா ரெண்டு நாளா கொழந்தைய கையால கூட தொடமாட்டன்ற. ஓடியார்து பார்றா அது. தூக்கித் தூக்கி வச்சியே பழக்கப்படுத்திட்டியாங்காட்டியும் வுடுதா பார் பாசம் அதுக்கு.''

அவன் மேஜைமேல் தாறுமாறாகக் கிடக்கும் புஸ்தகங்களில் பிசிக்கைத் தேடினான். "ஆமா தூக்கி வச்சிருத்தவரிக்கும் போதாதாங்காட்டியும், எங்களுக்கு என்னா வேற வேல கீல இல்லியா என்னா?''

மார்ச் 1972

கணையாழி

*

சவாரி

தலைமைக்குழுத் தோழர், "சரி நாம்ப தொடங்குவம்' என்றார். "ஒரு பத்து நிமிஷம் பாப்பமே'' என்றார் மாவட்டச் செயலாளர். "என்னாத்தப் பாக்கறது. அஞ்சி மணிக்குக் கமிட்டின்னு போடறது. ஆறரை ஆயும் இன்னும் வரலான்னா. அவங்க வரும்போது வரட்டும். நம்ப இருக்கறவங்கள வச்சி நடத்தினு இருப்பம்'' என்றார் த.கு.

ஏழுபேர் அடங்கிய குழுவில் இன்னும் இருவர் வர வேண்டியிருந்தது. வந்திருந்த தோழர்களை யோசனையுடன் பார்த்த மா.செ. நடவடிக்கைப் பதிவேட்டைப் புரட்டியபடியே த.கு. பக்கம் திரும்பி, "தலைமை யாரப் போடறது தோழர்' என்றார். "ஏன் நம்ப சோ.பு.வப் போடுங்களேன்'' என்றார் த.கு. "என்னா தோழர்களே, இந்தக் கூட்டத்துக்கு தோழர் சோ.பு. தலைவரா இருக்கலாமா...''

எல்லாரும் ஏகமனதாகத் தலையை ஆட்ட, "இப்படி வந்து உக்காருங்க தோழர்'' என்று சோ.பு.வை அழைத்து, தனக்கும் த.கு.வுக்கும் இடையில் காலியாய் இருந்த இருக்கையில் அமர வைத்தார் மா.செ. பதிவேட்டின் உரிய பக்கத்தைத் திறந்து த.கு.வைப் பார்த்து, "அஜண்டாவச் சொல்லுங்க தோழர்'' என்றார். "வழக்கமான அரசியல், வேல, அறிக்கை எல்லாம் வேணாம். இன்னைய கூட்டத்துக்கு ஒரே ஒரு சப்ஜக்ட்தான். குதிரைப் பிரச்னைன்னு. அத மட்டும் போட்டு, அதுலியே உட்பிரிவா, அ.முகம், ஆ.வயிறு, இ.கால்கள், ஈ.வால், உ.சூத்துன்னு போட்டுக்கோங்க போதும்'' என்றார். த.கு.

ஆய்வுப்பொருளை எழுதிய மா.செ. பதிவேட்டைக் கூட்டத்தலைவர் பக்கமாக நகர்த்த, சோ.பு. அஜண்டாவைப் படித்துக் காட்டி, "இப்படியே இருக்கலாமா, வேற எதுனா சேர்த்தல் நீக்கல் வேணுமா' என்றார். எல்லாரும் ஒருவர் முகத்தை ஒருவர் பார்த்து, இப்படியே இருக்கலாம் என்பதுபோலத் தலையை ஆட்டினர். விவசாய அரங்கத் தோழர் மட்டும், "இது ஒன்னே ஒன்னுதானா, வேற எதுவும் இல்லியா' என்றார். "இது சிறப்புக் கூட்டம் தோழர் இந்தக் கூட்டத்துல இது ஒன்னு மட்டும்தான். வேற எதுனா இருந்தா, அத அடுத்த கூட்டத்துல பேசிக்கலாம். இதுல எதுனா சேர்த்தல் நீக்கல் இருந்தா மட்டும் சொல்லுங்க" என்றார் த.கு. வி.ச. சற்று யோசித்து, "ஒன்னும் இல்லே, இப்படியே இருக்கலாம்" என்றார்.

சோ.பு., த.கு.வைப் பார்த்து 'அப்ப ஆரம்பிச்சிடலாமா' என்றார் த.கு. தலையசைக்க, "தோழர்களே, இந்தக் கூட்டத்தின் முக்கிய ஆய்வுப்பொருளான குதிரைப் பிரச்னை பற்றிய கருத்துக்களை, த.கு. தோழர் முன்மொழிவார்" என்றார். லேசாய் தொண்டையைக் கனைத்து, கால்கள் இரண்டையும் தூக்கி நாற்காலியிலேயே மடித்துப் போட்டுச் சம்மணமிட்டு அமர்ந்தவாறு, குதிரைப் பிரச்னை பற்றிய தன் முன் மொழிவைத் தொடங்கினார். த.கு.

இயக்கப் பணிகளின் பொருட்டு, தலைமைக்குழுத் தோழர்கள் அவ்வப்போது வெளியூர்ப் பயணங்கள் மேற்கொள்வதில் பல்வேறு இடர்ப்பாடுகளை எதிர்கொண்டார்கள். அதாவது தோழர்களின் பயண நேரத்துக்குப் பேருந்துகள், தொடர்வண்டிகள் கிடைப்பதில்லை. அப்படியே கிடைத்தாலும் அதில் அமர இருக்கைகள் கிடைப்பதில்லை. இதனால் பல மணி நேரம் நின்றுகொண்டே பயணம் செய்ய வேண்டியதாகிறது. அப்படியே பயணம் செய்தாலும் நிகழ்ச்சி நடைபெறும் இடத்துக்கு நேரே சென்றடைய முடிவதில்லை. அங்கிருந்து நடந்தோ அல்லது வேறு ஏதாவது வாகனங்களைப் பிடித்தோதான் செல்ல வேண்டியுள்ளது. அப்படிப்பட்ட வாகனங்களும் எல்லா இடங்களிலும் கிடைப்பதில்லை என்பது முதலான பல்வேறு சிரமங்களைக் கருத்தில் கொண்டு, இச்சிக்கலைத் தீர்க்க கட்சிக்குக் குதிரை ஒன்று வாங்குவது என்றும், முக்கியமான நிகழ்ச்சிகளுக்குச் செல்லும் த.கு. தோழர்கள் இக்குதிரையைப் பயன்படுத்திக் கொள்வது என்றும், த.கு.வில் முடிவு செய்து மாவட்ட வட்டக் குழுக்களிலும் இதற்கான ஒப்புதலைப் பெற்றது.

இக்குதிரை வாங்குமுகத்தான் குதிரைக்கான தேவைகளை விளக்கித் துண்டுப்பிரசுரம் வெளியிட்டு, 'குதிரை நிதி' என்கிற பெயரில் கட்சிக்குக் கணிசமாக ஒரு நிதியைத் திரட்டுவது எனவும்,

அந்நிதியில் முதல் கட்டமாக ஒரு நல்ல 'சாதிக்குதிரை'யாகப் பார்த்து வாங்கிப் பயன்படுத்துவது எனவும், இதற்குக் கிடைக்கும் ஆதரவு மற்றும் இதில் கிடைக்கப்பெறும் அனுபவங்கள், வரவேற்புகளைப் பொறுத்து, த.கு. தோழர்கள் அனைவருக்கும் ஆளுக்கு ஒரு குதிரை வாங்குவது எனவும் தொலைநோக்குத் திட்டம் தீட்டப்பட்டது. முதலில் தலைமைக்குழுத் தோழர்களுக்கு எனத் தொடங்கப்படும் இத்திட்டம், படிப்படியாக கீழ் கமிட்டிகளுக்கும் விரிவுபடுத்தப்படும் என்பதாகவும் அணிகளுக்கு நம்பிக்கையூட்டப்பட்டது.

தலைமைக்குழுவின் இந்த ஏற்பாட்டிற்கு அப்போதே சில மாவட்ட வட்டக்குழுத் தோழர்கள் எதிர்ப்புத் தெரிவித்தனர். "ஒரு புரட்சிகர அமைப்பில் இருந்துகொண்டு, அரசு அதிகாரிகள் போலவோ, படைத்தளபதிகள் போலவோ குதிரைகளில் போய் இறங்கினால், மக்கள் நம்மை ஒருமாதிரி பார்க்க மாட்டார்களா? அதிகார வர்க்கம் போல் கருதமாட்டார்களா? மக்களிடமிருந்து நாம் அந்நியப்பட மாட்டோமா? என்று கேள்வி எழுப்பினார்கள். மக்களோடு மக்களாகப் பழகி, அவர்களோடு இரண்டறக் கலந்து, அவர்கள் மத்தியில் பணியாற்றும் போதுதானே, மக்களுக்கும் நமக்கும் ஒரு பிணைப்பு ஏற்படும். மக்களும் நம்மீது நம்பிக்கை வைப்பார்கள்' என்று கருத்து தெரிவித்தனர்.

அப்போது தலைமைக்குழுத் தோழர்கள், "நீங்கல்லாம் எந்த யுகத்துல இருக்கறீங்க தோழர். நாம்பல்லாம் தகவல் புரட்சி நடத்துக்னு இருக்கற கணினி யுகத்துல இருக்கறம்ங்கறத ஞாபகத்துல வச்சிக்கோங்க. இந்த யுகத்துலபோய் இன்னும் கற்கால மனிதன் மாதிரியே லொங்கு லொங்குனு நடந்து போய்க்னு இருந்தா, நம்பள யார் மதிப்பாங்க. மத்த கட்சிக்காரங்களப் பாருங்க. ஆளுக்கு ஒரு குதிர வச்சிக்னு நெனச்சா நெனச்ச நேரத்துல டாக் டாக்குனு கம்பீரமா வந்து எறங்கறாங்க. மக்களும் அவங்க பின்னாலதான் போறாங்க. அதையெல்லாம் கொஞ்சமாவது நாம கணக்குல எடுத்துக்க வேணாமா? அவங்களை மாதிரி ஆளுக்கு ஒரு குதிர இல்லன்னாலும், கமிட்டிக்கு ஒரு குதிரையாவது இருக்கணமில்ல. எதுவுமே இல்லாம இன்னமும் பத்தாம்பசலியா இருந்தா எப்படி? காலத்துக்கு ஏத்தா மாதிரி நாம்பளும் மாறனாதான் கொஞ்சமாவது கட்சிய வளக்க முடியும். இல்லன்னா ஹைதர் அலி காலத்துல இருந்தா மாதிரியே இன்னும் இருந்துக்னு இருக்க வேண்டியதுதான். அப்புறம் கட்சியும் வளராது, நம்பளும் வளை மாட்டோம்'' என்றார்கள்.

இதே தலைமைக்குழுத் தோழர்கள், சில மாதங்கள் முன்பு, "மாவட்ட ஒன்றிய மட்டத்தில் வேலை செய்யும் தோழர்கள் சிலர் பேருந்தோ தொடர் வண்டிகளோ இல்லாத கிராமங்களில் போய்க்

கட்சிப் பணியாற்ற போக்குவரத்து பெரும் பிரச்னையாக உள்ளது. எனவே, சில முக்கியமான சந்தர்ப்பங்களில் மட்டுமாவது இது மாதிரி இடங்களுக்குச் சென்றுவர குதிரைகளை வாடகைக்கு அமர்த்தி' கொள்ளலாமா?'' என்று கேட்டபோது, "குதிரையா' என்று பதறி, அக்கோரிக்கைக்காக மிகவும் சத்தம் போட்டார்கள். "இது என்னா மனோபாவம் தோழர்! குதிரையில போனாதான் கட்சி வேல செய்ய முடியும், இல்லன்னா முடியாதுன்றதுக்கு. நாமெல்லாம் மக்கள் தொண்டர்கள், மக்களுக்காக உழைக்கப் பிறந்தவர்கள்ன்ற எண்ணம் இருந்தா, இந்தமாதிரி சிந்தனல்லாம் வருமா'' என்றார்கள்.

அப்போது அப்படிச் சொன்னவர்கள், இப்போது இப்படி ஒரு முடிவுக்கு வந்திருக்கிறார்களே என்று தோழர்கள் யோசித்தனர். "ஒரு வேளை தலைமைக் குழுவின் நிலைப்பாட்டில் மாற்றம் வந்திருக்கும் போலிருக்கிறது. அவர்களும் இதுபற்றிச் சிந்தித்துப் புதிய புரிதல்களுக்கு வந்திருப்பார்கள் போலிருக்கிறது. வாடகைக்கு அமர்த்துவதை விடவும் சொந்தமாகவே வாங்கிவிடுவது என்று முடிவு செய்து விட்டார்கள் போலிருக்கிறது. பரவாயில்லை. நல்ல முடிவுதான்' என்று கருதிக்கொண்டார்கள். என்றாலும் இப்படிச் சொந்தமாகவே வாங்கினால் அதை வைத்து நம்மால் பராமரிக்க முடியுமா, செலவினங்களை எப்படி சமாளிப்பது அன்றாடம் அதற்கு வேலையிருக்குமா என்கிற கேள்விகளும் எழுந்தன. இதைவிட, தேவைப்படும் போது வாடகைக்கு அமர்த்திக் கொண்டால் போதாதா, பிரச்னையில்லாமல் இருக்குமே என்றெல்லாம் கருத்தும் தெரிவித்தனர். எல்லாவற்றையும் கேட்ட தலைமைக்குழுத் தோழர்கள், வாடகைக்குக் குதிரைகளை அமர்த்துவதில் உள்ள சிக்கல்களையும் தோற்றக் குறைவையும் உணர்த்தி, "நமக்குன்னு சொந்தமா ஒரு குதிர இருந்து அதுல கொடியக் கட்டிக்னு போறது எப்படி, அத வுட்டுட்டு, அப்பப்ப வாடகைக்கு அமர்த்திக்னு போறது எப்படி? சொந்தக் குதிரைனா நம்ப நேரத்துக்கு நம்ம வசதிப்படி பயன்படுத்திக்கலாம். வாடகைக்குதிரைன்னா அப்படி முடியுமா?' என்றெல்லாம் கேட்டு, சொந்தக் குதிரையின் சிறப்பையும் அவசியத்தையும் வலியுறுத்தினார்கள். அப்போது, சரி தலைமைக் குழுவில் முடிவு செய்து விட்டிருக்கிறார்கள், இனிமேல் அதன்மீது வாதம் செய்து என்ன மாற்றத்தைக் கொண்டு வந்துவிடப் போகிறோம் என்று தோழர்களும் மேற்கொண்டு எதுவும் பேசிக்கொள்ளாமல் த.கு.வின் முடிவுக்குக் கட்டுப்பட்டு, அதை ஏற்றுக்கொண்டார்கள்.

இம்முடிவின்படி 'குதிரை நிதி' வசூலிப்பதற்காக 'புரட்சியின் வெற்றிக்குப் புரவி நிதி தாரீர்!' என்னும் தலைப்பீட்டுத் துண்டறிக்கைகளும், ரசீது புத்தகங்களும் அச்சடிக்கப்பட்டன.

தனிப்பட்ட முறையில் தோழர்களுக்கும், பகுதிவாரியாக அந்தந்தக் குழுக்களுக்கு கோட்டாவும் நிர்ணயிக்கப்பட்டு அதற்கேற்பத் துண்டறிக்கைகள், ரசீது புத்தங்கள் பிரித்துத் தரப்பட்டன. நன்கொடையாளர்களுக்குத் தாங்கள் தரும் பணம் வீண் விரயம் ஆகப் போவதில்லை. உன்னத இலட்சியத்துக்குத்தான் பயன்படப்போகிறது என, அவர்களுக்கு நம்பிக்கையூட்டும் விதத்திலும், வசூலிக்கும் தோழர்களுக்கும் உற்சாகத்தை ஏற்படுத்தும் வகையிலும், வாங்க இருக்கும் குதிரையின் மாதிரி உருவத்தை, வாட்டசாட்டமான ஒரு அராபியக் குதிரையின் உருவப்படத்தை, துண்டறிக்கையின் தலைப்பில் போட்டதுடன், ரசீது புத்தகத்திலும் அதை அச்சிட்டு வைத்தார்கள். குதிரையின் படத்தைப் பார்த்துப் பெருமிதமடைந்து தோழர்கள், கட்சிக்கு ஒரு நல்ல குதிரை கிடைக்கப்போகிறது என்கிற மகிழ்ச்சியில், நிர்ணயித்த கோட்டாவை எப்படியும் நிறைவேற்றி விடுவது என்கிற முனைப்பில், தெம்போடும் முழுமூச்சோடும் களத்தில் இறங்கிப் பம்பரமாகச் சுழன்று செயல்பட்டனர்.

ஆனால், எப்படிச் சுழன்று செயல்பட்டும், சுழன்ற இடத்திலேயே மீண்டும் மீண்டும் செயல்பட வேண்டியிருந்ததில் எங்கும் எதிர்பார்த்த இலக்கை எட்ட முடியவில்லை. எல்லா இடங்களிலுமே வசூலில் சுணக்கம் தெரிந்தது. ஒவ்வொரு ஆண்டும் திரட்டப்படும் கட்சி வளர்ச்சி நிதி, அவ்வப்போது ஏற்பாடு செய்யப்படும் நிகழ்ச்சிகளையொட்டிய போராட்ட, பொதுக்கூட்ட, ஆர்ப்பாட்ட நிதி, இத்துடன் இடையிடையே நெருக்கடியில் சிக்கி எங்கே நின்றுபோய் விடுமோ என்கிற அச்சுறுத்தலுடன் மூச்சுத் திணறிக்கொண்டிருக்கும் கட்சி இதழைக் காப்பாற்ற அவசரகால நடவடிக்கை போல் திடீர் திடீரென்று திரட்டப்படும் 'பத்திரிகை வளர்ச்சி நிதி', இத்யாதிகளுக்கு மத்தியில் புரவி நிதியும் திரட்டுவது தோழர்களுக்குச் சாமான்யமானதாய் இல்லை. அதுவும் புதிய தொடர்புகள் ஏதுமின்றி, அணுகியவர்களையே மீண்டும் மீண்டும் அணுக நேர்வதும் தோழர்களுக்குச் சங்கடமாய் இருந்தது. சிலர் நேரடியாகவே, "இப்ப என்னா தோழர் குதிரைக்கு அவசரம், கட்சி வளர்ந்து நல்லா பலப்படட்டும், அப்பறமா வாங்கிக்கலாமில்ல. பெரிய கட்சின்னா இந்தத் தொகை எல்லாம் ஒரு பொருட்டே இருக்காதே' என்றும் சொன்னார்கள்.

பதிலுக்கு, "நீங்க சொல்றது உண்மைதான் தோழர். ஆனா, கட்சியப் பலப்படுத்தறதுக்கே குதிரை அவசியப்படுதே. கட்சி வளர்ந்தா குதிரை வாங்கலாம், குதிரை வாங்கனா கட்சிய வளர்க்கலாம். ரெண்டும் பரஸ்பரம் ஒன்னோட ஒன்னு சம்பந்தப்பட்டதா இருக்குதுங்களே, 'ரெசிப்ரோகல் ஆக்‌ஷன்னு' வாங்களே அந்த மாதிரி'' என்று தத்துவார்த்த வியாக்யானம்

தந்து, வகுப்பெல்லாம் எடுத்தே வசூலை நடத்த வேண்டியிருந்தது. பல்வேறு துறைகளிலும் பணியாற்றும் அரசு ஊழியர்கள், ஆசிரியர்கள், தொழிலாளர்கள், சிறுவியாபாரிகள், பெரு வணிகர்கள், பொதுமக்கள் எனக் கட்சிக்கு இருந்த, தெரிந்த போன, வந்த, அனுதாபிகள், ஆதரவு சக்திகள் அனைத்தையும் ஒன்றுவிடாமல் அணுகியும், பல்வேறு உத்திகளில் விளக்கவுரைகள், பேருரைகள் நிகழ்த்தியும், நிர்ணயித்த இலக்கில் ஐம்பது விழுக்காட்டை அடைவதே தோழர்களுக்குப் பெரும்பாடாய் இருந்தது.

இந்தத் தொகையை வைத்துக்கொண்டு, திட்டமிட்டது போன்ற வாட்டசாட்டமான குதிரையை வாங்க முடியாது என்பதால், மேற்கொண்டு என்ன செய்யலாம் என்பதை விவாதிப்பதற்காக தலைமைக்குழு கூடியது. கையில் உள்ள தொகைக்கு எதிர்பார்த்த குதிரை கிடைக்காது என்பது கண்கூடு. புரவி நிதி என்று படம் போட்டு வசூல் செய்துவிட்டு, புரவி வாங்காமலும் இருக்க முடியாது. இது ஆதரவாளர்கள், பொதுமக்கள் மத்தியில் கட்சியைப் பற்றிய தப்பெண்ணத்தையும் அவநம்பிக்கையையுமே ஏற்படுத்தும். ஆகவே, கையில் உள்ள காசுக்கு, எப்பாடு பட்டேனும், படத்தில் உள்ளது மாதிரியில்லாவிட்டாலும் பார்ப்பதற்கு குதிரை மாதிரி தெரிகிற, குதிரை என்று பெயர் சொல்லத்தக்க அளவிற்காவது ஏதாவது ஒரு ஜீவனை வாங்கிவிட வேண்டும் என்றும், அதுதான் கட்சியினுடைய மரியாதையையும் காப்பாற்றுவதாக இருக்கும் என்றும், த.கு. முடிவு செய்தது. இந்த அடிப்படையில், இதைச் செயல்படுத்தும் நோக்கில், யாராவது புரவித் தரகர்களைப் பிடித்து, பழைய 'செகண்ட் ஹாண்ட்' குதிரையையாவது ஏதாவதொன்றை வாங்கிவிட, அதற்கான நடவடிக்கைகள் மேற்கொள்ளப்பட்டன.

இந்தச் சந்தர்ப்பத்தில்தான் கட்சிக்கு மிகவும் வேண்டிய, நெருக்கமான பரோபகாரி ஒருவர், இவர் ஏற்கெனவே கட்சிக்கு த.கு. தோழர்கள் குதிரை நிதிக்காக அணுகியபோது, "எவ்வளவு வசூலாகிறதோ வசூலித்துக் கொண்டு வாருங்கள், எஞ்சியதை நான் போட்டு வாங்கித் தருகிறேன்' என்று வாக்களித்திருந்தவர், தற்போது கட்சிக்கு ஏற்பட்டிருக்கும் இந்த நெருக்கடியைக் கருத்தில் கொண்டு, இதிலிருந்து மீள்வதற்கு உபாயமாக ஒரு ஆலோசனை சொன்னார். அதாவது, தான் பயன்படுத்தி வந்த ஒரு குதிரை லேசாய் உடல் நலிவுற, நீண்ட காலமாய் அதை லாயத்திலேயே கட்டிப்போட்டு வைத்திருப்பதாகவும், வேண்டுமானால் அதை மருத்துவரிடமும் கொண்டுபோய்க் காட்டி, கொஞ்சம் செலவு செய்து சிகிச்சை அளித்துத் தேற்றினால் கட்சி பயன்படுத்திக் கொள்ளலாம் என்றும், இதற்காகக் கட்சி தனக்கு எதுவும் தரவேண்டியதில்லை என்றும், மாறாக இதையே தன் பங்கிற்கான நன்கொடையாக வைத்துக் கொள்ளலாம் என்றும் சொன்னார்.

தலைமைக்குழுத் தோழர்கள் இந்த உபாயத்தைக் கேட்க மிகுந்த உற்சாகமடைந்தார்கள். மிக மிக அருமையான யோசனை, குதிரைக்குக் குதிரையுமாச்சி, வசூல் செய்த நிதிக்குப் பாதுகாப்புமாச்சி, நிதியை முழுக்கவும் குதிரைக்காகவே செலவு செய்யவேண்டும் என்கிற அவசியமுமில்லை. ஏதோ ஒரு சொற்பத் தொகையைச் செலவு செய்து குதிரையைத் தேற்றிக்கொண்டால் போதும். எஞ்சிய தொகையைக் கட்சி வளர்ச்சிக்கும் இதழ் வளர்ச்சிக்கும் பயன்படுத்திக் கொள்ளலாம் என்று மகிழ்ச்சியடைந்தார்கள். இதன்படி, குதிரையைக் கொண்டு போய் மருத்துவரிடம் காட்டி, அதைச் சரிசெய்து கொண்டுவருவதற்கான ஏற்பாடுகள் செய்யப்பட்டன. இவ்வாறாக, கட்சிக்கான குதிரை ஒருவாறு உறுதி செய்யப்பட்டது.

குதிரை அலுவலகத்துக்கு வரும் நன்னாளை, துண்டறிக்கையெல்லாம் போட்டு நிகழ்ச்சியாகக் கொண்டாடும் எண்ணம் த.கு. தோழர்களுக்கு இல்லையென்றாலும், குதிரை வர இருக்கும் தகவல் செவிவழிச் செய்தியாகவே நகரெங்கும் பரவ, குதிரையை வரவேற்கும் முகமாக தோழர்கள் பலரும் அலுவலகத்தில் திரண்டிருந்தார்கள். இது பொதுமக்களுக்கான நிகழ்ச்சியாக இல்லாவிடினும், நமது கட்சித் தோழர்களுக்கான நிகழ்ச்சியாகவாவது இருக்கட்டும் என்று, ஒரு தோழர் தான் கொண்டுவந்திருந்த வண்ணக் காகிதங்களை வெட்டி ஒட்டி, அலுவலக வாயிலையும் முகப்புப் பகுதியையும் தோரணங்களால் அலங்கரித்தார். தோழர் ஒருவரைக் கடைக்கு அனுப்பி சாக்லேட் வாங்கி வரச்சொன்னார். அறிவிப்புப் பலகையை எடுத்து வெளியில் வைத்து, 'இயக்க வளர்ச்சிக்கு எழுச்சிப் பாதை வகுக்கும் புரட்சிப் புரவியே வருக வருக' என வாசகங்களை சாக்குகட்டியால் வரைந்தார். இவ்வாறான செயற்பாடுகளில், பளீரென மஞ்சள் வெயில் இறங்கும் ஒரு நாளில் மாலைப்பொழுதில், குதிரை அலுவலகம் கொண்டுவரப்பட்டது. த.கு. சார்பில் குதிரைக்குப் பொறுப்பாக நியமிக்கப்பட்ட அதன் ஓட்டுநர் மற்றும் காப்பாளர் குதிரை மீது ஆரோகணித்து அமர்ந்திருக்க, எந்தச் சொரத்துமில்லாமல் தலையைக் குனிந்து சோகநடை போட்டு வந்தது குதிரை.

தங்களுடைய எதிர்பார்ப்புக்கு முற்றிலும் மாறாக, மந்தகதியில் நடைபோட்டு வந்த அந்த ஜீவனைப் பார்க்கும்போதே, பல தோழர்களுக்கு மனசு விட்டுப் போயிற்று. பார்ப்பதற்கு அது குதிரை மாதிரித்தான் தெரிகிறது என்றாலும் குதிரைக்குரிய கம்பீரமோ மிடுக்கோ இன்றி ஒரு கழுதைக்குரிய அசமந்தத்தோடு நடந்து வந்த அதைக் காண, தோழர்கள் மிகவும் மனவியாகூலமுற்றார்கள். என்றாலும் எல்லாராலும் அது 'குதிரை' என அழைக்கப்படுவது ஓரளவுக்கு ஆறுதல் அளிப்பதாய் இருந்தது தங்கள் கட்சிக்கும் ஒரு

குதிரை, தங்கள் அலுவலக முகப்பிலும் ஒரு குதிரை என அதுவும் ஒரு ஜீவனாக தங்களோடு கலக்க இருப்பதை, தங்கள் கட்சிக்குப் பெருமை சேர்க்க இருப்பதை எண்ணிச் சமாதானமடைந்து பூரிப்பும் தெம்பும் கொண்டு, அதை வரவேற்கத் தயாரானார்கள்.

குதிரை, அலுவலக வெளிவாயிலை நெருங்க, பக்கவாட்டிலிருந்து திடீரென்று எழுந்த அதிர்வேட்டுச் சரவெடிச் சத்தங்களில் மிரண்டு தாறுமாறாகத் திரும்பி ஓட முயற்சித்து, அப்படியே மண்டியிட்டு விழுந்தது. மேலேயிருந்த ஓட்டுநர் சுதாரித்து எழுந்து, மேலே ஒட்டியிருந்த மண்ணைத் தட்டியபடியே, கடுகடுத்த முகத்துடன் வெடிச்சத்தம் வந்த திக்கை நோக்கி முறைத்தார். த.கு. தோழர்கள் பதறி வெளியே ஓடிவந்து, அடுத்த சரம் கொளுத்த இருந்த தோழரைப் பிடித்துத் தடுத்து, ஆளாளுக்குக் காய்ந்தார்கள். ''யாரக் கேட்டு இந்த ஏற்பாடெல்லாம் செஞ்சிங்க? கட்சில ஒரு கட்டுப்பாடு, கலந்தாலோசிப்பு வேணா? எதுவுமே கிடையாது. எல்லாம் தன்னிச்சைப் போக்கு'' என்றார் ஒரு தோழர். ''வந்த குதிரையை நேரா உள்ள உடாம, வரும் போதே அபசகுணம் மாதிரி திரும்பி ஓட வச்சுட்டீங்களே'' என்றார் இன்னொரு தோழர். அசடு வழிய நின்ற வெடி வைத்த தோழர், தெம்புற்று, "நம்ப கட்சில கூடம் என்னா தோழர் சகுனம், அபசகுனம் மூட நம்பிக்கையெல்லாம்...'' என்றார்.

''ஆமா, வெடி வெடிக்கறது மட்டும் ரொம்ப பகுத்தறிவு. பேசாம இருங்க தோழர்'' என்றார் த.கு. சிறிது நேர அமளிக்குப் பிறகு, ஓரளவு அமைதி திரும்பியது. குதிரை ஓட்டுநர், மெல்ல குதிரையைத் தட்டிக் கொடுத்து, எழும்பிப் பதமாக அதை நடத்தி அழைத்துக்கொண்டு வந்தார். வாயிலை நெருங்க, யாரோ ஒரு தோழர் பழக்கதோஷத்தாலும், ஆர்வமிகுதியிலும் அதை வரவேற்குமுகமாக' 'புரட்சிப் புரவி' என்று முழுக்கமெழுப்ப உடனே, "வாயை மூடுங்க தோழர், இதை வேற கேட்டு அது திரும்பி மெரண்டுடப் போவுது'' என்று த.கு. அவரை அதட்ட, பின்னால் எழுச்சியோடு 'வாழ்க' சொல்ல இருந்தவர்கள் வாய் மூடி மௌனம் காத்தார்கள்.

அதன் பிறகு வேறு எந்த அமர்க்களமும் இல்லாமல், நகரக் கிளைத் தோழர்கள் வாங்கி வைத்திருந்த சாக்லேட்டுகளை மட்டும் த.கு.தோழர் அனுமதியுடன் அனைவருக்கும் வழங்க, எல்லாரும் வாயிலடக்கிய சாக்லேட்டுடன், குதிரையையே பார்த்து அது பற்றிய தங்கள் மதிப்பீடுகளைத் தெரிவித்துக் கொண்டிருந்தார்கள். இதில் பலரும் குதிரை பற்றி அவரவருக்குள்ள ஞானம் அல்லது ஞானமின்மைகளையும் வெளிப்படுத்தினர். குதிரைச் சவாரி தெரிந்த ஒரு சிலர், ஓட்டுநர் அனுமதியோடு குதிரையை நெருங்கி

வந்து, அதைத் தடவித் தடவிக் கொடுத்து, "ஒரு சுற்று போய் வந்து பார்க்கட்டுமா'' என்றனர். "இப்ப வேணாம் தோழர். வேற ஒரு சந்தர்ப்பத்துல பார்ப்பம். புது எடம் புது நபர்கள்னு ஏற்கெனவே அது மெரண்டு போய் இருக்குது'' என்று பதமாக அனைவரையும் தட்டிக்கழித்தார் புரவி ஓட்டுநர். குதிரை சவாரி தெரியாது அதை ஏக்கத்தோடு நின்று பார்த்துக் கொண்டிருந்தவர்கள், சவாரி தெரிந்த தோழர்களுக்கும் அனுமதி வழங்கப்பட்டதைத் தொடர்ந்து சற்று மனச்சாந்தி அடைந்தார்கள் என்றாலும், தங்களுக்கும் குதிரைச் சவாரி கற்றுக்கொள்ள நீண்ட நாள்களாய் ஆசைதான் எனவும், அதற்கான சந்தாப்பம் இதுவரை வாய்க்கவில்லை எனவும், தற்போது அலுவலகத்திற்கே குதிரை வந்து விட்டதால், சீக்கிரம் கற்றுக்கொள்ளலாம் என்று கருதுவதாகவும், இப்படிக் கற்றுக்கொள்வது கட்சிக்கும் பயனுள்ளதாய் இருக்கும் என்றும், தங்கள் விருப்பங்களை முன்வைத்து வெள்ளோட்டம் விட்டார்கள்.

பலரும் இப்படி குதிரைக்குக் குறி வைப்பதை உணர்ந்த அதன் ஓட்டுநர் மற்றும் காப்பாளர், மிகுந்த முன்னெச்சரிக்கையுடனும் தொலைநோக்குடனும் அனைவருக்கும் சொன்னார். "தோழர்களே, யாரும் குதிரை சவாரி கத்துக்கறதுல ஒன்னும் தப்பு இல்ல. அதத்தெரிஞ்சி வச்சிக்கிறது கட்சிக்கும் நல்லதுதான். ஆனா கத்துக்கும்போது ஆவற கொள்ளு செலவு, புல்லு செலவு, குதிரைக்கு வேற ஏதாவது ஒன்னுன்னா அதுக்கு ஆவற வயித்திய செலவு எல்லாத்துக்கும் அந்தந்தத் தோழர்கள்தான் பொறுப்பேத்துக்கணும். அதுக்கு சம்மதம்னா குதிரைகிட்டே வாங்க இல்லாம கட்சி செலவுலியே எல்லாத்தியும் கத்துக்கலாம்னு நெனக்ற மாதிரி இருந்தா, யாரும் குதிரை கிட்ட வராதிங்க'' என்றார். இது தோழர்கள் மத்தியில் காப்பாளர் குறித்த நன்மதிப்பை ஏற்படுத்த "பரவாயில்லையே, குதிரைக்கு நல்ல காப்பாளராகத்தான் போட்டிருக்காங்க த.கு.வுல'' என்று த.கு.வுக்குச் சான்றிதழ் தந்தார்கள். இந்தச் சந்தர்ப்பத்தைப் பயன்படுத்தி த.கு.தோழர்களும் சிலர் ஒவ்வொருவராக எழுந்து குதிரை பற்றியும், அதைப் பராமரிக்க வேண்டிய, பயன்படுத்த வேண்டிய முறைகள் பற்றியும் வாயிற்கூட்டம் போல அங்கேயே நின்று சிற்றுரை நிகழ்த்தி விளக்கமளித்து, இந்த விளக்கம் எல்லாக் கிளைகளுக்கும் சுற்றறிக்கையாகவும் அனுப்பி வைக்கப்படும் என்று அறிவிக்க, எல்லாருக்குமான கூடிய அடக்கமான கைத்தட்டல்களுடன் குதிரை வரவேற்பு நிகழ்ச்சி ஒருவாறு நடந்து முடிந்தது.

இது இப்படி இருக்க, மறுநாள் கிராமப்புறக் கிளைகளிலிருந்து வந்திருந்த விவசாய அரங்கத் தோழர்கள் சிலர், முகப்பில் கட்டி யிருந்த குதிரையின் தோற்றத்தைப் பார்த்து "என்னா தோழர் இது,

இந்தமாதிரி இருக்குது. எங்கியோ கெடந்த நோஞ்சான பாத்து புடிச்சாந்துட்டிருக்கறீங்க. இது என்னாத்துக்கு உதவும்" என்றனர். வேறு சிலர், "என்னா தோழர், சப்பாணியாட்டம் இருக்குது. தானா நடக்கவே தள்ளாடும் போல இருக்குது இது. அப்புறம் எப்படி இது த.கு. தோழர்களை ஏத்தும்'' என்றனர். இதைக் கேட்ட தலைமைக்குழுத் தோழர் ஒருவர், லேசான கடுப்புடன், "ஆமா, நீங்க வசூல் பண்ணியாந்து குடுத்த லட்சணத்துக்கு கஜகஸ்தான் போய் கொசாக் குதிரையாதான் புடிச்சாந்து கட்டணும்' என்றார். "ஏன், நாங்க வசூல் பண்ணியாந்ததுல என்ன கொறை. எங்க கோட்டாவ நாங்க ஒழுங்காதான் முடிச்சிக்னு வந்தம்.'' ''நீங்க முடிச்சா போதுமா, மத்தவங்க எல்லாரும் அதப் போல முடிச்சிருக்கணம் இல்ல...'' "அதுக்கு அவங்களப் போய்க் கேளுங்க. எங்க மேல ஏன் எரிஞ்சி வுழறீங்க?'' பேச்சு சூடேறுவதைக் கண்ட மற்றொரு த.கு. தோழர், உடனே குறுக்கிட்டு, "இப்ப அதுவா பிரச்னை. அது கெடக்கட்டும் வுடுங்க தோழர். குதிரை எப்படிக் கெடந்தா என்னா? ஏதோ ஒன்னு. நம்ப கட்சிக்கின்னும் இப்பிடி ஒரு ஜீவன் இருக்கறது நம்ப எல்லாருக்கும் பெருமைதான்'' என்றார். "பெருமைதான். ஆனா இது கட்சி வேலைக்குப் பயன்படணுமில்ல...'' என்றார் வி.ச.தோ. "அதுவா எப்பிடிப் பயன்படும். நாமளா பயன்படுத்திக்க வேண்டியது தான்'' என்றார். த.கு.

ஒரு நம்பிக்கையில் இப்படிச் சொன்னார்களே தவிர குதிரை எதிர்பார்த்த மாதிரி பயன் தருவதாயில்லை. கட்சி அலுவலகம் முன் குதிரை நிற்பதும், கட்சித் தோழர்கள் நிகழ்ச்சிகளுக்குக் குதிரையில் போய் இறங்குவதும், கட்சிக்கு ஒரு தோற்றத்தையும் பந்தாவையும் தருவதாக இருந்தாலும் நடைமுறையில் அது எதிர்பாராத பல்வேறு விதமான சிக்கல்களை உருவாக்கியது. பொதுவாக நிகழ்ச்சிகளை ஏற்பாடு செய்யும் கிளைகள், உரை நிகழ்த்த வரும் தோழர்களுக்கு வழக்கமாகப் பேருந்து அல்லது தொடர்வண்டிக் கட்டணத்துடன் வழிச் செலவுக்கென்றும் ஏதாவது கொஞ்சம் சேர்த்து பயணப்படியாய் தருவது நடைமுறை. தற்போது தோழர்கள் குதிரையில் வந்து இறங்குவதால், கிளைகள் குதிரைக்கான கொள்ளு, புல்லுக்கான தொகையுடன் இதர பராமரிப்புச் செலவுகளையும் சேர்த்துக் கொடுக்க வேண்டியிருந்ததுடன், உணவுச் செலவையும் நிகழ்ச்சிக்கு அழைக்கப்பட்ட தோழருடன் சேர்ந்து புரவி ஓட்டுநருக்கும் செய்ய வேண்டியிருந்தது. இது எல்லாவற்றையும் சேர்த்துக் கணக்கிட்டால், அது ஏற்கெனவே தந்துகொண்டிருந்த பயணப்படியை விடவும் பல மடங்கு அதிகமாக வந்ததால், நிகழ்ச்சிகளை ஏற்பாடு செய்யும் கிளைகள் வழக்கத்தைவிட கூடுதாகச் செலவழிக்க வேண்டி நேர்ந்தது.

இப்படிச் செலவு ஒரு பக்கம் அதிகரித்தாலும், குதிரை குறித்த நேரத்திலாவது வந்துசேருமா என்றால், அதற்கான உத்திரவாதமும் எதுவும் இல்லை. குதிரைக்குப் பயண வழியிலேயே அடிக்கடி பல உடற்கோளாறுகள் ஏற்பட்டதில் உருப்படியாகப் போய்ச்சேருமோ, சேராதோ என்கிற அச்சத்துடனோ அல்லது எந்த நேரத்தில் என்ன ஆகுமோ என்கிற கிலியுடனோ பயணம் மேற்கொள்ள வேண்டியிருந்தது. பயணத்தினூடே ஏதோ சிந்தனை வயப்பட்டு, தன்னிச்சையாய் சொந்த முடிவெடுத்ததுபோல, அடிக்கடி குதிரை அப்படியே நின்றது. இல்லாவிட்டால் உற்சாகமின்றித் தளர்நடை போட்டது. பல சமயம் ஏதோ மறியலில் ஈடுபடுவது போல் அப்படியே படுத்துக் கொண்டது. இப்படிப்பட்ட சமயங்களில் நிகழ்ச்சிக்குச் செல்லும் தோழர்களின் பயணம் தடைப்படுவது எழுப்பி அதை நிற்க வைக்கவும் சில நேரம் வாலை வாயால் கடித்தாவது அதைக் கிளப்பி குதிரை மருத்துவர் இருக்குமிடம் நோக்கி நடத்திச் சொல்லவும். படும் சிரமம் பெரும்பாடாயிருந்தது. மருத்துவரிடம் சிகிச்சை பெற்றுப் பயணத்தைத் தொடர்ந்தாலும் நிகழ்ச்சிக்கு உரிய நேரத்தில் போய்ச் சேரமுடியாமல் நிகழ்ச்சிக்கு ஏற்பாடு செய்த தோழர்களையும் உரையாற்றச் செல்லும் தோழர்களையும் அது மிகவும் பதற்றத்துக்குள்ளாக்கியது.

சில சமயம் உடனே குதிரையை சரி செய்து தர முடியாத நிலை ஏற்பட்டு, அதை உள்சிகிச்சை விலங்காக வைத்துப் பார்க்க வேண்டி நேர, அதை விட்டு விட்டுப்போய், பிறகு வந்து அழைத்துச் செல்லுங்கள் என்று மருத்துவர் சொல்ல நேரும் சந்தர்ப்பங்களும் உண்டு. இம்மாதிரி சந்தர்ப்பங்களில் குதிரையை மருத்துவரிடம் விட்டு அதைப் பார்த்துக் கொள்ள புரவியோட்டுநரையும் உடன்விட்டு நிகழ்ச்சிக்குச் செல்லவேண்டிய தோழர்கள் எப்போதும்போல பேருந்தோ தொடர்வண்டியோ பிடித்தேதான் செல்லவேண்டியிருக்கும். இப்படிச் செல்லும்போது, நிகழ்ச்சிக்கு ஏற்பாடு செய்யும் கிளைகள் பேருந்து அல்லது தொடர்வண்டிக் கட்டணம், தோழர் செலவு, குதிரைக் கட்டணம், மருத்துவர் கட்டணம், புரவியோட்டுநர் செலவு ஆகிய அனைத்தையும் சேர்த்துப் பயணப் படியாகத் தர வேண்டிய இக்கட்டும் நேரும். இதனால் இப்படிப் பயணப்படியாகத் தர நேரும் தொகையில் ஒரு கூட்டத்தையே நடத்தி முடித்துவிடலாமே எனத் தோழர்கள் அங்கலாய்க்கும் நிலையும் ஏற்பட்டது. இப்படிப்பட்ட தருணங்களில், இச்செலவினங்களைச் சமாளிக்க முடியாத வறிய அல்லது தொடக்க நிலைக் கிளைகளுக்கு ஆகும் செலவு ஒரு பகுதியை தலைமைக்குழுவே, ஏற்கெனவே இருப்பு வைத்திருந்த குதிரை நிதியிலிருந்து மானியமாகத் தரவேண்டிய நெருக்கடியும் உருவாகியது.

இதுபோன்ற இடர்ப்பாடுகள் ஒருபுறம் இருக்க, குதிரை, உலக வங்கிக் கடன் பெற்று அமைக்கப்பெற்ற முக்கிய சாலைகளில் மட்டும் தங்குதடையின்றி உற்சாகமாக ஓடுவதாகவும், உள்ளூர் கிளைச்சாலைகளில் திரும்பிய உடன் உற்சாகம் குன்றி, மிகவும் சுணக்கமாகவும், அசமந்தமாகவும் நடை போடுவதாகவும், ஒரு புகார் இருந்தது. இதனால் குதிரைக்கும் ஏகாதிபத்தியத்திற்கும் ஏதாவது நெருக்கமான உறவிருக்கவோ அல்லது குதிரையின் பின்னணியில் ஏகாதிபத்திய சதியிருக்கவோ வாய்ப்புண்டு என்கிற சந்தேகமும் கட்சி வல்லுநர்கள் மத்தியில் நிலவியது. எனவே, நிகழ்ச்சி ஏற்பாட்டாளர்கள் குதிரை விஷயத்தில் எச்சரிக்கையாய் இருக்கும்படியும், கூடுமானவரை முக்கிய சாலைகளை விட்டுப் பிரியும் ஒதுக்குப்புறமான உட்பகுதிகளில் எங்கும் நிகழ்ச்சிகளை ஏற்பாடு செய்யவேண்டாம் எனவும் அப்படி நிகழ்ச்சிகளை ஏற்பாடு செய்வதாயின், முக்கிய சாலைகளிலிருந்து உட்புறம் செல்ல, வேறு வாகனங்கள் ஏற்பாடு செய்துவைக்கும்படியும் தலைமையகத் திலிருந்து எல்லாக் கிளைகளுக்கும் சுற்றறிக்கை வேறு விட வேண்டி யிருந்தது. ஆக, குதிரை வந்தும் பிரச்னை தீரவில்லை என்கிற குறை ஒருபுறம் நீடிக்க, குதிரை வந்ததிலிருந்துதான் பிரச்னையே என்பதாகவும் தோழர்கள் மத்தியில் ஒரு கருத்து நிலவியது. அதாவது குதிரையின் உடல் பலவீனம், ஆற்றல், அதன் செயல்பாடு சார்ந்து அது பயணத்தில் தரும் இடர்ப்பாடுகள் ஒருபுறம் இருக்க, அமைப்பு வழியிலும், இதன் வருகையால் பல சிக்கல்கள் ஏற்பட்டுத் தோழக்கனுக்கிடையே மனத்தாங்கல்களும் கசப்புகளும் பாகுபாட்டு உணர்வுகளும்வேறு தலைதூக்கத் தொடங்கின. குதிரையின் வருகையையொட்டி தோழர்கள் மத்தியில் மேல்தட்டு மனோபாவம் தலைதூக்கியுள்ளதாகவும், விளிம்புநிலை மக்கள் புறக்கணிக்கப்படுவதாகவும் கடும் விமர்சனம் எழுந்து, கட்சியின் கட்டுக்கோப்பையே கேள்விக்குள்ளாக்கியது. சாதாரணமாக புரவி ஓட்டுநர் தவிர ஒருவர் அல்லது இருவர் மட்டுமே அதன் பின்புறம் அமரலாம். இதில் குதிரையின் தாங்குசக்தி, இயங்காற்றல் இவற்றைப் பொறுத்து யாரை ஏற்றிக்கொள்ளலாம். யாரை ஏற்ற முடியாது என்று தீர்மானிக்கும் உரிமை ஓட்டுநருக்கே தரப்பட்டிருந்தது. இதில், தனிப்பட்ட ஒரு தலைமைக்குழுத் தோழரே ஏதாவது பரிந்துரை செய்தாலும்கூட குதிரையின் நலன் கருதி இறுதி முடிவு எடுக்கும் அதிகாரம் ஓட்டுநருக்கே வழங்கப்பட்டிருந்தது. இந்நிலையில் எப்போதாவது ஓட்டுநர் மட்டும் தனியே பயணம் செய்ய நேரும் சந்தர்ப்பங்களில், வாய்ப்பைப் பொறுத்து, வழியில் தென்படும் தோழர்களை ஏற்றிக்கொண்டோ அல்லது விட்டுவிட்டோ செல்வது பற்றியும் அவரே முடிவெடுப்பவராய் இருந்தார். இதனால், 'ஓட்டுநர் அவரை ஏற்றினார். என்னை ஏற்றவில்லை, என்னை ஏற்றினார். உடன் வந்தவரை ஏற்றவில்லை'

அல்லது 'வழியில் நிறுத்தச் சொல்லி' கையைக் காட்டியும் காணாத மாதிரி போய்விட்டார்' அல்லது 'கட்சித் தோழர்களை ஏற்ற இடமில்லை என்று சொல்லிவிட்டுப் பிறகு கட்சி உறுப்பினரல்லாத அவர் நண்பர்கள். உறவினர்களை ஏற்றிக்கொண்டு போகிறார்' அல்லது 'வெள்ளையும் சொள்ளையுமாக இருப்பவர்களாகப் பார்த்து ஏற்றுகிறார்களே தவிர, ஏழை எளிய கந்தல் பேர்வழிகளையோ தலை காய்ந்தவர்களையோ ஏற்றுவதில்லை' என்பது மாதிரியான புகார்களும் வரத்தொடங்கின. கிளைக் கூட்டங்கள், குழுக்கூட்டங்கள் நடந்தால், அரசியல் அமைப்பு வேலைகளை விடவும் குதிரை சார்ந்து எழும் குற்றச்சாட்டுகளே ஒரு முக்கியப் பொருளாகி, அதுபற்றி விவாதிப்பதே தலையாய பிரச்னையாகியது. கட்சித் தோழர்கள் செல்வாக்கை வைத்தும், பாரபட்சம் காட்டியும் குதிரையைப் பயன்படுத்துவது என்றால் குதிரை என்ன கட்சிக்கானப் பொதுச்சொத்தா அல்லது ஒரு சிலரின் விருப்பத்திற்கும் சுகபோகத்திற்கும் பயன்படுத்திக் கொள்ளும் தனிச்சொத்தா என்றும் கேள்விகள் எழ, அது தொடர்பான சர்ச்சைகளே நேரத்தை விழுங்கின.

இதுபோன்ற நடைமுறைப் பிரச்னைகள் ஒருபுறம் என்றால், குதிரை வந்த சில நாட்களிலேயே அதைப் பாதுகாப்பாகத் தங்க வைக்க ஒரு லாயம் கட்ட முடிவு செய்து, அதை முன்னிட்டு 'லாயநிதியும்' அதற்கு அடிக்கடி நேரும் நலக் கோளாறுகளைச் சரி செய்து அதை நன்முறையில் பேணி' காக்க 'புரவி நலநிதி'யும் திரட்டும் பொருட்டு, அதாவது ஏற்கெனவே திரட்டிய புரவி நிதியில் பாதி மருத்துவச் செலவுக்கும், பாதி பயணப்படி மானியத்துக்குமே கரைந்துபோன நிலையில் மேற்கண்ட செலவினங்களுக்கு மாற்று நிதி ஏற்பாடுகள் செய்யும் முயற்சியில் கட்சித் தோழர்கள் எப்போதும் நன்கொடைப் புத்தகமும் கையுமாகவே அலைய வேண்டியிருந்தது. இதனால் கட்சிப் பணி, கட்சி வளர்ச்சி என்பதை விடவும், குதிரைப் பணி, குதிரைப் பராமரிப்பு என்பதிலேயே தோழர்கள் முழு நேரத்தையும் செலவிட வேண்டியிருந்தது. அல்லது கட்சிப் பணி என்பதே குதிரைப் பணியாக மாறியது.

இப்படி நாலாவழியிலும் இம்சைகளை ஏற்படுத்தும் இக்கட்டான சூழலில்தான், இவ்வளவு பிரச்னைகளோடு இந்தக் குதிரையை வைத்து அதனோடு மல்லுக் கட்டிக்கொண்டிருப்பதை விடவும் பேசாமல், அதை விற்றுத் தொலைத்துவிடுவது, பிறகு வசதிவாய்ப்பு வரும்போது புதிதாக வேறு ஒன்று வாங்கிக்கொள்வது என்று தலைமைக்குழுத் தோழர்கள் முடிவு செய்தார்கள். தவிர, குதிரையின் பேரால் ஏற்கெனவே பல்வேறு நிதி திரட்டியாகிவிட்டது. இறுதியாக, அதற்கு ஈமச்சடங்கு நிதி

திரட்டுமுன் எப்படியாவது அதைக் கையை விட்டு அனுப்பினால் போதும் என்பதும், தலைமைக்குழுத் தோழர்களின் ஏகோபித்த முடிவுக்குக் காரணமாய் அமைந்தது என்றாலும் த.கு.வில் முடிவெடுத்ததைப் போல அதை விற்றுவிடுவது என்பது அவ்வளவு இலகுவானதாய் இல்லை. இதில் இரண்டுவிதச் சிக்கல்கள் இருந்தன என்று, குதிரையை நன்கொடையாகத் தந்த பரோபகாரி இதுபற்றி எதுவும் தவறாய், 'என்னடா கட்சிக்கு என்று குதிரையை வாங்கி, விற்றுக் காசாக்கி விட்டார்களே' என்று நினைத்து விடக்கூடாது என்பதால், அவரிடம் ஒரு வார்த்தை சொல்லிவிட்டு, அவரின் அனுமதியோடு விற்கலாம் அல்லது அவரிடமே திருப்பித் தந்து விட வேண்டும். குதிரையைத் தந்தவரின் தாராள மனதுக்கு அதைத் திருப்பித் தந்தால் அதை அவர் ஏற்பாரோ என்னவோ, விற்று கட்சிக்கு எடுத்துக்கொள்ளுங்கள் என்றுதான் சொல்வார். வாங்குவதற்கு ஆள் கிடைத்துவிட்டால் போதும். எப்படியாவது அதை விற்றுத் தொலைத்து விடலாம். ஆகவே, இதில் ஒன்றும் த.கு. தோழர்களுக்கு பிரச்னை இருப்பதாகத் தோன்றவில்லை. ஆனால், குதிரையின் தேவைகளை வலியுறுத்தி, அப்படி ஒன்று இருப்பதனால் ஏற்படும் அருமை பெருமைகளையெல்லாம் விளக்கிச் சொல்லி அதனால் கட்சி வளர்ச்சியில் ஏற்படும் முன்னேற்றங்கள் குறித்து, அளப்பரிய நம்பிக்கைகளையூட்டி, கட்சியின் ஒளிமயமான எதிர்காலம் குறித்து கனவு காண வைத்து, 'புரவி நிதி' திரட்டித் தர தோழர்களை முடுக்கிவிட்டு, அதற்காக வெகுவாகப் பாடுபட்ட தோழர்களை, இதற்கு இணங்கச் செய்வதும், அது அதற்கு உரிய கமிட்டிகளில் இதற்கான ஒப்புதலைப் பெறுவதும்தான் தலைமைக் குழுத் தோழர்களுக்குப் பெரும் சிக்கலாக இருக்கும் போல் தோன்றியது. இதன் பொருட்டே தலைமைக்குழுவின் வழிகாட்டுதலின் பேரில் மாவட்ட, வட்டக் குழுக் கூட்டங்கள் கூட்டப்பட்டு, இவ்வொப்புதலைப் பெறும் ஏற்பாடுகள் நடைபெற்று வந்தன.

இந்த அடிப்படையில் புரவிச் சிக்கல்களையும் அதனால் ஏற்படுகிற இன்னல்களையும் விரிவாக எடுத்துச் சொன்ன த.கு.தோழர், எப்படிப்பட்ட சூழலில் கட்சி, குதிரையை விற்கவேண்டிய முடிவுக்கு வந்தது என்பதைத் தெளிவுபடுத்தி, எல்லாவற்றுக்கும் அடிப்படையாக குதிரையின் உடல்நிலை எப்படிக் கட்சிப் பணிகளுக்கு உகந்ததாக இல்லை என்பதையும் அஜண்டாவாரியாக விளக்குமுகமாக, ஆய்வுப் பொருளின் உட்பிரிவு 'அ'வுக்குள் நுழைந்தார்.

“தோழர்களே, முகம் என்பது கண்கள் காதுகள் மூக்கு வாய் ஆகிய உறுப்புகள் ஒட்டுமொத்தமாக இடம் பெற்றிருக்கும் ஒரு பகுதியாகும். குதிரையின் காதுகள் புரவியோட்டுநர் இடும் கட்டளைகளையோ, சாலையில் எதிர்ப்படும் வாகனங்களில் ஒலிகளையோ கேட்டு உள்வாங்கும் நிலையில், அல்லது புரிந்துகொள்ளும் நிலையில் இல்லை. கண்பார்வையிலும் போதுமான தெளிவு இல்லை. அது நிகழ்ச்சி ஏற்பாடு செய்துள்ள ஊர்களை நோக்கிப் போகாமல், நமக்கு அமைப்பே இல்லாத ஊர்களை நோக்கியே செல்கிறது. வாயும் பற்களும் கொள்ளையோ புல்லையோ நன்றாகமென்று அரைத்துக் கூழாக்கி உள்ளே தள்ளும் அளவுக்கு வலிமை மிக்கதாக இல்லை. மூக்கு சிறிது தூரம் நடந்தாலே ‘புசுபுசு’ என்று மூச்சு வாங்கும் அளவுக்கு மோசமாக உள்ளது. இந்த அளவுக்குக் குதிரையின் முக உறுப்புகள் பழுதடைந்துள்ளன. இப்படிப் பழுதடைந்த முகத்தை வைத்துக் கொண்டுள்ள ஒரு குதிரையை வைத்துப் பராமரிக்க முடியாது என்பதால்தான், குதிரையை விற்க வேண்டிய கட்டாயத்துக்கு கட்சி வந்துள்ளது” என்று முகம் பற்றிய முன்மொழியை வைத்து, “தோழர்கள் கருத்து கேளுங்க” என்று சோ.பு.வைப் பார்த்து சொன்னார் த.கு.

கூட்டத் தலைவர் சோ.பு. குழு உறுப்பினர்களைப் பார்த்து “தலைமை குழுத் தோழரது முன்மொழிவுகளின் மேல் தோழர்கள் ஒவ்வொருவராகத் தம் கருத்துகளைச் சொல்லலாம்” என்றார்.

குழுத் தோழர்கள் பலரும், “முகத்தின் உறுப்புகள் இப்படிப் பலவீனமாக இருப்பதற்கு வெறும் முகம் மட்டுமே காரணமல்ல என்றும் ‘போதுமான ஊட்டச்சத்து’ குறைவு, உடலின் பிற பகுதிகளில் குறிப்பாக குடல் பகுதிகளில் நோய்க்கிருமிகள் தொற்றி இருத்தல், உண்ட உணவு சரியாகச் செரிமானம் ஆகாமலோ, அல்லது செரிமானம் ஆன உணவுச்சத்துக்களை குடல் உறிஞ் சிகள் முறையாக உறிஞ்சாமை ஆகியவையும் இதற்குக் காரணமாக இருக்கலாம். ஆகவே, அவற்றையும் சோதித்துப் பார்த்தே இதற்கு ஒரு முடிவு சொல்ல முடியும்’ என்றனர்.

“அது அதுக்கும் தனித்தனியாக அஜண்டா போட்டுருக்குது தோழர். இது மொகத்தப் பத்திய அஜண்டா. அதனால மொதல்ல இப்ப நாம்ப மொகத்தைப் பத்தி பேசுவோம், இப்ப மொகத்த பத்தி எதுனா இருந்தா மட்டும் சொல்லுங்க” என்றார் த.கு. தோழர்.

தோழர்கள் ஒருவர் முகத்தை ஒருவர் பார்த்து மௌனமா யிருக்கும் த.கு.தோழர், சோ.பு.வைப் பார்த்து, “அப்ப அடுத்த

அஜண்டாவுக்கும் போலாமா" என்றார். தயக்கதுடன், தோழர்களை ஒருமுறை பார்த்து த.கு. தோழர் பக்கம் திரும்பி தலையசைத்த சோ.பு. மீண்டும் தோழர்களைப் பார்த்து, "தோழர்களே, அடுத்த அஜண்டாவான வயிறு பற்றித் தோழர் முன்மொழிவார்" என்றார்.

வயிறு பற்றி விளக்கமளித்த த.கு. தோழர், குதிரையின் வயிற்றில் உண்ட உணவு எதுவும் சரியாகச் செரிமானம் ஆவதில்லை எனவும், அடிக்கடி வயிறு உப்புசம் தட்டுகிறது எனவும், சமயங்களில் வயிற்றில் இடி இடிப்பது போலவும், புயல் வீசுவது போலவும் கடமுடா என்றும் கடும் சீற்றத்துடன் ஒலிகள் எழும்புவதாகவும், இப்படிப்பட்ட கோளாறான வயிற்றைக் கண்ட குதிரையை வைத்துக் கட்சியால் காப்பாற்ற முடியாது என்பதால்தான் குதிரையை விற்று விடுவது என்கிற முடிவுக்குக் கட்சி வந்துள்ளதாகவும் குறிப்பிட்டார்.

"இதுதான் தோழர், நான் அப்பவே சொன்னேன். வயிறு சரியில்லாததுனாலதான், முக உறுப்புகள்ல கோளாறு இருக்குதுன்னு" என்றார் வி.ச. தோழர்.

"நான் மட்டும் என்னா, இல்லன்னா சொல்றேன், அத அதப் பேச வேண்டிய அஜண்டாவுல பேசுங்கன்னதுதான் சொல்றேன். இப்ப வயித்தப் பத்தி நீங்க என்னா சொல்லணுமோ சொல்லுங்க" என்றார் த.கு.

"குதிர சாணி எப்படிப் போடுது தோழர்? இயல்பா கட்டியா போடுதா, இல்ல கழியுதா...?" என்று கேட்டார் நகரசுத்தித் தொழிலாளர் சங்கத் தலைவர்.

"அதுக்குத் தனியா ஒரு அஜண்டா போட்டுருக்குது தோழர். அது வரும்போது அதப் பத்திப் பேசுவம்" என்றார் த.கு.

"அது என்னா தோழர்? வயித்துக்கும் சூத்துக்கும் சம்பந்தமே இல்லாத மாதிரி பேசறீங்க. அது தெரிஞ்சாதான தோழர், வயித்தப் பத்தி ஒரு முடிவுக்கு வர முடியும்."

"நான் என்னா சூத்தப் பத்தி பேச வேணான்னா சொல்றேன். அதுக்குத் தனியா ஒரு அஜண்டா இருக்குது. அது வரும்போது அதப் பத்திப் பேசுவம்னுதான் சொல்றேன்."

"அது இல்ல தோழர். ரெண்டுக்கும் சம்பந்தம் இருக்கறதுனால அதையும் கணக்குல எடுத்துக்கலாமில்ல..."

"நாம்ப என்னாகணக்குல எடுத்துக்க வேணாம்னா சொல்றோம். இதல்லாம் கணக்குல எடுத்துக்கறதுனால தான் அது அதுக்குத் தனித் தனித்தனியா அஜண்டா போட்டுருக்கறம்.

சூத்துக்குனு ஒரு அஜண்டா இருக்குது. அந்த அஜண்டா வரும்போது அதப்பத்திப் பேசுவம்னுதான் சொல்றேன்.'

"வரும்போது பேசப் போறம் தோழர். ஆனா, அது என்னான்னு தெரிஞ்சாதான் வயித்தப் பத்தி ஒரு முடிவுக்கு வரமுடியும். அது என்னான்னு தெரியாமலே வயித்தப் பத்தி ஒரு முடிவுக்கு வந்தா அது எப்படி தோழர் சரியாயிருக்கும்?''

"நாம ஒன்னும் இப்ப ஒரு முடிவுக்கு வந்துடலியே. வயித்தப் பத்தி பேசறம். அவ்வளோதான். பிறகு ஒவ்வொன்னப் பத்தியும் தனித் தனியாப் பேசி அப்புறம்தான் ஒரு முடிவுக்கு வரப்போறம். அதனால அத அத அந்தந்த அஜண்டாவுல பேசுவம். இப்ப இந்த அஜண்டாவும் வயித்தப்பத்தி வேற எதுனா இருந்தா மட்டும் பேசுங்க' என்றார் த.கு.

"ரெண்டுக்கும் சம்பந்தம் இருக்கறதுனாலதான் தோழர் சூத்தப் பத்தியும் பேச வேண்டியிருக்குது. சூத்தப் பத்தித் தெரிஞ் சாதானே வயித்த பத்திப் பேச முடியும்?''

"திரும்பத் திரும்ப சம்பந்தத்தப் பத்தியே பேசிக்னு இருக்கறீங்க. சம்பந்தம் உலகத்துல உள்ள எல்லாப் பொருளுக்கும்தான் இருக்குது. எதுதான் ஒன்னோட ஒன்னு சம்பந்தமில்லாத இருக்குது. விண்ணுக்கும் மண்ணுக்கும் கூடத்தான் சம்பந்தம் இருக்குது. அதுக்காக விண்வெளி ஆராய்ச்சியையும் பாரிசோதனையையும் ஒன்னாக்கிப் பேச முடியுமா? ரெண்டையும் தனித்தனியாதான் பேசணம். அந்த மாதிரி தான் இதுவும். ப்ப வயித்தப் பத்தி மட்டும் பேசுங்க. சூத்தப்பத்தி அது வரும்போது பேசுவம்.''

"வயித்துக் கோளாறு காரணமாகவே வாய், கண், காது எல்லாம் பாதிக்கப்பட்டி ருக்கலாமில்லியா. வாய் கோளாறு காரணமாதான் வயித்துக் கோளாறுன்னு எப்படிக் கருதமுடியும்?''

"வாய் பத்தியெல்லாம் மொத அஜண்டாவிலேயே பேசியாச்சி தோழர். அத திருப்பி இங்க பேச வேணாம். வயிறு பத்தி எதுனா இருந்தா மட்டும் பேசுங்க. இல்லண்ணா அடுத்த அஜண்டா போலாம்'' என்று சோ.பு. பக்கம் திரும்பி, "அடுத்த அஜண்டா என்னா'' என்றார் த.கு.

'கால்கள்' என்றார் சோ.பு. குழப்பமாகவும் செய்வதறியாமலும் ந.சு.தொ.ச. தலைவர் மற்ற தோழர்களை நோக்க, அவர்கள் ஒருவரையொருவர் பார்த்து மௌனமாயிருக்க, த.கு. தோழர் அவர் பாட்டுக்குக் கால்கள் பற்றிய முன்மொழிவைத் தொடர்ந்தார். குதிரையின் கால்கள் கட்சித் தோழர்களின் சுமையைத் தாங்குமளவுக்கு வலுவோடு இல்லை எனவும், அவை சாதாரண நோஞ்சான்களாக உள்ள தோழர்களாகக்கூட இருவரை ஏற்க

மறுக்கிறது எனவும், கால்களுக்குப் புதிதாய் லாடம் கட்டினால் சரியாகிவிடும் என்று குதிரை மருத்துவர் சொன்னதை வைத்து, குறிப்பிட்ட சில பேரிடம் மட்டும் லாட நிதி திரட்டி, லாடம் கட்டிய பிறகும், குதிரையின் கால்களிலோ அதன் தாங்கு சக்தியிலோ எந்த மாற்றமும் ஏற்படவில்லை எனவும், பல சந்தர்ப்பங்களில் குதிரை யாரையுமே ஏற்றாமல் தானாய்த் தனித்து நடப்பதற்கே தள்ளாட்டமாய் இருக்கிறது எனவும், இப்படிப்பட்ட நிலையில், இந்தச் சோதாக் கால்களைக் கொண்டுள்ள குதிரையை வைத்துக் கட்சி வேலை எதுவும் செய்யமுடியாது எனவும் த.கு. தோழர் சொன்னார்.

இவ்வாறே வால் பற்றியும், குதிரையின் வால் அதற்குரிய பயன்பாட்டில் இல்லை எனவும், அதாவது குதிரையின் மீது அமரும் ஈ, கொசு, வண்டு போன்ற ஜீவராசிகளையும், நோய்க்கிருமிகளையும் ஓட்டும் நிலையில் இது இல்லை எனவும், குதிரையை சற்று வேகமாக விரட்டி அதை முன்னே பாயவிட முயற்சிக்கும்போதுகூட அதன் வாலில் எந்தவிதமான அசைவும் இல்லை. வாலைத் தூக்கித் துள்ளி எகிறி ஓடுவது என்ற பேச்சுக்கே இடமில்லை எனவும், ஆனால் ஓடும்போதே கழியும் குதிரை, கழிந்தபிறகு மட்டும் சாணம் வழியும் தன் வாலைச் சுழற்றிச் சுழற்றி வீசுவதாகவும், அது நிகழ்ச்சிக்குச் சிறப்புரை ஆற்றச் செல்லும் தோழர் களின் ஆடைகள் மீதெல்லாம் வீசி அதை அசிங்கப்படுத்துவதுடன், கடும் கெடுநாற்றம் வீச வைப்பதாகவும், இதனால் தோழர்கள் மிகவும் இடர்ப்படுவதாகவும், நிகழ்ச்சிக்குச் செல்வது என்றாலே கட்டாயம் கையில் மாற்று உடைகளுடனே செல்ல வேண்டியிருப்பதாகவும் சொன்னார்.

"கால்கள் மற்றும் வால் பலவீனத்திற்கு உடலின் மற்ற உறுப்புகளும் காரணமாக இருக்கலாம். எனவே, அதுபற்றியும் பரிசீலிக்க வேண்டும்" என்று தோழர்கள் சொன்னார்கள். ஆனால் த.கு.தோழர் எதையும் ஏற்பதாயில்லை. அது அதை, அந்தந்த அஜண்டாவில் பேசலாம் என்றோ அல்லது ஏற்கெனவே பேசியாகி விட்டது என்றோ கூறி, அது சார்ந்த கருத்துகளைத் தெரிவிக்கவிடாமல் தடுத்தார், அல்லது அது பற்றிப் பேச விடாமலேயே பார்த்துக் கொண்டார். பயணம் செய்யும் தோழர்கள், குதிரையால் கெடுநாற்றத்திற்காளாவதற்கு மாற்றாக தோழர்கள் நறுமணத் தைலங்கள் பூசிக்கொண்டு நிகழ்ச்சிக்குச் செல்லலாம் என்கிற ந.க.ச. தலைவரின் ஆலோசனையை மட்டும் த.கு.வில் பேசுவதாகச் சொன்னார்.

இறுதியாக சூத்து பற்றிய அஜண்டா வந்தது. "சூத்து சரியாக இயங்கவில்லை. அடிக்கடி கழிகிறது. கெடுநாற்றமும் தாங்க முடியாததாக இருக்கிறது. லாயம் பக்கம் போகவே முடிவதில்லை

தேர்ந்தெடுத்த சிறுகதைகள் ✻ 155

என்பதுடன், இங்கு எப்படியாவது கிடந்து தொலைக்கிறது என்று நினைத்தால் நிகழ்ச்சிக்குப் போகிற இடங்களிலும் பலமுறை இப்படிக் கழிந்து கூட்டத்தைக் கலைக்கிறது. இம்மாதிரி சந்தர்ப்பங்களில் இலட்சிய வாதிகள், கொள்கைப் பிடிப்புள்ளவர்கள் மட்டுமே எல்லாவற்றையும் சகித்துக்கொண்டு நிற்கிறார்களே தவிர, மற்றபடி புதிதாய்க் கூட்டம் கேட்க வருகிறவர்கள், மூக்கைப் பிடித்துக்கொண்டு அப்பால் போய் விடுகிறார்கள். சிறப்புச் சொற்பொழிவை மட்டும் கேட்டுவிட்டுச் செல்ல வருபவர்களும் யாரும் வருவதில்லை. நமது தோழர்கள் துண்டறிக்கை போட்டு, ஒலிபெருக்கி வைத்து அறிவித்து, தொண்டை வறளக்கத்தி அரும்பாடு பட்டுத் திரட்டி வைக்கிற கூட்டத்தை இது அரை நொடியில் கலைத்துவிடுகிறது. ஆக, குதிரை கட்சிக்கு உதவி கரமாக இருக்கும் என்று பார்த்தால், அதனால் உபத்திரவமே அதிகமாக இருக்கிறது. சுருக்கமாக குதிரையின் செயல்பாடுகள் அனைத்தும் எந்த ஒழுங்குமுறைக்கும் உட்படாத தன்னிச்சைப் போக்காவும், கட்சி விரோத நடவடிக்கைளாகவும், கட்சி வளர்ச்சிக்கு இடையூறாகவும் தடையாகவுமே உள்ளதே தவிர, அதனால் கட்சிக்குக் கிஞ்சித்தும் பயனில்லை' என்றார் த.கு.

"குதிரை கழிவதற்கு வயிற்றுப் பிரச்னையே காரணமாக இருக்க வேண்டும்" என்று மீண்டும் தன் கருத்தை வலியுறுத்திய வி.அ. தோழர், "இதத்தான் தோழர், நான் ஆரம்பத்துல இருந்தே சொல்லிக்னு இருக்கறேன்" என்றார்.

"நீங்க சொன்னதை யாரும் இல்லன்ல தோழர். ஆனா வயிறு பத்திய பேச்சு, அந்த அஜண்டாவோட போச்சி. அதையே திரும்பத் திரும்ப பேசிக்னு இருக்க வேணா, இப்ப சூத்தப் பத்தி எதுனா இருந்தா அத மட்டும் பேசுங்க" என்றார் த.கு.

"வயித்துல இருந்துதான் தோழர் சூத்துக்கு வருது" என்றார் வி.அ.

"அப்பிடிப் பாத்தா வாய் வழியாத்தான் வயித்துக்கே வருது. அதுக்காக வாய், வயிறு, சூத்துன்னு எல்லாத்தையும் ஒண்ணா சேத்து பேச முடியுமா?" என்றார் த.கு.

கூட்டம் நடந்து கொண்டிருந்தபோதே, இடையில் வந்து கலந்து கொண்ட அரசு ஊழியர் அமைப்பு சாரந்த ஓய்வு பெற்ற தோழரும், ஊழியர் மற்றும் ஆதரவாளர்களிடம் கணிசமாகக் குதிரை நிதி திரட்டித் தந்தவரும், குழுவின் மூத்த உறுப்பினர்களில் ஒருவருமான தோழர்.

ச.பி. எல்லாவற்றையும் அமைதியாகப் பாத்துக் கொண்டிருந்துவிட்டு, த.கு. தோழரைப் பார்த்துச் சொன்னார்.

“இப்படி வாதம் பண்ணா எப்பிடி தோழர்? குதிரைன்னா அது ஒரு முழுப் பொருள். அதன் உறுப்புகள் ஒண்ணோட ஒன்னு தொடர்புடையதா இருக்கறதுனால தான், நாமும் அதத் தொடர்புபடுத்திப் பசே வேண்டியதா இருக்குது. ஆனா, எதுப் பேசனாலும் எல்லாத்துக்கும் நீங்க இப்பிடித் தட போட்டா, எப்பிடித் தோழர் பிரச்னையை விவாதிக்க முடியும்...?”

“குதிரை முழுப்பொருள். அதன் உறுப்புகள் ஒண்ணோட ஒன்னு தொடர்புடையது என்பதெல்லாம் ஒன்னும் புதுக்கருத்து இல்ல தோழர். இது எல்லாருக்கும் தெரிஞ்சதுதான். அதுக்காக எல்லாத்தையும் ஒண்ணாப் போட்டு விவாதிச்சிக்னு இருக்க முடியுமா? இதெல்லாம் நம்ப ஆசான்களுக்குப் தெரிஞ்சிதான். கட்சில அஜண்டா போட்டு பேசறதுன்னு ஒரு நடைமுறை வச்சிருக்கறாங்க. அத வுட்டுட்டுத் தோழர்கள் மானாவாரியா எல்லாத்தியும் ஒண்ணா பேசணம்னா எப்பிடி முடியும்? குதிரையின் உறுப்புகள் எதுனா விட்டுப் போச்சின்னா சொல்லுங்க. பேசுவம். எல்லாத்தையும் பத்திதான் ஒண்ணொன்னா பேசிக்னு வர்றம். இது மாதிரி கொற எதுவும் வரக் கூடாதுன்னுதான் அஜண்டாவ மொதல்லியே வச்சி எல்லார்கிட்டயும் ஒப்புதல் வாங்கிக்னு பேசறது. இப்பிடி அஜண்டாவ போட்டுட்டு மாத்தி மாத்தி பேசிக்னு இருந்தா எப்பிடி? இப்படியெல்லாம் ஒரு ஒழுங்குமுறை இல்லண்ணா, கமிட்டியே நடத்த முடியாது தோழர்” என்றார் த.கு.

“ஆனா எதப் பேசனாலும் குதிரையைப் பத்திதான் தோழர் பேசப் போறம். அதவுட்டுட்டு நீங்க வாய்ப் பத்திப் பேசும்போது, வயித்தப் பத்தி பேசாத, வயித்தப்பத்தி பேசும்போது சூத்தப் பத்திப் பேசாதன்றீங்க. இல்லன்னா எதப்பத்தி பேச வந்தாலும் எல்லாம் ஏற்கெனவே பேசியாச்சின்றீங்க. இப்படியே சொன்னா அப்புறம் எப்பிடிதான் நாங்க எங்க கருத்த சொல்றது...” என்றார் ச.பி.

“நீங்க கருத்து சொல்றத யாரும் தட சொல்லல தோழர். அந்தந்த கருத்த அந்தந்த அஜண்டாவுல சொல்லுங்கன்னுதான் சொல்றேன். அத வுட்டுட்டு இப்பிடி எல்லாத்தியும் மொத்தமா பேசனா எதையும் மொறையா விவாதிக்க முடியாது தோழர். இந்தச் சிக்கல் வரக் கூடாதுன்னுதான் அஜண்டா போடறதே. அஜண்டாவும் போட்டு, அதுக்கு ஒப்புதலும் குடுத்துட்டு, அப்புறம் நான் இஷ்டம் போலத்தான் பேசுவேன்னா இது சனநாயகம் இல்ல தோழர். சனநாயகத்த மிஸ்யூஸ் பண்றது.” என்றார் த.கு.

பதிலுக்கு எதுவோ கேட்க வந்த வி.அ. தோழரை, “எதுக்கு தோழர் வீணாவிவாதம் பண்ணிக்னு இருக்கறீங்க” என்று தடுத்தார் ச.பி. “அவங்க விக்யணம்னு முடிவு பண்ணிட்டாங்க. அதனால அதுக்கேத்தமாதிரி தான் பேசுவாங்க. இப்ப நம்ப கருத்தைக்

கேட்டு அவங்க மாத்திக்கப் போறாங்களா என்ன? அவங்க முடிவுக்கு நாம்ப ஒப்புதல் குடுக்கணம். அதுக்குதர் இந்தக் கமிட்டி. அத வுட்டுட்டு நாம்ப பேசறதெல்லாம் வெட்டியா கேட்டுக்னு இருக்கறதுக்கா இந்தக் கமிட்டி?''

“என்னா தோழர், நீங்களே இப்படிப் பேசறீங்க'' என்றார் த.கு.

“நான் என்னா பேசறேன். இருக்கறததான் பேசறேன். குதிர வேணும்னா அதுக்கு ஒன்னு பேசுவீங்க. வேணாம்னா அதுக்கு ஒன்னு பேசுவீங்க. இப்பிடி ஒரு முடிவெடுத்துக்னு வந்து, அதுக்கேத்த மாதிரி பேசறது, உங்களுக்குக் கை வந்த கலையாப் போச்சி. கட்சி வளருதோ இல்லியோ, தலைமைக் குழுத் தோழர்களுக்கு நாக்கு சாதுர்யம் மட்டும் வளர்ந்திருக்குது. இந்தச் சாமர்த்தியத்தத்தான் நீங்க வளத்து வச்சிருக்கறிங்களே தவிர, கட்சி வளக்கல. அந்தந்த நேரத்துக்குக் காரியத்த சாதிச்சிக்க வேணா இது பயன்படுமே தவிர, கட்சி அணிகளுக்கு இது நம்பிக்கையூட்டாது. கட்சிய வளக்கவும் பயன்படாது தோழர்'' என்றார் ச.பி.

“நீங்க ஆரம்பத்துல இருந்து இருந்திங்கன்னா இப்பிடிப் பேச மாட்டீங்க தோழர். நடுவுல வந்ததுனால என்னா சிக்கல்னே புரியாம பேசறீங்க'' என்றார் த.கு.

“நான் தாமதமா வந்தேன்னு இப்பிடிக் குத்திக் காட்டிறிங்களா?' என்றார் ச.பி. “உங்களுக்கு வேணும்னா எல்லாத் தோழர்களும் வரட்டும்னு காத்துக்னு இருப்பீங்க... வேணாம்னா இருக்கறவங்கள வச்சி தொடங்கிடுவீங்க. அப்பிடிதான. மின்ன குதிர நிதி வசூல் கூட்டத்துக்கு எல்லாரும் வரட்டும்னு காத்துக்னு இருந்தீங்க இல்ல. இப்ப குதிரைய விக்யற கூட்டத்துக்கு மட்டும் என்னா அவசரம். எப்பிடியாவது கதய முடிக்கணம். அதான...''

“அஞ்சி மணிக்கி கமிட்டின்னு போட்டுட்டு எவ்வளோ நேரம் தோழர் காத்துக்னு இருக்கறது?''

“இப்பதான் புதுசா காத்துக்னு இருக்கறிங்களா? எல்லா கமிட்டியும்தான் மாலை 5,00 மணின்னு போட்டு 7,00 மணிக்கு ஆரம்பிக்கறிங்க. காலை 9,00 மணின்னு போட்டு 11,00 மணிக்கு ஆரம்பிக்கறிங்க. மொதல்ல எந்தக் கமிட்டியும் போட்ட நேரத்துக்கு ஆரம்பிக்கறதுன்னு ஒரு பழக்கத்தக்குக் கொண்டாங்க. அப்புறம் கால தாமதத்தப் பத்திப் பேசுவம்...''

“தோழர்கள்லாம் போட்ட நேரத்துக்கு வந்தா கமிட்டி ஏன் காலதாமதமாவுது. அவங்கவங்க ஒண்ணரை மணி நேரம் ரெண்டு மணி நேரம் கால தாமதமா வந்தா?''

“தோழர்களாலதான் நேரமாவுதா! எத்தினி தடவ எல்லாத் தோழர்களும் சரியான நேரத்துக்கு வந்து காத்துக்னு கெடந்து நிங்க காலதாமதமா வந்திருக்கீங்க. நீங்க காலதாமதமா வர்றதுனாலதான் தோழர்களும் காலதாமதமா வர்றாங்க.”

பேச்சுத் தடம் மாறி வேறு ஏதோ திசையில் சூடு பிடிப்பதைக் கண்ட தொ.ச. தோழர், “சரி தோழர், அத அப்புறம் பேசுவம். இன்னைக்கி இந்தக் கூட்டத்த முடிப்பம்” என்றார். சோ.பு.த.கு.வைப் பார்த்தார். த.கு. சோ.பு.வைப் பார்த்து, “அப்புறம் வேற ஏதாவது கருத்து இருக்குதான்னு கேளுங்க” என்றார்.

“அவர் என்னா கேக்கறது. நீங்களேதான் கேட்டுட்டுப் போங்களேன். சும்மா சட்டமன்ற சபாநாயகர் மாதிரி நீங்க அவர உக்கார வச்சிட்டு, அவர் முதல்வரப் பாக்கறா மாதிரி அடிக்கடி உங்களப் பாத்துக்னு, எதுக்கு இந்த நாடகம்” என்றார் ச.பி.

“என்னா தோழர் இப்பிடிப் பேசறீங்க. கமிட்டி நடைமுறையே தெரியாத மாதிரி புதுசா? கட்சின்னா கமிட்டி, கட்டுப்பாடுன்னு எதுவுமே கெடையாதா?”

“எல்லாம் தெரியும் தோழர். தெரிஞ்சிதான் சொல்றேன். நீங்க குதிரைய வச்சிக்கோங்க. இல்ல வித்துக்கோங்க. ஆனா இந்த மாதிரி கமிட்டி நடத்தாதிங்க. இது ஜனநாயகமில்ல” என்றார் ச.பி.

த.கு. லேசாய் முகம் மாற, சோ.பு.வைப் பார்த்து, “சரி, வேற யாருக்காவது எதாவது கருத்து உண்டான்னு கேளுங்க தோழர்’ என்றார். அவ்வாறே கேட்க எல்லாரும் மீண்டும் ஒருவர் முகத்தை ஒருவர் பார்த்து மௌனம் காத்தனர். ச.பி.மட்டும், “குதிர நிதின்னு வசூல் பண்ணி, குதிரய வாங்கி காட்டிட்டு, அப்புறம் குதிரய வித்துட்டம்னா தோழர்ங்க மத்தியில தலைமையப் பத்திக் கெட்ட பேர்தான் தோழர் வரும். அப்புறம் தோழருங்களுக்கும் கட்சிமேல நம்பிக்கையில்லாம போயிடும். நாளைக்கு எந்த வசூலுக்கும் அவங்கள எறக்கிவிட முடியாது. குதிரைய விக்யறதுன்னு நீங்க முடிவு பண்ணிட்டீங்கன்னா, வித்து வர்ற காசோட கூட கொஞ்சம் காச போட்டு வேற ஒரு நல்ல குதிரையா வாங்கறா மாதிரி இருக்கணம். இல்லாம, குதிரைய வித்துக்காச கட்சி நிதியில சேத்துக்கலாம்னா தோழர்ங்க கிட்டியும் சரி, வெளியிலயும் சரி, மரியாத இருக்காது. அதனால எதச் செஞ்சாலும் யோசிச்சுச் செய்யுங்க. இதான் என் கருத்து” என்றர் ச.பி.

“சரி தோழர். இந்தக் கருத்தப் பதிவு பண்ணிக்குவம். தலைமைக் குழுவுலியும் இத நான் சொல்றேன்” என்ற த.கு. சோ.பு.பக்கம்

திரும்பி, வேற எதனா கருத்து இருக்குதா இல்ல முடிச்சிக்கலாமான்னு கேளுங்க தோழர்'' என்றார். சோ.பு. "என்னா தோழர், வேற எதுனா கருத்து உண்டா'' என்று தோழர்களைப் பார்த்துக் கேட்டார். எல்லாரும் அமைதி காக்க, சோ.பு. த.கு. பக்கம் திரும்பி, "ஒன்னும் இல்ல தோழர்' என்றார். "சரி அப்ப குதிரையின் உறுப்புகள் ஒவ்வொன்றும் பழுதடைந்துள்ள நிலையிலும், கட்சிக்கு அதனால் எந்தப் பயனும் அற்ற நிலையிலும், அதை விற்றுவிடுவது என்கிற தலைமைக்குழுவின் முடிவுக்குக் கமிட்டி ஒப்புதல் அளிக்கிறதுன்னு தீர்மானம் நெறைவேத்திகலாமா?'' என்றார் த.கு. எல்லாரும் தலையாட்ட "நெறைவேத்திக்கலாம். ஆனா நான் சொன்னதையும் சேத்துக்கோங்க. வேற குதிர வாங்கறதப் பத்தியும்'' என்றார் ச.பி.

"அது ஒன்னும் பிரச்ன இல்ல தோழர். அத சேத்துக்கலாம்'' என்றார் த.கு. பின் சோ.பு. பக்கம் திரும்பி, "அவ்வளோதான, வேற ஒன்னும் இல்லியே. தொகுப்புரை வழங்கிடலாமா'' என்று கேட்டுத் தன் முடிவுரைக்குச் சென்றார்.

"தோழர்களே, கட்சிப் பணிகள் ஆற்ற குதிரை இருப்பது நல்லதுதான் என்பதில் மாற்றுக்கருத்து இல்லை. ஆனால் குதிரை வந்த நாளாய், குதிரை இருந்ததான் கட்சிப் பணியாற்ற முடியும், எங்க போறதானாலும் குதிரையில்தான் போவேன் என்கிற நிலப்பிரபுத்துவ மனோபாவம் நமது தோழர்கள் மத்தியில் தலைதூக்கியுள்ளது. நாமெல்லாம் மக்கள் தொண்டர்கள் என்கிற எண்ணம் இருந்தா, இது மாதிரி சிந்தனைகள்லாம் நமக்கு வராது. எங்க போனாலும் குதிரையில்தான் போவேன் அல்லது குதிரை இருந்தாதான் எங்கேயும் போகமுடியும்னு கருதறது பூர்ஷ்வா மனோபாவம். ஒரு புரட்சிகர கட்சியில இந்தமாதிரி எதிரி வர்க்க கருத்துகளுக்கெல்லாம் எடமே கிடையாது...'' இந்தச் சந்தர்ப்பத்தில் ச.பி. குறுக்கிட்டு, "யார் தோழர் அப்பிடியெல்லாம் சொன்னது' என்று ஏதோ சொல்ல முயன்றார். உடனே "நீங்க சொல்ல வேண்டிய கருத்த மொதல்லியே சொல்லீட்டீங்க தோழர், அப்புறம் எதுனா கருத்து இருந்ததுன்னா அடுத்த கமிட்டில பேசுங்க. இல்ல, த.கு.வுக்கு எழுதி அனுப்புங்க. அதவுட்டுட்டுத் தொகுப்புரை வழங்கும்போது இப்பிடி குறுக்கிட்டுப் பேசறதுன்னா இது மொறை கிடையாது தோழர். கமிட்டி மரபும் கிடையாது..'' என்று அவருக்குப் பதிலளித்துவிட்டுத் தன் பேச்சைத் தொடர்ந்தார் த.கு.

பிப்ரவரி 2006

தீராநதி

*

காசுக்காக அல்ல

எக்ஸ்பிரஸ் பஸ், ஸ்டாண்டில் வந்து நின்றது.

"ரிக்ஷா சார்.. ரிக்ஷா.."

"சார் ரிக்ஷா..."

"ரிக்ஷா வேணுமா சார், ரிக்ஷா..." தளத்தில் வந்து இறங்கும் விமானத்தைச் சுற்றி பெட்ரோல் வண்டிகளும் டிரக்குகளும் சூழ்வதைப் போல சைக்கிள்ரிக்ஷாக்கள் சூழ்ந்தன.

மாணிக்கம் இடதுகையால் ஹாண்டில்பாரைப் பிடித்தபடி பஸ்ஸிலிருந்து இறங்கும் முகங்களைப் பார்த்துக் கொண்டிருந்தான். டீக்காவும்... நாசுக்காகவும்.. வெள்ளை சள்ளையுமாகவும்.. பேன்ட்டும் சூட்டுமாகவும் அவன் கண்கள் தேடிக் கொண்டிருந்தன.

"ரிக்ஷா சார்..."

மல்லிகைப்பூ வெள்ளையில் சவரன் மார்க் வாயில் வேஷ்டியும் முழுக்கை டெரிகாட்டன் ஷர்ட்டும் கையில் தோல் பேக்குமாக மொழுமொழுப்பான சிவந்த சரீரமுடைய ஒருவர் அவனை நெருங்கினார்.

"கீரப்பாளையம் வர்ரீயாப்பா?"

"எந்த கீரப்பாளையம் சார்?... காராமணிகுப்பத்துக் கீரப்பாளையமா?"

"இல்ல, உழுந்த கீரப்பாளையம், மொதலியார் பேட்ட கிட்ட இல்ல..."

"ஆமா சார், எங்க... ஆலவாசப் படிய தாண்டியா.. அதுக்கு இந்தாண்டியேவா...!"

“தாண்டிதான். அப்படியே மெயின் ரோடிலேயே நாலஞ்சி வூடு தள்ளி...”

“சரிதான் சார், ஏறுங்க...” அவன் சீட்டைத் தட்டிக் காட்டினான்.

“ஏர்றது இருக்கட்டும்.. எவ்வளோ கேக்கற?”

“முக்கா ரூபா குடுத்துடுங்க சார்...”

“என்னாது? முக்கால் ரூபாயா!....” அவர் ஆச்சரியப்பட்டார்.

“எப்பவும் பஸ் ஸ்டாண்டுல இருந்து கீரப்பாளையம் போறதுன்னா எட்டணா தாம்பா குடுக்கறது...”

“என்னா சார் யிது! இங்கருந்து ஒப்பித்தாலைக்கி போறதுன்னாலே முக்கா ரூபா வாங்கறோம் சார், ஒப்பித்தாலையவிட தூரமாச்சேயிது... ரயில்வே கேட்டல்லாம் தாண்டிப் போவணுமே சார்...”

“அதெல்லாம் வேணாம். எட்டணாதான்! எட்டணாதான் வழக்கமாக குடுக்கறது” அவன் அவர் முகத்தைப் பார்த்தான்.

“என்னா சார்.... தெரிஞ்சவங்களே இப்படி பேசுறீங்க? கஷ்டம் சார்... ஆலவாசப்படிய தாண்டிப் போவணும் சார்... மொதலியார் பேட்டைக்கே எட்டணாவுக்கு யாரும் வரமாட்டாங்க சார்...”

பக்கத்திலிருந்து மின்சாமி கேட்டான் “என்னாப்பா அது. எங்க போவணுமாம்...”

“ஒழுந்த கீரப்பாளையம் எட்டணா தர்றாராம்...”

“என்னா சொன்ன...?”

“முக்கா ரூபா கேட்டேங்...”

“அப்புறம் என்னா.. அதுக்கு கொறைஞ்சி யார் வருவாங்க...” வந்தவர் சுற்றும் முற்றும் பார்த்தார்.

மின்சாமி அவரைப் பார்த்தான்.

“பத்தணா குடுத்திட்டுப் போ சார்... அதுக்கு கொறைஞ்சி இங்க யாரும் வரமாட்டங்க. இதே நாங்கன்னா வர மாட்டம்.. ஏதோ கேட்டுட்டிங்க... போப்பா, கெடக்குது... வந்த சவாரிய ஏன் வுடற...”

“என்னடா நீ வேற, பத்தணான்னிப்புட்டு. நீ போவியா பத்தணாவுக்கு?” மாணிக்கம் முனங்கிக்கொண்டே வண்டியை எடுத்தான். “அவன் சொல்லிட்டானேண்ணாவாசி வர்றேன்

சார். இல்லன்னா எங்கப்பானாண பத்தணாவுக்கு எவனும் வரமாட்டான்.''

மங்களாம்பிகை சைக்கிள் ரிக்ஷா ஓர்க்ஸில் வாடகைக்கு எடுத்து வண்டி ஓட்டுபவன் அவன். நாள் ஒன்றுக்கு ரெண்டரை ரூபாய் வாடகை தினம் கட்டிவிட வேண்டும். வாடகைக்கு மேலே நாலைந்து ரூபாயாவது ஓட்டாமல் ரா பத்து மணியானாலும் வண்டியை விட மாட்டான். மேலாண்ட புல்வார் வீதி நெடுகிலும், டூப்ளே ஸ்ட்ரீட்லும், ரங்கப் பிள்ளை வீதியிலும், அஜந்தா டாக்கீஸ் எதிரிலும் விசாரம் எடுத்த கண்களால் ஜனங்களைப் பார்த்துக்கொண்டு திரிவான். சந்தடி ஓய்ந்த தெருவில் போக்குவரத்து ஓய்ந்த நிசப்தத்தில் ரெண்டாவது ஆட்டம் விட்ட பிறகு சவாரி கிடைக்காதா என்று சினிமாக் கொட்டகைகளின் எதிரில் அமைதியோடு காத்துக் கொண்டிருப்பான்.

எப்போதாவது சில சமய 'நரி மொகத்தில் முழித்து' அந்தக் காசை பொழுதோடவே சம்பாதித்து விடுகிற நாட்களில் அவன் உற்சாகமாக வீடு திரும்புவான். நியூடோன் எதிர்த்தாற் போலிருக்கும் நடைபாதைக் குடியிருப்பில் வண்டியை விட்டுவிட்டு கள்ளுக் கடைக்கோ சாராயக் கடைக்கோ போவான். ரெண்டு மொந்தையோ நாலு தெரானோ அடித்துவிட்டுக் கண்கள் வெளிற தள்ளாட்டத்துடனே வண்டியில் வந்து விழுந்தால் சீட்டில் அமர்ந்து கால்களைத் தூக்கிப்போட்டுக் கொண்டு அசதியால் கண்ணை மூடுவான்.

பெண்சாதியிடம் ரெண்டே மூனோ கொடுத்துவிட்டு குடித்தது போக மீதியில், புள்ளைகளுக்கு தள்ளுவண்டியில் விற்றுப் போகிற இனிப்புப் பண்டங்களை வாங்கிக் கொடுப்பான். நாலு புள்ளைங்களுக்கத் தகப்பன் அவன். அக்கம் பக்கத்துப் பசங்களையெல்லாம் கூட்டி வைத்து வாங்கிக் கொடுப்பான். குஷியாயிருக்கிற நாட்களில் அதுகளுக்கு கதைகள் சொல்லுவான். அதுகள் தின்று பூரிக்கிற அழகை மயக்கம் நிறைந்த கண்களால் பெருமிதத்தோடு பார்ப்பான்.

"எல்லாம் தின்னுங்க, நல்லா தின்னுங்க... நாம்ப பிச்சை எடுத்துத்தின்னல... நான் சம்பாரிக்கிற காசி... நான் வாங்கிக் குடுக்கறேன். ஒடம்புல தெம்பு இருக்கற வரிக்கும் சம்பாரிச்சிக்னே இருப்பேன். வாங்கியாந்து குடுப்பேன்.''

ரிக்ஷா 'ஜவானாலை டார்ன்' திரும்பி ஊர்ந்தது. சித்திரை வெய்யில் அனல் பறக்கக் கொளுத்தியது. உருகிய தார்சலையில் வீல்கள் அழுந்தப் புதைவதைப் போலிருந்தன. அவன் எழுந்து நின்று மெறிக்கத் தொடங்கினான். வெப்பம்

நிறைந்த எதிர்காற்று சைக்கிளை அசையவொட்டாமல் தடுத்தது. யாரோ பின்னாலிருந்து இழுப்பதைப் போலிருந்தது. அவன் சிரமத்துடன் அழுத்தி மெறித்தான். எண்ணெய் காணாத காய்ந்த தலைமயிர்கள் காற்றில் பம்பிப் பறந்தன. நெற்றி ஓரங்களில் வியர்வை வழிந்து புருவமேட்டின் வழியாகக் கீழே இறங்கியது. சினிமா ஸ்டார் படம் போட்ட முண்டா பனியனும், முரட்டுத்தனமான அழுக்கு அரைக்கால் டிரவுசரும் வியர்வையால் நனைந்து கசகசத்தன. ஒவ்வொரு முறை பெடல்கள் ஏறி இறங்கும்போதும் நரம்புகள் விம்மி விம்மிப் புடைத்து அழுந்தின. கருத்த உடம்பில் குளிப்பாட்டியதுபோல் வியர்வை வழிந்தது. அவன் மூச்சைப் பிடித்துக்கொண்டு பிரயாசையுடன் மெறித்தான்.

வண்டி செம்மண் புழுதி படிந்த ஆலைவாசற்படி சந்து திரும்பி, தாண்டி, பக்கத்து மெயின் ரோட்டை அடைந்தது.

"எந்த வூடு சார்...?"

"அதோ! அந்த மெத்த வூடுதான். நீல பெயிண்ட் அடிச்சில்ல..." வண்டி வீட்டெதிரில் நின்றது.

அவர் கீழே இறங்கி சட்டைப் பாக்கெட்டில் கை விட்டார். அவன் ரெட்டைக் கரைக்கட்டம் போட்ட சின்ன கைத்துண்டால் முகத்தையும் அக்குளையும் அழுந்தத் துடைத்துத் தன்னை ஆகவாசப்படுத்திக்கொண்டு அவரை நோக்கினான்.

"ரொம்ப கஷ்டம் சார்... கூட எதுனா பாத்து போட்டுக் குடுங்க சார்..."

"அதெல்லாம் ஒன்னும் பேசாத...சொன்னா சொன்னதுதான்."

"யாரும் வரமாட்டாங்க சார்.. இந்த வெய்யில்ல.. எவ்வளோ செலவு பண்ணிட்டுப் போறீங்க... ஒரு டீக்கிதான் சார்..."

அவன் முக வாட்டத்தோடு திரும்பினான். சரியாக ஒரு நேரு நாணயமும், ஒரு பத்து பைசா, ஒரு ரெட்டை பைசா துட்டு மட்டுமே அவன் கைகளில் விழுந்தன. அவர் உள்ளே போய்விட்டார். அவன் வண்டியைத் திருப்பிக்கொண்டு நடந்தான். "இருக்கிறவனுங்களுக்குத்தான் மனம் வர மாட்டேன்னுது. எவ்வளவோ துட்டு எப்பிடி எப்பிடியோ செலவு பண்ணிட்டுப் போறாங்க; கஷ்டாளிக்கு ஒரு ரெண்டு பணம் குடுக்கறதுன்னாதான் எல்லாருக்கும் நோக்கடாயிருக்குது..."

அவன் வண்டியின் ஏறி மெதுவாய் உருட்டினான். பஸ்டாண்ட் வரைக்கும் சும்மா போக முடியாது. அதற்காக இங்கேயே போட்டு வைக்கவும் முடியாது. ஏதாவது சவாரி கிடைத்தால் தேவலாம்...

அவன் பாக்கெட்டில் கைவிட்டு சில்லறையை எடுத்து எண்ணினான். மூனு ரூபாய் கூட இல்லை. "தூமப் பசங்க... எங்கியோ கெடந்து வந்து கோரிமேட்டுல இந்த ஆஸ்பத்திரி கட்டினாலும் கட்டினாங்க... ரிக்ஷாக்காரன் பொழப்பு மண்ணாப் பூடுத்து... ஆஸ்பத்திரி கட்டினானோ இல்லையோ, கண்டவனெல்லாம் 'டெம்போ' கொண்டாந்து வுட்டுட்டான். அப்புறம் சைக்கிள் ரிக்ஷாவுல எவன் ஏர்றன்றான், முப்பது பைசாவுக்கு எங்க பார்த்தாலும் கொண்ணும்போய் வுட்டுட்றான். சர்ருன்னு அதில போயி எறங்கறதப் பார்ப்பானா... லொங்கு லொங்குன்னு ரிக்ஷாவுல வருவானா, பத்தாத்துக்கு டவுன் பஸ்ஸு வேற..."

அவன் 'ரிக்ஷா வேண்டும்' முகங்களைக் கூர்ந்து நோக்கிக் கொண்டு வந்தான். தளர்ச்சியோடும், அசமந்தமாகவும் மெல்ல அசங்கி, அசங்கி மெறித்துக்கொண்டு வந்தான். தொழிலாளர் சங்கத்துக் கொட்டகையைத் தாண்டி கொஞ்ச தூரம்.. அவன் கண்கள் ஆச்சரியத்தால் அகல விரிந்தன.

"மெய்தானா... பத்து ரூபாய் நோட்டா அது!"

அவன் அவசரமாக பிரேக்கை இழுத்துக் கீழே இறங்கினான். இறங்குவதற்குள் ஃப்ரன்ட்டு வீல் நாலாக மடிந்து கிடந்த நோட்டில் மேல் ஏறி நின்றது. அவன் வண்டியைக் கொஞ்சம் அசக்கி அதை வெளியில் எடுத்தான். "பத்து ரூபாய்!" நெஞ்சு விம்மிப் பூரித்தது. "யாருடையதோ யாராவது இடுப்பில் செருகி வைத்துக்கொண்ட போகும்போது கீழே விழுந்து விட்டிருக்கலாம்."

பையில் நோட்டைத் திணித்து மறைந்துக்கொண்டு யாருக்கும் சந்தேகம் தோணாத வகையில் காற்று போதுமா... சரியாக இருக்கிறதா என்று பார்ப்பவன் மாதிரி வீலை அமுக்கிப் பார்த்து, செக் நட்டையும் சும்மா ஒப்புக்கு நன்றாகத் திருகி இறுக்கிக்கொண்டு சீட்டில் ஏறி உட்கார்ந்தான்.

மனம் உற்சாகத்தால் துள்ளியது. உதட்டோரத்தில் ஒரு நமுட்டுச் சிரிப்பு. "இன்னைக்கு கூட ஒரு 'தெரான்' அடிக்கலாம். அவளுக்கு ஒரு ரவிக்கைத் துண்டு எடுத்துக் கொடுக்கலாம், பசங்களுக்கு இஷ்டம்போல் துன்ன வாங்கிக் கொடுக்கலாம்! சினிமாவுக்கு இட்டுக்னு போகலாம்; அப்படியே ஞாபகமாக அங்காளம்மனுக்கும் ஒரு பணத்துக்கு சூடம் வாங்கிக் கொளுத்தி விட வேண்டும்.'

அவன் சந்தேகத்தோடு பாக்கெட்டை அழுத்தி, நிமிண்டிப் பார்த்துக் கொண்டான். நோட்டு ஆப்டது மெய்தான். உள்ளே அப்படியே பத்திர மாய்த்தான் இருக்கிறது. மாயமாய் கீயமாய் மறைந்து விடவில்லை. மொத்தம் பார்த்தால் பதிமூனு ரூபாய். மாமுல் வருமானத்துக்கு மேலே! அதுவும் ரெண்டு மணிக்குள்ளாக.

அன்றைய பொழுதுக்கு இனி அவன் வண்டியை ஓட்ட வேண்டியதில்லை. அவன் வருமானத்துக்கு மேலேயே அவனுக்குக் கிடைத்துவிட்டது. இனி அவன் கள்ளுக்கடைக்கும் போகலாம், சாராயக் கடைக்குப் போகலாம், பகலாட்டம் சினிமாவுக்கும் போகலாம் அல்லது வண்டியை எங்காவது மரத்து நிழலில் விட்டு விட்டு நிம்மதியாகத் தூங்கலாம்....

ஆனால், அவன் ரிக்ஷாவை மெறித்துக் கொண்டிருந்தான். ரிக்ஷாவுக்காகவேண்டி நிற்கும் முகங்களைத் தேடிக்கொண்டிருந்தான். காலியாகவே உருட்டிக்கொண்டு வந்தான். கொஞ்சம் சோர் வடைந்தான். மந்தமாக இருந்தது. ஒரு சாயா குடிக்கலாம் என்று சங்கரநாயர் கடையண்டை வண்டியை நிறுத்தினான்.

பின்னாலிருந்து யாரோ ஒருவர் குரல் கேட்டது. "ரிக்ஷா." அவன் திரும்பினான்.

ஒட்டிய கன்னமும், கருத்த உதடுகளில் சுருட்டும், முன்புறம் லேசாய் சரிந்த தொப்பையுமுடைய ஒரு பெரியவர் கேட்டார்.

"ஏம்ப்பா நெல்லித்தோப்பு வர்றியா?"

"நெல்லித்தோப்புல எங்கே...?"

"காளியம்மன் கோவில் சந்து,"

"சரி ஏறுங்க..."

"எவ்வளவோ கேக்கற...?"

"ஏறு சாமி, எட்டணா குடு..."

"எட்டணா தாங்காதுப்பா, ஆறணா குடுத்துடறேன்."

"எதனா குடு சாமி ஏறு..."

அவன் உற்சாகமடைந்தான். அவன் முகத்தில் புதிய ஒளி பிரகாசித்தது. குதூகலத்துடனும் மகிழ்ச்சியுடனும் வண்டியை எடுத்தான். ரயில்வே கேட்டைத் தாண்டி கொஞ்சம் சறுக்கலான ரோட்டில் வண்டி ஓடியது. காற்று பின்வாட்டத்தில் அடித்து, அவன் எழுந்து நின்று சரசரவென்று மெறித்து 'ஸ்பீட் பிக் அப்' பண்ணிவிட்டு சீட்டில் உட்கார்ந்தான். வண்டி மெறிக்காமலே ஓடியது. சவாரி கிடைத்த சந்தோஷமும், வண்டி வாழைப்பழம் மாதிரி நழுவுகிற குஷியும் மனசு லேசாகிப் பறப்பதைப் போலிருந்தது. எதிரே பரவலாக வரும் வாகனங்களுக்கும் மனிதர்களுக்கும் இடையில் அவன் லாவகமாகவும் அசாதாரணமாகவும் வண்டியை ஓட்டிச் சென்றான்.

பின்னால் உட்கார்த்திருந்த பெரியவர் "பாத்துப்பா..." என்றார். அவன் அனாவசியமாகவே மெறித்தான். பூரிப்போடு சிரித்துக் கொண்டான். நெல்லித்தோப்பு சீக்கிரமே வந்துவிட்டது.

காளியம்மன் கோவில் சந்து திரும்பி, பெரியவர் காட்டிய வீட்டெதிரில் வண்டியை நிறுத்தினான். பெரியவர் கீழே இறங்கி மடியில் கைவைத்து அவிழ்த்து சில்லறையை விரித்தார். கசங்கிய ஒரு ஒத்தை ரூபாய் நோட்டு, ஒரு நாலணா துட்டு, ஒரு பத்து பைசா. அவன் வண்டியை விட்டு இறங்காமலே பார்த்தான்.

"முப்பத்தஞ்சி பைசாதாம்ப இருக்குது, ஒரு ரூபாய்க்கு சில்ற வச்சிக்னுகிறியா? ரெண்டு பைசா கொறையது..."

"காட்டு சாமி... பரவால்ல! எவ்வளோ துட்டு எப்படியெப்படியோ செலவு பண்றோம். இப்ப இந்த ரெண்டு பைசாவுல தானா வந்துடுது.. நீ தான் சாப்டு போ சாமி..."

அவன் பெருமிதத்தோடு சில்லறையை வாங்கி ஜேபியில் போட்டு கொண்டு, அடுத்த சாவாரி எதிர்நோக்கித் தெம்போடு வண்டியை மெல்ல ரோட்டில் உருட்டினான்.

செப்டம்பர் 1971

செம்மலர்

*

பாசிகள்

நண்பன் ஒருத்தன் டாக்ஸி ஓட்டுகிறான். சொந்த ஊர்க்காரன். மெட்ராஸ் போனால் பார்க்காமல் வரமாட்டேன். வண்டியிலேயே உட்கார்ந்து கதை பேசி, அரட்டை அடித்துப் பொழுதைப் போக்கிக் கொண்டிருப்பேன். முன் சீட்டில் உட்கார்ந்து கொள்வேன். எப்போதும் போல அவன் பின்னால் சவாரி ஏற்றிக்கொள்வான். எனக்காகவே ரெண்டு பேர் சவாரியாகக் கிடைக்கிறதா என்று தேடிப் பார்த்து ஏற்றிக்கொள்வான். மூனு பேர் வந்தால் "வேண்டாம் சார், வண்டி வராது" என்று சொல்லிவிடுவான்.

கொஞ்சம் குஷாலான பேர்வழி அவன். வாய்த்துடுக்கு. முன்பின் தெரியாத சவாரிகளிடமெல்லாம்கூட வாயைக் கொடுத்துவளவளஎன்றுஏதாவதுபேச ஆரம்பித்துவிடுவான். எனக்கே கூட சில சமயம் எரிச்சலாய் இருக்கும். "சும்மா இருப்பா" என்பேன். சிரித்துக் கொள்வான்.

கும்பலில் அவன் வண்டி ஓட்டுவது விசித்திரமாய் இருக்கும். அவன் பாட்டுக்கு அனாவசியமாக சந்துபொந் தெல்லாம் புகுந்து ஓட்டிக்கொண்டு போவான். இவ்வளவு ஜனத்தில் யார் மேலும் ஏற்றாமல் எப்படித்தான் ஓட்டிக்கொண்டு போகமுடிகிறதோ, ரொம்ப சாமார்த்தியம்தான், ஜனங்களுக்கும் காருக்கும் ஏதோ ஒரு ரகஸ்ய ஒப்பந்தம் இருப்பது மாதிரி, சூட்சும உடன்பாடு இருப்பதுபோல, வழியே இல்லாத மாதிரித் தெரியும்போது அதனுள்ளே ஒரு வழி ஏற்படுத்திக்கொண்டு. நான் வியந்து கொள்வேன்.

சாயங்காலத்துக்கு மேலே பட்டணத்துத் தெருக்கள் வெளிச்சத்தில் ஆழ்ந்து கிடந்தன. கடைகளும், நடைபாதைகளும் ஜனத்திரளால் நிரம்பி வழிந்தன. அன்று பூராவும் அவனுடனே இருந்தேன். வண்டியே சரியாய் ஓடவில்லை. வசூலும் ரொம்ப கம்மிதான். எனக்குக் கொஞ்சம் வருத்தமாக இருந்தது. என் அனுபவத்துக்கு எட்டிய வரையில் டாக்சிக்காக யாராவது காத்து நிற்கிறார்களா என்று கண்களை ஓடவிட்டுப் பார்த்துக் கொண்டு வந்தேன். "எவ்வளவோ நேரமா எம்ப்டி அடிக்குது. இன்னும் ஒரு சவாரிகூடம் கெடைக்கலியே...'' என்றேன்.

மெல்ல சிரித்துக் கொண்டான் அவன். "இன்னிக்கு வெள்ளிக் கெழமையில்ல அதான்.''

"வெள்ளிக்கெழமைலியும், செவ்வாக் கெழமைலியும் வண்டியே ஓடாதே... ஒனக்குத் தெரியாதா.. எவனும் வெளியே கிளம்ப மாட்டான்.''

"ஏன்?''

"ஏன்னு கேட்டா; அவனுங்க நெனப்பு அப்படி. எந்த காரியத்தையும் செய்யமாட்டானுங்க இந்த நாள்ல. கிராமத்துலகூட சொல்லமாட்டாங்க, செவ்வா வெள்ளில கொடுக்கல் வாங்கல் வச்சிக்கக்கூடாதுன்னு அதான்.''

எனக்கு வினோதமாக இருந்தது. "இங்க கூடவா அப்படி'' என்றேன்

"இங்கேதான் அதிகம்'' என்றான்.

"ஆமா! தெருவுல பாத்த இவ்வளோ கூட்டம் இருக்குது.''

"சும்மா கோவிலுக்குப் போற கூட்டம். கடத்தெருவ சுத்திப் பாத்துட்டுப் போயிடும். டாக்ஸி ஏறாது இதல்லாம்'' என்றான்.

வண்டி வளைவு திரும்பி ஜன சந்தடி அதிகம் இல்லாத ஒரு தெருவில் ஊர்ந்தது.

"பீச்சுக்கு போவலாமா. அங்க போனா எதுனா சவாரி கெடைக்கும். மாசக் கடைசி.''

"மாசக் கடைசின்னா..''

"மொத ரெண்டு வாரம்னா சம்பளக் காசு கையில இருக்கும். சினிமா, ஓட்டல்னு செலவு பண்ணுவாங்க.... அப்புறம் அது கரஞ்சதுன்னா பீச்சுதான்'' என்று சிரித்தான்.

"போவம். சவாரி கெடச்சா பாப்பம். இல்லண்ணா அப்படியே ஒக்காந்து காத்து வாங்கிட்டு வந்துடலாம்" என்றான் நண்பன்.

"எங்கியாவது போ; எப்பிடியாவது சவாரி கெடைச்சா சரிதான்" என்று அசட்டையாகச் சொல்லிவிட்டு மந்தமாகத் தெருவை வேடிக்கை பார்த்தபடி குந்திக்கொண்டு வந்தேன். வண்டி மந்தைவெளி பஸ் டெர்மினஸ் 'டர்ன்' திரும்பி நேரே ஓடி, இடது பக்கம் ஓஷியானிக் டர்னும் திரும்பி சாந்தோம் சர்ச் வழியாக ஓடியது. நகரத்தின் பரபரப்பும் வேகமும் அடங்கிய அமைதியான தெருக்களில் ஜனங்கள் அதிகம் இல்லை. பெட்டிக்கடைகள் இரண்டொன்று முன்னே நிற்கும் நாலைந்து பேர்களுக்காகத் திறந்திருந்தன. சஞ்சாரமற்ற வீடுகளில் ஜன்னல் வழியே வெளிச்சம் தெரிந்தது. எதையும் உற்சாகமாகப் பார்க்க முடியாதபடி சோர்வோடு குந்திக்கொண்டிருந்தேன்.

அவன் மட்டும் எப்போதும் போலவேயிருந்தான். வண்டி வானொலி காவல் குடியிருப்புக்கு எதிராக வந்த சமய "அதோ பார் சாமான் நிக்குது" என்றான்.

இதற்கு முன்பு பல தடவை அவன் இப்படிச் சொல்லி யிருக்கிறான். யாராவது தாயும் பெண்ணும், தனியாக எங்காவது நிற்கக்கூடாது. பார்ப்பதற்கு ஒரு மாதிரியாகத் தோன்றக்கூடாது. கொஞ்சம் கன்னாபின்னா என்று ஸ்டைலாக உடுத்திக் கொண்டிருக்கக் கூடாது. உடனே வாய்க்கு வந்ததை உளற ஆரம்பித்து விடுவான்.

பட்டணத்தில் எனக்கு எதுவும் ரொம்ப அனுபவம் கிடையாது. இருந்தாலும் பாக்கிறதையெல்லாம் இவன் இதே மாதிரி சாமான் சாமான் என்று சொல்லிக்கொண்டு வந்தது எனக்கு எரிச்சலை ஏற்படுத்தியது.

"ஏம்பா ஒனக்கு வேற வேல இல்ல; எத்தப் பார்த்தாலும் சாமான்தானா?"

"நான் சொல்றதெல்லாம் பொய்தான். நீ வேணா பாரேன்."

அவன் காட்டிய திசையில் இடது பிளாட்பாரம் ஓரம் ஒரு அம்மா நின்றிருந்தாள். நல்ல உருளை மாதிரி கனத்த சரீரம். பக்கத்தில் வயசுப் பெண். மகளாயிருக்கும். கொஞ்சம் ஒல்லியாய் ரோஸ் நிறச் சேலை கட்டியிருந்தாள்.

வண்டி வேகத்தில் உருவங்களைக் கிட்டே நெருங்கு முன்பே டாக்ஸிக்காகக் கைகாட்டினார்கள் அவர்கள். அம்மாதான் காட்டினாள்.

யாரோ குடும்பத்திலிருப்பவர்கள், டாக்ஸிக்காகத் தவித்துக்

கொண்டிருக்கிறார்கள் என்று நினைத்தபடியே இறங்கினேன். அவர்களுக்காகக் கதவைத் திறந்துவிட்டு மீட்டரைப் போட்டேன்.

இருவரும் பின் சீட்டில் அமர்ந்தார்கள். "எங்க போவணும்'' என்று கேட்டபடியே வண்டியை அசக்கினான் நண்பன். "லஸ் கொண்ணும் போயி வுட்டுடுப்பா போதும்'' அம்மாதான் சொன்னாள்.

வண்டி வந்த வழியே திரும்பி ஓடியது. சவாரி கிடைத்த நிம்மதியில், என் பக்கம் சிலுசிலுவென்று மோதும் உப்புக்காற்றுக்காக முகத்தை வெளியில் வைத்தபடி கடலை வேடிக்கை பார்த்துக்கொண்டு வந்தேன். கறுத்த அலைகள் மெல்ல சீற்றத்துடன் புரண்டு நெளிந்தன. சிடுசிடுப்புக் கொண்ட மாதிரி கரையை மோதின. கண்ணுக்கெட்டிய தூரம் வரைக்கும் ஓரே கருமைமயம்.

"என்னாமா எதுனா கெடைச்சிதா...'' என்றான் நண்பன்.

தூக்கிவாரிப் போட்டது எனக்கு. யார் அந்த அம்மாள், என்ன கேட்கிறான் இவன்.

இதையேதான் அந்த அம்மாளும் கேட்டாள். "என்னப்பா கேக்கற நீ!''

"த, சும்மா எங்கிட்ட கத வுடாதம்மா; டாக்சி டிரைவருங்ககிட்ட வந்து காது குத்றியே, எங்கங்க பாக்கறேன் உன்ன. சும்மா சொல்லு எங்கிட்ட எதுனா சவாரி கெடைச்சாக் கூடம் கொண்ணாந்து வுடுவேன் அப்பதான்.''

கொஞ்சம் பயமாகக்கூட இருந்தது எனக்கு, அடையாளம் தெரியாமல் பேசி ஏதாவது வம்பு தும்பில் போய் முடியப்போகிறது என்று நினைத்துக் கொண்டேன்.

சில வினாடிகள் மௌனமாயிருந்தாள் அந்த அம்மா. முகம் மாறியிருக்க வேண்டும். பின்னால் திரும்பிப் பார்க்கவில்லை. குரலிலிருந்து கொஞ்சம் ஊகிக்க முடிந்தது.

''எங்கங்க பாத்திருக்கற என்ன'' சுருதியில்லாமல் கேட்டாள் அவள். எனக்கே கூட கொஞ்சம் பரிதாபமாய் இருந்தது. பாவம் அவள் என்று நினைத்தேன். அப்படியேகூட இருந்துவிட்டுப் போகட்டுமே அதைப் போய் இவன் இப்படி நாசுக்கில்லாமல் போட்டு உடைத்துக் கொண்டு...

"உன்னியா.. ஒன்ன எங்க தனியா பார்த்தேன். உங்க ரெண்டு பேரியும் சேத்துதான்'' என்றான் நண்பன்.

"எங்கப்பா பாத்த...!'' மழுப்பல் சிரிப்பினிடையே வெளிவந்த மாதிரியிருந்தது வார்த்தைகள்.

"எங்கன்னா... எத்தினியோ எடம், ஒங்கள மாதிரி ஆளுங்க எங்க கண்ணுல இருந்து தப்பமுடியுமா. முந்தா நேத்தா... இல்ல, செவ்வாக்கெழம சாயங்காலம் சாந்தி தியேட்டர் எதுத்தாப்போல பஸ் ஸ்டாப்புல நிக்கல நீங்க ரெண்டு பேரும்.''

"இருக்கலாம்...'' என்றாள் அவள்.

'என்னா எதுனா கெடச்சுதா...'' என்றான் அவன்.

"ஒன்னும் புண்ணியமில்லப்பா'' கடை விரித்தவன் வியாபாரமில்லாமல் கடையைக் கட்டுகிற தோரணையில் சொன்னாள் அவள்.

எனக்கு அருவருப்பாயிருந்தது. மௌனமாகவே முகத்தைச் சுருக்கிக் கொண்டு கம்மென்று குந்தியிருந்தேன். பின்னால் உட்கார்ந்திருந்த ரோஸ் சேலைக்காரியும் மௌனமாகவேயிருந்தாள்.

"ஏன், வூட்டுலியே வச்சி நடத்தறது. ஏன் இப்படி அங்கேயும் இங்கேயும் கண்டபடி தெருத்தெருவா இழுத்துக்னு லோல்படறே'' என்றான் நண்பன்.

"பாருங்களேன் இந்தப் புள்ள சொல்றத...'' வெடுக்கென்று என் தோளைச் சீண்டிச் சொன்னாள் அந்த அம்மாள்.

உன் உடம்பு சிலிர்த்தது. தோளைத் தட்டித் துடைத்துக்கொண்டு கொஞ்சம் முன்புறமாகத் தள்ளி நிலைக்குத்தாக உட்கார்ந்து கொண்டேன்.

"வூட்டுல, வயித்துல பொறந்த புள்ளைங்க இருக்கறானுங்க; மருமவளுங்க இருக்கறாளுங்க; அதுக்கு புள்ள குட்டிங்க இருக்குது. அவனுங்க எதுருல இப்படிச் செய்ய முடியுமா! தாய்க்காரியும் தங்கச்சியுமா சேந்துக்னு இப்படி செய்யறம்னு தொிஞ்சா, பாத்துக்னு சும்மா பொறுத்துக்னு இருப்பானுங்களா... வெட்டிப் போட்டுட மாட்டானுங்க...''

எனக்கு வியப்பாக இருந்தது. குடும்பத்தில் இருப்பவளா இப்படிச் செய்கிறாள் என்று நினைத்தேன். சும்மா 'ஹாபி' மாதிரி ஆகிவிட்டதா. இல்லை சும்மா சால்ஜாப்பு காட்டுகிறாளா. அந்த சந்தேகத்தை நண்பனே கேட்டுத் தீர்த்தான்.

"த சும்மா கதவுடாதே. செய்யறது இந்தத் தொழிலை. அப்புறம் அதிலே வேற வீராப்பு காட்டிக்கிறியா. உம் புள்ளைங்களுக்கு மெய்யாலும் தொியாது?''

"பாருங்களேன்'' மீண்டும் அவள் என்னை சப்பைக் கட்ட இழுத்தாள்.

"எந்த அண்ணனாவது தங்கச்சி ஊருமேலே போறத தாங்கிக்னு

சும்மா இருப்பானுங்களாங்க ஏங்க... நீங்களே சொல்லுங்க. நான் எதுக்காக இந்தப் புள்ளகிட்ட பொய் சொல்லணும்...''

நான் பேசாமலேயிருந்தேன்.

"சரி அவங்க சம்பாரிக்கலியா'' நண்பன் கேட்டான்.

"ஏன் சம்பாரிக்கல; கை நெறையதான் சம்பாரிக்கறானுங்க, அதுல என்னா கொறைச்சலு'' அவள் வெறுப்புடன் சொன்னாள்.

"பின்ன பேசாம, சம்பாரிச்சி குடுக்கிறத வச்சிக்னு ஒழுங்காவூட்டோட இருக்கறதான...''

"நல்லா சொன்னப்பா நீ. அந்த மாதிரியிருந்தா நான் ஏன் இந்த மாதிரி லோல்படறேன் அங்கங்க, அவனுங்க என்னா, தாயாச்சே. தங்கச்சியாச்சேன்னு கவனிக்கிறானுங்கன்றியா. அவனவனும், அவனவன் பொண்டாட்டி என்னுமோ, புள்ள என்னுமோ அதுங்கள இட்டுக்னு சினிமாவுக்கு போறதென்னுமோன்னு எல்லாம் அவங்க அவங்க காரியத்ததான் கவனிச்சிக்னு போறானுங்க. எங்கள யார கவனிக்கிறா'' அவள் குறையோடு சொன்னாள்.

"சோறு போடறாங்க இல்ல..''

"சோறு போட்டுட்டா போதுமா, வேற ஒன்னுங் கெடையாதா.... பாருங்களேன் இந்தப் புள்ள சொல்றத... தோ இருக்குதே இந்தப் பொண்ண எவ்வளவோ செல்லமா வளத்திருப்பேன் தெரியுங்களா... இத ஆறு வயசு கையோட அவரு வுட்டுட்டுப் போயிட்டாரு. அங்க வேலை செய்றேன். இங்க வேலை செய்றேன்னு அக்கம் பக்கத்திலியும், புள்ளைங்ககிட்டியும் பொய் சொல்லி இப்படியேதான் எல்லாத்தியும் வளத்தேன். இத எஸ்.எஸ்.எல்.சி. வரைக்கும் படிக்க வச்சி டைப் அடிக்க கூடம் அனுப்பினேன். அதுவும் பாஸ் பண்ணிடிச்சி. ஆனா வேல கெடக்கலியே... அவனுக்கு ஒரு வழியா ஆயிடுச்சி... இதுக்கு ஒரு வேல பாத்து வைங்கடான்னா அத காதுல வாங்க மாட்டேன்றானுங்க. அப்புறம் எங்க தங்கச்சிய கட்டிக் குடுக்கணும்னு எண்ணம் வரப்போவுது...''

கொஞ்சம் நிறுத்தி சலித்துக்கொண்டாள். "இவனுங்க ரெண்டு பேரையும் ஆளாக்க எவ்வளவோ பாடுபட்டிருப்பேன்; எவ்வளவோ சொல்லு வாங்கியிருப்பேன். எதுவும் காச்மூச்சின்னு வெளியே தெரியுங்களா... அவனுங்க என்னுமோ எங்கிருந்தோ வெளையுது. அப்பன் சம்பாரிச்சி வச்சிட்டுப் போயிருக்கிறான்னு நெனச்சிக்னு ஆடறானுங்க. எம்மா நாளைக்கிப் பல்ல கடிச்சிக்னு இருக்க முடியும். அக்கம் பக்கத்துல கௌரவமா ஒரு சேல ரவிக்க கூடம் இல்லாம. பாக்கறவங்கதான் என்ன நினைப்பாங்க சொல்லு...''

பக்கவாட்டில் மக்கிய தெருக்குப்பைகளில் நாற்றம் எங்கிருந்தோ வந்து மூக்கைத் துளைத்தது. வெறிச்சோடிய தெருக்களில் வீடு உள்ளே இருட்டு போட்டுக்கொண்டு தெரு விளக்கில் பிரகாசித்தன. பட்டணத்தில் இந்தமாதிரிகூட ஒரு வாழ்க்கையா என்று மூக்கைப் புறங்கையால் தேய்த்து விட்டிக்கொண்டிருந்தேன்.

“பொண்ணுக்கு வேலை கிடைச்சா தொழில உட்டுப்புட்டு வேலைக்கு அனுப்பிடுவியா…” என்று கேட்டான் நண்பன்.

“பாருங்களேன் இது கேக்கறத. வேலைக்கி அனுப்பாததுக்காப்பா டைப்ரைட்டிங் அனுப்பனேன். எனக்கென்னா இந்தமாதிரி செய்யணும்னு ஆசையா. இப்படியேயிருந்தா எவன் வந்து கட்டிம் போவான். எங்கெதிதான் இப்படி ஆச்சே… அவ கெதினா நல்ல படியாயிருக்க வேணாமான்னுதான் இவ்வளவோ பாடும். இது என்னா காலத்துக்கும் சதமாவுமாபா இந்தத் தொழிலு. ஒரு நாளைக்கி கெடைச்சா ஒரு நாளைக்கி கெடைக்காது. என்னா மாச சம்பளமா…” அவள் அலுப்புடன் மனப்பூர்வமாகவே வெறுத்துத்தான் சொன்னாள்.

“நான் எங்கனா கேட்டு பாக்கட்டுமா, எனக்குத் தெரிஞ்ச எடத்துல” என்று கேட்டான் நண்பன்.

“அத செய்யப்பா நீ! மகாராசனாயிருப்பே” என்றாள் அவள்.

“இதுல ருசி கண்டவங்க அப்புறம் இத வுடமாட்டீங்களே” என்றான் நண்பன்.

“உங்கிட்ட யாருப்பா பேசுவா. ஒனக்கென்னமோ இது வெளையாட்டா இருக்குது. ஒவ்வொரு நிமிஷமும் உள்ள திக்திக்குனு அடிச்சிக்கிறது எனக்குத்தான் தெரியும். எங்க தெரிஞ்சவங்க கண்ணுல பட்டுடுவமோ. ஆரும் பார்த்துடுவாங்களோன்னு ஜன்மமே குன்னிப் போவுது. அந்த பயம் ஒரு பக்கம்னா, போலிஸ்காரன் கண்டா கொலல்லாம் நடுங்குது. புடிச்சிம் பூட்டா ஒரு கூத்தா பண்ணுவானுங்கன்ற, ஐயோ ஐயோ! எல்லாத்தியும் பட்டவப்பா நானு.. ஒன்னு பாக்கியில்ல…”

தொண்டை கரகரத்தது. கண்களில் நீர் முட்டியிருக்கலாம். குரல் தேய்ந்துகொண்டு வந்தது. கொஞ்சம் ஆசுவாசப்படுத்தியவாறு அதே குரலில் தொடர்ந்தாள்: “அப்பிடியே கூடந்தான் இந்தத் தொழிலு எத்தினி வயிசு வரைக்கும் சொல்லு. வயிசு போயிட்டா அப்புறம் நாய் கூடம் சீண்டாது. சீமிச்சிப்புட வேண்டியதுதான்…” நொந்த மனத்துடனேயே வெளிவந்தன வார்த்தைகள். புடவை மொசுமொசுப்புக் கேட்டது. என்ன பையன் இவன். கொஞ்சம்கூட பச்சாதாபமில்லாமல் என்று நினைத்தேன். “சும்மா இருப்பா’ என்று மெல்ல தோளை இடித்து எச்சரிக்கை செய்தேன். பின்னால்

இன்னொருத்தியும் இருக்கிறாள் என்று நினைக்க எனக்கு ஒரு மாதிரியாக இருந்தது.

அவன் எதையும் பொருட்படுத்தியதாகத் தெரியவில்லை.

“உங்க வூடு எங்க இருக்குது'' என்றான்.

“ஏன் எதுக்கு'' என்றாள் கலவரத்துடன்.

“எதுனா விசேஷம்னா வர்றதுக்கு...''

“எப்ப வந்தாலும் அமிஞ்சக்கர பக்கமா வந்தினா போதும் யாரக் கேட்டாலும் சொல்லுவாங்க.''

“த... அட்ரஸ சொல்லுமா.''

“வேணம்பா அதல்லாம், அட்ரஸெல்லாம் வேணாம். ஒனக்கு பாக்கணும்னு தோணிச்சின்னா அந்தப் பழக்கடையில கேளு, சொல்லுவாங்க.''

“அப்ப, அட்ரஸ சொல்லமாட்ட...''

நண்பன் இழுத்து நிறுத்தினான். வண்டி லஸ் கார்னரைத் தாண்டி லஸ் சர்ச் ரோடில் நின்றது.

அம்மாள் இறங்கினாள். பின்னாலேயே அவள். இப்போதுதான் முழுமையாகப் பார்க்க முடிந்தது. நல்ல சிகப்பு. ஆனால், ஒரு மாதிரியான வெளுப்பு. சுத்தமாய் சப்பி உறிஞ்சிவிட்ட மாதிரி. களையான முகம்தான். கண்களிலேயே ஒரு அசமந்த உணர்வு தேங்கிக் கிடந்தது அல்லது எல்லாவற்றையும் உள்ளே போட்டு அழுத்தி பலவந்தமாக மூடிவைத்தாற் போலிருந்தது. சுருங்கங்கள் நிறைந்த தன் உதடுகளைத் திறந்து “எவ்வளவோ ஆச்சி' என்றாள் மென்மையாக

“எழுவது பைசாதான்.''

உள்ளே பரிவா, லேசான அருவருப்பா என்பது தெரியவில்லை.

அவள் கையிலிருந்த சின்ன மணிபர்ஸின் ஜிப்பை நீக்கி ஒரு ஒற்றை ரூபாய் நோட்டை எடுத்து என்னிடம் நீட்டினாள். வாங்கி பக்கத்தில் கொடுத்தேன்.

“சில்லற இல்லியே; சில்லறையா இல்லியா'' தலையைத் தாழ்த்தி அவளைப் பார்த்தபடியே கேட்டான் நண்பன்.

“பரவால்ல இருக்கட்டும் வச்சிக்கோங்க'' அவள் சாதாரணமாகச் சொன்னாள்.

“இந்தாம்மா, இரு இரு. ஒங்க காசெல்லாம் நமக்கு வேணாம். போய் கடையில் மாத்திக் குடுத்துட்றேன். சட்டென்று ‘டோரை'த் திறந்து கொண்டு கீழே இறங்கினான் நண்பன்.

அவள் முகம் கறுத்து சுருங்கியது. "ஓங்க காசெல்லாம் வேணாம்'' என்ற வார்த்தைகள் எனக்கேகூட 'சிவுக்' கென்றுதான் இருந்தது. அவளுக்கு எப்படியிருக்கும் என்று நினைத்தேன்.

கதவைப் படீரென்று சாத்திக்கொண்டு கடைக்குப் போக இருந்த நண்பனைத் தடுத்து நிறுத்தினேன்.

"பரவால்லப்பா, அவங்களே பிரியப்பட்டு குடுக்கறாங்க. வாங்கிக்கக்கூடாதா. வேற யாருன்னா குடுத்தா வாங்கிக்க மாட்டே.''

அவன் தயங்கி என்னைப் பார்த்தான்.

அவள் நன்றியுடன் பார்த்தாள்.

"போயிட்டு வர்றங்க...''

"போய் வாங்க'' என்றேன்.

மீட்டரைத் தூக்கிவிட்டு உள்ளே உட்கார்ந்து ஸ்டார்ட் செய்தான் நண்பன்.

"என்னா இருந்தாலும் நீ வெடுக்னு அப்பிடி சொல்லியிருக்கக் கூடாதுப்பா. பாவம், அவ மொகமே சுண்டிப்போச்சி.''

"சே... சே.. நான் அதுக்காகவா சொன்னேன். எந்தக் காசா இருந்தா நமக்கு என்னப்பா, பாவம் அவளே ஒன்னும் வருமானமில்லாம போறா. அவகிட்ட போய் ஏன் வாங்கணம்னுதான். எத்தினி வசதிப்பட்ட கஞ்சனுங்க அறுவத்தெட்டு பைசாதாங்க இருக்குதுன்னு சில்லறை எண்ணி குடுத்திட்டுப் போறானுங்க.''

நான் அவனைப் பார்த்தேன். அவன் ரோடைப் பார்த்து வண்டியை நகர்த்தினான். தள்ளினாற்போல கொஞ்சம் ஜனங்கள் கும்பலாய்க் குழுமியிருந்தார்கள். அதைப் பார்த்து "ஏதோ ஆக்ஸிடெண்ட் போலருக்குது'' என்று முணுமுணுத்துக் கொண்டான் நண்பன்.

நவம்பர் 1972

பிரச்னை

*

வானம் வெளிவாங்கி

நண்பர்கள் மூலம் அன்றி வேறு எந்த வகையிலும் அறிமுகமில்லாத லாட்ஜின் முன்னே நின்றான், அண்ணாந்து பார்த்தான். நுழைவதா வேண்டாமா என்று தயக்கமாக இருந்தது. தனக்கு இன்னமும் இதுமாதிரி விஷயங்களில் தைரியம் வராமலேயிருப்பதாகச் சொல்லிக்கொண்டான். திரும்பிவிடலாமா என்று யோசனை செய்தான். பிறகு இடப்பக்கம் மெல்ல ஏறிச் சென்றான். இடது கையால் கைப்பிடிச் சுவருடன் உராய்வு கொடுத்தபடி, எப்படி அனுபவம் கொள்ளுவது என்று கேட்டுக் கொண்டான். மாடியை அடைந்தான்.

முன்பக்கம் படி மாடியைத்தொடும் விளிம்பில் கொஞ்சம் ஒதுக்குப் புறமாக மேஜை நாற்காலி போட்டுக் குந்தியிருக்கும் நோஞ்சலான குமாஸ்தாவைக் கண்டு 'மணி' என்பது அவனாகத்தான் இருக்கும் என்று சொல்லிக்கொண்டான். தன் சொந்த ஊரைக் குறிப்பிட்டு அங்கிருந்து யாரும் வந்திக்க மாட்டார்கள் என்பது நிச்சயமாகத் தெரிந்திருந்தும் அங்கிருந்து யாரும் வந்து ரூம் எடுத்திருக்கிறார்களா என்று கேட்டான்.

குமாஸ்தா "செண்டூர்லருந்தா... யாரும் வல்லியே.. பேரு'' என்றான்.

"ரங்கநாதன்னு ஒருத்தர்.''

"அவர் இங்க வந்து ஒரு வருஷத்துக்குமேல் ஆவுதுங்களே... இப்பல்லாம் அவர் இங்க வர்றதேயில்ல.''

இவன் "ஓஹோ!'' என்று தலையாட்டிக் கொண்டான். "அவர் இன்னைக்கி இங்க வர்றன்னாரு.''

"வல்லிங்களே.... நீங்க யாரு?''

“அவரோட ஃபிரண்டு. வர்றன்னாரு. ஆனாக் காணம்.”

நீளமாய்த் தெரிந்த ஹால்பக்கம் வரிசையாகக் கட்டடப்பட்டிருந்த அறைகளுக்கு எதிரே தூணில் சாய்ந்து குந்தியிருந்த ஒருத்தியைப் பார்த்து நண்பர்கள் சொன்னது நிஜம்தான் என்று நினைத்துக் கொண்டான். பிறகு “ரூம் ஏதாவது காலியிருக்குதா’ என்றான்.

“சிங்கிள் ரூமா... டபிள் ரூமா?”

“சிங்கள் போதும். நான் ஒண்டிதான்” என்றான். “அவங்க வந்தா வருவாங்க. நாலு மணிக்கெல்லாம் வந்து இருக்கறேன்னாங்க. இன்னுங் காணோம்” என்று சொன்னான். பின்னால் சொன்னது அதிகப்படியாகப் பேசிவிட்டதாகத் தோன்றியது.

குமாஸ்தா கனத்த ரிஜிஸ்டரை புரட்டும்போது “ரெண்ட் எவ்வளோ” என்று கேட்டான்.

“த்ரி ரூப்பீஸ்.”

“இரவத்தி நாலுமணி நேரந்தான.”

குமாஸ்தா ஒரு மாதிரியாகப் பார்த்து “ஆமா” என்றான். இவன், அட்ரஸைக் கேட்டு பதிவு செய்து ரசீது போட்ட பிறகு “அஞ்சு ரூபா கொடுங்க” என்றான்.

“அஞ்சி ரூபாயா?’

“ஆமா அட்வான்ஸ். போவும்போது ரெண்டு ரூபா திருப்பிக் கொடுத்துடுவோம்.”

இவன் பர்ஸை எடுத்தான். நாலு பத்து ரூபாய் மூனு ஒத்தை ரூபாய் நோட்டுகளையும் சில்லறைகளையும் தவிர ஐந்து ரூபாய் இல்லாததைக் கண்டு பத்து ரூபாய் நோட்டை எடுத்துக் கொடுத்தான்.

நோட்டை வாங்கிக்கொண்டு டிராயரைத் திறந்து குமாஸ்தா “சில்லறயைா இல்லியா சார்’ என்றான். இவன் வரும்போதே மாற்றிக் கொண்டு வராமல் போனோமே என்று விசனப்பட்டான். “இல்லியே மூனு ஒத்த நோட்டுதான் இருக்குது” என்றான்.

“சரி அப்பறமா வாங்கிக்கோங்க. காட்டுங்க மீதி அஞ்சி ரசீதிலியே எழுதிக் குடுத்திட்றேன்.”

இவன் ரசீதை நீட்டினான். எழுதிக்கொடுத்த பிறகு ரசீதைப் பார்த்துக்கொண்டான். ஏமாற்றி விடுவானோ, என்று சந்தேகம் கொள்ளத் தேவையில்லை என்று சொல்லிக்கொண்டான். பர்ஸில் பத்திரப்படுத்திக் கொண்டு ஹாலில் நடந்தான். அறைகளில்

ஒருக்களித்துத் திறந்து கிடந்த கதவுகளின் வழியாக பார்வையை ஓடவிட்டபடி மெதுவாக நடந்தான். தூணோரம் குந்தியிருந்தவள் மேலாக்கை நழுவவிட்டு ப்ளவுசுக்கு மேலே தெரியும் கறுத்த மார்பகங்களின் பிளவுகளைக் காட்டியவாறு வரட்டுமா என்று தோற்றம் கொடுக்க இவனை வெறித்து நோக்கினாள். அவளது இறுக்கமான பாவாடைக் கட்டுக்குமேல் தெரியும் வெண்மையானதொரு படையைக் கண்டு வேண்டாம் என்று நினைத்தான். பின்னால் தொடரும் பையனிடம் திரும்பி "எந்த ரூம்'' என்றான்.

"கடசீல.''

பையன் கடைசி அறையை அடைந்து திறக்க இவன் உள்ளே நோக்கினான். ஒரு புராதன அமைப்பான சூழலில் நாற்காலி மேஜை கட்டிலையும் மூலைகளிலே படர்ந்திருந்த ஒட்டடையையும் கண்டு லேசாய் முகம் சுளித்த இவன், "கொஞ்சம் சுத்தம் பண்ணிடேன்" என்றான். ஹாலின் எதிர்ப்புறம் குறுக்குவாட்டமாய் நெஞ்சுயரத்துக்குக் கதவு வைத்து வரிசையாகத் தடுக்கப்பட்டிருந்த ஒதுக்குப்புறமான பகுதிகளைப் பார்த்து "இதான் லெட்ரினா'' என்றான்.

"ஆமா சார்.''

லெட்ரினுக்குள் நுழைந்து கதவைச் சாத்திக் கொண்டான். நின்றபடியே சிறுநீர் கழிக்கையில் கதவுக்கு மேலே ஹாலை நோக்கினான். ஏதோ ஒரு திகிலுணர்வு தன்னைப் பற்றி கொண்டிருப்பதாய்த் தோன்ற உடம்பு தானாய்க் குலுங்கி சமனப்படுத்திக் கொண்டது. நாலாவது அறையிலிருந்து சிவந்த உடம்பும் ஒல்லியான தேகமும் திட்டமான வயசும் கொண்ட ஒருத்தி தன் அறைப்பக்கம் வருவதையும் அவளைத் தொடர்ந்து தூணோரம் குந்தியிருந்தவளும் எழுந்து வருவதையும் கண்டான்.

யோசனையோடு நிதானமாக பட்டன்களைப் போட்டுக் கொண்டு வெளியே வந்தான். துடைப்பத்தோடு அறைக்குள்ளிருந்து வெளியே வந்து கதவைச் சாத்தப்போன பையன் இவனைக் கண்டு "பெருக்கியாச்சி சார்'' என்று பாதியில் நிறுத்தினான். வெறுமையாயிருந்த கதவுகளைப் பார்த்து இவன் "லாக் இல்லியா'' என்றான்.

பையன் இல்லை என்று சொல்லுமுன்பே சிவப்பாயிருந்தவள் நிமிர்ந்து "லாக்கா... அது என்னா அது லாக். இங்கிலிஷா இந்தியா'' என்றாள். இவனுக்கு தொண்டை இயல்பாகப் பேச முடியாதவாறு கரகரப்புத் தட்டுவதாய்த் தோன்ற கனைத்துச் செருமிக்கொண்டு "என்னா'' என்றான்.

“லாக்... அது என்ன பாஷ? அது மராட்டியா?''

“லாக் இங்கிலீஷ். கேள்விப்பட்டதில்லையா? லாக்குன்னா பூட்டு திருப்திகரமாய் அவளுக்கு பதிலளித்து விட்டதாக நினைத்துக் கொண்டு பையனைப் பார்த்து “ஏம்பா இல்லியா?'' என்றான்.

“இல்ல சார். வேணும்னா வாங்கியாறேன். உங்ககிட்ட பெட்டி எதுவுமில்லியே. வெறும் ஹான்ட்பேக்தான வச்சிக்னு இருக்கிறிங்க. எதுக்கு பூட்டு?''

இவன் வாயிற்படியில் நிற்கும் அவளைப் பார்த்து நீ என்ன கேரளாவா'' என்றாள். அவள் “ஆமா! கொல்லம்' என்றாள். அவளை விலக்கிக் கொண்டு இவன் உள்ளே புகும் முயற்சியில் அவள் இவன் புட்டத்திலே அடித்துச் சிரித்து ‘என்னா பேண்டெல்லாம் ஒரே அழுக்காயிருக்குது'' என்றாள்.

இவன் பதில் சொல்லாமல் திரும்பினான். பழுப்பு நிற அவளது பற்களைக் கண்டு இந்தமாதிரி பெண்களுக்கு வியாதியிருக்கும் என்று எங்கோ படித்ததாக நினைத்துக் கொண்டான். கட்டிலில் குந்தினான். அவளைக் கூர்ந்து பார்த்து சருமம் சுத்தமாவே யிருப்பதாக சொல்லிக் கொண்டான்.

அவள், கறுத்தவள் பின்தொடர உள்ளே நுழைந்தாள். விளிம்பில் கம்பியைப் பிடித்துக்கொண்டு நிற்கும் பையனைப் பார்த்து “ஏண்டா பெட்ஷீட்டெல்லாம் நல்லா ஒதறிப் போடக்கூடாதா? இந்த கட்டில் தாங்குமா இவங்களுக்கெல்லாம் வேற கட்டில் இல்ல?'' என்றாள்.

பையன் சிரித்தான்.

“இவங்கள்லாம் நாலு அடி அடிச்சாங்கன்ன கட்டில் முறிஞ் சிக்குமே'' தொடர்ந்து மேலே எதுவோ சொல்லி சிரித்தாள். இவன் கேட்கப் பிடிக்காமல் தலையைக் குனிந்து கொண்டான். கொஞ்சம் பொறுத்து நிமிர்ந்தான். சிவந்தவள் எதிரே நாற்காலியிலும், கறுத்தவள் பக்கத்தில் எதிரே நாற்காலியிலும் மேஜையிலுமாகக் குந்திருப்பதைப் பார்த்து, “ரெண்டு பேரும் இப்படி ஒக்காந்துக்கினிருந்தா'' என்றான்.

“உங்களுக்கு எதுவோணும்? சொல்லுங்க.''

இவன் “ரேட் எவ்வளோ'' என்றான்.

“மொதல்ல உங்களுக்கு எது பிடிக்குது சொல்லுங்க.''

யோசனையோடு ரெண்டு பேரையும் பார்த்தான். சிவந்தவளைச் சுட்டிக்காட்டி “நீ!'' என்றான்.

அவள் "சரி நீ போ!" என்று பக்கத்திலிருந்தவளை எழுப்பி அனுப்பினாள். வாயிலையே பார்க்க, சிவந்தவள் இவன் தொடையைத் தட்டிச் சிரித்தாள். பையன் "என்னா சார் வாங்கியார... பிராந்தியா விஸ்கியா'' என்றான்.

இவன் பேண்டுக்குள் கையை விட்டபடி "பீர்'' என்றான். அவள் ''பீரா? ஏன் பிராந்தி வேணாமா?... எனக்கு பிராந்தி இஷ்டம்'' என்றாள். அவளோடு சேர்ந்து பிராந்தி குடிப்பது சுகமாய்த்தான் இருக்கும் என்றாலும் இப்போது அதற்கு வசதியில்லை என்பதால் இவன் "பீர் போதும்'' என்று ஒரு பத்து ரூபாய் நோட்டை எடுத்துக் கொடுத்தான். பையன் "அப்புறம் என்ன சார்'' என்றான். இவன் கொஞ்சம் யோசனை செய்து ஏதாவது ''சிப்ஸ் இருந்தா கொஞ்சம். வேற ஒன்னும் வேணாம்'' என்றான்.

"சிகரெட்டு?''

"வேணா. இருக்குது''

பையன் வெளியே போன பிறகு அவன் ஒழுங்காக மீதியைக் கொண்டு வந்து கொடுப்பானா என்று யோசனை செய்தான். புழுக்கமாயிருப்பதாகச் சொல்லி சொக்காய் பட்டன்களை அவிழ்த்துவிட்டு கொண்டான். அவள் எழுந்துசென்று ஃபேனைப் போட்டு கதவை ஒருக்களித்துவிட்டு வந்து எதிரேயிருந்த நாற்காலியில் குந்தினாள். "சரி ரூபாயக் குடுங்க'' என்றாள்.

இவன் "எவ்வளோ?'' என்றான்.

"உங்களுக்கு எவ்வளோ வோணும். ஒரு இதுவா? மணிக்கணக்கா இல்ல நைட்டா?''

இவன் "ஒரு இதுக்கு எவ்வளோ" என்றான். அவள் "எட்டு ரூவா' என்றாள். பிறகு "ஒரு மணிக்கு?'' என்றான். "இருவத்தஞ்சி ரூவா' அது மிகைபோலத் தோன்ற இவன் "ஒரு மணிக்கா?'' என்றான். "இருவத்தஞ்சி ரூபா'' தனக்குள்ளேயே முனகிக்கொண்டான். பிறகு அவளோடு மேலும் பேரம் பேசும் முயற்சியில் ஈடுபட்டான். அவள் அதற்குக் குறைந்து வராது என்றாள். இவன் பதினைந்து ரூபாய் தருவதாகச் சொன்னான். அவள் அதற்கு ஒப்புக்கொள்ள மறுக்கவே "பத்து ரூபா தர்றேன். அரைமணி நேரம் இரேன்'' என்றான். அவள் "அரைமணிக்கெல்லாம் முடியாது. குறைந்தது ஒரு மணிநேரம்தான்'' என்றாள்.

"இல்லாட்டி ஒரு இது எடுத்துக்கோங்க பேசாம. எட்டு ரூபாயோட போயிடும்."

இவன், "எனக்குத் திருப்தியாயிருக்காது' என்றான். "அதுக்கு

ஒரு மணி நேரமா வச்சிக்கோங்க. வேணா இருபது ரூபா குடுத்துடுங்க.'' இவன் மறுபடியும் "பதினஞ்சி ரூபா குடுத்துட்றேன்'' என்றான். "அவள் சிரித்து மண்டூ'' என்று சொன்னாள். "மூள இருக்கா. படிச்சிருக்கியா நீ, அரை மணி நேரத்துக்கு பத்து ரூவான்னா ஒரு மணி நேரத்துக்கு என்னாச்சி.''

அவள் அழகோடிருப்பதாக நினைத்துக் கொண்டான். பிறகு "அந்த அளவுக்கு எனக்குத் தாங்காது'' என்றான்.

"அதுக்கு இந்தத் தொழிலுக்கெல்லாம் வரக்கூடாது ராஜா.''

இவன் முகம் சோர்ந்து சிந்தனையில் ஆழ்ந்தான். அவள் இவன் முகத்தை நிமிர்த்திச் சிரித்தாள். இவனது தொடைக்கிடையே கையைக் கொடுத்துப் பிசைந்தாள். இவன் நெளிந்து கொடுத்து அவள் கைகளை விலக்கினான். அவள் மார்புத் துணியை ஒதுக்கி இவனது கைகளை இழுத்து அழுத்தி "புடிச்சிப் பாரேன்'' என்றாள். இவன் பிரக்ஞையின்றி முயல்கையில் சட்டென்று கைகளை விலக்கி "ம்... தொடாத தொடாத பஞ்சி வுழுந்துடும்...' என்றாள்.

இவன் கலவரமடைந்து கைகளைப் பின்னுக்கு இழுத்துக் கொள்ள அவள் பொங்கி வரும் சிரிப்பை அடக்க முடியாமல் சிரித்து சரியான ஆளு. இதுதான் புதுசா'' என்றாள். இவன் செய்வதறியாது விழித்துச் சிரிக்க முயல்கையில் "சரியான அப்பாவி. பஞ்சின்னாவே பயந்துட்டியா. அதுக்கு வேற எங்கனா ஆளு பாரு. ரெண்டு ரூபாய்க்கும் ஒரு ரூபாய்க்கும் வரும்.''

இவன் பரிதாபம் தோன்றும் முகக்குறியுடன், "அப்ப இருபது ரூபாய்க்கி கொறையமாட்டே'' என்றான்.

"இதே எனக்கு நஷ்டந்தான். இதே இரண்டு கெராக்கி வந்துடிச்சின்னா அரைமணி நேரத்துல சம்பாரிச்சிடுவேன் இந்தக் காச.''

கொஞ்சம் யோசனை செய்தவன் சட்டையைக் கழட்டினான். அவள் "பணத்தக் குடுங்க. கொண்ணும் போயி குடுத்துட்டு வந்துடறேன்' என்றாள். இவன் "யார் கிட்ட?'' என்றான்.

"ஏஜெண்ட்கிட்ட.''

"சரியா ஒரு மணி இருக்கணம். அப்புறம் நேரமாயிடுச்சி அது இதுன்னு பறக்கக் கூடாது.''

"அதமாதிரி எதுனா பண்ணன்னா ஜோட்ட கையில எடுத்துக்கோ. கை நீட்டி பணம் வாங்கல.''

அவள் அதிகமாகப் பேசிவிட்டதாக நினைத்துக்கொண்டான். பர்ஸிலிருந்து இரண்டு பத்து ரூபாய் நோட்டுகளை எடுத்துக்

கொடுத்தான். அவள் மறைந்த பிறகு திரும்ப வருவாளோ மாட்டாளோ என்று கேட்டுக் கொண்டான். வராமல் ஏமாற்றி விட்டால் என்ன செய்வது என்று யோசனை செய்தான்.

பையன் பீர் பாட்டிலுடன் வந்தான். மேஜைமீது சில்லறையோடு வைத்துவிட்டு "சிப்ஸ் இல்லியாம் சார்" என்றான்.

"சரி வேற எதுனா வேணும்னா சொல்றேன். நீ போ."

பையனுக்கு வழிவிட்டு டெரிலின் சட்டை அணிந்த இளவயதுக்காரன் ஒருவன் உள்ளே நுழைந்தான். அவன் கையில் சிகரெட்டுடன் ஒரு காலைத் தூக்கி கட்டிலில் வைத்து திண்ணையில் குந்துவது போல குந்தினான். அவனைப் பார்த்து இவன் "நீங்க யாரு?" என்றான்.

அவன் சாவகாசமாகப் புகையை இழுத்துவிட்டு "நீங்கதான ஒரு மணிநேரம் புக் பண்ணது" என்றான்.

"ஆமா!"

வெறும் பனியனுடனிருந்த இவன் பேண்ட்டை உருவினான். அவன் இப்படி கேட்பதற்கான காரணம் பற்றி யோசனை செய்தான். அவள் ஏதாவது சொல்லியிருப்பாளோ என்று நினைத்துக் கொண்டான். "நைட்டுன்னா எவ்வளோ ஆவும்" என்றான்.

"நூத்தம்பது ரூபா ஆவும்"

இவன் "நூத்தம்பது ரூபாயா" என்றான். "வேணும்னா நூறு ரூபா குடுத்துடுங்க உங்களுக்கோசரம்."

லுங்கியை இழுத்து சரியாகக் கட்டிக்கொண்டு பேண்டை மடித்து நாற்காலியிலே போட்டான். இன்னும் கொஞ்சம் பேசினால் அவன் இன்னும் குறைப்பான். எண்பது ரூபாய்க்கு சம்மதம் கொள்ளுவான் என்று சொல்லிக் கொண்டான். பர்சிலிருக்கும் சில்லறைகளை ஞாபகம் செய்து "வேணா, ஒரு மணியே போதும். நான் ரொம்ப பணம் எடுத்துக்னு வரல்ல. ஃப்ரண்ஸுங்கல்லாம் வருவாங்கன்னு வந்துட்டேன். அப்புறம் எப்பனா பாப்பம்" என்றான்.

அவன் வெறுமையோடு வெளியே செல்வதைக் கண்டான். அவன் திருப்திகொள்கிற அளவுக்குத் தன்னிடம் பணம் இல்லையே என்று துக்கம் கொண்டான். தவிர மணிக்கணக்கில் புக் பண்ணுவதைவிட நைட் புக் பண்ணுவது ரொம்ப சீப் ஆகவும் இருக்கும். ஒரு மணிக்கு இருவது ரூவா என்றால் ஒரு இரவு. ஷிப்டுபடி எட்டு மணிநேரம் என்று கணக்கிட்டால் கூட நூத்தி அறுபது ரூபாய் ஆகும். எண்பது ரூபாய்க்கு வருகிறேன்

தேர்ந்தெடுத்த சிறுகதைகள் ✿ 183

என்கிறாள். ஃபிஃப்டி பெர்சன்ட் டிஸ்கவுண்ட். அடுத்த முறை நைட் புக் பண்ணுகிற அளவுக்கு வரவேண்டும் என்று சொல்லிக் கொண்டான். பனியனைக் கழற்றி பேண்டின் மேல் போட்டு மேஜையை நெருங்கினான். பீரை எடுத்து பாட்டிலோடு குடித்து கொஞ்சம் கிளாஸில் ஊற்றி வைத்துக் கொண்டான். அவள் வந்தாள். கதவை அடைத்து கட்டிலில் சாய்ந்தாள். இவன் "எழுந்திரி'' என்றான்.

"என்னா?'

"சுத்தமா எல்லாத்தியும் அவுத்துடு."

அவள் சிரித்துக் கொண்டே எழுந்து சுவர்ப்பக்கம் முகத்தை வைத்து முதுகுக் கொக்கிகளுக்காகக் கைளைக் கொண்டுபோனாள். கட்டிலில் குந்தியபடியிருந்தான். அவள் கைகளை குறுக்குவாட்டில் மார்பில் போட்டபடி வெறும் பாவாடையுடன் திரும்பினாள். இவன் "அதியும் அவுத்துடு'' என்றான். அவள் "வேணா அது கெடந்தா போவுது'' என்றாள். இவன் "தயவுசெஞ்சி சொன்னா கேளு'' என்று அவள் நாடா முடிச்சில் கை வைத்தான்.

அவளோடு படுத்து, அநேகமாய் சீக்கு எதுவுமிருக்காது என்று சொல்லிக்கொண்டான். அவள் முதுகைத் தடவி "ஆமா நீங்களல்லாம் இப்படியிருந்தா உங்க கடைசி காலத்தில் எப்படி'' என்றான். அவள் "தோ உங்ககூட படுத்துக்கினிருக்கிறனே இது போதாதா?'' என்றாள். அவள் சம்பந்தமேயில்லாமல் ஏதோ மழுப்பலாகப் பதில் சொல்வது போல் தோன்றியது. எல்லாரிடமும் இப்படித்தான் சொல்லியிருப்பாள் என்று நினைத்துக்கொண்டான்.

அவள் இவனை இறுக்கி "அப்பா ஒடம்பா இது என்னா இப்படி சுடுதே' என்றாள். "சாப்பிடவே மாட்டீங்களா நீங்க. ஒரே எலும்பாயிருக்குதே எங்க பார்த்தாலும்.''

இவன் பதில் சொல்லாமலிருந்தான். அவள் மார்போடு முகத்தை உரசினான். அவள் "கடிக்கக்கூடாது'' என்றாள். அவள் கண்டிஷன் போடுவதாக சொல்லிக்கொண்டான். கடிக்காமல் இருந்தான். இங்கிதமாகவே இயங்கினான்.

சோர்ந்து விழுந்தான். பின்னால் சிரிப்புச் சத்தம் கேட்க திடுக்கிட்டு எழுந்தான். அவளும் சிரித்து தலையை மட்டும் உயர்த்தி பக்கவாட்டுச் சுவரைப் பார்த்தாள். மேலே காற்றோட்டத்துக்காக டைமன் வடிவில் வைத்துக் கட்டப்பட்ட சந்துகளுக்கு அப்பால் சிரிப்பொலி அடங்குவதைக் கேட்டான். "லாட்ஜ் பசங்க'' என்றாள்.

இவன் “இவனுங்களுக்கு இதுதான் வேலையா' என்றான்.

“சின்னப் பசங்கதான?'

அவள் எழுந்து டிரஸ் செய்துகொண்டு பாத்ரூம் போனாள். இவன் கட்டில் மூலையில் கசங்கி ஒதுங்கிக் கிடந்த அண்டர்வேரை எடுத்து அணிந்துகொண்டான். அவள் திரும்பி வந்து கதவைத் தாழ்ப்பாள் போட்டாள். “அரைமணி நேரம் ஆயிடுத்து.'

“அரைமணி நேரமா! கால்மணிகூட ஆயிருக்காது' என்றான்.

“நேரம் போறது எப்படித் தெரியும்' என்று சிரித்தாள்.

இவன் “உங்கிட்ட வாச் இல்லியா' என்றான்.

“அடவுல இருக்குது. செயினும் அதுவும். தங்கச்சிக்கு பணம் அனுப்புறதுக்காக வச்சிருக்கேன்.'

இவன் “தங்கச்சி என்னா பண்ணுது' என்றான்.

“காலேஜில படிக்கறா.'

பொய்யாக இருக்குமோ என்று நினைத்துக்கொண்டான். “சரி வந்து படு' என்றான். அவளை அணைத்து “சினிமாவெல்லாம் பார்ப்பியா என்றான். அவள் “ம்' என்றாள்.

“என்னா சினிமா?'

“இங்க ஓடற சினிமா எல்லாம்.'

“மலையாளப் படம்?'

“எப்னா வந்தா பாக்கறது.'

இவன் “எனக்கு மலையாளப் படம்னா ரொம்ப புடிக்கும்'' என்றான். அவள் பதில் சொல்லாமலிருப்பதைக் கண்டு மௌனமாயிருந்தான். பிறகு ஏதாவது ஒரு பாட்டுப் பாடேன் என்றான். அவள் “கள்ளிச் செல்லம்மா'' படத்தில் வரும் பாட்டைப் பாடினாள். இவன் “இது எந்த சினிமாவுல தெரியுமா'' என்றான். அவள் “தெரியாது சும்மா ரேடியோவுல கேட்டது'' என்றாள். பிறகு “உனக்கு யார் படம்னா ரொம்ப பிடிக்கும்' என்றான்.

“அதெல்லாம் ஒண்ணும் கெடையாது. எத வேணா பாப்பேன்.''

இவன் இருபது ரூபாயை நினைத்து'கொண்டான். அவள் நேரமாவுது என்றாள். இவன் “இந்த ஒரு இது மட்டும்'' என்றான்.

“சீக்கிரம்..''

“பாடிய அவுத்துடேன்."

"வேணா அப்பிடியே கெடக்கட்டும்." அவள் கணுக்கால் சதைகளைப் பிடித்து முன்னேறினான். பீர் குடித்திருக்கக்கூடாது என்று சொல்லிக் கொண்டான். அவள் சிரித்தாள். சாகசம் செய்வதாக நினைத்தான். "சீக்கிரம்... ஆவட்டும்" என்றாள்.

இவன் இரைக்கும் மூச்சை சமனப்படுத்திவிடும் பிரயாசையில் ஈடுபட்டான். அவள் "சீக்கிரம் ஆவட்டும். நேரம் ஆவுது" என்றாள். தளர்ந்து விழுந்தான். சோர்வோடு எழுந்தான். அவள் சரியாய் ஒத்துழைக்கவில்லை போல் தோன்ற அவள்மேல் வெறுப்புக் கொண்டான். பளிச்சென்று தெரியும் வெள்ளைப்பாவாடையில் பட்டுப்போன கறைக்காக அவள் ரொம்பவும் குறைப்பட்டுக்கொண்டு எழுந்தாள்.

எல்லாவற்றையும் சரி செய்துகொண்டு புறப்படும் சமயம் அவள் "டீ துட்டு" என்றாள். இவன் நிமிர்ந்து பார்த்தான். கோவில் படிக்கட்டுகளில் கையேந்துவதுபோல் இருப்பதாகச் சொல்லிக் கொண்டான். ஒரு எட்டணா துட்டை எடுத்து அவள் கையிலே வைத்தான். அவள் "இந்தா நீயே வச்சிக்கோ" என்றாள். பிறகு ஒரு ரூபாயை எடுத்துக்கொடுத்து, அவள் நெஞ்சில் செருகிக்கொண்டு மறைவதைப் பார்த்துக்கொண்டு நின்றான்.

பேண்டை மாட்டிக்கொண்டான். அவள் திரும்பி வந்து மேஜையைப் பார்த்து "நீங்க சாப்பிட்டிங்களா" என்றாள். "நீ சாப்டப்போறியா' என்று கேட்டான். அவள் "எனக்கில்ல" என்று கிளாஸிலிருந்த பீரை எடுத்துக்கொண்டு சென்றாள். இவன் தெருவிலே விற்றுப்போன முந்திரிப் பழத்துக்காக அடம்பிடித்த தம்பியை அம்மா ரெண்டு போட்டு வாயை மூடச் சொன்னதான காட்சியை நினைத்துக் கொண்டான்.

லெட்ரினுக்குள் நுழைந்தான். வியாதியிருக்குமோ என்று யோசனை செய்தான். "எங்க போனாலும் யூரின் போயிட்டு ஃபுல்லா ரெண்டு மூனு கிளாஸ் தண்ணீர் குடிச்சிட்டா போதும், ஒன்னும் வராது! முன்னாடியே ரெண்டு பென்சிலின் போட்டுக்னா போதும். செரியா போயிடும்!" என்று நண்பர்கள் பேசியதை நினைத்துக் கொண்டான். நீண்டநேரம் இருந்து சிறுநீர் பெய்தான். லேசாய் எரிச்சல் எடுப்பது போல் தோன்ற பிரமையாயிருக்கும் என்று சொல்லிக் கொண்டான். வெளியேயிருந்த குழாயில் தண்ணீர் குடித்தான். வியர்த்திருந்த முகத்தை அலம்பிக்கொண்டான்.

அறைக்கு வந்து கட்டிலில் குந்தினான். இன்னொரு சிகரெட்டை எடுத்துக் கொளுத்தினான். கறுப்பாயிருந்த வேறு ஒருத்தி உள்ளே நுழைந்தாள். கூடவே அவளைப் போலவே முகத்தோற்றம் கொண்ட அவளைவிட வயதில் மூத்த ஒருத்தியும்

இளைய ஒருத்தியும் நுழைவதைக் கண்டான். பெரியவள் நாற்காலி யிலே குந்தினாள். சின்னவள் இவனை உரசிக்கொண்டு குந்தினாள். நடுவுளவள் சுவர் ஓரமாக நின்றாள். இவன் தயக்கத்தோடு பார்த்தான்.

பெரியவள் "ஏதாவது வேணுமா'' என்றாள்.

இவன் "எதுவும் வேணாம். இப்பதான போட்டேன்'' என்றான்.

"போட்டா என்ன... திரும்பப் போடக் கூடாதா...''

இவன் "வேணா'' என்றான்.

அவள் "என்னா ஒரு மணிநேரம் புக் பண்ணினீங்களா' என்றாள். இவன் "ஆமா!" என்றான். இதுக்குள்ளவா ஒருமணிநேரம் ஆயிடுத்து'' என்றாள்.

"ஏன் ஆயிருக்காதாயென்னா'' என்றான்.

"என்னா ஒரு அரைமணிநேரம் ஆயிருக்கும்'' என்றாள். "பிறகு எவ்வளோ குடுத்தீங்க'' என்றாள்.

"இருபது ரூபா.''

"பொய் சொல்லாதீங்க. இப்பதான் எங்கிட்ட இருவத்தஞ்சி ரூவான்னா...'' என்றாள்.

"நான் ஏன் பொய் சொல்றேன். உண்மைக்கி இருபது ரூபாதான் கொடுத்தேன்'' என்றான்.

"என்னுமோ யார் கண்டது...''

அது சாதாரண குடும்பப் பெண்களின் வார்த்தைகளைப் போலிருப்பதாக நினைத்தான். "நீங்க மூனுபேரும் அக்கா தங்கச்சிங்களா' என்றான். அவள் "ஆமா'' என்றாள்.

"இப்ப ஒருமணிநேரம் புக் பண்ணுங்களேன்'' என்றாள்.

இவன் "ம்.. இப்ப வேணா..." என்றான்.

"பின்ன எப்ப?''

"ஃப்ரண்ஸுங்கெல்லாம் வரேன்னிருக்காங்க, வரட்டும்.''

அவள் "எப்ப வருவாங்க'' என்றாள்.

இவன் "இப்ப வருவாங்க. நாலு மணிக்கே வர்றேன்னாங்க. இன்னும் காணம்'' என்றான்.

அவள்னா ஒண்டி. நாங்கன்னா மூனுபேரு. ஒருமணி நேரம்னா மாத்தி மாத்தி கூடம் இருப்பம் நாங்க. சோர்ந்து போவோம்.. உங்க சாமார்த்தியம். நீங்க எத்தினி வேணா எடுத்துக்கலாம்.

என்னா சொல்றீங்க. அவங்க வர்றதுக்குள்ளே ஒரு மணி நேரம் புக் பண்ணுங்களேன்.''

அவள் என்னமோ மாதிரி கேட்பதாக நினைத்தான். “வேணாங்க... வேணும்னா சொல்லமாட்டேன். ஒரே டயர்டா யிருக்குது. இப்பதான் போட்டது.''

“என்னங்க நீங்க.. உங்களாட்டம் இருக்கறவங்க அஞ்சி ஆற எடுக்கறாங்க ஒரே சமயத்தில... நீங்க என்னானா...' என்றாள். சங்கடமடைந்தான்.

“சின்னவள மட்டுமாவது பாருங்களேன் ஒரு ட்ரெயில். ஏழு ரூபா தான்.''

வெறும் பாவாடை ரவிக்கை மட்டுமே அணிந்த அவளைப் பார்த்து, “இது வயிசுக்கு வந்துடுத்தா..' என்று கேட்டான். அவள் “ம்... இருக்கச் சொல்லட்டும்மா'' என்றாள். இவன் “வேணா அப்பறமா பாப்பம்'' என்றான்.

“அப்பறமா எப்ப.''

“இப்ப ஷோவுக்கு போறேன். பத்துமணிக்கி மேலே பாப்பம்''

“ஃப்ரண்ஸுங்க வர்றதா சொன்னீங்க.''

“ஆமா, ஒரு வேள சினிமா கொட்டாய்க்கி போய்ட்டாங்களோ என்னமோ. போனாதான் தெரியும்...''

“பத்து மணிக்கு மேல் நாங்க இருக்கமாட்டம் நைட்டல போலீஸ் தொந்தரவு.... ஒம்பது மணிக்கெல்லாம் வூட்டுக்குப் போயிடுவோம்' என்றாள். இவன் “வூடு எங்க?'' என்றான். “இங்கதான் முத்தியால்பேட்ட.''

இவன் மேற்கொண்டு எதுவோ கேட்க நினைத்து சோர்வோடு நிறுத்திக்கொண்ட அவளுக்கு மட்டுமே இருபது கொடுத்து விட்டதாக விசனப்பட்டான். முதலிலேயே இவளைச் சந்திக்காமல் போனோமே என்று நினைத்துக் கொண்டான். ஆளுக்குப் பத்தாகப் பகிர்ந்திருக்கலாம் என்று சொல்லிக்கொண்டான். தலையைத் தாழ்த்திக்கொண்டு யோசனையிலாழ்ந்தான்.

அவள் “என்னாங்க'' என்றாள். சின்னவள் இவன் கையைப் பிடித்து இழுத்து தன் மடிக்குள் வைத்து அமுத்தி “வாங்க'' என்றாள். பெரியவள் “ஒரு தடவதான் பாருங்களேன். துட்டு வாங்கிட்டு அவளாட்டமா ஏமாத்திடப்போறம். எப்படியாயிருந்தாலும் அவுட் ஆவற வரிக்கும் இருக்கணமில்ல. நீங்க கூட கொஞ்ச நேரம் வோணும்னா கூடம் எடுத்துக்கோங்க' என்றாள்.

இவன் கைகளை உருவிக்கொண்டான். அவளுடைய முகத்தைப் பார்த்துவிட்டுக் குனிந்தான் “வேணாங்க... நான் அப்பறமா சொல்றேன்....'' என்றான்.

சின்னவள் நிமிர்ந்து நோக்க, இவன் எழுந்து சட்டையை மாட்டிக் கொண்டான். அவள் “அப்ப சினிமாவுக்குப் போறீங்களா” என்றாள். இவன் “ஆமா, போயிட்டு ஒடனே திரும்பிடுவேன்'' என்றான்.

அவள் “நான் ஒருத்தி மட்டும் இருந்தாலும் இருப்பேன்...'' என்றாள்.

இவன் வெளியே வந்து அவர்கள் வெளியே வரக் காத்து நின்றான். இழுத்து கதவைச் சாத்தும் சமயம் மூலையில் விடப்பட்டிருந்த குதி உயர்ந்த செருப்புகளைக் கண்டான். அவளுடையதாய் இருக்கும். நீளமான ஹாலில் நடக்கையில் நாலாவது அறையின் ஒருக்களித்த கதவுகளுக்கு உள்ளே அவள் யாருக்கோ அணைப்புக் கொடுத்துப் படுத்திருப்பதைக் கண்டான். சத்தம் கேட்டு தலையைத் திருப்பிய அவளிடம் “செருப்பு ஞாபகமில்லாம அங்கியே வுட்டுட்டு வந்திட்டியே' என்று சொல்லிவிட்டு நடந்தான். கோடியை அடைந்து பின்னால் திரும்பிப் பாத்தான். பார்வையைத் திருப்பிக் கொண்டு குமாஸதாவை அடைந்தான்.

அவர்களின் கண்களுக்குப் படாத அளவில் தெளிவு கொள்ளும் நோக்கில் சுவர்ப்பக்கமாகப் பின் நகர்ந்து நின்று “மீதி சில்ற இருக்குதா' என்றான். குமாஸ்தா “ஏன் சார் போறீங்களா'' என்றான்.

“இல்ல சினிமாவுக்குப் போறேன். அங்க ஃப்ரண்ட்ஸுங்கள பார்த்தன்னா திரும்பி வருவேன். இல்ல... அப்படியே ஊருக்குப் போயிட்டாலும் போயிடுவேன்'' என்று ரசீதை எடுத்துக் கொடுத்தான்.

“அப்ப ரூம் காலி பண்றீங்களா...''

“இல்ல, எதுக்கும் இருக்கட்டும்... நான் வல்லண்ணா சொல்றேன்.'

“உள்ள உங்களுது ஒன்னும் சாமான் இல்லியே...''

“இல்ல.''

குமாஸ்தா ரசீதை வாங்கிப் பின்னால் எழுதியிருந்ததை அடித்து விட்டு டிராயரைத் திறந்தான். இவன் ரூபாயை வாங்கிக்கொண்டு “வந்தா சொல்லுங்க. வந்து பாத்துட்டு இப்பதான் சினிமாவுக்குப் போயிருக்கார்னு'' என்றான்.

பர்சை ஜேபியில் பத்திரப்படுத்திக்கொண்டு திரும்பினான். எதிரே வந்து நின்ற பையன்களைப் பார்த்தான். பையன் “என்னா சார் கௌம்பீட்டிங்க'' என்றான்.

"இல்ல, ராத்திரிக்கு வந்தாலும் வருவேன்" என்று நடந்தான். நிதானித்து திரும்பி ஆளுக்கு நாலணா எடுத்துக் கொடுத்தான்.

மெல்ல படிகளில் இறங்கி வேகமாக வெளியே வந்தான். ஓடும் சைக்கிள்களும், ரிக்ஷாக்களும், பஜார் சந்தடிகளும் எதிலிருந்தோ விடுபட்டுப் பார்த்தபடி தெருவிலே நடந்தான்.

கர்சீப்பை எடுத்து முகத்தைத் துடைத்துக் கொண்டான். எதிரே தெரிந்த கடையைக் காண வேர்க்கடலை வாங்கித்தின்பதான ஞாபகம் வந்தது. பத்துப் பைசாவை எடுத்துக் கொடுத்தான். கடலையை அளந்து போட்டு கடைக்காரன் பொட்டலத்தை மடிக்க, இருபது ரூபாய்க்கு எத்தனை பொட்டலம் என்று கேட்டுக் கொண்டான்.

ஹோட்டலுக்குப் போய் டிபன் சாப்பிட எண்ணங் கொண்டான். காப்பி மட்டும் குடித்து வெளியே வருகையில் தோல் சுருங்கிய கிழவியொருத்தி "சாமி" என்று கும்பிட்டுக் கையேந்தினாள். பர்சை எடுத்து அவளுக்குச் சில்லறை தடவுகையில் சட்டென்று எதுவோ ஞாபகம் வர மேஜையின்மீது மீதி, சில்லறையை வைத்துவிட்டு வந்ததை நினைத்துக் கொண்டான். வெறுப்புக்குறி தோன்றும் முகத்துடன் பர்சைத் துழாவி கிடைத்த சில்லறையைக் கிழவியின் கைகளில் போட்டான். எதனுள்ளோ திணிக்கப்பட்டிருப்பது போன்ற உணர்வு இவனுள் பாரமாய் அழுத்த இவனுக்கு எங்காவது போய் பலம் கொண்ட மட்டும் வீறிட்டுக் கத்த வேண்டும்போல் ஒரு விருப்பு எழுந்தது.

சன சந்தடி மிகுந்த தெருவில் நடப்பதாய் உணர்ந்து சங்கடமடைய, இவன் திறந்த வெளியைத் தேடி நடக்கத் தொடங்கினான்.

ஆகஸ்ட் 1972

அஃக்

ஊனம்

தூக்கக் கலக்கம். வழக்கத்துக்கு மாறாக விழிப்புக் கண்டதால் கண்களில் லேசாய் எரிச்சல். மனைவி எழுப்பிவிட்டாள். முனகிக் கொண்டே அசிரத்தையுடன் புரண்டேன். ரப்பைகள் கனத்து மீண்டும் மூட முயல்கின்றன. "சே! என்னா இப்பிடி தூங்கறீங்களே... எழுந்திரிங்கன்னா..." அவள் குரலில் பதற்றம் தொனிக்கிறது. சிடுசிடுப்புக் கொள்ளத் திரும்பி அவள் முகத்தை நோக்குகிறேன். அதற்கு அவசியமில்லாமல் போய்விடுகிறது. "அந்தப் புள்ளாண்டான் இல்ல அது தூக்கு போட்டுக்கிச்சாம்..."

போர்வையை விலக்கிக் கொண்டு எழுந்தேன். பெட்ரூம் விளக்கு புகை மண்டி எரிந்து கொண்டிருந்தது. சுற்றிலும் நடுங்கும் ஒளி.

கசங்கிய பாண்ட் சட்டை, சோர்வு குடி கொண்ட முகம், கையில் டிபன் கப்புடன் தலையைக் குனிந்து கொண்டே அவன் வேலைக்குப் போனான். தோல் உரித்த நாரை மாதிரி வெறும் நிக்கருடன் தோட்டத்திலே குளித்தான். கயிற்றிலே தொங்குவதான தோற்றம் காணக் குந்தியிருந்தேன். பல்லைக் கடித்துக்கொண்டு அவன் தன் மனைவியுடன் பேசும் குரல் காதுகளில் ஒலித்தது. எப்போதாவது கொஞ்சம் உணர்ச்சி வசப்பட்டு சத்தம் போட்டால் கூட உடனே தன் பலவீனத்தை உணர்ந்து கொண்ட மாதிரி தன்னைச் சாந்தப்படுத்திக் கொள்ளும் முயற்சியில் பேசினான் அவன்.

"எத்தினி தடவ சொன்னாலும் ஒனக்கு அறிவுன்றதே யில்லையா?"

"ஏன் எங்கனா ஊர் மேலப் போவணம்ன்றீங்களா..."

"போய்க்னு இருக்கறது பத்தாதா..."

"நீங்கதான வெளக்கு புடிச்சீங்க.."

"வெட்டிப் பொதைக்கணம்மே ஒன்னல்லாம்..."

“த, சும்மா கெடங்களேன் அப்பிடி. வெட்டிப் பொதைக்கற மூஞ்சப் பார்த்தா தெரியல, வெட்டி மளக்கற மூஞ்சி...”

கண்களைக் கசக்கி விட்டுக்கொண்டேன். விளக்கு வேகம் கொண்டு எரிவது போல் தோன்றியது. “ஏன் இப்படி எரியுது. கொஞ்சம் சிறுவ அடக்கேன்” என்கிறேன். அவள் அடக்குகிறாள்.

“நெறைய கூட்டம். போய்ப் பாக்கலாம்னா... என்னுமோ ஒரு பயம். அப்பறந்தான் ஒங்கள எழுப்பலாம்னு தோணிச்சு.”

நான் எழுந்தேன்.

“போப் போறீங்களா...”

“பார்த்துட்டு வர்ரேன்...”

“நல்லா விடிஞ்சப்பறம் போங்களேன்...”

அவளுக்குப் பதில் எதுவும் சொல்லாமல் அறையை விட்டு நடைக்கு வந்தேன். சுவருக்கு அப்பால் கும்பலாய்க் கூடி அழுவதான ஒலி நைந்துகொண்டிருந்தது. அறைவழியாக நடையில் நீண்ட வெளிச்சத்தைத் தவிர மற்றபடி எங்கும் இருட்டு. நெஞ்சு கனத்தது.

புருஷன் என்ற அந்தஸ்து வைத்து ஒரு நாளாவது அவனிடம் நடந்து கொண்டிருக்கிறாளா அவள். ஊர் சத்தமெல்லாம் அடங்கிய பிறகும் அவன் உறக்கம் கொள்ளாமல் புரள்வதால் ஏற்படும் அசைவுகள் சன்னமாய்க் கேட்டன.

“சாந்தா... சாந்தா...”

“சீ கைய எடுங்க....”

“அதுக்கில்ல சாந்தா. நான் சொல்றதக் கொஞ்சம் கேக்கறியா...”

“ஒன்னும் வாணாம்.. அப்பால போங்க...”

“இங்க பார். எத்தினி தடவ சொல்றது ஒனக்கு. நீ இந்தமாதிரில்லாம் செய்யறது ஒனக்கே நல்லாயிருக்குதா... வெளில எனக்கு எவ்வளோ அசிங்கமாயிருக்குது தெரியுமா... அவனவன் வாய்க்கு வந்தபடி ஒன்னொன்னும் பேசிக்னு திரியறதும், சாக்கிட்டு சிரிக்கறதும்... எப்படியிருக்கும் எனக்கு. கொஞ்சமாவது நெனச்சிப் பாரேன் நீ. நான் சொல்றபடிதான் கொஞ்சம் நாளைக்கி கேட்டுப் பாப்பம்னு நெனச்சிக்கோயேன். என்னா சொல்ற... உன் காலத்தொட்டுக் கும்பிட்றதா நெனச்சிக்கோ... நாளையிலர்ந்து யார்கிட்டியும் பேச்சி வெச்சிக்கிறதில்லைன்னு மனசுல முடிவு பண்ணிக்கோ... நீ ஒழுங்காயிருந்தா ஒரு பய வாசப்படி ஏறிப் பேசுவானா இங்க. என்னா சொல்ற...”

“இப்ப பேசாம இருக்கீங்களா, இல்ல பாய சுருட்டிக்னு எழுந்து வெளியில் போயிடவா...''

“என்னா சாந்தா, நான் எவ்வளோ இதுவா சொல்றேன். நீ இந்தமாதிரி பேசிறியே... நான் மான ரோஷத்தோட வாழணம்னே நீ நெனைக்கலியா...''

“நீங்க ஒரு இதுவாவும் சொல்ல வேணாம். பேசாமப் படு.''

“பாத்தியா...''

ஷெல்பில் கழற்றி வைத்திருந்த கடியாரத்தை எடுத்துப் பார்த்துக் கொண்டேன். மணி நாலு பத்து.

“வெந்நீர் அடுப்ப பத்த வச்சிடவா, நான் அப்பறமா போய் பார்த்துட்டு வந்து வூடு வாச கழுவிக்கறேன்...''

கண்ணோரம் ஒதுங்கியிருந்த பீளையை விரல்முனையால் துடைத்துக் கொண்டேன். நடையைத் தாண்டி வெளியே வந்தேன். முட்டிக்கால் அளவு சின்ன கட்டைச் சுவரைத் தாண்டினால் அடுத்த வீடு. எதிரே மங்கிய ராந்தல், கழுத்து உயரத்தில் கம்பியில் மாட்டித் தொங்கிக் கொண்டிருந்தது. கம்மலாக எரிந்து அழுதது. நேற்றிரவு நடந்ததை ஞாபகம் செய்துகொண்டேன்.

“உன்ன செருப்பாலியே அடிக்கறேன். தேவடியாமுண்ட...''

“கெனவா...''

“பாரேன் இப்ப..''

அவன் சீற்றம் கொள்ளக் கத்தியதைத் தொடர்ந்து அவள் சிரித்தச் சப்தம் கேட்டது.

“அடிப்பாவி, கொஞ்சங்கூட ஈவு எரக்கம்ன்றதே கெடையாதா ஒனக்கு. என்னடா நாலு பேர் என்னா நெனைப்பாங்கன்னு நெனச்சிப் பாக்கிறியா நீ!''

“எந்தக் கழுதன்னா எதுனா நெனச்சிப் போவட்டுமே... எனக்கென்னா அதப் பத்தி...''

“பின்ன எதுக்காக அவனப் போயி காசி கேட்ட?''

“நான் கேட்டேன். அது என் இஷ்டம். நான் யார வேணும்னாலும் எது வேணும்னாலும் கேப்பேன். ஒங்களுக்கென்னா அதப் பத்தி...''

“மனுஷன இப்படியே கொஞ்சம் கொஞ்சமா சித்ரவத பண்ணியே சாவடிச்சிடலாம்னு நெனைச்சிக்னு இருக்கற நீ இல்ல..'

“நீங்க சாவ அடிக்கறத வுடவா...''

"தாயே... ஒன்ன கையெடுத்துக் கும்புடறேன். தயவு செஞ்சி கத்தாத..."

"நான் கத்துவேன்..." அவள் பெரிய குரலில் வேண்டும் என்றே கத்தியதாகத் தோன்றியது. அவன் ரொம்பத் தாழ்ந்து இறங்கினான்.

"சாந்தா, பக்கத்துல இருக்கறவங்க எல்லாம் என்னா நெனைப்பாங்க நெனைச்சிப் பாரு..."

"ஏன் வெக்கமாயிருக்குதா..."

"ஒன்ன ஒரு பொண்ணுன்னு வச்சிப் படச்சான் பாரு... ஒன்னு செய்யேன் நீ! பேசாம போடற சோத்துல கொஞ்சம் வெஷத்தக் கலந்து குடுத்து சாவடிச்சிடேன்."

"நீங்க சாவறத வேணாம்னு இங்க யாருன்னா வந்து கையப் புடிச்சிறாங்களா... இருந்துதான் என்னாகிழியப் போவுது இங்க..."

கதவுகள் பரக்கத் திறந்து கிடக்கின்றன. தலையில் ராந்தல் இடித்துக் கொள்ளாமல் நடந்து உள்ளே நுழைகிறேன். தரையில் அவனைச் சுற்றிலும் அக்கம்பக்கத்துக் குடியிருப்புப் பெண்கள் விழுந்து அழுது கொண்டிருந்தார்கள். இங்குமங்குமாக அவனோடு கம்பெனியில வேலை செய்கிற சில வாலிபர்கள். ஸ்டூல் மேலிருந்து பரவிய வெளிச்சம் எல்லார் முகங்களிலும் மங்கி அப்பியிருக்கிறது. கலக்கத்துடன் நிற்கிறேன். கண்கள் ஏனோ அவள் தோற்றம் கொள்ளத் தேடின.

அசாதாரண அழகு அவள். சாதாரணமாய் நேருக்கு நேர் துணிச்சலாய்ப் பார்க்கத் தோன்றும் அழகு அல்ல அது. அவளறியாத சமயம் பார்க்கத் தூண்டும். பார்க்கும்போது தலை கவிழச் செய்யும். அவளைப் பொறுத்தவரைக்கும் அவன் வீட்டிலிருந்தாலும் வெளியிலிருந்தாலும் அவளுக்கு ஒன்றுதான். எப்பவும் பண்ணிக் கொள்ளும் எளிமையான அலங்காரத்தோடு தெருப்பக்கம் வந்து நிற்பாள். அவனோடு வேலை செய்கிறவர்கள் தெருவே போகும்போது இவளாகப் பார்த்துச் சிரிப்பாள். வலுக்கட்டாயமாகக் கூப்பிட்டுப் பேசுவாள்.

அன்று ஷேக் செய்யப்படாத வியர்வை கசியும் முகத்தோற்றமுடைய ஒருவனை அழைத்தாள். "இப்படியே வந்துட்டுப் போங்களேன்..." அவன் தயக்கத்துடன் வந்தான்.

"ஏன் அங்கியே நிக்கறீங்க. சும்மா படியேறி மேல வாங்க."

"இருக்கட்டும் சொல்லுங்க.."

"என்னா இந்தப் பக்கமே வரமாட்டன்றீங்க..."

“வராமயென்னா.... கொஞ்சம் வேல...”

“என்னா வேல...”

அவனிடமிருந்து பதில் வரவில்லை.

“ஏன் பயமாயிருக்குதா...”

“அதெல்லாம் ஒன்னுமில்ல...”

“பின்ன...”

அவன் மௌனமாயிருந்தான்.

“அதான் எங்க காணமேன்னு கேக்கறதுக்காகத்தான் கூப்டேன். போயிட்டு வாங்க...”

வெளியே அவனைப் போகவிட்டுப் பின்னால் சிரித்துக் கொண்டாள்.

தோட்டப்பக்கம் நின்றிருந்தாள் ஒரு சமயம். வேறு ஒருவன் அந்த வழியாகப் போனான். இவள் கூப்பிட்டாள். திகைப்புக் கொள்ள திரும்பியவன் சிக்கலுக்காட்பட்டவனாக வந்தான்.

“என்னா தோட்டத்தால போறீங்க..”

“இல்ல இப்படியே குறுக்கு வழியா வந்துட்டேன்...”

“அன்னைக்கி ராத்திரி வரச் சொன்னனே ஏன் வரல்ல..”

“கொஞ்சம் வேல இருந்துதுங்க. கொழந்தைக்கு ஒடம்பு சரியில்ல...”

“சரியான ஆளு நீங்க. வருவீங்க வருவீங்கன்னு எவ்வளவு நேரம் வாசப்படியிலேயே ஒக்காந்து காத்துக்னுருந்தேன் தெரியுமா...”

அவன் சங்கடத்துடன் நின்றான்.

“நிக்கறீங்களே உள்ள வாங்களேன்...”

“அவரு இல்லியாவூட்ல...”

“ஏன் இருந்தா வரமாட்டீங்களா...”

“இல்ல சும்மா கேட்டேன். கொஞ்சம் வேல இருக்குது வரட்டுங்களா..”

“ஆமா மின்ன காசு கேட்டேனே எங்க? அஞ்சு ரூபா மறந்துட்டீங்களா..”

“இல்லீங்க, இப்ப கையில் ஒன்னும் இல்ல. அப்பறம் எங்கனா பாத்து வாங்கியாந்து தாறனே...”

“வாணாம் போங்க...”

நானும் ஒரு தரம் இந்தமாதிரி சங்கடத்துக்குள்ளானதை நினைத்துக் கொண்டேன். சாயங்காலம் தேய்ந்து இருள் கவ்வும் சமயம். தெரு விளக்குகள் போட்டு விட்டிருந்தார்கள். சில வீட்டு மாடங்களில் விளக்கு எரிந்தது. முற்றத்தில் ஈசிசேர் எடுத்துப்போட்டு சாய்ந்து கட்டைச் சுவரில் கால்களை நீட்டி யிருந்தேன். தெருப்பக்கம் தூணில் சாய்ந்து நின்று கொண்டிருந்தாள் அவள். என் முதுகுப்புறம் இருந்தது அவள் பார்வை.

"என்ன சார், உங்க வூட்டம்மா இல்லியா..."

பதில் சொல்வதா வேண்டாமா என்று யோசித்துக் கொண்டிருந்தேன்.

"என்னா சார் உங்களதான். தூங்கறீங்களா..."

"என்னா கேட்டீங்க..."

"தூங்கறீங்களா..."

"இல்ல சும்மா கண்ண மூடிக்னு..."

"ஒரே புழுக்கமா இல்ல..."

"ஆமா!"

"நீங்கல்லாம் ஆம்பளைங்க. புழுக்கமாயிருந்தா வேஷ்டி சொக்கல்லாம் கயிட்டிப் போட்டுட்டு வெறும் நிக்கரோடகூட கெடந்துடுவீங்க. எங்களச் சொல்லுங்க நாங்க அப்பிடி கெடக்க முடியுமா...?"

நான் பேசாமல் இருந்தேன்.

"நீங்க எப்பியாவுது என்ன கெனவுல கண்டிருக்கிறீங்களா..."

இது என்ன கேள்வி... "ஏன்?'

"இல்ல நேத்து ராத்திரி நான் ஒங்களப் பத்தி ஒரு கனவு கண்டேன்...."

"என்னான்னு..."

"ஒங்கள நான் வச்சிக்னு இருக்கற மாதிரி...."

தூக்கிவாரிப் போட்டது. எனக்கு. 'பேசாம உள்ள போங்க. என்னா பேச்சு இதெல்லாம்..."

"உண்மைய சொன்னா கொமுட்டுதா, ஒங்களுக்கு எம் மேல ஆசையில்லன்னு சொல்லுங்க பாப்பம். நான் வந்தா வாணாம்னிடுவீங்களா..."

தலையைப் பிய்த்துக்கொண்டு எழுந்தேன். எப்படியாவது நழுவி உள்ளே மறைந்து விட வேண்டும் போலிருந்தது. அவன் வரக் காண பேசாமல் குந்தியிருந்தேன். உள்ளே நுழைந்த அவன் அவளை சாப்பாடு போட அழைத்தான்.

“அதுக்குள்ள என்னா அவசரம். இருங்க. பேசிக்குனு இருக்கும் போது கூப்டுக்குனு...”

ரெண்டு மூனு முறை கூப்பிட்டுப் பார்த்தான்.

“இப்ப நீ வாரியா இல்லியா...”

“வர முடியாது. அவசரமாயிருந்தா போய் எடுத்துப் போட்டுக்னு கொட்டிக்கோங்க....”

“எனக்குக் கலவரமாகப் போய்விட்டது. கொஞ்சம் கழித்து பக்குவமாய் அவளுக்குச் சொன்னேன்.

“ஏன் இப்படியெல்லாம் பண்றீங்க. கூப்புட்றாரே போய் போடுங்களேன்...”

“ஏன் உங்களுக்கென்னா பயமாருக்குதா...?”

“இல்ல, இதெல்லாம் என்னா நல்லாவா இருக்குது...”

“நீங்க வேற. மெய்யாலும் அவருக்குப் பசின்றீங்களா... உங்க கூட பேசிக்னிருக்கிது புடிக்கல. அதான்!”

“படேல்’ என்று சத்தம் கேட்க கதவை உள்ளிருந்தபடியே அறைந்து சாத்தினான் அவன்.

“வாடக வூடு, பாத்து சாத்துங்க. வூட்டுக்காரர் பாத்தா சும்மா விட மாட்டாங்க...”

அழுதுகொண்டிருந்த கும்பல் கொஞ்சம் ஓய்ந்து விலகியது. மூக்கை, கண்ணை முந்தானையால் துடைத்துக் கொண்டு சுற்றும் முற்றும் நிற்பவர்களைப் பார்த்தது. எட்டிப் பார்த்தேன். நடுவே கோரைப்பாயில் கிடத்தி வைத்திருந்தார்கள் அவனை. கழுத்திலே தாம்புக் கயிற்றின் வடு. வாய் பிளந்து கிடந்தது. பற்கள் விகாரமாய் மேல்புறம் தூக்கிக்கொண்டிருந்தன. பிதுங்கி வெளிறிய கண்கள். பாதி ரப்பை திறந்து நிலைகுத்தியிருந்தது. மூக்கு உப்பி விரிந்து மேலுதட்டிலெல்லாம் சளி ஒழுகி பார்க்கவே கோரமாய் கிடந்தது பிணம்.

இந்தப் பக்கமும் அந்தப் பக்கமுமாக நின்றிருந்தவர்கள் ஏதோ கசமுசத்துக் கொண்டார்கள். கும்பலில் அவளைக் காணோம். நெரிசலில் எதுவும் தெரியவில்லை. கழுத்தைத் திருப்பிக் கண்களை ஓட்டினேன். எரிச்சலுடன் எங்காவது குந்திக்கொண்டிருப்பாள் அல்லது எதையுமே அலட்சியம் செய்துகொள்ளாத நோக்கில் அவள்

பாட்டுக்கு எங்காவது ஒதுங்கியிருப்பாள் என்று எதிர்பார்த்தேன். எனக்கு வியப்பு மேலிட்டது. என்னால் நம்ப முடியவில்லை. அவளா இது. இப்படி இடிந்து போய் உணர்ச்சியே செத்து...

மரப்பெட்டியோரம் சுவரில் சாய்ந்து கிடந்தாள் அவள். தலையைப் பின்புறம் சாய்ந்து சுவரில் முட்ட அண்ணாந்தவாக்கில் மோட்டுவளையைப் பார்த்துக்கொண்டிருந்தாள். சத்தம் போடவோ விம்மவோ விருப்புக் கொள்ளாதவளைப் போலச் சலனமற்று விழிகளை வெறித்துக் கிடந்தாள். ஈரம் வற்றிக் காய்ந்த கண்கள் விளக்கொளியில் பளபளத்தன. சாயங்காலம் பூசிய பவுடரும் மையும் கலைந்து அழிந்து கிடந்தது. கசங்கிய தலை மயிர்கூட பம்பி காதோரங்களில் தொங்க கைகளால் கன்னத்தைத் தாங்கியிருந்தாள். எந்தவித உணர்ச்சி பாவமுமில்லாமல் எல்லாம் வெறுமை கொண்ட மாதிரி முகத்தில் ஒரு வறட்சி தென்பட்டது. பூராவும் பார்க்க முடியாதபடி லேசாய் திட்டுத் திட்டாய் இருட்டு போட்டுக் காட்டியது. குறுக்காய் நகர்ந்து நடந்த எவனோ ஒருவனின் முழங்கால்களுக்குக் கீழே அவள் முகம் அநேகமாய் மறைய இருந்தது.

யோசனையோடே கதவில் சாய்ந்து நின்றேன். எல்லாரும் அவளை வெறுப்புடன் நோக்குவதாக எனக்குத் தோன்றியது. எனக்கு மட்டும் ஏனோ மனசு கரைந்து வதைந்தது. மெல்லத் தலையைத் தாழ்த்திக் கொண்டேன். செய்ய எதுவும் தோன்றாதவனாகச் சிறிது வெளியே வந்தேன்.

“பார்த்தீர்களா’ என்றாள் கட்டைச்சுவருக்கு அப்பால் நின்றிருந்த மனைவி. “என்னா இப்பிடியே வர்றீங்க. போய் அப்பிடியே தோட்டத்தால வாங்க. தல முழுவ வேணா...’’

1972

*

பக்தி மார்க்கம்

"ஆகவே தோழர்களே இன்றைய காலகட்டத்தில், இப்போதுள்ள யதார்த்த நிலைமைகளைக் கணக்கில் எடுத்துக்கொண்டு எல்லாவற்றையும் ஒட்டுமொத்தமாகப் பரிசீலனை செய்து, ஐந்தும் ஐந்தும் ஒன்பது என்கிற, ஒரு சரியான, தெளிவான அரசியல் நிலைப்பாட்டிற்கு, நமது கட்சி வந்துள்ளது. ஆகவே வரக்கூடிய கால கட்டங்களில் நடைபெற இருக்கிற.. தேர்தலில்..."

சுற்றிலும் செங்கல் சுவர் வைத்து மேலே ரயில் ஓடு பாவியிருந்த, ஒரு சிறிய கூடம் போன்ற காற்றோட்டமில்லாத வெப்பமான அறையில் வட்டப் பேரவைக் கூட்டம் நடந்துகொண்டிருந்தது. சுமார் ஒரு முப்பது பேர் கூடியிருந்த அந்தக் கூட்டத்தில் இடைக் கமிட்டித் தோழர் தன் அரசியல் ரிப்போர்ட்டை நிகழ்த்திக் கொண்டிருந்தார். ஒன்பது மணிக்கு என்று போட்டிருந்த பேரவை, தோழர்கள் அலுத்து சோர்ந்து களைத்திருந்த சமயம், நல்ல வெய்யில் ஏறிய உச்சிப்பொழுதில் சரியாக பன்னிரண்டு மணிக்கு ஆரம்பமாகியது. கூடியிருந்தவர்கள் அனைவரும் சப்பளமிட்டோ அல்லது மட்டி போட்டோ சௌகர்யம் போல் அமர்ந்து தலைவரது ரிப்போர்ட்டைக் கேட்டுக் கொண்டிருந்தார்கள். அதாவது தலைவரது ரிப்போர்ட்டையே அக்கறையோடு கேட்பது போலவோ அல்லது இப்படிப்பட்ட பாவனையில் முகத்தை வைத்துக் குந்தியிருப்பது தான் சரியான ஒரு கட்சி ஊழியனின் கடமை என்பது போலவோ தோற்றத்தில் ஒரு பொறுப்பு குடிகொள்ள உட்கார்ந்து கையிலிருந்த குறிப்பு நோட்டால் அவ்வப்போது புழுக்கம் தாளாமல் விசிறிக் கொண்டிருந்தார்கள்.

நீண்ட நேரமாகவே இந்த ரிப்போர்ட் எப்போதடா முடியும் என்று நெளிந்துகொண்டிருந்த இவனுக்கு இந்த முடிவைக் கேட்க திகைப்பாயிருந்தது. என்ன.. ஐந்தும் ஐந்தும் ஒன்பதா... அப்படி ஒரு அரசியல் நிலைப்பாடா.... அதுவும் யதார்த்த நிலைமைகளைக் கணக்கில் எடுத்துக்கொண்டு ஒட்டுமொத்தமாக பரிசீலனை செய்து, தெளிவாக எடுத்த முடிவா... என்ன இது...? என்று குழம்பிக் கொண்டிருந்தான்.

கட்சி, போன முறையும் இதே மாதிரிதான் ஒரு அரசியல் நிலைப்பாட்டை எடுத்திருந்தது. ஆனால் அப்போது 'ஐந்தும் ஐந்தும் பதினொன்று' என்கிற முடிவை எடுத்திருந்தது. அந்த முடிவை அறிவிக்கப்பட்ட பேரவைக்கு இவனால் போக முடியவில்லை. இவன் சம்பந்தப்பட்ட வேறு ஏதோ சங்க வேலைகள் அந்தத் தேதியில் குறுக்கிட்டதால் கலந்துகொள்ள முடியாமல் விட்டுவிட்டான். சக தோழர்கள்தான் அந்த முடிவைக் கேட்டுக்கொண்டு வந்து சொன்னார்கள். அந்த முடிவைக் கேட்க இவன் மிகவும் அதிர்ச்சியடைந்தான். 'இப்படி ஒரு முடிவா... எப்படி எடுத்தார்கள் இந்த மாதிரி ஒரு முடிவை... யார் எடுத்தது. எப்படி இதை எல்லாரும் ஏற்றுக்கொண்டு சும்மா வந்தார்கள்...' என்று மாய்ந்து மாய்ந்து பொருமிக் கேட்டுக் கொண்டிருந்தான்.

தோழர்கள் ஒவ்வொருவரிடமும் கைகளை நீட்டி நீட்டிக் காட்டி "பாருங்க தோழர்.. ஐந்தும் ஐந்தும் பத்துதானே வரும். பதினொன்னு எப்படி வரும்...' என்று விரல்களை ஒவ்வொன்றாக விட்டு எண்ணி எண்ணிக் காட்டிக்கொண்டிருந்தான்.

சகதோழர்கள் எல்லாரும் "நீங்கள் சொல்றது சரிதான் தோழி... ஆனால் கட்சி இப்படி ஒரு முடிவு எடுக்குதுன்னா... காரணம் இல்லாமலா இருக்கும்... அவங்களுக்குத் தெரியாததா... இன்னைக்கி உள்ள இன்டர்நேஷனல் சிட்சிவேஷன்ல எந்த மாதிரி முடிவு எடுத்தா கட்சி வளர்ச்சிக்கு உதவிகரமா யிருக்கும்னு நமக்கு என்னா தெரியும். தலைமை பாத்து முடிவு பண்ணுதுன்னா சும்மாவாபண்ணும்...' என்று இவனுக்கு சமாதானம் சொன்னார்கள்.

ஆனால் இப்படிச் சொன்ன யாராலும் அந்த முடிவுக்கான விளக்கத்தைக் கொடுக்க முடியவில்லை. எப்படி எப்படியோ யோசித்துப் பார்த்தும் இவனாலும் அதற்கான காரணத்தை விளக்கிக் கொள்ள முடியவில்லை. என்றாலும் அப்போதைக்கு அதைப் பற்றி விவாதிக்கப் போதிய கால அவகாசம் இல்லை என்பதால், கட்சி முடிவுக்குக் கட்டுப்படுவது என்கிற கோட்பாட்டில் நின்று அந்த முடிவை ஏற்றுக் கொண்டான்.

கட்சிக் கட்டுப்பாடு கருதி அந்த முடிவை ஏற்றுக்கொண்டது அப்போதைக்கு ஒன்றும் சிரமமாகப் படவில்லை. ஆனால் அந்த முடிவின் கீழ் நின்று வெளியே போய் வேலை செய்ய ஆரம்பிக்கும் போதுதான் இவனுக்கு அதன் சிக்கல் தெரிந்தது. அந்த முடிவின் கீழ் செயல்படுவது இவனுக்கு பல வகையிலும் சங்கடத்தை ஏற்படுத்தியது. "என்ன சார் இது. உங்க கட்சியப் பத்தி எவ்வளவோ பெருமையா நெனச்சிக்னு இருந்தோம். அந்தக் கட்சியில் போய் இப்பிடி ஒரு முடிவு எடுத்திருக்காங்கன்றீங்க...' "இருக்கிற கட்சில உங்க கட்சிதான் தேவலாம்னு பாத்தோம். அதுவும் இந்தமாதிரி ஆயிடுத்தா..' "உங்க கட்சி சின்னக் கட்சின்னாலும் நேர்மையான கட்சின்னு பாத்தம். அதுக்குப் பதவி ஆச வந்துட்டாப் போலருக்குது.' என்று பலரும் பலவிதமாக கேள்விகள் கேட்க இவனால் எதற்கும் சரியாகப் பதில் சொல்ல முடியாமல், மனசாட்சிக்கு விரோதமாக ஏதேதோ காரணங்களைச் சொல்லி, கட்சி நிலைப்பாட்டுக்கு சப்பைக்கட்டு கட்ட வேண்டியதாயிருந்தது. "என்ன முடிவோ கண்றாவி முடிவு... நம்ப கட்சி போயி இந்தமாதிரில்லாம் ஒரு முடிவு எடுத்துக்னு..'' என்று மனசுக்குள் சபித்தபடியே, கட்சி முடிவை அமல்படுத்திக் கொண்டிருந்தான்.

அப்போது ஏற்பட்ட ரணமே இன்னும் சரியாக ஆறி யிருக்கவில்லை. அதற்குள் மீண்டும் அதே மாதிரியான ஒரு முடிவா... "எதற்கு எடுக்கிறார்கள் இந்தமாதிரியெல்லாம் முடிவு..'' அவ்வப்போது அசௌகர்யமடைந்தான். இவனைப் போல் இன்னும் யாராவது ஆத்திரமடைகிறார்களா... இந்த முடிவை ஒப்பாமல் முகம் சுளிக்கிறார்களா என்று அறிய இவனுக்கு ஆவலாயிருந்தது. சுற்றும் முற்றும் பார்த்தான்.

ஆனால் தன் சக தோழர்கள் உட்பட யாரும் முன்னிருந்த தோற்றத்துக்கு சற்றும் மாற்றம் இல்லாத வகையில் கட்சி இப்படித்தான் ஒரு முடிவை எடுக்கும் என்பது ஏற்கெனவே தங்களுக்குத் தெரியும் என்பது போலவோ.... அல்லது இந்த மாதிரி ஒரு முடிவையே எதிர்பார்த்து அதைத் தெரிந்துகொண்டு போக வந்திருப்பது போலவோ இதெல்லாம் கட்சியில் சகஜம், இதற்கெல்லாம் சம்மதப்பட்டுத்தானே கட்சிக்கு வந்திருக்கிறோம் என்று பழக்கதோஷத்துக்கு ஆட்பட்டவர்கள் போலவோ முகத்தில் எந்த வகையான சலனமும் இல்லாமல் எப்பவும் போலவே வரையப்பட்ட சித்திரங்களாய் உட்கார்ந்திருந்தார்கள்.

அந்தக் கோலத்தைக் காண இவனுக்கு கஷ்டமாயிருந்தது. "என்ன இது... ஏன் இப்படி யாரும் எந்த சொரணையுமே இல்லாமல் உட்கார்ந்திருக்கிறார்கள். என்னதான் கட்சி என்றாலும் சொந்த சிந்தனை கூடவா சுத்தமாய் ஒன்றுமில்லாமல் மரத்துப்

போய்விடும்..." என்று வருத்தப்பட்டுக் கொண்டிருந்தான். கூடவே "இவர்கள் இப்படி இருப்பதனால்தான் தலைமை தன் சௌகர்யத்துக்கும் கண்டபடி முடிவுகளை எடுத்துக் கொண்டிருக்கிறது... இவர்கள் இந்த முடிவை எப்படி ஏற்றுக்கொண்டாலும் சரி தன்னால் இதை ஏற்றுக்கொள்ள முடியாது. இப்படியே விட்டுக்கொண்டு போகப்போகத்தான் கட்சி உருப்படாமல் போய்க் கொண்டிருக்கிறது. இன்றைக்கு இதை எப்படியும் கேட்டு வைத்து விடவேண்டும் சும்மாவிடக் கூடாது" என்றும் கருதிக் கொண்டான்.

இடைக் கமிட்டித் தோழர் ஒருவாறு தன் ரிப்போர்ட்டை முடித்து ஒரு பெரிய கட்சிக் கடமையை வெற்றிகரமாக நிறைவேற்றியவர் போல் ஆயாசத்தில் கைத்துண்டால் முகத்தைத் துடைத்தபடியே நாற்காலியில் உட்கார்ந்தார். தோழர்கள் எல்லாரும் ஏதோ ஒரு பெரிய இக்கட்டான சூழலில் இருந்து விடுபட்டவர்கள்போல் முகத்தில் புத்துணர்ச்சி தோன்ற தங்களை ஆசுவாசப்படுத்திக் கொண்டார்கள். இடைக்கமிட்டித் தோழரையே பார்த்துக்கொண்டிருந்த இவன் கொஞ்ச அவகாசத்துக்குப் பிறகு மெல்ல எழுந்தான். "தோழர் ஒரு சந்தேகம்."

இடைக்கமிட்டித் தோழர் இவனை ஒரு மாதிரியாகப் பார்த்தார். பார்வையே 'இந்த ரிப்போர்ட்டில் போய் என்ன சந்தேகம்' என்பதாகவோ அல்லது 'ஒரு கட்சிக்காரனுக்குப் போய் இதில் சந்தேகமெல்லாம் வரலாமா...' என்பது போலவோ இருந்தது.

இவன் அவர் முகத்தையே பார்த்துக்கொண்டு நின்றான். 'கேக்கலாமில்ல தோழர்...'

இடைக்கமிட்டித் தோழர் தன் பார்வையின் பொருளை இவன் புரிந்துகொண்டு விட்டான் என்பதை உணர்ந்தவராகத் தன்னைச் சமாளித்து சற்று இயல்பாக்கிக் கொண்டு "கேளுங்க தோழர்" என்றார். "சந்தேகம்னு சொல்லிட்டு அப்றம் கேக்கலாமான்னா எப்பிடி தோழர். கேளுங்க..." என்று இவன் முகத்தையே பார்த்துக் கொண்டிருந்தார்.

"உங்க ரிப்போர்ட்ல அஞ்சும் அஞ்சும்..." என்று இவன் தன் சந்தேகத்தை ஆரம்பிப்பதற்குள்ளாகவே இடைக் கமிட்டித் தோழர் குறுக்கிட்டார்.

"இது என் ரிப்போர்ட் இல்ல தோழர். கட்சியினுடைய தலைமைக் கமிட்டியிலேர்ந்து வந்த ரிப்போர்ட்..."

ஆரம்பிக்கும்போதே இப்படி ஒரு குறுக்கீடு வரும் என்று இவன் நினைத்திருக்கவில்லை. கொஞ்சம் தயங்கி நின்றான்.

"கட்சித் தலைமையில் இருந்து வந்த ரிப்போர்ட்டுதான் தோழர்... இருந்தாலும் அத நீங்க தான பண்ணீங்கன்றது வச்சி... உங்க ரிப்போர்ட்லன்னு சொன்னேன்... அது ஒரு தப்பா..."

"தப்பு இல்ல தோழர். ஆனா நம்பள மாதிரி கட்சித் தோழர்களுங்கெல்லாம் இந்த மாதிரி அண்டர்ஸ்டாண்டிங் இருக்கக் கூடாது. அதுக்காக சொல்றேன். இந்த ரிப்போர்ட் நான்தான் செய்தேன். ஆனா அது என்னுடைய பர்சனல் ரிப்போர்ட் இல்ல. கட்சியினுடைய ரிப்போர்ட். கட்சித்தலைமை யினுடைய ரிப்போர்ட். கட்சி சார்புல, கட்சித் தலைமையின் சார்புல அதப் பண்றேன். அதப் போயி நீங்க என்னுடைய ரிப்போர்ட்டுன்னு சொன்னா அது எப்பிடி...? அதனால தான் உங்க அண்டர்ஸ்டாண்டிங்கே சரியில்லைன்னு சொல்றேன். இனிமே என்னுடைய ரிப்போர்ட்டுன்னு சொல்லாதீங்க... கட்சி யினுடைய ரிப்போர்ட்டுன்னு சொல்லுங்க... உக்காருங்க..."

இந்த இடக்கான விமர்சனத்தால் இவன் முகம் லேசாய் சுண்டினாலும், பொதுவாக எந்தப் பிரச்னையையும் நாக்கு சாதுர்யத்தாலேயே வெல்ல முயலும் தலைமையின் போக்கை நினைத்து மெல்ல சிரித்துக்கொண்டான். "சரி தோழர்... ஆனா நான் இன்னும் என் சந்தேகத்தையே ஆரம்பிக்கல. அதுக்குள்ள உக்காரச் சொல்றீங்க..."

இடைக்கமிட்டித் தோழர் இவனை நிமிர்ந்து பார்த்தார்.

"என்னா சந்தேகம்... உங்க சந்தேகம் இந்த ரிப்போர்ட்டப் பத்தின்னுதான் எதுவோ ஆரம்பிச்சீங்க, அதான் இது என்னுடைய ரிப்போர்ட் இல்ல. கட்சியினுடைய ரிப்போர்ட்டுன்னு சொல்லியாச்சே... அப்பறம் என்னா இதுல சந்தேகம்..."

"அது இல்லிங்க தோழர்... நான் கேக்க வந்த விஷயமே வேற."

"என்னா...?"

"இப்ப நீங்க உங்க வாயால சொன்ன கட்சியினுடைய ரிப்போர்ட்ல அஞ்சும் அஞ்சும் ஒம்பதுன்னு ஒரு சரியான நிலைப்பாட்டுக்கு கட்சி வந்துருக்கறதா சொன்னீங்க இல்ல... அது எப்பிடீன்னுதான் எனக்குப் புரியல. அஞ்சும் அஞ்சும் பத்து தான வரும்...!"

இதைக் கேட்ட இடைக் கமிட்டித் தோழரின் முகம் மாறியது. இவனை ஏற இறங்க பார்த்தார். "அஞ்சும் அஞ்சும் பத்துதான் வரும்ன்றது கட்சிக்குத் தெரியாதுன்றீங்களா... கட்சி ஒரு பிரத்யேக நெலைமையில் ஒரு முடிவு எடுத்து ஒன்பதுன்னு சொன்னா...

அது ஏன் அப்பிடி சொல்லுதுன்னு புரிஞ்சிக்கறத வுட்டுட்டு, கட்சி நிலைப்பாட்டுக்கு விரோதமா அஞ்சும் அஞ்சும் பத்துதான் வரும்னு எதிர்க்கேள்வி போட்டா எப்பிடி...''

இடைக்கமிட்டித் தோழர் எடுத்த எடுப்பிலேயே இந்தப் பாணத்தைத் தொடுப்பார் என்று இவன் எதிர்பார்க்கவில்லை. பெரும்பாலும் இது போன்ற பாணங்கள் வாதத்தின் கடைசி கட்டத்தில்தான் வரும். இன்று இது ஆரம்பத்திலேயே தொடுக்கப்பட்டதைக் காண இவனுக்கு லேசாய் எரிச்சல் மூண்டது.

“நான் சந்தேகம் கேக்கறது கட்சி நிலைப்பாட்ட புரிஞ்சிக்கறதுக்கு தான் தோழர். அத வுட்டுட்டு நீங்களா ஏன் கட்சி நிலைப்பாட்டுக்கு விரோதம். அது இதுன்னு இல்லாததையெல்லாம் பேசறீங்க...''

“நான் ஒன்னும் இல்லாததையெல்லாம் பேசல தோழர். நீங்க கேள்வி கேக்கற விதம் அப்படியிருந்தது. அதைத்தான் சொல்றேன்...''

“எப்படியிருக்குது...''

“கட்சியினுடைய நிலைப்பாட்டுல நின்னு எதையுமே பாக்காம... வேற ஒரு நிலைப்பாட்டுல நின்னு கட்சியப் பாக்கறீங்களே... அதுதான் சரியில்லன்னு சொல்றேன்....''

“நீங்கள் சொல்றது எனக்குப் புரியல தோழர். என்னா அப்படி நான் வேற ஒரு நிலைப்பாட்டுல நின்னு கட்சியப் பாத்துட்டேன். என் சந்தேகம்தான் கேட்டேன்.''

“சந்தேகம் கேக்கறதுலியே மொறை இருக்குது தோழர். அஞ்சும் அஞ்சும் ஒன்பதுன்னா.. எப்படி ஒன்பதுன்னு கேளுங்க. அது சரி. ஆனா பத்துதான வரும்னா... என்னா அர்த்தம். அஞ்சும் அஞ்சும் பத்துன்றது ஒரு நிலைப்பாடு. அந்த நிலைப்பாட்டுல நின்னு நீங்க கட்சியப் பாக்கறீங்க... அதோட இந்த நிலைப்பாட்டப் பத்தி கட்சிக்கு எதுவும் தெரியாதுன்னு நெனைக்கறீங்க... கேள்வியே இப்படிக் கேட்டா எப்பிடி தோழர்... கட்சியப் பொறுத்தவரைக்கும் கட்சிக்கு எல்லா நிலைப்பாடும் தெரியும். அஞ்சும் அஞ்சும் பத்துன்றதெல்லாம் ஒன்னும் கட்சிக்குத் தெரியாததில்ல.. ஆனா இருக்கற சூழ்நிலையில் எந்தமாதிரி நிலைப்பாடு எடுத்தா கட்சி வளர்ச்சிக்கு உதவிகரமா இருக்கும்னு ஒட்டுமொத்தமா பரிசீலன பண்ணிதான் கட்சி எந்த ஒரு முடிவையும் எடுக்கும். அத மொதல்ல மனசுல வைய்ங்க. அத வுட்டுட்டு வேற மாதிரில்லாம் கேள்வி கேக்காதீங்க...''

இவனுக்கு எரிச்சல் அதிகமாகியது. இருந்தாலும் சிரமப்பட்டு அடக்கிக் கொண்டான்.

"ஒருவேளை எனக்கு கேள்விய சரியாக கேக்கத் தெரியாம போயிருக்கலாம் தோழர்... அதுக்காக நீங்க அதப் புடிச்சிக்னு அதியே பேசிக்னு இருக்கவேணா... நான் கேக்க வந்தது..."

இவன் பேசிக்கொண்டிருக்கும் போதே இடைக்கமிட்டித் தோழர் குறுக்கிட்டார்.

"நான் பேசல தோழர். நீங்க கேட்டிங்க. அதுக்கு நான் விளக்கம் கொடுக்கறேன். அவ்வளோதான். கட்சிக்காரங்க அண்டர்ஸ்டாண்டிங் சரியில்லன்னா அதக் க்ளியர் பண்ண வேண்டியது என்னோட கடமை. என் கடமையைத்தான் நான் செய்தேன். அதக்கூட செய்யக் கூடாதுன்னு நீங்க சொல்றிங்களா..."

"நான் எதுவும் சொல்லல தோழர். நான் கேக்கறது ஒரு சந்தேகம். அதுவும் அத நான் புரிஞ்சிக்கறதுக்குதான் கேக்கறனே தவிர வேறு எதுக்காகவும் இல்ல..."

"அத மொறையா கேட்டிருந்தா எந்தப் பேச்சுக்குமே எடம் இல்ல.."

விவாதம் பிரச்னைக்கே வராமல் வேறு எங்கோ போய்க் கொண்டிருப்பதாக உணர்ந்தான். பிறகு தன்னைக் கட்டுப்படுத்திக் கொண்டு, "சரி தோழர். நான் கேட்டது தப்புதான்... இப்ப சொல்லுங்க அஞ்சும் அஞ்சும் ஒன்பதுன்னா அது எப்படி அதுதான் எனக்குப் புரியல..." என்றான்.

இடைக்கமிட்டித் தோழர் வெற்றிவாகை சூடியவர் போன்ற நிறைவுடன் "அப்படிக் கேளுங்க தோழர், இன்னைக்கு உள்ள பொலிடிகல் சிட்சுவேஷன்ல... இப்படிச் சொல்ல வேண்டிய அவசியம் இருக்குது. இப்படிச் சொல்றதுதான் சரியாயிருக்கும்னு கட்சி கருத்து. அதனால அப்படிச் சொல்லுது..." என்றார்.

"அதுதான் ஏன்னு கேக்கறேன்.."

"ஏன்னா... கட்சி ஒரு பொசிஷன் எடுக்கறத போய் என்னு கேட்டா, எப்படி தோழர் கட்சி எந்த பொசிஷன் எடுத்தாலும் அது கட்சி வளர்ச்சிக்குத்தான்றது எல்லாருக்கும் தெரிஞ்ச விஷயம். அதப்போயி ஏன்னு கேட்டா..."

"அதாவது தோழர், கட்சி எந்த மாதிரி பொலிடிகல் சிசுவேஷன்ல இப்படி ஒரு முடிவுக்கு வந்துதுன்னு கேக்கறேன்..."

"போன முறை அஞ்சும் அஞ்சும் பதனொன்னுன்னு ஒரு முடிவுக்கு வரல்ல. அந்த மாதிரி அப்ப பதனொன்னுன்னு

சொல்லிச்சி. இப்ப இருக்கற நெலமைக்கு ஏத்த மாதிரி இப்ப ஒன்பதுன்னு சொல்லுது...''

“அதுதான் அது என்னா நெலமைன்னு கேக்கறேன்...''

“என்னா தோழர் இது... இன்னைக்கு உள்ள நெலமை என்னான்னு தெரியாம கூட ஒரு கட்சித் தோழர் இருக்க முடியுமா. நீங்க தெரிஞ்சிதான் கேக்கறீங்களா... இல்ல தெரியாமதான் கேக்கறீங்களான்னே என்னால் புரிஞ்சிக்க முடியல...''

“தெரிஞ்சா ஏன் தோழர் நான் கேள்வி கேக்கறேன். தெரியாமதான் கேக்கறேன்...''

“அப்படீன்னா... இப்ப உள்ள அரசியல் நெலமை என்னான்னே உங்களுக்குத் தெரியாதுன்றீங்களா...''

“....................''

“அப்ப கட்சி சம்பந்தா சம்பந்தமில்லாம முடிவு எடுக்குதுன்றிங்க. நீங்க பழையபடி வேற ஒரு நிலைப்பாட்டுக்கு போறிங்க...''

“நான் எந்த நிலைபாட்டுக்கும் போவல தோழர். புரியாமதான் கேக்கறேன்.. இந்த முடிவு இப்ப உள்ள அரசியல் நெலமையோட... எப்படி சம்பந்தப்பட்டுருக்குன்னு கேக்கறேன்.''

“மின்ன அஞ்சும் அஞ்சும் பதனொன்னு சொல்லும்போது அதுக்கு என்னா சம்பந்தமோ... அதே சம்பந்தம் தான் இப்பவும். கட்சி ஒன்னும் சம்பந்தமில்லாத எந்த முடிவும் சும்மா எடுக்காது...!''

“அது சரி... ஆனா அப்ப ஏன் பதனொன்னுன்னு சொல்லணும் இப்ப ஏன் ஒன்பதுன்னு சொல்லணும்னுதான் கேக்கறேன்.''

“ஏன் அப்படி சொல்லணும்னு கேட்டா இது என்னா கேள்வி தோழர். எல்லாம் ஒரு டாக்டீசுக்குத்தான்... டாக்டீசப் பத்தி உங்களுக்கு எதுவும் தெரியாதா... ஒரு அதெல்லாம் படிச்சிருக்கீங்க இல்ல...''

இவரை ஏண்டா போய்க் கேள்வி கேட்டோம் என்று இருந்தது இவனுக்கு. என்றாலும் பொறுமையுடன் “நான் படிக்கறதும் படிக்காததும் அப்பறம் இருக்கட்டும் தோழர். இப்ப கட்சி எடுத்திருக்கற முடிவு என்னா டாக்டீசுன்னு கேக்கறேன்...''

“போனதரம் அஞ்சும் அஞ்சும் பதனொன்னுன்னு சொல்லல அது மாதிரி ஒரு டாக்டீஸ்...''

இவன் சற்றுப் பொறுமையிழந்து “ஐயோ அது சரி தோழர். எதுக்கு இந்த டாக்டீசுன்னு கேக்கறேன். போனதரம் பதனொன்னுன்னு சொல்றது இப்ப ஒம்பதுன்னு சொல்றது. எதுக்கு இப்பிடி மாத்தி மாத்தி சொல்லிக்னு இருக்கணம்னுதான் கேக்கறேன்.

இதைக் கேட்டு இடைக்கமிட்டித்தோழரும் சற்றுப் பொறுமை யிழந்தவர் போல் காணப்பட்டார்.

“எதுக்கு இந்த டாக்டீசுன்னா என்னா தோழர் அர்த்தம். அப்டீன்னா நீங்க என்னா கட்சிக்கு டாக்டீசே வேணாம்ன்றிங்களா. நம்ப என்னா அரசியல் கட்சி நடத்தறமா. இல்ல எலிமெண்டரி ஸ்கூல் வச்சி நடத்தறமா.. கால காலத்துக்கும் அஞ்சும் அஞ்சும்... பத்துன்னு சொன்னதையே திருப்பித் திருப்பிச் சொல்லிக்னு இருக்கறதுக்கு. அரசியல் கட்சின்னா அப்பப்ப நெலமைகள் மாறும்போது நாம்பளும் நம்ப நெலமைய மாத்திக்க வேண்டியதுதான். அதுதான் டாக்டீஸ்.. இதப்போய் ஏன் கட்சி மாத்தி மாத்தி சொல்லிக்னு இருக்குதுன்னு கேட்டா, அப்ப டாக்டீசுன்னு ஒன்னு எதுக்குதான் இருக்குது. டாக்டீசுன்னா என்னான்னுதான் நெனச்சிக்னு இருக்கறீங்க நீங்க...”

“அதெல்லாம் தெரியிது தோழர். இந்த டாக்டீசால் நம்ப கட்சிக்கு என்னா பிரயோஜனம்னுதான் கேக்கறேன்.”

“என்னா பிரயோஜனம்னா.. அப்ப பிரயோஜனம் இல்லாத டாக்டீசதான் நம்ப கட்சி எடுக்குதுன்னு சொல்றீங்களா...”

இவனுக்கு மண்டை வெடித்துவிடும்போல் இருந்தது. விவாதம் எங்கு சுழன்றாலும் மீண்டும் மீண்டும் புறப்பட்ட இடத்துக்கே வந்து தன் மீது எதிர்பாணம் தொடுப்பதிலேயே குறியாய் முடிவதை உணர்ந்தான். இருந்தாலும் பொறுமையைக் கைவிடாமல் அவன் தொடர்ந்தான்.

“நான் அப்படியெல்லாம் சொல்லல தோழர். நான் கேக்கறது நம்ப அடிப்படை லைனைக் கைவுடாம அத நோக்கி முன்னேறுகிற மாதிரி நம்ப நெலமைகளை மாத்திக்கறது டாக்டீஸா.. இல்ல நம்ப அடிப்படை லைனையே கைவுட்டுட்டு இருக்கற நெலமைகளுக்கு ஏத்தாமாதிரி அப்பப்ப நம்ப லைன் மாத்திக்கிறது டாக்டிஸான்றதான்...”

“ஆக நம்ப கட்சி தன் அடிப்படை லைனையே கை வுட்டுடுத்துன்னு சொல்ல வர்றீங்க... அதாவது கட்சில உள்ள பெரிய பெரிய தலைவர்களுக்கெல்லாம் தெரியாதது உங்களுக்கு

தெரியும்ன்றிங்க.. கட்சிக்கே நீங்க டாக்டிசப் பத்தி சொல்லிக் குடுக்கவர்றீங்க.... அப்பிடித்தான..''

“தோழர்... சும்மா பெரிய பெரிய வார்த்தையெல்லாம் போட்டுப் பேசாதீங்க... நடைமுறையில் உள்ள சிக்கல உணர்ந்து நான் கேக்கறேன். இந்த முடிவ எடுத்துக்னு வெளியில போய் வேல செய்யறதுல எவ்வளவோ கஷ்டம் இருக்குதுன்னு உங்களுக்குத் தெரியாது..''

“என்னா கஷ்டம்...''

“போன தடவ அப்பிடிதான் அஞ்சும் அஞ்சும் பதனொன்னுன்னு முடிவு பண்ணமே.. அப்ப, எங்க போனாலும்.. என்னாங்க இது அஞ்சும் அஞ்சும் பத்துன்னுதான் ஆரம்பத்துல சொன்னீங்க. இவ்வளோ நாளும் அப்பிடியேதான் சொல்லிக்னு வந்தீங்க. இப்ப போய்த் திடீர்னு என்னாங்க பதனொன்னு சொல்றிங்க. எல்லாம் ஆரம்பத்துல நல்லாதான் சொல்றாங்க. அப்பறம் போவப் போவ எல்லாரும் மத்தவங்க மாதிரி தான் ஆயிடறாங்க... உங்க கட்சி அப்பிடி ஆவாதுன்னு பாத்தம். கடைசியில நீங்களும் அப்பிடி ஆயிட்டிங்களான்னு கேட்டாங்க. அதுவே நாம்ப தோழர்களுக்கெல்லாம் ஒரு மாதிரியாயிருந்தது. அது போதாதுன்னு இப்ப வேற அவங்ககிட்ட போய் அஞ்சும் அஞ்சும் ஒன்பதுன்னு சொல்லி அதுக்கு அவங்க விளக்கம் கேட்டாங்கன்னா என்னா பதில் சொல்றது. அதனாலதான் தோழர் இதெல்லாம் கேக்க வேண்டிதா இருக்குது. இந்த சிக்கல் இல்லன்னா, ஏன் இதல்லாம் கேக்கறோம்.''

“இதுல என்னா தோழர் சிக்கல். அப்ப நாம்ப பு.ந.கவோட கூட்டு வச்சிருந்தோம். பதனொன்னுன்னு சொன்னோம். இப்ப பூ.ஊ.கவோட கூட்டு வச்சிருக்கறோம். அதனால ஒன்பதுன்னு சொல்றம்... இதுல என்னா தோழர் தப்பு''

“இப்பிடி அடிக்கடி நம்ப நெலைய மாத்திக்னா ஜனங்க நம்பளப் பத்தி என்னா தோழர் நெனைப்பாங்க. நம்பள எப்பிடி நம்புவாங்க. மத்த கட்சி மாதிரிதான் இதுவும்னு நெனைக்க மாட்டாங்களா...!''

“நாம்ப ஒன்னும் நம்ப நிலைய மாத்திக்கல தோழர். நம்பளோட கூட்டு சேர்றவங்கதான் அப்பப்ப அவங்க நெலைய மாத்திக்கறாங்க. அதனால, அதுக்கேத்தா மாதிரி நாம்பளும் நெளிவுசுளிவா நம்ப பொசிஷன கொஞ்சம் மாத்திக்க வேண்டிதா இருக்குது. அவ்வளோ தான்... அதத்தான் நம்ப டாக்டிஸ்ன்றோம்.''

“நீங்க சொல்றது நியாயமா படலாம் தோழர். ஆனா ஜனங்களுக்கு இது புரியணம் இல்ல... அவங்க கன்வின்ஸ் ஆக வேணாமா..”

“ஜனங்க எப்பிடி தோழர் தானா கன்வின்ஸ் ஆவாங்க. நாம்பதான் அவங்கள கன்வின்ஸ் பண்ணனும். இன்னைக்கி உள்ள நெலம என்னான்னு தெரியுமா உங்களுக்கு. ஜனங்க எல்லா பொலிடிகல் பார்ட்டி மேலியும் டிஸ்இல்யூஷன் ஆயிப்போயிருக்கறாங்க. ஜனங்க இப்ப யார் பேச்சையும் கேட்கத் தயாரில்லை. எவங்க சொல்றதையும் நம்பத் தயாரில்லை. ஜனங்க இப்ப நாம்ப என்னா சொல்றம்ன்றத்ததான் உன்னிப்பா கவனிச்சிக்னு இருக்கறாங்க.. நாம்ப காட்டற லைன் தான் இப்ப ஜனங்களுக்கு. அதனால நாம்பதான் அவங்களுக்கு வழி காட்டணம். நம்ப சொல்றதுதான் சரியா இருக்கும். நாம்பதான் சரியான பாதையில் போவம்னு ஜனங்க நெனைக்கறாங்க... அப்பிடி இருக்கும்போது ஜனங்க கன்வின்ஸ் ஆவாமப் போயிடுவாங்களா... நாமதான் அவங்ககிட்ட நெலமைய எடுத்துச் சொல்லி தெளிவுபடுத்தணும். கன்வின்ஸ் பண்ணனும்.”

“நம்ப அணிகள நம்ப கன்வின்ஸ் பண்றதே கஷ்டமா இருக்குது. அப்பறம் ஜனங்கள எப்படி தோழர் கன்வின்ஸ் பண்ண முடியும்...”

“என்னா கஷ்டம்...”

“இவ்வளோ நாளா அஞ்சும் அஞ்சும் பத்துன்னு சொல்லிப்புட்டு இப்ப போய் திடீர்னு ஒம்பதுன்னா சிரிக்கமாட்டாங்களா தோழர்.”

“எப்பிடி தோழர் சிரிப்பாங்க... இதுக்குப் போய் யாராவது சிரிக்கறாங்கன்னா... அவங்களுக்கு இன்னும் போதுமான மெச்சூரிட்டி வரல்ல. நாம்ப இன்னும் அவங்கள சரியா பொலிட்டிகலைஸ் பண்ணலன்னு அர்த்தம். அத வுட்டுட்டு நம்ப லைனையே கொறை சொன்னா எப்பிடி... எல்லாம் ஆரம்பத்துல கொஞ்சம் அப்பிடி இப்பிடிதான் இருக்கும். சரியானபடி பொலிட்டிகலைஸ் பண்ணா போவப் போவ தானா எல்லாம் சரியாயிடப் போவுது... இதப் போய் பெருசா பேசிக்னு இருந்தா. உக்காருங்க.”

இவன் யோசனையோடு நின்றான். மேற்கொண்டு என்ன பேசுவது என்று இவனுக்குத் தெரியவில்லை. விவாதம் எங்கேயோ ஆரம்பித்து எங்கேயோ போய் முடிந்துவிட்டதுபோல் தோன்றியது. விவாதத்தை எப்படித் தொடங்கினாலும் அதைத் தங்கள் சௌகரியத்துக்கு வளைத்து இழுத்துக்

கொண்டுபோய் முடித்துவிடும் இந்தமாதிரி ரிப்போர்ட் செய்யும் தோழர்களுக்கு எப்படித்தான் கைவந்த கலையாக இருக்கிறதோ என்று நினைத்துக்கொண்டான். ஒருவேளை நான்தான் சரியான கோட்பாட்டில் நின்று விவாதத்தைச் சரியான திசையில் கொண்டு போகாமல் கோட்டை விட்டோமா அல்லது தன்னையறியாமல் வளைந்து கொடுத்து சமரசமாகி விட்டோமா என்பதும் இவனுக்குக் கேள்வியாயிருந்தது. அந்த மாதிரி விவாதித்தால் அதன் கடைசி விளைவு கட்சியைவிட்டு வெளியே போவதாகத்தான் இருக்க முடியும் என்பதால், இந்த வெளியேற்றலுக்குப் பயந்து, தனக்குள்ளேயே ஏதும் தயக்கம் நீடிக்கிறதா என்றும் நினைத்துக் கொண்டான். இந்த நிலையில், இத்தோடு அமர்ந்து விடுவதா இல்லை கேள்வியை வேறொரு இடத்திலிருந்து போட்டு மீண்டும் விவாதத்தை ஆரம்பிப்பதா என்று புரியாமல் குழம்பிக் கொண்டிருந்தான். முடிவில் “இது ஒன்னும் எனக்கு சரியாப் படல தோழர்...!’ என்று நின்றான்.

ஒருவழியாய் முடிந்தது என்று மனத்தால் களைப்பாறிக் கொண்டிருந்த இடைக்கமிட்டித் தோழர் இதைக் கேட்டு சற்று எரிச்சலடைந்தார்.

“உங்களல்லாம் கன்வின்ஸ் பண்ண முடியாது தோழர். அதிகமா படிக்கறதே ஆபத்துன்னு தோழர். மு.பு. அடிக்கடி சொல்வார். அவர் சொல்ற மாதிரிதான் இருக்குது நீங்க நடந்துக்கறது... எதுவுமே தெரியாம இருக்கறவங்கள எப்பவும் சீக்கிரம் கன்வின்ஸ் பண்ணிடலாம்... ஆனா எதியாவது நாலு படிச்சிட்டு எனக்குத்தான் எல்லாம் தெரியும்னு நெனைக்கிறாங்க பாருங்க... அவங்களதான் யாராலியும் கன்வின்ஸ் பண்ண முடியாது... படிச்சிட்டா மட்டும் போதாது தோழர். நடைமுறை அனுபவமும் கொஞ்சம் வேணும்... எனக்குத் தெரிஞ்சது அவ்வளவுதான். கட்சி முடிவு. நான் சொல்றேன். இதுக்கு மேலியும் உங்களுக்கு சந்தேகம்னா...’

இடைக்கமிட்டித்தோழர் முழுதுமாய்ச் சொல்லி முடிக்கு முன்பே கூட்டத்தில் திடீரென்று ஏதோ சலசலப்பு ஏற்பட்டது. எல்லாரும் கூட்டத்தின் முகப்பு வாயிலை நோக்கித் தலையைத் திருப்பிப் பார்த்துக்கொண்டிருந்தார்கள். இவனுக்கு அறிமுகப்பட்ட மேல்கமிட்டித் தோழர் ஒருவரை ஸ்தலக்கமிட்டித்தோழர் ஒருவர் பணிவோடு அழைத்து உள்ளே வந்துகொண்டிருந்தார். கூடி யிருந்தவர்கள் எல்லாரும் மேல்கமிட்டித் தோழருக்கு ‘விஷ்’ பண்ண, பதிலுக்கு அவர் கனத்த தோல்பை தாங்கிய வலது கையை இடுப்பளவு உயர்த்தியும், சில சமயம் இடதுகையை

உயர்த்திக் காட்டியும் பதிலுக்கு 'விஷ்' பண்ணியவாறே மேசையை நோக்கி நடந்தார்.

இடைக் கமிட்டித் தோழர் அவரை வரவேற்று நாற்காலியைக் காட்டி அமரச் செய்ய, மேல் கமிட்டித் தோழர் தோல்பையை மேசைமீது வைத்து, உள்ளிருந்து ஒரு சிறிய துண்டை எடுத்தார். "பொறப்படும் போது ஒரு சின்ன சிக்கல். இருந்து தீத்துட்டு வர வேண்டியதா போச்சி. விவரத்தை சொல்லி நீங்க பாத்துக்கோங்கப்பான்னா நம்பள எங்க வுடறாங்க... நீங்களே இருந்து முடிச்சி வச்சிட்டுப் போயிடுங்க... இருங்க தோழர், இருங்க தோழர்னு, இப்பிடி நம்பள மடக்கிப் போட்டுட்டாங்க அதான் கொஞ்சம் நேரமாயிப் போச்சி...'' என்று தன்னை ஆசுவாசப்படுத்தியவாறே மெல்ல சிரித்துக்கொண்டார். முகத்தைத் துடைத்து அவர் இவன் பக்கம் திரும்ப இவன் அவருக்கு 'விஷ்' பண்ணினான். அவர் பதிலுக்கு 'அரை விஷ்' பண்ணி இவன் இருப்பை அங்கீகரித்ததாகக் காட்டிக்கொண்டு இடைக் கமிட்டித் தோழர் பக்கம் திரும்பி "என்ன ரிப்போர்ட் எல்லாம் முடிச்சிட்டீங்களா...'' என்றார்.

இன்று நியாயமாய் ரிப்போர்ட் செய்ய வேண்டியவரே இந்த மேல் கமிட்டித் தோழர்தான். அப்படித்தான் சுற்றறிக்கையில் கண்டிருந்தது. அவர் வந்து இந்த ரிப்போர்ட்டை முடித்துவிட்டு மாலை 'அரசியல் விளக்கப் பொதுக்கூட்டத்தில்' பேசுவதாகத்தான் நோட்டீசும் போட்டிருந்தார்கள். ஆனால் 11 மணிக்கு மேலாகியும் அவர் வராமல் போகவே, ஒருவேளை மாலை பொதுக்கூட்டத்திற்கு நேரே வந்து விடுகிறாரோ என்று கருதித்தான் இடைக்கமிட்டித் தோழர் அந்தப் பொறுப்பை நிறைவேற்றிக் கொண்டிருந்தார். எனவே, "ஓரளவு முடிச்சாச்சி தோழர். இருந்தாலும் நீங்க கொஞ்சம் பேசிடுங்க...'' என்றார்.

"நீங்க ரிப்போர்ட் பண்ணிட்டு இருந்தா சரிதான். அப்பறம் நான் வேற எதுக்கு அதியே திருப்பி ஒரு தரம் ரிப்பீட் பண்ணிக்னு'' என்றார் மேல்கமிட்டித் தோழர். "அது முடிஞ்சாச்சின்னா.. அடுத்த அஜண்டாவுக்குப் போங்க....!''

அவர்கள் பேசிக்கொண்டதைக் காண இவனுக்கு 'திக்'கென்றது. மேல் கமிட்டித் தோழர் இயல்பாகவே 'அரசியல் ரிப்போர்ட்' செய்வதில் அவருக்குள்ள அலுப்பு மற்றும் சோம்பல் காரணமாக அடுத்த அஜண்டாவுக்குப் போகச் சொல்கிறார் என்பது இவனுக்குத் தெளிவாகவே தெரிந்தது என்றாலும் அடுத்த அஜண்டாவுக்குப் போய்விட்டால் அப்புறம் இதற்கு மேல் இந்த விஷயத்தைப் பேசமுடியாதே. பேசுவதற்கும் வேறு களம் கிடைக்காதே என்று நினைத்தான். சற்று தயக்கத்தோடே எழுந்து "தோழர் அடுத்த

அஜண்டாவுக்கு போறதுக்கு முன்ன ஒரு சின்ன சந்தேகம்'' என்று சொல்லி நிறுத்தினான். "என்னா வந்ததும் வராததுமா கேள்வி கேக்கறனேன்னு ஒன்னும் நெனைச்சுக்காதிங்க தோழர். நடைமுறைச் சிக்கலையொட்டி இதக் கேக்க வேண்டிதா இருக்குது...''

இடைக் கமிட்டித் தோழர் இவனை ஏதோ வேண்டாத 'ஜந்து' மாதிரி ஒரு மாதிரியாகப் பார்த்து முறைத்தார். மேல் கமிட்டித் தோழர் இயல்பான முகத்துடன் உற்சாகமாய்... "என்னா தோழர் சந்தேகம் கேளுங்க...'' என்றார்.

"இந்த அஞ்சும் அஞ்சும் ஒம்பதுன்றதப் பத்தி...'' என்று மறுபடியும் இழுத்து நிறுத்தினான் இவன்.

"ஆமா, இப்போதைக்கு ஒம்பதுதான். அதுதான் நம்முடைய நிலை. அதுல என்னா இப்ப உங்களுக்கு சந்தேகம்...''

"அது இல்ல தோழர். இவ்வளவோ காலமா பத்துன்னுதான சொல்லிக்குனு இருந்தம்.''

"ஆமா. இப்ப என்னா அதுல சிக்கல்... இப்பவும் நமக்கு அதுல இன்னும் மாற்றம் இல்லியே...''

"இல்ல தோழர்.. ரெண்டும் ஒன்னுக்கு ஒன்னு முரண்பாடா இருக்குதேன்னு கேக்கறேன்...''

"இதுல என்ன தோழர் உங்களுக்கு முரண்பாடு? அஞ்சும் அஞ்சும் பத்துன்றதுதான் நம்ப அடிப்படைக் கோட்பாடு. அதுதான் நமது லட்சியமும் அதுல எப்பவும் எந்த மாற்றமும் இல்ல. அதுக்காகத்தான் இப்ப உள்ள நிலைமைகளுக்கு ஏற்ப நாம்ப ஒம்பதுன்னு லைன் எடுக்கறோம்...''

"அடிப்படை புரியுது தோழர். ஆனா ஒன்பதுன்னு எப்படிச் சொல்றதுன்னுதான் தோழர் புரியல...''

மேல்கமிட்டித் தோழர் இவனை சற்று வியப்போடு பார்த்தார். "ஏன் புரியல... நீங்களே கூட்டிப்பாருங்க...'' அவர் உறுதியோடு சொன்னார்.

அவரே அப்படி உறுதியோடு சொன்னதைக் கேட்க இவனுக்கே ஒரு கணம் இவனது விரல்களைப் பற்றி சந்தேகம் வந்துவிட்டது. இவன் பிறக்கும்போது பத்து விரல்களோடேதான் பிறந்ததாக ஞாபகம். விதிவிலக்காக ஏதோ ஒன்றிரண்டு பேரைத் தவிர ஏறக்குறைய எல்லாருமே அப்படித்தான் பிறந்திருப்பதாகவும் இவன் அறிந்திருக்கிறான். ஆனால் மேல் கமிட்டித் தோழர் இப்படிச் சொன்னதைக் கேட்க ஒருவேளை தனக்கும் தெரியாமல் இதில் நடுவில் ஏதும் மாற்றம் நிகழ்ந்து விட்டிருக்குமோ என்று

நினைத்தான். மனசுக்குள் அவசரம் அவசரமாக இரண்டு கைகளில் இருந்த விரல்களை ஒவ்வொன்றாக விட்டு எண்ணிப் பார்த்தான். எப்பிடி எண்ணியும் மேல் கமிட்டித் தோழர் சொன்னமாதிரி வரவில்லை. தன் எண்ணிக்கை சரியானதுதான் என்று திடம் செய்துகொண்ட பிறகு இவன் சொன்னான்... "எப்பிடிப் பாத்தாலும் பத்துதான் தோழர் வருது..''

"எப்பிடி வரும் தோழர்... எங்க காட்டுங்க பாப்பம்...!''

இவன் மேல்கமிட்டித் தோழருக்காக இரண்டு கைகளையும் விரித்த விரல்களோடு முன்னே நீட்டினான். "இந்தக் கையில அஞ்சு வெரல்... இந்தக் கையில அஞ்சு வெரல்.. இது அஞ்சி, அப்புறம் இது ஆறு, ஏழு, எட்டு, ஒம்பது, பத்து. இடது கையில் வலது கை விரல்களைப் பிடித்து ஒவ்வொன்றாக எண்ணிக் காட்டி, "பாருங்க தோழர், எப்படிக் கூட்டினாலும் பத்துதான வருது.. எப்ப கூட்டினாலும் பத்துதான வரும்...! எப்ப கூட்டனாலும் இதுதான வரும்...!'' என்றான்.

இதைப் பார்த்து மேல் கமிட்டித் தோழர் கடகடவென்று ஏகத்தாளமாக ஒரு சிரிப்பு சிரித்தார். "சரியாப் போச்சி.. எல்லாத் தோழரும் பண்ற தப்பதான் தோழர், நீங்களும் பண்றீங்க...'' என்றார்.

இவன் குழம்பிப் போய் அவரைப் பார்த்து "என்னா தப்புத் தோழர்...'' என்றான்.

"நல்லாப் பாருங்க தோழா... இப்ப நீங்க கூட்டனது ரெண்டும் உங்க கை. அதனால உங்க சௌகர்யம் போல உங்க இஷ்டத்துக்கு கூட்டி பத்துன்னு சொல்லிட்டீங்க.. ஆனா இதே உங்க கை ஒரு கையும் அடுத்தவங்க கை ஒரு கையும் "கூட்டு' சேர்த்து வச்சி கூட்டறீங்கன்னு வச்சிக்கோங்க... அப்ப இவ்வளோ ஈசியா நீங்க அஞ்சும் அஞ்சும் பத்துன்னு சொல்லிட முடியுமா... நிச்சயமா முடியாது. அடுத்தவன் அத ஒத்துக்கவும் மாட்டான்...''

இவனுக்கு இதைக் கேட்க ஆச்சரியமாயிருந்தது. "ஏன் தோழர்...? யார் கைய கூட்டு சேத்து வச்சி கூட்டனாலும் பத்துதான வரும்..''

"வராது தோழர். அப்பிடி வரும்னு நெனைக்கறதுதான் "சப்ஜக்டிவ் திங்கிங்'ன்னு சொல்றது. உங்க கையில் அஞ்சும் அஞ்சும் பத்து விரல் கரெக்டா இருக்கிறதா நீங்க நெனைக்கிறீங்க... அதுப்படியே கூட்டி பத்துன்றீங்க.. அது வரிக்கும் சரி, ஆனா அதுக்காக எப்பவும் அதையே அடுத்தவன் மேல் சுமத்தணும்னு

நெனைக்கக் கூடாது அல்லது அடுத்தவனும் அதையே தான் சொல்லனும்னும் எதிர்பார்க்கக் கூடாது. அதுதான் சரியில்ல...''

"எது தோழர் சப்ஜக்டிவ் திங்கிங்... அஞ்சும் அஞ்சும் பத்துன்றதா.. சப்ஜக்டிங் திங்கிங்...''

"அது இல்ல தோழர்.. ஆனா அதியே எல்லாரும் ஒப்புக்கணம்னு நெனக்கறது இருக்குது பாருங்க... அதுதான் சப்ஜக்டிவ் திங்கிங்... அதனாலதான் அப்ஜக்டிவ்வா இருக்கிற நெலமைகள கணக்குல எடுத்துக்னு அடுத்தவங்க நிலைப்பாட்டுக்கு நாம் நம்ப பொசிஷன கொஞ்சம் அட்ஜஸ்ட் பண்ணிக்னு போவணம்னு சொல்றம். அதான் டாக்டிக்ஸ்...''

"இது ஒன்னும் எனக்கு சரியா படல தோழர். டாக்டிக்ஸுக்கே நீங்க ஏதோ புதுவிளக்கம் குடுக்கறா மாதிரி தோனுது...''

இதைக் கேட்க மேல் கமிட்டித் தோழரின் முகம் சற்று மாறியது. என்றாலும் சமாளித்து மேலுக்கு சிரித்தபடி "என்னா புது விளக்கம்ன்றீங்க...'' என்றார்.

"உண்மைக்கு மாறா இப்பிடி வுட்டுக் குடுத்து அட்ஜஸ் பண்ணிக்னு போறதுதான் டாக்டீஸ்ன்றது...''

"என்னா தோழர். இதுல உண்மைக்கு மாறா வுட்டுக் குடுக்கறதுக்கு என்ன இருக்குது. நாம் எதியும் வுட்டுக் குடுக்கல. நாம்ப அட்ஜஸ் பண்ணிக்னு போறதுலியும் ஒரு உண்ம பொதிஞ்சி இருக்கு.. அப்படி உண்ம இல்லாத எதோடவும் கட்சி காம்ப்ரமைஸ் பண்ணிக்னு போவாது தெரிஞ்சிக்கோங்க...''

"என்னா உண்மை...''

"அப்பிடிக்கேளுங்க...'' என்று விளக்கத் தொடங்கினார் மே.க. தோழர். "உதாரணமா இப்ப உங்க விரல்கள நீட்டுங்க... உங்க கையில இருக்கற அஞ்சு வெரலும் ஒரே மாதிரி ஒரே அளவாவா இருக்குது... ஒருவிரல் பெருக... ஒரு வெரல் சிறிசு... இதே மாதிரிதான எல்லார் கையிலியும் இருக்கும். இப்படி இருக்க எப்பிடி எல்லா வெரலையும் ஒரே சரிசமமா பார்க்க முடியும்...''

"அதுக்காக....''

"அதுக்காகத்தான் சும்மா மேலோட்டமாக கண்ணுக்குத் தெரியற வெரல்கள மட்டும் வச்சி அவசரப்பட்டு எந்த முடிவுக்கும் வராம, இருக்கற யதார்த்த நெலைமைகள 'ஒட்டு மொத்தமா' கணக்குல எடுத்துக்னு ஆழ்ந்த பரிசீலன பண்ணி, துல்லியமான சில முடிவுகளுக்கு வாரம். அதனாலதான் கட்சி எல்லா வெரல்களையும் ஒரே மாதிரி பாக்காம அதுல உள்ள சகல வித்தியாசங்களையும் ஏற்றத்தாழ்வுகளையும் அளவு வேறுபாடுகளையும் கணக்குல

எடுத்துக்னு.. 'இன்றைய கால கட்டத்துக்கு' 'பொருத்தமான முடிவா' எது இருக்கும்னு பாக்குது.. அப்பிடிப் பாத்துதான் போன தடவ பதனொன்னுன்னு சொல்லிச்சி. இப்ப ஒம்பதுன்னு சொல்லுது... ஏன்னா.. முன்ன இருந்த கால கட்டம் வேற... இப்ப இருக்கற காலகட்டம் வேற...''

இவன், தான் என்ன கேட்டோம், அவர் என்ன சொல்கிறார் என்பதே புரியாதவன் போல குழம்பிப் போய் நின்றுகொண்டிருந்தான். மேல் கமிட்டித் தோழர் தொடர்ந்து விளக்கிக் கொண்டிருந்தார்.

அவர் பேரவையில் அமர்ந்திருந்த தோழர்களைப் பார்த்துச் சொன்னார். "எல்லாத் தோழர்களுமே நல்லா கவனிச்சுக்கோங்க. அப்பப்ப நெறையப் பேருக்கு இதுலதான் கொழப்பம் வந்துடுது' என்று சொல்லி மீண்டும் இவன் பக்கம் திரும்பினார். "நல்லா பாருங்க தோழர். இருக்கற வெரல்ல ஒரு வெரல் பெருசு... ஒரு வெரல் சின்னது. அதாவது ஒரு வெரல் நீளம், ஒரு வெரல் குட்ட எல்லாம் ஒரே மாதிரி இல்ல. இல்லியா... இப்ப உதாரணத்துக்கு நீளமான வெரல எடுத்து அந்த வெரல் நீளத்த கணக்கா அளவெடுத்துக்குவோம். அந்த அளவ கணக்கா வச்சிக்கினு இந்த அஞ்சு வெரல் நீளத்தையும் அளந்தா இதப் போல அஞ்சி மடங்கு வருமா... நிச்சயமா வராது.. நாலு சொச்சம்தான் வரும். தோராயமா நாலரைன்னு வச்சிக்கோங்க. நாலரையும் நாலரையும் கூட்டனா எவ்வளோ வரும். ஒன்பது. இப்ப நம்ப பூ.ஊ.க. வோட கூட்டு வச்சிருக்கிறோம். அதனால் இந்த வெரல அளவா எடுத்துக்கறோம். ஆனா இதே போனதடவை நம்ம பு.ந.க.வோட கூட்டு வச்சப்போ சுண்டு வெரல அளவுகோலா வச்சிக்கினோம். அப்ப அத வெச்சி அளந்தா தோராயமா என்ன வந்தது. அஞ்சரை. அஞ்சரையும் அஞ்சரையும் கூட்டனா என்ன வரும்? பதினொன்னு அதனால போன தடவ பதினொன்னுன்னு சொன்னோம். இப்ப வெரல் மாறிப்போச்சி. ஒன்பதுன்னு சொல்றோம். இப்பிடியெல்லாம் மாத்தி மாத்தி சொல்லணம்னு நமக்கு என்னா ஆசையா தோழர். நம்ப கூட்டு சேர்ர கட்சி அவன் ஒரு பொசிஷன்ல நின்று இந்த வெரலதான் அளவுகோலா வச்சிக்கணம்ன்றான். நாம்பளும் ஒரு 'புரட்சிகர ஜனநாயக முன்னணி'யக் கட்டணம்ன்ற குறிக்கோளுக்காக, அந்த ஒற்றுமையக் காப்பாத்தறதுக்காக டாக்டிக்கலா அதோட ஒத்துப்போறம். இதுதான் தோழர் நம்ப லைன். இதுல என்னா உங்களுக்கு கொழப்பம்...''

இந்த வியாக்யானத்தைக் கேட்க இவனுக்கு தலையைச் சுற்றுவது போலிருந்தது. இப்படிக்கூட இதற்கெல்லாம் ஒரு விளக்கம் கொடுக்க முடியுமா என்று வியந்து கொண்டிருந்தான். "அதுக்கு நேரடியாகவே நாலரையும் நாலரையும் ஒன்பது. அஞ்

சரையும் அஞ்சரையும் பதினொன்னுன்னு சொல்லிட்டுப் போறது தோழர்'' என்றான்.

இதைக் கேட்க மேல் கமிட்டித் தோழரின் முகம் மாறியது. லேசாகக் கோபமடைந்தவர் போல் காணப்பட்டார். "என்னா தோழர் நீங்க. புரிஞ்சிதான் பேசறீங்களா... இல்ல புரியாமதான் பேசறீங்களா? இப்ப உங்க கையில எத்தினி வெரல் இருக்குதுன்னு யாராவது கேட்டா நாலர வெரல் இருக்குது, இல்ல அஞ்சர வெரல் இருக்குதுன்னுதான் சொல்வீங்களா. அஞ்சி வெரல் இருக்குதுன்னுதான சொல்வீங்க. அதவுட்டுட்டு அடிப்படையையே மாத்திக்கோன்னா அது எப்பிடி. அப்பிடி மாத்திக்கினு நாலரை வெரலும் அஞ்சரை வெரலும்தான் இருக்குதுன்னு சொன்னா அப்புறம் ஜனங்க நம்பள எப்பிடி நம்புவாங்க. நாம புரட்சிக்காக நிக்கறம்னு சொல்லிக்கிறதுலதான் அப்புறம் என்னா அர்த்தம் இருக்கமுடியும் சொல்லுங்க. நீங்க விஷயங்கள தனித்தனியாதான் பாக்கறீங்களே தவிர ஒட்டுமொத்தமா பாக்க மாட்டன்றீங்க... எல்லா நெலமைகளையும் கணக்குல எடுத்துக்னு பாக்காம ஏதாவது ஒரு ஆஸ்பெக்ட்ட மட்டும் வச்சி ஒரு முடிவுக்கு வந்துடணம்னு நெனக்கிறீங்க. ஒரு இன்டிவிஜூவலுக்கு வேண்ணா இது சாத்தியப்படலாமே தவிர, ஒரு கட்சிக்கு இதெல்லாம் சரிப்படாது தோழர். நாம்ப என்னா கட்சி நடத்தறமா, இல்ல ரெக்ரியேஷன் கிளப் நடத்தறமா! ஒவ்வொருத்தர் இஷ்டத்துக்கும் ஒன்னொன்னு பேசிக்னு இருக்கறதுக்கு...''

இதற்கு என்ன பதில் சொல்வதென்று இவனுக்குத் தெரியவில்லை. ஏதாவது அபயம் கிடைக்காதா என்று துணை தேடுபவன் போல் சுற்று முற்றும் ஒருமுறை பார்த்தான். குழுமியிருந்தவர்கள் இதனால் பாதிக்கப்பட்டவர்களாகத் தெரியவில்லை. இந்தக் கூட்டத்தில் இப்படிப்பட்ட விவாதமும் ஒரு அம்சம் என்பது போலவோ அல்லது இதையும் கூட ஒரு அரசியல் ரிப்போர்ட் போலவோ வேடிக்கை பார்த்து, கேட்டு வைத்துக் கொள்வதும் தங்கள் கடமை என்பது போலவோ எப்போதும் போல தயாரிக்கப்பட்ட பொம்மைகள் போல முகத்தை வைத்து அமைதியாக உட்கார்ந்திருந்தார்கள். அவர்களில் யாருக்காவது தன்னைப்போல் ஒரு குழப்பம் ஏற்பட்டிருக்காதா, தனக்கு ஆதரவாக ஒரு குரல் எழும்பாதா என்று இவன் ஆவலோடு எதிர்பார்த்தான். ஆரம்ப முதலே எதுபற்றியும் கவலைப்படாமல் இப்படி ஒரு விவாதம் நடப்பதைப் பற்றியே பொருட்படுத்தாமல் எல்லாரும் அவர்கள் பாட்டுக்கு அமைதியாக உட்கார்ந்திருப்பதைக் காண ரொம்பத் தனியனாய் உணர்ந்தான். இருந்தாலும் இதோடெல்லாம் ஒத்துப் போகமுடியும் என்று இவனுக்குத் தோன்றவில்லை. "எனக்கு இது ஒன்னும் சரியா

கன்வின்ஸ் ஆவல தோழர். வெறும் எண்ணிக்கையில போய் இந்த மாதிரில்லாம் பாத்துக்னு இருக்கறது எப்படி சரியாயிருக்கும்னு எனக்கு ஒன்னும் புரியல...'' என்றான்.

"அதுதான் தோழர் தப்பு. அதுக்குத்தான் எந்தப் பிரச்னையையும் 'பொலிட்டிகலா' பாக்கணம்ன்றது. ஒரு பிரச்னைன்னா அதுல உள்ள அரசியல் என்னான்னு பாக்கணமே தவிர, சும்மா வெறும் எண்ணிக்கையை மட்டும் வச்சி பாத்தா எப்படி, இத்தினி வருஷம் கட்சியில இருந்திருக்கிறிங்க. இருந்தும் பிரச்னையை பொலிட்டிகலா பாக்கத் தெரியாம ஒரு சாதாரண ஆள்மாதிரி கேள்வி கேட்டுக்னு இருக்கறிங்கன்னா எப்பிடி. இது வெறும் மேதமேடிகல் கால்குலேஷன் இல்ல தோழர். பொலிடிகல் டிசிஷன். பிரச்னையை அந்தக் கோணத்துல பாருங்க.'

மே.க. தோழர் பிரச்னையை இவன் நுண்ணறிவு பற்றிய ஆராய்ச்சியை நோக்கித் திசை திருப்ப முயல்வது தெரிந்தது.

இந்த மாதிரி சந்தர்ப்பங்களில் கேள்வி கேட்பவனின் புரிந்து கொள்ளும் திறன் பற்றிய சாதுர்யத்தையே சந்தேகப்படும் வகையில் அடிமடியில் கை வைத்து பாணம் தொடுப்பது வழக்கமாகவே ரிப்போர்ட் செய்யும் தோழர்களால் கையாளப்படும் உபாயங்களுள் ஒன்று என்பது இவனுக்கு நன்றாகவே தெரிந்திருந்தது. இதற்கு முன் பல்வேறு சந்தர்ப்பங்களில் தான் அனாவசியமாக முட்டாள் ஆக்கப்படுவதைத் தவிர்க்கவோ அல்லது 'இப்பத்தான் பெரிய புத்திசாலி மாதிரி வந்துட்டாரு கேள்வி கேட்க, கட்சியில இருக்கற பெரிய பெரிய தலைவர்களுக்கெல்லாம் தெரியாதது இவருக்கு ரொம்ப தெரியும் போலருக்குது அதிமேதாவிக்கு... என்று தன் தரப்பில் உள்ள நியாயம் மற்றவர்களால் கொச்சைப்படுத்தப்படலாம் என்று பயந்தோ இவன் மேற்கொண்டு எதையும் விவாதிக்க விரும்பாமல் சுற்றும் முற்றும் பார்த்து அலுப்போடு அமர்ந்து மனசுக்குள் குமைந்து கொண்டிருப்பான். ஆனால் இந்த முறை அப்படி உட்கார்ந்து விட வேண்டும் என்று இவனுக்குத் தோன்றவில்லை. இப்படியே தயங்கித் தயங்கி உட்கார்ந்து மனம் புழுங்கிச் சாவதைவிட எந்த அவமானம் வந்தாலும் பரவா யில்லை. இன்றைக்கு உண்மை என்ன என்பதை இரண்டிலொன்று பார்த்துவிட வேண்டும் என்று தீர்மானம் செய்து கொண்டான்.

"இதுல என்னா தோழர் அரசியலா பாக்கணம்ன்றிங்க. அப்படியே அரசியலா பாக்கறதாவே வச்சுக்குவம். அதுக்காக எண்ணிக்கையில மாற்றம் வந்துடுமா என்ன? சாதாரணமா

பாத்தா அஞ்சும் அஞ்சும் பத்து, பொலிட்டிகலா பாத்தா அஞ்சும் அஞ்சும் ஒன்பதுன்னா வரும்?'' என்று கேட்டான்.

மே.க. தோழர் கொஞ்சம் சூடு அடைந்தார். "என்னா தோழர் இப்படி' கேக்கறீங்க... இன்னைக்கு உள்ள இண்டர்நேஷனல் சுச்சுவேஷன் என்ன, எந்த பொலிடிக்கல் சுச்சுவேஷன்ல தேர்தல் நடக்குது... நாம எந்தக் கட்சியோட கூட்டு வச்சிருக்கறம்னு எல்லாத்தியும் பாத்து அதுக்கேத்த மாதிரிதான முடிவு பண்ணனம். அத உட்டுட்டு சும்மா அஞ்சும் அஞ்சும் பத்துன்னு வெறும்னே 'டாக்மேடிக்கா முடிவு' பண்ணமுடியாது. இத ஒரு ஒன்னாங் கிளாஸ் பையன் கூடத்தான் சொல்வான். ஆனா, அது பொலிடிகலா சரியாயிருக்குமா? நீங்க பேசறதைப் பார்த்தா உங்களுக்கு உள்ள போலிடிகல் கான்ஷியசைப் பத்தியே யோசிக்க வேண்டியிருக்குது தோழர். ஏதோ கொஞ்சம் விவரமான தோழர்ங்க, கட்சி லைன எடுத்துச் சொல்லி மத்தவங்கள கன்வின்ஸ் பண்ற ஆற்றல் உள்ளவங்கன்னு கட்சி நெனச்சிக்னு இருக்கற தோழர்களே இப்படி இருந்தா எப்படி? இது சரியில்ல தோழர். உங்க மேலல்லாம் கட்சி வச்சிருக்கிற நம்பிக்கையைப் பாழடிச்சிடாதிங்க.''

அவர் தன்னுடைய வாதம்தான் சரி, அதுதான் நியாயம் என்பது போலக் கொஞ்சம் குரலை உயர்த்திப் பேசியதோடு, பாணத்தையும் வேறு கோணத்திலிருந்து தொடுத்திருப்பதை உணர்ந்தான்.

சுற்றிலும் நிலவிய அசிரத்தையான மௌனத்தைக் காண ஒரு கணம் இவனுடைய சங்கல்பம் எல்லாம் சுழன்று முந்தைய சில கூட்டங்களில் நடந்து கொண்டதைப் போலவே பேசாமல் உட்கார்ந்து விடலாமா என்று நினைத்தான். இருந்தாலும், மனத்தை உறுதிப்படுத்திக்கொண்டு கேட்டான். "அப்படியே உங்க வாதப்படியே வச்சிக்குவம் தோழர். ஆக தேர்தல ஒட்டித்தானா நம்ப டிசிஷன் வருது...''

"ஆமா, பின்ன நாம்பளாவே சப்ஜக்டிவாவா ஒரு முடிவுக்கு வர்றோம். இருக்கற யதார்த்த நெலமைகள ஒட்டுமொத்தமா கணக்குல எடுத்துக்னு ஆழ்ந்து பரிசீலன பண்ணி அப்ஜக்டிவாதான் எந்த முடிவுக்கும் வர்றம்.''

"அதல்லாம் சரிதான் தோழர். ஆனா, தேர்தல் நிலைப்பாட்டை ஒட்டிதான் நம்ப கட்சி நிலைப்பாடு வருது..''

"ஆமா, அத வொட்டிதான் வரும். அப்படியெல்லாம் இல்லாம சும்மா சப்ஜக்டிவாவா கட்சி இப்பிடி முடிவு பண்ணுது.. எல்லாம் தேர்தல ஒட்டிதான்...''

“இப்பிடி தேர்தலுக்காக அப்பப்ப நம்ம டிசிஷன் மாத்திக்கறது எப்பிடி தோழர் சரியாயிருக்கும்?’’

“அப்படின்னா தேர்தல்லியே நிக்கக் கூடாதுன்றீங்களா..’’ மே.க. தோழர் சீற்றத்துடன் கேட்டார்.

அவரின் இந்தக் கேள்வி இவனுக்கு எரிச்சலூட்டியதும் நிஜமாகவே அவர் தன் நோக்கத்தைப் புரிந்து கொள்ளாமல் தான் பேசுகிறாரா அல்லது வேண்டுமென்றே தன்னை எப்படி மடக்கலாம் என்பதற்காக இப்படிப் பேசுகிறாரா என்பது இவனுக்குக் குழப்பமாகியது. ஒரு லெவலுக்கு மேல் கட்சியில் உயர்பதவி அடைந்துவிட்ட சகல மேல் கமிட்டி தோழர்களுக்கும் எப்படி விதிவிலக்கின்றி ஒரே மாதிரியாக இப்படிப் பேச முடிகிறது என்று இவன் ஆச்சரியப்பட்டான். யாராவது துணைக்கு வந்து இவன் தரப்பில் உள்ள நியாயத்தை எடுத்துச் சொன்னால் தேவலாம் போல் இருந்தது. ஆனால் யாரும் துணைக்கு வருகிறவர்களாகத் தெரியவில்லை. சொல்லப்போனால் இவன் வேறு கேள்வி கேட்டு நேரத்தை வளர்த்திக்கொண்டு அடுத்த அஜண்டாவுக்குப் போவதைத் தடை செய்து கொண்டிருக்கிறானே என்பதாகவோ சீக்கிரம் முடிந்தால் தேவலாம் என்பதாகவோ பொறுமை இழந்து நெளிந்து உட்கார்ந்திருப்பதாகவே இவனுக்குப் பட்டது.

இவன் நிதானத்துடன் “தேர்தல்ல நிக்கறத யார் தோழர் வாணாம்ன்றது. தேர்தல்ல நின்னு ஒவ்வொரு கட்சியோடவும் கூட்டு வக்கறதுனாலதான் அப்பப்ப நம்ப நிலைய மாத்திக்க வேண்டிதா இருக்குதுன்னுதான் சொல்றேன்...’ என்றான்.

அவ்வளவுதான், மேல் கமிட்டித் தோழர் நிதானம் இழந்தவர் போல கத்தினார். “அப்படின்னா அதுக்காக கூட்டே வாணாம்னு சொல்ல வர்றீங்க நீங்க. அதான! நீங்க என்ன பேசறீங்கன்னு தெரிஞ்சுபேசுங்க.. தோழர். மொதல்ல நீங்க எங்க இருக்கிறீங்க. எங்க இருந்துக்குன்னு இப்படி பேசறிங்கன்னு பாருங்க. ஒரு பொறுப்புள்ள கட்சித் தோழரா, ஊழியராவா பேசறிங்க... ஏதோ ஒரு மூனாவது மனுஷன் பேசறா மாதிரியல்ல பேசறீங்க... நீங்க பேசற லைன் சாராம்சத்துல தேர்தலையே புறக்கணிக்கிற லைன். ‘யுனைடெட் ஃபிரண்ட் டாக்டீசையே’ மறுக்கற லைன். இந்த மாதிரி போறதுக்கு வேறு கட்சிங்க இருக்குது தோழர். அங்க போய் அதப் பேசுங்க. ஏதோ நாலு பேருக்கு வழி காட்டக்கூடிய முன்னோடித் தோழர்னு பார்த்தா நீங்க கட்சிக்கே உலை வப்பீங்க போலருக்குது. நம்ப கட்சியில இருந்துக்னு இந்தமாதிரியெல்லாம் பேச முடியாது தோழர். நம்ப கட்சியில இந்தமாதிரி ‘செக்டேரியன் போக்க’ அனுமதிக்க முடியாது...’’

எதிர்பாராத இந்தக் கூச்சலைக் கேட்டு இவன் அதிர்ந்து போனான். மேற்கொண்டு என்ன செய்வது என்று இவனுக்குப்

புரியவில்லை. இருந்தாலும் தன் நிலையை விளக்குவதற்காக... "நான் கேட்டத நீங்க தப்பா புரிஞ்சிக்னு இருக்கறிங்க தோழர்.. நான் சொல்ல வந்தது என்னான்னா..." என்று இவன் வாயை எடுத்தான்.

தன்னை ஆசுவாசப்படுத்திக் கொண்டிருந்த மேல் கமிட்டித் தோழர் இவனை மேற்கொண்டு பேசவிடாது குறுக்கிட்டார். "நீங்க ஒன்னும் சொல்ல வேணாம் தோழர், நீங்க என்னா சொல்ல வர்றீங்கன்னு இங்க இருக்கற எல்லாருக்குமே தெளிவா புரிஞ்சிபோச்சி. இதுக்கு மேல நீங்க ஒன்னும் எதுவும் விளக்க வேணாம். நீங்க யாரு, என்னா எப்பிடின்னு எல்லா விவரமும் கட்சிக்குத் தெரியும். சில தோழர்கள் தவறான போக்குல போனாலும், ஏதோ பரவால்ல, கொஞ்சம் திறமையிருக்கு, காலப்போக்குல திருத்தி சரிப்படுத்திக்கலாம்னு நெனச்சி கட்சி உங்களல்லாம் வச்சிருந்தது பாருங்க. இதெல்லாம் கட்சிக்கு ஒரு நல்ல பாடம்... போதும். நீங்க உக்காருங்க..."

பர்சனலாய் இவனைக் குத்திக் காட்டியதோடு, மேற்கொண்டு இவனை எதுவும் பேசவே அனுமதிக்காத மே.க. தோழரின் போக்கு இவனுக்கு ஆத்திரத்தை ஊட்டியது. இன்னமும் பொறுத்துப் பொறுத்து நாசூக்கு நாகரிகம் பார்த்துக் கொண்டிருந்தால் ஒன்றும் சரிப்பட்டு வராது. வருவது வரட்டும் என்று இவன் குழுமியிருந்த தோழர்கள் பக்கமாகத்திரும்பி பேசத் தொடங்கினான்.

"தோழர்களே.. நான் சொல்ல வந்தது என்னன்னா, தேர்தல்ல நிக்கறதையோ கூட்டு சேர்ரதையோ நான் எதிர்க்கல... ஆனா இதுக்காக நம்ப அடிப்படைக் கொள்கையையே கைவிட்டுட்றததான் நான் எதிர்க்கறேன். நம்ப அடிப்படைக் கொள்கையில் நின்று இந்தத் தேர்தலையும், கூட்டையும் பாக்கறது வேற, இந்த தேர்தலுக்காகவும், கூட்டுக்காகவுமே முனைந்து நின்னு நம்ப அடிப்படைக் கொள்கைய மாத்திக்கறதுன்றது வேற. இதுல கட்சி ரெண்டாவது பாதையில் போவுதோன்றதுதான் என் விமர்சனம். அதானல இந்த இரண்டுக்கும் உள்ள வித்தியாசத்த தோழர்ங்கல்லாம் புரிஞ்சிக்னு கட்சிய சரியான தடத்துல நிறத்தணும்ன்றதுதான் என் வேண்டுகோள்."

கூட்டம் இப்படி ஒரு திருப்பத்தை எதிர்பாராததால் திகைப்படைந்து இவனைப் பார்த்துக் கொண்டிருந்தது. மே.க. தோழர் முகம் சிவக்க இவனைப் பார்த்தார். "அப்படின்னா கட்சி சரியான தடத்துல போவல, அதன் டாக்டீசே சரியில்லை யின்றீங்க, கட்சி சந்தர்ப்பவாதப் பாதையில போவுதுன்றிங்க. அப்பிடித்தான..."

"அப்பிடி இல்ல தோழர். ரெண்டுத்துக்கும் ஒரே ஒரு வித்தியாசம் தான் இருக்குதுன்னு சொல்றேன். யதார்த்த நெலமைகள கணக்குல எடுத்துக்னு இருக்கற சூழ்நிலைக்கி பொருத்தமா கட்சி எடுக்கற முடிவு நம்ப அடிப்படைக் கொள்கையை வுடாம அத நெறவேத்தறதுக்காக இருந்தா அது டாக்டீஸ். இல்லாம அது அடிப்படைக் கொள்கையையே கைவுட்றதா இருந்தா அதுதான் சந்தர்ப்பவாதம். இப்ப கட்சி எடுத்திருக்கிற லைன் ரெண்டாவதா சொன்னதுதான். இதுதான் என்னுடைய கருத்து.''

மே.க. தோழர் சட்டென்று நாற்காலியிலிருந்து எழுந்தார். "தோழர் நீங்க அளவுக்கதிகமா பேசறிங்க. கட்சி வழங்கி யிருக்கற ஜனநாயகத்த நீங்க தப்பா பயன்படுத்தறீங்க. ஜனநாயக மத்தியத்துவமன்ற கோட்பாட்டையே நீங்க கொச்சைப்படுத்தறிங்க. கட்சியையே அடிப்படையில் குற்றம் சாட்டறிங்க. நிச்சயமா இதுக்கெல்லாம் நீங்க பதில் சொல்ல வேண்டிவரும்'' என்று அவனை அச்சுறுத்துவது போல குரலை உயர்த்திப் பேசினார்.

இவன் அதற்கு ஏதோ பதில் சொல்ல வாயைத் திறந்தான். அதற்குள் கூடியிருந்தவர்களில் பொறுமையிழந்த சிலர் "போதும் உக்காருங்க தோழர். சும்மா இதையே பேசி பிரச்னையாக்க வேணாம். இப்போதைக்குக் கட்சி லைன ஏத்துக்குவம். உங்களுக்கு எதுனா வித்தியாசம் இப்போதைக்கி இருக்குதுன்னா அத மேல் கமிட்டிக்கி எழுதிக் குடுத்துடுங்க தோழர். இப்போதைக்கி கட்சி யினுடைய அண்டர் ஸ்டாண்டிங் அஞ்சும் அஞ்சும் ஒன்பதுன்றத ஏத்துக்னு அடுத்த அஜண்டாவுக்கு போவம்'' என்றார்கள். தொடர்ந்து சளசளப்புகள் நீண்டன.

இவன் யோனையோடு நின்றான். எது சரி, எது தவறு என்று தீர்மானகரமாக எந்த ஒரு முடிவுக்கும் வராமல் சரியையும் தவறையும் சமமாக ஒரு தராசில் வைத்து சமாதானப்படுத்தும் நோக்கோடு, பஞ்சாயத்துதாரர்கள் மாதிரி பேசிய தோழர்களைப் பார்க்க இவனுக்கு கசப்பாக இருந்தது. இந்தச் சூழ்நிலையில் இதற்குமேல் தான் பேசுவதாலோ வாதம் செய்தாலோ கூடுதலாக எந்தப் பலனும் கிட்டிவிடப் போவதில்லை. மாறாக விபரீதமாக எதாவது நிகழ்ந்தாலும் நிகழலாம் என்பதால் சிரமப்பட்டு தன்னைக் கட்டுப்படுத்திக்கொண்டு "அவ்வளவுதான் தோழர். மேற்கொண்டு நான் எதுவும் பேசல. நான் சொல்ல வந்த கருத்தை சொல்லியாச்சி. நான் இதோட முடிச்சிக்றேன்" என்று உட்கார்ந்து விட்டான்.

நடந்த நிகழ்ச்சிகளெல்லாம் ஏதோ எதிர்பாராத ஒரு நாடகம் போல் கண் முன்னே நிழலாட, மனம் அமைதியில்லாமல்

பொருமிக் கொண்டிருந்தது. ஒரு தோழர் கூட தன் தரப்பில் உள்ள நியாயத்தைப் புரிந்து கொள்ளவில்லையே, தனக்கு ஆதரவாக ஒரு குரல் கொடுக்கவில்லையே, சொல்லப்போனால் ஒரு விரோதியைப் பார்ப்பது போல் அல்லவா பார்க்கிறார்கள் என்று தன் தனிமைக்காக குமைந்து கொண்டிருந்தான்.

கொந்தளிப்பு எதையும் வெளிக்காட்டாது தன்னைக் கட்டுப்படுத்தி அமர்ந்து கொண்டிருந்த மே.க. தோழர் "ரைட் காம்ரேட்ஸ், நம்ப அடுத்த அஜண்டாவுக்கு போறதுக்கு முன்ன, நம்ப ஸ்தாபனத்த பத்தி முக்கியமான ஒரு விஷயம்.." என்று மீண்டும் எழுந்தார். கூட்டம் அமைதியாக அவரையே பார்த்துக் கொண்டிருந்தது.

அவர் சொன்னார். "இன்றைய ஆளும் வர்க்கத்துக்கு எதிரான புரட்சிகர சக்திகளின் ஒரே கூர் ஈட்டிமுனையாக விளங்கக் கூடிய நமது கட்சியைப் பிளவுபடுத்த வேண்டும். பலவீனப்படுத்த வேண்டும் என்கிற நப்பாசையில், ஏகாதிபத்திய ஏஜண்ட் நிறுவனங்களிடமிருந்து கைக்கூலி பெறும் சில கயவாளிகள், நமது கட்சியைத் துண்டாடவும் சீர்குலைக்கவுமான முயற்சிகளில் ஈடுபட்டு வருகிறார்கள். இவர்கள், கட்சியை உள்ளிருந்தே உடைப்பது, வெளியிலிருந்து நம்மீது அவதூறுகளைப் பொழிவது ஆகிய பல்வேறு உபாயங்களைக் கையாண்டு நமது கட்சி அணிகளைக் குழப்ப முயன்று வருகிறார்கள். இந்தச் சந்தர்ப்பத்தில் நமது அணிகள் இப்படிப்பட்ட பிற்போக்கு ஓடுகாலி சக்திகளைக் குறித்து மிகவும் விழிப்பாக இருக்கவேண்டுவது அவசியம். சோதனைமிக்க இப்படிப்பட்ட சந்தர்ப்பத்தில் கட்சிக் கட்டுப்பாட்டையும், உருக்கு போன்ற நமது ஒற்றுமையையும் உறுதியோடு பாதுகாப்பதும் கட்சித் தலைமை எடுக்கும் முடிவுகளையும் அப்போதைக்கப்போதும் உடனுக்குடனும் ஒருமித்த கருத்தோடும் முழுமனத்தோடும் விடாப்பிடியாக நிறைவேற்றுவது கட்சித் தோழர்கள் ஒவ்வொருவரது கடமையுமாகும். இதன் மூலமே இப்படிப்பட்ட சீர்குலைவுவாதிகளை இனங்கண்டு கட்சி யிலிருந்து அவர்களை வெளியேற்றி கட்சியின் ஒற்றுமையையும் உறுதிப்பாட்டையும் காப்பாற்ற முடியும்.. இப்படிப்பட்ட பிளவுவாதிகளுக்கு எதிராகப் போராடவும் முடியும் என்பதையும் தெரிவித்து..."

இவனுக்கு எல்லாரும் தன்னையே பார்ப்பது போலத் தோன்றியது. முடிவில் எல்லாரும் எழுந்து இவனுக்கு எதிராக 'கட்சித்துரோகி ஒழிக 'சீர்குலைவுவாதி ஒழிக' 'ஓடுகாலி ஒழிக!' என்று கோஷம் போட்டாலும் போடலாம் என்று நினைத்துக் கொண்டான். அப்படிப்பட்ட ஒரு காட்சியை நினைத்துப்

பார்க்கவே இவனுக்கு கிலியாக இருந்தது. இவனுடைய நெருங்கிய ஒரு நண்பன் ஏழெட்டு வருஷம் முன்பே கட்சியை விட்டு வெளியே போனவன் அடிக்கடி சொன்னது ஞாபகத்துக்கு வந்தது. "கட்சி பக்தி மார்க்கத்துல போவ ஆரம்பிச்சிடுத்துபா.. பக்தி மார்க்கம்னா தெரியுமில்லே. சமயத்துறையிலே ரெண்டு விதமான மார்க்கம் உண்டு. ஒன்னு பக்தி இன்னொன்னு ஞான மார்க்கம். தனக்கு மேலே இருக்கற குரு எது சொன்னாலும் ஏன் எதுக்குன்னு கேள்வி கேட்டு புரிஞ்சி சந்தேகத்தை தீர்த்துக்னே வளர்ந்து முன்னேறது ஞான மார்க்கம். இப்ப நம்ப கட்சிக்கு ஞான மார்க்கத்த விரும்பற தோழர்கள் தேவையில்ல. பக்தி மார்க்கத்துக்கு போவ விரும்பற சிஷ்யர்கள்தான் வேணும். கட்சித் தலைமைதான் குரு பீடம். அவங்க எது சொன்னாலும் கேள்வியில்லாம அப்படியே கேட்டுக்கினு போவணம். அப்படிப்பட்ட பக்தர்கள்தான் இப்ப கட்சிக்குத் தேவை. அதான் இப்ப கட்சியோட நெலமை."

இவன் அப்போதெல்லாம் "போப்பா உனக்கு வேற வேல இல்ல. உனக்கு கட்சி போற போக்கு புடிக்கல. வெளியேறிட்டன்னா அதுக்காக கட்சிய பத்தி மோசமா எது வேணா பேசறதா. கட்சிக்குள்ள அந்த மாதிரில்லாம் ஒன்னும் இல்ல. உட்கட்சி ஜனநாயகம்ல்லாம் இப்பவும் உயிரோட இருந்துக்னுதான் இருக்குது. எதுவும் ஒன்னும் செத்துப் போவல. பேசாம இரு" என்பான்.

"இப்ப தெரியாதுபா உனக்கு. கட்சியோட ஒத்துப்போறவரிக்கும் ஒன்னும் பிரச்னை இல்லை. ஆனா கட்சியோட டிஃபர் ஆவும் போது தான் நெலமை என்னான்னு உனக்குத் தெரியும். ஏன்னா, கட்சி வெறும் பக்தி மார்க்கத்துல போனாகூட, பரவால்ல. ஆனா கட்சி ஊழியர்களுக்கு 'ஞானம்' இருப்பதே ஆபத்து. சுயமா படிக்கறதே தப்புன்னு நெனைக்குது கட்சி. கேள்வி கேக்கறதே அஞ் ஞானம்னு நெனைக்குது. இப்பேர்ப்பட்ட கட்சியிலே இருந்துக்னு என்ன செய்யப் போற... அதுக்காக சொல்றேன். நானும் ஒரு புரட்சிக்காரன்னு பாவலா பண்ணிக்னு சும்மா பேருக்கு வேணா கட்சியில இருந்துக்னு இருக்கலாமே தவிர வேறு ஒன்னும் பண்ண முடியாது. ஆனா அதுதான் புரட்சிக்கு நாம்ப செய்யற பெரிய துரோகம்.. தெரிஞ்சிக்கோ.."

அப்போது அந்த வார்த்தைகளின் அர்த்தம் இவனுக்குப் புரியவில்லை. இப்போது அது ரொம்ப அனுபவப்பட்ட வார்த்தைகள் போல்பட்டது.

மே.க. தோழர் தொடர்ந்து என்னவோ பேசிக்கொண்டிருந்தார். எனக்கு உட்காரவே இருப்புக்கொள்ளாமல் உடனடியாக இதைவிட்டு எங்காவது எழுந்து ஓடிவிட்டால் தேவலாம்போல் இருந்தது. தன்னையொத்தவர்கள் தன்னை மாதிரி

நோக்குடையவர்கள் யாரிடமாவது போய் எல்லாவற்றையும் கொட்டித் தீர்த்துக்கொண்டால்தான் மனசு ஆறும் போலிருந்தது. இடையிலேயே எழுந்து வெளியேறுவது பலவீனத்தையே வெளிப்படுத்தும் என்பதால் சங்கடப்பட்டு, எப்போது கூட்டம் முடியும் என்று பொறுமையோடு பல்லைக் கடித்துக் காத்துக் கொண்டிருந்தான்.

அடுத்த அஜண்டாவுக்கு போய்விட்டிருந்தார்கள் போலிருந்தது. மே.க. தோழர் வேறு ஏதோ பேசிக்கொண்டிருந்தார்.

"தேர்தல் நிதின்றது எவ்ளோ முக்கியம்ன்னு நான் சொல்ல வேண்டியதில்லை. நாம வசூல் பண்ற ஒவ்வொரு ரூபாயும், நம்ம தோழர்களுக்கு ஒவ்வொரு வோட்ட கூடுதலாக்கித் தந்து ஆளும் வர்க்கத்துக்குக்கெதிரான நம்முடைய வெற்றிய உறுதிப்படுத்தணும். அந்த வகையில் நீங்கள்ளாம் கடுமையா ஒழைச்சி வேல செய்யணும். கணிசமான அளவுல நிதி வசூல் பண்ணி குறிப்பிட்ட தேதிக்கு முன்னாடியே கோட்டாவ முடிச்சி, மையத்துக்கு அனுப்பி வைக்க முனைப்போட செயல்படணும்."

1985

உதயம்

*

மையம்

ப்ளீனம் முடிவுப்படி மாவட்ட, வட்டத் தலைநகர்களில் மையத்தைப் பயன்படுத்த வேண்டும் என்று சொல்லி யிருந்தார்கள். தலைவர்கள் பூராவும் அங்கங்கே கமிட்டி நடத்திக்கொண்டும், அரசியல் ரிப்போர்ட் செய்துகொண்டும், பொதுக்கூட்டம் பேசிக் கொண்டும் மூலைக்கொருவராக இறைந்து போய்விடுகிறார்கள். மையத்தில் யாருமே இருப்பதில்லை. இதனால் மைய வேலைகளும் ஒழுங்காய் நடப்பதில்லை. இப்படி மையத்தில் யாரும் இருந்து அவ்வப்போது வரும் பிரச்னைகளைக் கவனித்து உரிய முறையில் வழிநடத்த வாய்ப்பில்லாமல் மையம் அனாதையாகிப் போய்க் கிடப்பதனாலேயே கட்சி வளராமலிருக்கிறது. எனவே கட்சி வளர்ச்சிக்கு உடனடியாக மையங்களைப் பலப்படுத்தும் பணிகளைக் கவனிக்க வேண்டும் என்று ப்ளீனம் ஆய்வு செய்து சொன்னதன் அடிப்படையில் முடிவுகளை அமல்படுத்தும் திட்டத்தின் ஒரு பகுதியாக ஆங்காங்கே மையத்தைப் பலப்படுத்தும் முயற்சியில் தீவிரமாய் இறங்கினார்கள்.

ஏற்கெனவே 'கட்சி வளர்ச்சி நிதி' வசூல் செய்து பிளாட் வாங்கிப் போட்டு, 'கட்டிட நிதி' வசூல் எழுப்பி யிருந்த மாவட்டக்கமிட்டி அலுவலகத்தில் தற்போது 'மைய நிதி' வசூல் செய்து அதைப் பலப்படுத்தினார்கள். முதல் கட்டமாக மையத்தின் சார்பில் வங்கிக் கணக்கு ஒன்று தொடங்கி அதில் மையத்தின் நிரந்தர நிதி வசதிக்கு ஏற்பாடு செய்தார்கள். பிறகு அலுவலகத்துக்குள்ளேயே ஒரு குட்டி அலுவலகம் பிளைவுட் தடுப்பால் தடுத்து அதற்கு பிரத்யேகமாக ஒரு மின்விசிறி, குழல் விளக்கு வாங்கிப் பொருத்தினார்கள்.

தொலைபேசி இணைப்புக்கு ஏற்பாடு செய்து, தட்டச்சுப்பொறி ஒன்றும் வாங்கி வைத்தார்கள். மையத் தலைவர்களில் யாராவது மூன்று பேர் கட்டாயம் அலுவலகத்திலேயே இருந்து எப்போதும் மையத்தைப் பலப்படுத்திக் கொண்டிருக்க வேண்டும். இவர்கள் யாரும் எக்காரணம் கொண்டும் மையத்தைவிட்டு அப்பால் போய் மையத்தைப் பலவீனப்பட்டுவிட விட்டுவிடக் கூடாது. இவர்கள் இருபத்தி நாலுமணி நேரமும் மையத்திலேயே இருந்து அவ்வப்போது வரும் பிரச்னைகளுக்கு அவ்வப்போதே உடனடிப் பரிகாரம் கண்டு நல்லமுறையில் செயல்பட்டு கட்சி அணிகளுக்கு வரும் பிரச்னைகளுக்கு அவ்வப்போதே உடனடிப் பரிகாரம் கண்டு நல்லமுறையில் செயல்பட்டு கட்சி அணிகளுக்குத் தெம்பூட்டி கட்சியை வளர்க்க வேண்டும் என்று முடிவு செய்தார்கள். இதன்படி மையத் தலைவர்களில் அதிகமாய் ஓடியாடி இயங்க முடியாத பருத்த சரீரம் கொண்ட மூத்த முதுபெரும் தோழர் ஒருவரும், எப்போதும் எல்லாமே பளப்பளப்பாகத் தோற்றம் தரும் தொழிற்சங்கத் தலைவர் ஒருவரும், வெகுசன அரங்கில் பணியாற்றும் இளம் தோழர் ஒருவரும் ஆக மூன்று பேர் எப்போதும் மையத்திலேயே இருந்து செயல்பட்டார்கள். மையக்குழுச் செயலாளர் வசதிக்கேற்ப அவ்வப்போது மையத்திலும் வெளியிலுமாக இருந்து இரு முனைகளிலும் செயல்பட்டார்.

இந்த அமலாக்கத்திற்குப் பிறகு மைய அலுவலகம் எப்போதும் திறந்திருந்தது. அலுவலகத்தில் எப்போதும் யாராவது இருந்து கொண்டிருந்தார்கள். அலுவலகத்துக்கு வரும் கடிதங்களுக்கு அவ்வப்போது டைப் செய்து பதில் அனுப்பினார்கள். அடிக்கடி போன் பேசினார்கள். பிரச்னைகளின் தன்மையையும், அவசியத்தையும் பொருத்து அடிக்கடி தனியறையில் கூடி விவாதித்தார்கள். ஏறக்குறைய தினத்துக்கும் ஏதாவதொரு கமிட்டி நடத்தி இயக்கப் பணிகளைத் திட்டமிட்டார்கள். ஓய்ந்த நேரங்களில் ஃபேன் அடியில் குந்தி, டீ குடித்து தினப்படி அரசியல், நாட்டு நடப்பு, கட்சிக் கிளைகள், வெகுசன அமைப்புகள் ஆகியவற்றின் நிலைமைகள் குறித்துப் பேசினார்கள். அடிக்கடி சிகரெட் பிடித்து ஆழ்ந்த சிந்தனையோடு புகைவிட்டு கட்சி வளர்ச்சி பற்றி தீவிரமாக யோசித்தார்கள்.

நடுநடுவே கட்சிப் பணியோடு கலாச்சாரப் பணியும் ஆற்றும் முகமாக நகரத்தில் ஓடும் நல்ல படங்கள், அதன் முற்போக்கு அம்சங்கள், உரையாடல்கள் அல்லது பாடல்கள் அல்லது இதற்கு அப்பாற்பட்ட சில விசேஷ சங்கதிகள், மாலைத் தினசரிகளின் சிறப்புச் செய்தி வெளியீடுகள் ஆகியவையும் அக்கறையோடு அலசப்படுவதுண்டு. இவ்வாறாக மையம் பலப்படுத்தப்பட்டு

கட்சிப் பணிகள் சுறுசுறுப்பாக நடப்பதாக நம்பப்பட்டது. அலைச்சல் அதிகம் இல்லாமல் ஒரே இடமாய் நிழலாய் உட்கார்ந்து கொண்டு கிடந்ததாலோ அல்லது மையம் பலப்பட்டு கட்சி வளரும் பூரிப்பிலோ தலைவர்களும் ஒரு சுற்றுப் பெருத்து உடம்பிலும் ஒரு மினுமினுப்பும் தேஜஸும் ஏறி கண்களிலும் ஒரு பிரகாசமும் நிறைவும் தென்பட்டது.

எந்த நேரமும் பளிச்சிடும் வெள்ளை வேட்டியும், ஏதாவது ஒரு உள்நாட்டு அல்லது வெளிநாட்டு செயற்கை இழைத் தயாரிப்பு சட்டையுமாக, உடம்பில் துளியும் அழுக்குப்பட வாய்ப்பின்றி முக்கிய பிரமுகர்கள் போலவோ அல்லது சில தொழில் அதிபர்கள் போலவோ காட்சி தந்தார்கள்.

இதுபற்றி கீழ்மட்டங்களில் அழுத்தலான பேச்சு வந்தபோது எப்போதும் வினயமாகப் பேசும் தோழர் ஒருவர் கூட 'அதுல என்னா தோழர் தப்பு. தலைவர்கள் பலப்பட்டாதான மையம் பலப்படும். அத வுட்டுட்டு சும்மா காஞ்சி போன நோஞ்சான் மாதிரி தலைவர்களல்லாம் இருந்தா அப்புறம் மையம் எப்பிடி பலப்படும்' என்று சொல்லிச் சிரித்தார். "எதுக்கெடுத்தாலும் அடுத்தவன் காச எதிர்பார்த்துக்னு, எப்ப எவன் ஆப்டுவானா... யார்னா வரமாட்டாங்களான்னு பிச்சக்காரன் மாதிரி குந்தி வாசப்படிய பாத்துக்னு கெடக்கற நிலமையில் தலைவர்கள்லாம் இருந்தா அப்பறம் மையம் எப்படி பலப்படும். அதுக்காகத்தான் இந்த ஏற்பாடு. எதுக்கும் யார் கையையும் எதிர்பார்க்க வேண்டியதில்லை. மையத்துல நிதி இருக்குதுன்னா மனசுக்கும் ஒரு தெம்பு பூரிப்புதான..." என்றார்.

இவனும் கூட அதைக் கேட்டு லேசாய் சிரித்தான். "தலைவர்கள் பாவம், எவ்வளவோ கஷ்டமெல்லாம் பட்டு தியாகமெல்லாம் செய்து தான் கட்சிய வளர்த்து இருப்பாங்க. அதனால அவங்க கொஞ்சம் சௌகர்யமாக, கஷ்டமில்லாம இருக்கறதப் பத்தி ஒன்னும் தப்பு இல்ல தோழர். வேலைகள் ஒழுங்கா நடந்தா சரி.." என்றான்.

"வேலதான... எப்படி நடக்கும்? பென்ஷன்னு நெனச்சிக்க வேண்டியதுதான். பென்ஷன் குடுக்கும்போது யார்னா வேலைய எதிர்பார்ப்பாங்களா என்னா.. என்னுமோ மையம். ஏதோ கொஞ்சம் வசதி கெடைச்சா அத வச்சி சொகம் அனுபவிக்கணம்னு தோனுதே தவிர... அத வச்சி எப்படி இன்னும் தீவிரமாவே வேல செய்யலாம்ன்ற இருந்தாதான... தகராறு எதுவும் வராம பிரச்ன இல்லாம எதோ கம்பெனி வச்சி நடத்தறா மாதிரி, ஆபிஸ் நிர்வாகம் பண்றா மாதிரி கட்சி வச்சி நடத்தணம்னா

எப்படி நடத்தறது. கம்பெனில கூட எதுனா பிரச்ன வரும். ஆனா இவங்க என்னாடான்னா பிரச்னையே எதுவும் வரக் கூடாதுன்றாங்க'' என்றார்.

"என்னா தோழர் அப்படி சொல்றீங்க?''

"பின்ன... நீங்க வேணா எதாவது ஒரு பிரச்னன்னு கட்சி ஆபிஸ் போய்ப் பாருங்களேன். போனா என்னா ஆச்சி ஏதாச்சின்னு கேட்டு பிரச்னைக்கி ஒரு வழியப் பார்ப்பன்னு இல்லாம என்னா தோழர் இப்படி பண்ணிட்டு வந்துருக்கறிங்கன்னு வந்த தோழரையே பார்த்து கேட்டு, அதுக்கு ஏதாவது பதில் சொன்னா யாரக் கேட்டு இப்பிடி பண்ணிங்க, எங்க கேட்டு இப்பிடிப் பண்ணிங்க, தன்னிச்சைப் போக்கு, செக்டேரியன் பார்வை, அவசரப்பட்ட முடிவு அது இதுன்னு எதாவது பேர் சொல்லி நடந்த விஷயத்துல கொற கண்டு புடிச்சி விமர்சனம் பண்ணிக்னு இருப்பாங்களே தவிர, சரி மேற்கொண்டு என்னா பண்ணலாம்னு நடக்கப் போற காரியத்துக்கு ஒரு வழி சொல்லமாட்டாங்க. இப்பிடி இருந்தா வந்தவனுக்கு எப்படியிருக்கும் தோழர். ஏண்டா இங்க வந்தம்னு இருக்குமே தவிர அடுத்தபடி கட்சி ஆபிஸ் போவணும்னா வரும்.. ஏதோ பிரச்ன. "கட்சி ஆபிஸ் போனமா. தீந்துதான்னு ஒரு தெம்பு கெடையாது. இப்பிடி இருந்தா அப்பறம் கட்சி எப்பிடி வளரும்...''

இவன் ஒரு இடைக் கமிட்டியை முன்னிட்டு மைய அலுவலகம் சென்றிருந்தான். மையச் செயலாளரும், வெகுஜன அரங்கத் தலைவரும், வேறு யாரோ மூன்று தோழர்களும் புதிதாக வாங்கிப் போட்டிருந்த ஒரு டசன் மடிப்பு நாற்காலிகளில் தேவையானதை எடுத்துப் போட்டு உட்கார்ந்து பேசிக்கொண்டிருந்தார்கள். முதுபெரும் தோழர் பிளைவுட் தடுப்புக்கு அப்பால் பிரத்யேக அலுவலகத்தில் காற்று வாட்டத்துக்காக கதவைத் திறந்துவைத்து ஃபேன் போட்டு நாற்காலியில் கால்களைத் தூக்கி வைத்து தலையைப் பின்புறம் சாய்த்து அரைத்தூக்கத்தில் கண்களை மூடியிருந்தார் அல்லது கட்சி வளர்ச்சி பற்றிய சிந்தனைகளால் மூழ்கியிருந்தார். தொழிற்சங்கத் தலைவர் அவரது மனைவியின் ஒன்று விட்ட சகோதாரியின் தம்பி மகள் திருமணத்துக்குப் போயிருப்பதாகச் சொன்னார்கள். கூட இருந்து பேசிக்கொண்டிருந்த யாரும் நடக்க இருக்கும் கமிட்டியின் உறுப்பினர்கள் அல்ல.

இவன் உள்ளே நுழைத்து 'விஷ்' செய்து வழக்கப்படி 'என்னா தோழர் சௌக்யமா. எப்பிடி இருக்கீங்க...' என்று விசாரிப்புகள், தகவல் அறிதல்கள் முடித்து மேசைமேல் கிடந்த தினசரி இதழ் ஒன்றை எடுத்துப் புரட்டிக் கொண்டிருந்தார்கள்.

மணி பதினொன்றை நெருங்க இருந்தது. கமிட்டி பத்து மணிக்கு என்று போட்டிருந்தார்கள். ஆரம்பத்தில் இவன் பத்து மணிக்கு கமிட்டி என்றால் ஒன்பது ஒன்பதரைக்கெல்லாம் வந்து விடுவான். எதையும் நேரத்தில் செய்து முடிக்க வேண்டும் என்கிற பொறுப்புணர்வும், பத்து மணிக்கு ஆரம்பமாகும் கமிட்டியில் தான் காலதாமதமாகப் போகக் கூடாதே என்கிற எச்சரிக்கையுணர்வும் அக்கறையும் அப்போது இவனுக்கு இருந்தது. ஆனால் எந்த கமிட்டியும் குறித்த நேரத்தில் ஆரம்பமாகியதில்லை என்பதோடு, காலதாமதம் என்பதும் எதோ ஒரு அரை மணி ஒரு மணி என்று இல்லாமல் மூன்று மணி நேரம் நான்கு மணி நேரம் என்றுகூட ஆகும். முற்பகல் பிற்பகலாகும். பிற்பகல் மாலையாகும். மாலை நடுநிசியாகும் என்பது இவனுக்கு அனுபவமாகியது. இந்தக் காலதாமதம் பற்றி இவன் எத்தனையோ கமிட்டிகளில் பேசியும் யாரும் அதை பெருசாகப் பொருட்படுத்திக் கொள்வதாகவும் தெரியவில்லை.

அப்படியே எப்போதாவது பொருட்படுத்திக் கொண்டாலும் அது பேச்சோடு இருந்ததே தவிர எவரும் அதை நடைமுறைப் படுத்துவதில் அக்கறை எடுத்துக் கொள்வதில்லை. இதனால் இப்படிப்பட்ட காலதாமதங்களுக்கு இவன் வலிந்து பழக்கப்படுத்திக் கொள்ள வேண்டியவனான். அதோடு இது ஒரு தொத்து நோய் மாதிரி பரவி புதியதாய் வரும் சுறுசுறுப்பான துடிப்பும் ஆர்வமுமுள்ள இளைஞர்களையும் கூடக் கெடுத்து இந்த வியாதிக்கு அடிமைப்படுத்தி வந்ததில் காலப்போக்கில் இவனும் ‘போவமே, என்ன பத்துமணி என்று போட்டால் பத்து மணிக்கேவா ஆரம்பித்துவிடப் போகிறார்கள்’ என்று ஒரு மணி, ஒன்னரை மணி என்று வசதிக்கேற்ப காலதாமதம் செய்து வரத் தொடங்கினான். அப்படி வந்தும் கமிட்டிக்கு வரவேண்டிய தோழர்கள் யாரும் இன்னும் வந்து சேரவில்லை என்பதில் இவனுக்கு ஒரு ஆயாசம் தோன்றியது. அதில் இவனுக்கு ஒரு அற்ப சந்தோஷம் தோன்றினாலும் ‘இதெல்லாம் திருத்தவே முடியாதா’ என்றும் இவனுக்குள் கேள்வி எழுந்தது. இன்னும் ஒரு அரைமணி நேரம் பொறுத்து வந்திருக்கலாம் என்று நினைத்தான்.

“என்னா தோழர்... இன்னும் யாரும் வரலியா, இல்ல வந்து எங்கியாவது வெளியே போய் இருக்கறாங்களா” என்று இவன் செயலாளரைப் பார்த்துக் கேட்டான்.

கையில் சாவிக் கொத்தை வைத்துப் பிரித்து மேசைக்குக் கீழே கால்களை நீட்டி ஆட்டிக் கொண்டிருந்த செயலாளர் சிரித்தார். “வருவாங்க, கமிட்டி பத்து மணிக்குன்னுதான் போட்டிருக்கறம்,

பன்னெண்டு பணிக்கு முன்னாடியா வந்துடுவாங்க.''

இவன் அதற்குப் பதில் ஒன்றும் சொல்லாமல் கொஞ்சம் யோசித்து "சரி, அப்ப நான் போய் ஒரு டீ குடிச்சிட்டு வந்துடறேன். கமிட்டி ஆரம்பிச்சுட்டிருக்குமோ என்னுமோன்னு இப்படியே பஸ்ஸவுட்டு எறங்கி நேரா வந்துட்டேன்'' என்றான்.

"டீ தான வாங்கியாரச் சொன்னா போச்சி'' என்றார் செயலாளர்.

இவன் சற்று தயங்கி "எனக்காகன்னா வேண்டாம் தோழர். போய் குடிச்சிட்டு வந்துடறேன். எல்லாருக்கும்னா பரவால்ல...''

"உக்காருங்க உங்களுக்காக யார் வாங்கியாரச் சொல்றா... எல்லாரும் சாப்பிட வேண்டித்தான்'' என்றார் செயலாளர். எதிரே உட்கார்ந்திருந்த மூவரில் ஒருவர் வயதைத் தாண்டிய கொஞ்சம் பருத்த சரீரமும், சிகப்புக் கரை போட்ட வெள்ளை வேட்டியும், சந்தன கலர் சட்டையும் அணிந்தவரைப் பார்த்து "என்னா வேலாயுதம், டீ சாப்பிடலாமா'' என்றார் தொடர்ந்து கால்களை ஆட்டியபடியே.

"சொல்லுங்க....'' என்றார் வேலாயுதம். "எத்தினி டீ..?'' என்று தலையை எண்ணி 6 டீயா என்று பாக்கெட்டில் கையை விட்டு ஒரு இரண்டு ரூபாய் நோட்டை எடுத்துக்கொண்டு சில்லறைக்காகத் தடவினார்.

இவன் "சில்லறைதான, எவ்வளோங்க வேணும் நான் தர்ரேன்'' என்றான். பூரா பேருக்கும் இவனால் கொடுக்க முடியாவிட்டாலும் இவனால் முடிந்த பங்குத் தொகையையாவது கொடுக்கலாம் என்கிற எண்ணத்தில்.

அதற்குள் மையச் செயலாளர் "நீங்க இருங்க' என்று இவனைப் பார்த்துத் தடுத்து "துட்ட அவுக்க மனசு வராதே... எடுப்பா... ஒரு அஞ்சு ரூபா நோட்டா எடு, டீன்னா டீயோட போச்சா சிகரெட்டெல்லாம் இல்லியா...'' என்றார்.

வேலாயுதம் சட்டென்று முகம் சுண்டினாலும், வினாடியில் அதை மறைத்து ஒரு சிரிப்பு சிரித்து "வுடமாட்டீங்களே.... கட்சி ஆபீஸ் வந்தா பாக்கெட்ட காலி பண்ணிட்டுதான வுடுவீங்க'' என்று உள் பாக்கெட்டில் கை விட்டார்.

"திரும்பிப்போவ பஸ்சுக்கு காசு வுட்டு வக்யறமே அது போதாதா, நீதான் ஆபிசுக்கு வரும்போதே எல்லாத்தியும் எடுத்து உள் பாக்கெட்டுல வச்சிக்னு மேல மட்டும் ஒரு ரெண்டோ மூனோ

தூக்கிப் போட்டுக்னு வந்துடற. கட்சிக்கு என்னா அவ்வளோ கூடமா தெரியாது. இல்ல இதெல்லாம் தெரியாமத்தான் கட்சி நடத்த முடியுமா'' என்று சிரித்தார்.

"கட்சிக்கு எது தெரியுமோ தெரியாதோ, இதல்லாம் மட்டும் நல்லா தெரியும்' என்று அது குரோதமாய்ப் படாத வகையில் ஒரு சிரிப்பு சிரித்து எச்சரிக்கையாய் ஒரு ஐந்து ரூபாய் நோட்டை மட்டும் உள்பாக்கெட்டிலிருந்து உருவி எடுத்தார் வேலாயுதம்.

இந்தமாதிரி பேச்சுகள் இங்கு ரொம்ப சாதாரணம் என்பதால் இவன் இதை அதிகம் பொருட்படுத்திக் கொள்ளாமல் பேருக்கு கையிலிருந்த பேப்பரைப் புரட்டிக் கொண்டிருந்தான்.

மையச் செயலாளர் "கோவிந்து'' என்று குரல் கொடுத்தார். பின்பக்கம் கிணற்றடியிலிருந்து இடுப்பில் கட்டிய லுங்கியுடன் வெறும் உடம்போடு வந்தார் கோவிந்து.

"என்னா செய்யற...''

"துணி தொவச்சி காயப்போட்டேன் தோழர். குளிக்கப் போறேன்'' என்றான்.

"வந்து குளிக்கலாம். சட்ட போட்டுக்னு வந்து ஒரு ஆறு டீ வாங்கியாந்து குடுத்துட்டுப் பூடு...''

கோவிந்து எனப்பட்டவன் ஒரு பத்தொன்பது இருபது வயதுக்குட்பட்ட வாலிபன். ஒல்லியான ஒடிசலான தேகம். லேசாய் சோர்வு குடிகொண்ட கண்கள். பின்பக்கமாகப் போய் லுங்கியைச் சரியாக அவிழ்த்துக் கட்டிக்கொண்டு சட்டை போட்டுக்கொண்டு வந்தான்.

"பிளாஸ்க் எடுத்துக்கல...''

"தோ...'' என்று உள் அலுவலகத்துள் நுழைந்து பிளாஸ்க்கை எடுத்து வந்தான்.

"இந்தா, அந்த காச வாங்கிக்கின்னு போய் ஆறு டீ நல்லா ஸ்ட்ராங்கா போட்டு வாங்கிக்க, பிளாஸ்க நல்ல வெந்நீர் ஊத்தி கழுவிட்டு போடச் சொல்லு. நீ ஒரு டீ சாப்பிட்டுடு. ஒரு பாக்கெட் சிசர்ஸ் வாங்கிக்க. அப்பறம் உங்களுக்கு சிகரெட் வேணுமா தோழர்' என்று இவனைப் பாத்துக் கேட்டார். இவன் "வேணாம் தோழர் இருக்குது என்றான். "சரி அவ்வளவுதான்.''

கோவிந்து "ஆறு டீயா'' என்றான். பிறகு அலுவலக உள்ளில் இருந்த மூத்த தோழரை நினைவுபடுத்தி அவருக்கு என்றான்.

உடனே வெகுஜன அரங்கத் தலைவரும் "அடடா தோழர் சா.ரா.வ. மறந்தே போயிட்டம். அவர் டீ குடிக்க மாட்டாரே. காபிதான்'' என்றார்.

செயலாளர் கோவிந்துவைப் பார்த்து "தூங்கறாரா முழிச்சிக்னு இருக்காரா பாரு" என்றார்.

"தெரியல. கண்ண மூடிக்னு இருக்கறார்" என்றான் கோவிந்து.

"தூங்கிகினு இருந்தா இப்ப எழுப்ப வேணாம். எழுந்த பிறகு பார்த்துக்கலாம்" என்றார் செயலாளர்.

"தூங்கனா கூட எழுப்பிக் குடுத்துக்கலாம் தோழர். அவருக்கும் சேர்த்து வாங்கியாரச் சொல்லுங்க. அப்டியா இருந்தாலும் கமிட்டிக்கு எழுந்துதானா ஆவணம். தூங்கி எழுந்து ஃபிரஷ்ஷா காபிய குடிச்சிட்டு கமிட்டிய ஆரம்பிக்கட்டும்" என்றார் வெகு ஜன அரங்க இளம் தோழர்.

செயலாளர் "சரி அப்படியே கிளாஸ் எடுத்துக்னு போயி அவருக்கு தனியா ஒரு காபி, ஒரு கோல்டுபிளாக் பில்டர் சிகரெட் வாங்கியாந்துடு, டீய மொதல்ல போடச் சொல்லி வாங்கிக்னு அப்பறம் காபிய வாங்கு. இல்லாம மொதல்லியே வாங்கிட்டா ஆறிடும்..!" என்றார்.

எல்லாவற்றையும் யோசனையோடு கேட்டுத் தலையாட்டிக் கொண்டிருந்த கோவிந்து இவன் வந்திருப்பதைத் தான் உணர்ந்திருப்பதாகத் தெரிவிக்கும் வகையில் இவனைப் பார்த்து ஒரு புன்னகை பூத்தான்.

இவன் "எல்லாத்துக்கும் காசு சரியாயிருக்குமா. எதுக்கும் கூட சில்ற எடுத்துக்னு போங்க' என்று சில்லறைக்காக பாக்கெட்டில் கை விட்டான். செயலாளர் "நீங்க இருங்க. ஏம்பா வேலாயுதம் அந்த ரெண்டு ரூபாயும் குடுத்துனுப்புப்பா!" என்றார்.

வேலாயுதம் வேறு வழியில்லாமல் அந்த இரண்டு ரூபாயையும் எடுத்துத்தர, பிளாஸ்க்கையும், கிளாசையும் எடுத்துக்கொண்ட கோவிந்து சோர்வு கலந்த அதே புன்னகையோடு இவனைப் பார்த்தபடியே வெளியேறினான்.

கோவிந்து இப்போது ஆறுமாத காலமாகத்தான் இங்கு மையத்திலே வந்து இருக்கிறான். மையம் இருந்த நகரத்துக்கு முப்பதாவது மைலில் இருந்த ஒரு கிராமத்தை மையமாக உள்ள சுற்று வட்டாரங்களில் வாலிபர் இயக்கத்தைக் கட்ட, அக்கம்பக்கத்துக் கிராமங்களில் துண்டுப்பிரசுரம் விநியோகம் செய்யப் போனபோது ஒரு கிராமத்தில் வாலிபர் இயக்கத்துக்கு விரோதமாயிருந்த மாற்றுக் கட்சிக்காரர்கள் சிலர் இந்த வாலிபனைப் பிடித்துக் கட்டி வைத்து அடித்து விட்டிருக்கிறார்கள். நல்ல அடி. "இனிமே இந்தமாதிரி நோட்டீஸ் எடுத்துக்னு ஊர் உள்ள வந்த உயிரோட திரும்பமாட்ட ஜாக்ரத' என்று மிரட்டி அனுப்பியிருக்கிறார்கள்.

பையன் சாதியில் மைனாரிட்டி சேர்ந்தவன். ஏழைக் குடும்பம் தகப்பனாருக்கு புரோகிதம் தொழில். ஹையர் செகண்டரி பாஸ் செய்து மேற்கொண்டு படிக்கவும் வசதில்லாமல் வேலையும் கிடைக்காமல் பக்கத்தில் மூனாவது மைலில் இருந்த கிராமத்தில் டைப்பிங் பயின்று வந்தான். மெஜாரிட்டி வகுப்பாயில்லாத இவனும் கூட மற்றவர்கள் மாதிரி சங்கம் அது இது என்று வருகிறானே என்பதும் அடித்தவர்களின் ஆத்திரத்துக்கு ஒரு காரணம். கேள்விப்பட்ட வாலிபர் சங்கத்தில் சம்பந்தப்பட்ட நபர்களை எப்படியும் பதிலுக்குத் தாக்குவது. அப்படித் தாக்கினால்தான் அடித்தவனுக்கு புத்தி வரும். வாலிபர் சங்கத்து ஆட்கள் மேல் கைவைத்தால் சும்மா விடமாட்டார்கள். எப்படியும் திருப்பித் தாக்குவார்கள் என்று ஒரு பாடம் கிடைக்கும் என்று பதிலடி கொடுக்கத் திட்டமிட்டுக் கொண்டிருந்தார்கள்.

இதற்குள் செய்தி மையத்துக்கு கிடைக்கத் தலைவர்கள் ஸ்தலத்துக்கு விரைந்து பதில் நடவடிக்கை வேண்டாம். பிரச்னை வளரும். மேலும் கலவரமாகி போலிஸ், கோர்ட்டு என்று நடந்து இயக்கம் பாதிக்கப்படும் என்று தடுத்து, எஸ்.பி.யைப் பார்ப்போம். எம்.எல்.ஏ.வைப் பார்ப்போம். எம்.பி.யைப் பார்ப்போம் என்று சொல்லிவிட்டார்கள். அதோடு தாக்குதலுக்கு உள்ளான தோழரையும் இனி அவர் ஸ்தலத்தில் இருந்து வேலை செய்ய வேண்டாம் பிரச்னை வரும். ஆகவே அவர் மையத்துக்கு வந்து விடட்டும், மையத்துக்கும் ஒரு ஆள் தேவைப்படுகிறது. அவரைப் 'ஆபிஸ் செகரட்டிரியாக' போட்டுக்கொண்டு மாத மாதம் மையத்திலிருந்தே எதாவதொரு உதவித்தொகை தந்துவிடலாம் என்று முடிவு செய்து அந்த வாலிபரை மைய அலுவலகத்துக்கும் கொண்டு வந்து பிரச்னைக்கு ஒருவாறு முற்றுப்புள்ளி வைத்துவிட்டார்கள்.

பையனுக்குப் பேர்தான் 'அலுவலகச் செயலாளரே' ஒழிய தினப்படி ஆபிஸ் பெருக்குவது, தண்ணீர் மொண்டு வைப்பது, டீ சிகரெட் வாங்கி வருவது, வரும் போகும் பெருந்தலைவர்களுக்கு டிக்கட் ரிசர்வ் செய்வது, வண்டி ஏற்பாடு செய்து கொடுப்பது, எப்போதாவது கார்டு கவர் வாங்கி வருவது, போஸ்ட் ஆபீஸ் சென்று போஸ்ட் செய்வது ஆக இத்யாதி அனைத்து வேலைகளையும் செய்து வந்தான். மாதம் நூறு ரூபாயோ ஏதோ உதவித் தொகை தருவதாகச் சொன்னார்கள்.

எப்போதாவது வேலையாக அலுவலகம் வரும்போதெல்லாம், பேச்சுத் துணைக்கும்கூட ஆள் அற்றவன் போல் சோர்வோடும், செய்வது புரியாமலும் சுவர் ஓரம் நாற்காலியை இழுத்துப்போட்டு அமர்ந்து எதையாவது புரட்டிக் கொண்டிருக்கும் அவனைப் பார்க்க இவனுக்கு ஒரு மாதிரியாக இருக்கும். செயலூக்கமும்

துடிப்பும் கொண்ட அவன் வாலிபப் பருவத்தை கட்சி சரியாகப் பயன்படுத்தி அவனை முறையாக வளர்த்தெடுப்பதற்கு மாறாக, இப்படி அவனைக் காயடித்துப் போட்ட மாடாக ஆக்கிவிட்டார்களே என்று இவனுக்குத் தோன்றும் சிலசமயம் அவன் நிலைபற்றி விசாரிப்பான். நேரங்களை வீணாக்காமல் நிறையப் படிக்கச் சொல்லி புத்தகங்களின் பேர் குறிப்பிடுவான்.

மணி பதினொன்னே காலைத் தாண்டியிருந்தது. கோவிந்து திரும்பி காபியை நேரே கொண்டு போய் மூத்த தோழரிடம் தந்துவிட்டு இருந்த மூன்று டம்ளர்களில் டீயை ஊற்றித் தந்து அவர்கள் குடித்துவிட்டுத் தர அதைக் கழுவிக் கொண்டுவந்து அடுத்தவர்களுக்கு ஊற்றிக் கொடுத்தான். அனாவசியமாக இப்படி அடுத்தவர்களை டீ கிளாஸ் கழுவ விடுவதில் இவனுக்கு உடன்பாடு இல்லை. முக்கியமாக எதுவும் வேலையில்லாத நேரங்களிலாவது அவரவர்கள் குடித்த கிளாசை அவரவர்களே எழுந்து போய் கழுவிக் கொண்டு வந்து விடுவது நல்லது என்று இவன் நினைத்தான். முதல் ரவுண்டில் இவனுக்கு ஊற்றித் தந்த போது "நீங்க சாப்பிடுங்க தோழர்' என்று பக்கத்திலிருந்த வெகு ஜன அரங்கத் தோழரிடம் தந்து விட்டதால் இவனுக்கு அதில் அவசியமில்லாமல் போய்விட்டது. கோவிந்து ஊற்றித் தந்த டீயை வாங்கிக்கொண்டே "நீங்க சாப்டீங்களா" என்றான். "இல்லாட்டி ஷேர் பண்ணிக்கலாம்... !"

"வேண்டாம்... நான் சாப்டாச்சி. நீங்க சாப்பிடுங்க இதுல வேற டீ இருக்குது."

வேலாயுதம் "மீதி காசு எவ்வளோபா..." என்றார்.

"ஒரு ரூவா தோழர்" என்று ரூபாயை எடுத்துக் கொண்டு இருந்தான்.

உடனே செயலாளர் "அதக்கூடவுடாதப்பா. நீ வச்சிக்கோ கோவிந்து..." என்றார்.

"நான் காச கேக்கல தோழர். எவ்வளோன்னு கேட்டேன் அவ்வளோதான்' என்று சுதாரித்தார் வேலாயுதம்.

எல்லாரும் டீ குடித்து முடிய சிகரெட்டைக் கொளுத்திக் கொண்டார்கள். இன்னும் இங்கேயே இருந்தால் மத்தியான சாப்பாட்டுக்கும் நம் தலையில் கை வைப்பார்களே என்று என்னமோ பாதி புகைத்த சிகரெட்டுடன் "அப்புறம் தோழர்.. நாங்க பொறப்படட்டுங்களா நேரமாவுது' என்று எழுந்தார் வேலாயுதம்.

கூடவே அவரோடு வந்தவர்களும் எழுந்தார்கள்.

“பாத்து ஒரு பத்து பதனஞ்சி நாள்ல சொல்லுங்களேன் இந்த தை மாதத்துல முடிச்சுடலாம்னு பாக்றேன். வர்ற தேதியா சொல்லணம். பேர் போட்டுட்டு அப்பறம் வராம இருந்துடக்கூடாது. நீங்க குடுத்தப்பறம் தான் பத்திரிகையே அடிப்பம்....!'' என்றார் வேலாயுதம்.

“அதெல்லாம் நாங்க பாத்துக்கறம். ஆள கொண்டாந்துடறது எங்க பொறுப்பு. நான் சொன்னதை நீ மறந்துடாத...'' என்றார் செயலாளர்.

“எல்லாம் கல்யாணம் முடியட்டும் பாப்பம்'' என்று வெளியே நடந்தார் வேலாயுதம்.

அவர் சென்ற கொஞ்ச நேரத்துக்கெல்லாம் “எல்லாம் காரியக்கார ஆளுங்க. அவங்கவங்க காரியம் ஆவணம்னா கட்சி ஆபிஸ் வர்றாங்க. கட்சியப் பயன்படுத்திக்கறாங்களே தவிர கட்சிக்காக எதுனா செய்யறதுன்னா மட்டும் யோசிக்கிறாங்க'' என்றார் செயலாளர்.

இவன் “எத தோழர் சொல்றீங்க'' என்றான். செயலாளர் “பொதுவாதான் சொல்றேன்'' என்றார். ‘‘தோ போனாரே இவரையே தான் எடுத்துக் கோங்களேன். ரெண்டு மூனு வருஷம் மின்ன வூடு கட்ட கடகால் போட்டுட்டு சிமெண்ட் கெடைக்காம லோல் பட்டுங் கெடந்தாரு. நம்ப கட்சி இன்புளியின்சல ஒரு நூறு மூட்ட இருக்கும், கொஞ்சம் சகாயமா வாங்கிக் குடுத்தம். மூட்டைக்கு இருபது ரூபான்னு பாத்தா கூட ஒரு ரெண்டாயிரம் அவருக்கு மிச்சமாயிருக்கும். ஆனா பாருங்களேன். அஞ்சோ பத்தோ முடிச்சவுக்கறதுக்கு யோசன பண்றான். இப்ப பையனுக்கு கல்யாணம் பண்ணப் போறானாம். பெரிய தலைவரா வரணும்னு தேதி கேட்டும் போவ வந்துருக்கறான். அதான் தலைவர் வந்தா அவர் கிட்ட திருமண சார்பா பத்திரிகை வளர்ச்சி நிதின்னு ரெண்டாயிரம் தரணம்னு சொல்லியனுப்பியிருக்கிறேன்'' என்றார்.

சிமெண்ட் ஒன்றும் சும்மா வாங்கித் தந்திருக்கமாட்டார்கள். அதற்குத் தகுந்தது அப்போது அவரிடமிருந்து எதாவது கரந்திருப்பார்கள் என்று இவனுக்குத் தோன்றினாலும் செயலாளர் சொல்ல “அது சரி அது சரி'' என்று கேட்டுக் கொண்டிருந்தான்.

பேசிக் கொண்டிருக்கும்போதே முகத்தில் லேசான திகிலும் கலவரமும் குடிகொள்ள அசாதாரணத் தோற்றத்துடன் நடுத்தர வயது மதிக்கத்தக்க இருவர் அலுவலகத்துக்குள் நுழைந்தார்கள். அதில் ஒருவர் இடுப்பில் கட்டிய வேட்டியுடன் வெறும் உடம்பை மேலே துண்டு போட்டு போர்த்தியிருந்தார். மற்றொருவர் மடித்துக்கட்டிய வேட்டி மேலே அரைக்கை சிலாக் போட்டிருந்தார்.

அவர் முகத்தில் நெற்றிப் பக்கமும் கன்ன ஓரமும் லேசாய் எதாலோ கீறியதுபோல காயம் கண்டு ரத்தம் கட்டி உறைந்திருந்தது. மேல் இரண்டு சட்டைப் பொத்தான்களும் பிய்ந்து பட்டி லேசாய் கிழிந்திருந்தது. உள்ளே நுழைந்ததும் செயலாளரைப் பார்த்து "வணக்கம் தோழர்'' என்றார்கள்.

செயலாளர் லேசாய் சற்று திகைப்பும் சங்கடமும் கொள்ள அவர்களைப் பாாத்து "என்னா கணேசா...'' என்றார். கூடவே வெகுஜன அரங்கத் தலைவரும் "என்னா மாரி' என்றார்.

வந்தவர்கள் இருவரும் இவனுக்கு அறிமுகமற்றவர்களா யிருந்ததால் இவனைத் தெரியாமல் தயங்கி செயலாளரையும், வெகு ஜன அரங்கத் தலைவரையும் பார்த்து கொஞ்சம் "இப்படி வாங்களேன்'' என்றார்கள்.

செயலாளர் "பரவால்ல சொல்லு அவர் நம்ப தோழர்தான்'' என்றார்.

"ஊர்ல ஒரு தகராறுங்க... அடிதடியாயிட்டுது...'' என்று ஆரம்பித்தார் கணேசன் என்பவர். நடுநடுவே மாரி என்பவரும் கூட சேர்ந்து விளக்கினார்.

அவர்கள் சொன்னதிலிருந்து இவன் புரிந்து கொண்டது இதுதான்.

கிராமத்தின் பொது இடத்தில் வாலிபர் சங்கக் கொட்டகை கட்டப் போன இடத்தில், மாற்றுத் தரப்பினர் வந்து "இங்கு கட்டக் கூடாது. பொது இடம். இது அந்தத் திடல் இந்தத் திடல் என்று மறைந்த அரசியல்வாதிகளின் பெயரைச்சொல்லி இங்கு பொது நிகழ்ச்சிகள் நடக்கும்'' என்று சொல்லி கொட்டகை கட்டப் போனவர்களைத் தடுத்திருக்கிறார்கள். மீறிக் கட்டும்போது தகராறு முற்றி கைகலப்பில் முடிந்திருக்கிறது. தடுத்தவர்களின் எண்ணிக்கை அதிகமாயிருக்கவே சங்கத் தரப்பில் அடிபட்டிருக்கிறார்கள். அடிபட்ட விபரம் சம்பந்தப்பட்ட போலிஸ் ஸ்டேஷனில் புகார் கொடுத்து அவர்கள் வழக்கைப் பதிவு செய்து மேமோ போட்டு கொடுக்கவே இங்கு அரசு மருத்துவமனைக்கு வந்திருக்கிறார்கள். அப்படியே கட்சி ஆபிஸ் வந்து தகவல் சொல்லி வேண்டிய உதவிகளையும் வழி காட்டுதல்களையும் பெற்றுப் போகலாம் என்பது அவர்கள் திட்டம்.

எல்லாவற்றையும் மிகுந்த கரிசனத்தோடு சாவிக்கொத்தை நெருடியபடியே தலையை ஆட்டிக் கேட்டுக்கொண்டிருந்த மையச் செயலாளர் லேசான கவலையுடன் "என்னா ஆளுங்கப்பா நீங்க. அடிபட்டு வந்து நிக்கறிங்க. அடிபட்டுக்னு வர்றதே வேலையாப்போச்சி. இதனாலதான் அடுத்தவனுக்கும் எளப்பமாயிடுது. அவன் ரெண்டு குடுத்தான்னா நம்ப நாலு

குடுக்க வேணா. தூரி அடிச்சாதானா.. என்னா உயிரா போயிடும்'' என்றார் வெகுஜன அரங்கத் தலைவர்.

வந்த தோழர்கள் இருவரும் லேசாக சங்கடமடைந்தவர்கள் போல் காணப்பட்டார்கள். சட்டை பட்டன் பிய்ந்து போயிருந்த தோழர் சொன்னார்: "நம்ப தோழர்கள் யாரும் அங்க இல்லிங்க. எல்லாம் வேலைக்கிப் போயிட்டாங்க. நாங்க நாலு பேர்தான். அதிலிலிருந்து ரெண்டு பேர் கழி, கீத்து எடுத்துக்னு வரப் போயிருந்தாங்க. குழி தோண்டிக்னு இருந்தவங்க நாங்க ரெண்டு பேருதான். அவனுங்க ஒரு ஏழெட்டுப் பேரு இருக்கும். கூடிக்னு அடிச்சிப்புட்டானுங்க. அவ்வளோ பேர்கிட்ட நாங்க ரெண்டு பேர் என்னாங்க செய்ய முடியும்? அப்படியும் எப்படியோ முகுறிதான் பாத்தம். முடிஞ்ச வரைக்கும் நாங்களும் திருப்பி அடிக்கறதுக்கு...''

"சரி. அதுக்குன்னுதான் போனிங்களே... நம்ப தோழர்ங்கள்ளாம் கும்பலா போறது பொழுதூக எல்லாம் வேல வுட்டு வந்தப்பறம். அதுக்குள்ள என்னா அவசரம்''

"இந்தமாதிரி தகராறு வரும்னு யாருக்குங்க தெரியும். ஒரு மாசமா அங்கதான் கொட்டா கட்டப் போறம்னு ஊர் பூரா தெரியும். யாரும் ஒன்னும் சொல்லல. ஊர் நாட்டாம எல்லாம் கூடம் பொறம்போக்கு தான நீங்க பாட்டுனு ஒதுக்குப்புறமா ஒரு எடமா பார்த்து கட்டிக் கோங்கன்னிட்டாங்க. இதுக்குப் போய் ஏன் எல்லாரியும் எதிர்பார்த்துக்னு. சும்மாதான இருக்றம் நாங்க ரெண்டுபேரும் கட்டிடுவம்னுதாங்க போனது. இவனுங்க ஒரு நாலு வூட்டுக்காரனுங்க தான் இப்படி வந்து தகராறு பண்றானுங்க வேணும்னு...''

"அவங்க யாரும் வந்து கேட்டுக்கலியா, ஏன்யா இப்படி வந்து தகராறு பண்றிங்க. கட்டிக்னு போவட்டுமேன்னு...''

"அவங்க எப்படிங்க நேரா வருவாங்க. கேட்டம், கட்டிக் கோங்கன்னிட்டாங்க. நேராவா வந்து நமக்காக நிப்பாங்க...''

"சரி, இந்தமாதிரி கட்டப்போறம்னு மையத்துக்காவது சொன்னிங்களா, நீங்களா கூடி முடிவு பண்ணி ஏதாவது செய்துடறது. அப்பறம் ஏதாவது, பிரச்னன்னா மட்டும், இங்க வந்து நிக்கறது...''

வந்திருந்த தோழர்கள் உள்ளுக்குள் ஏற்பட்ட அலுப்பை அதிகம் வெளிக்காட்டாமல் "இப்படி ஆவும்னு யாருக்குங்க தெரியும். கொட்டா தானன்னு...'' என்றார்.

“ஆவுதோ இல்லியோ மையத்துக்கு ஒரு வார்த்த சொல்ல வேண்டியது மொறையா இல்லியா...” என்றார் வெகுஜன அரங்கத் தலைவர்.

“கொட்டா கட்டிக்னு அப்பறம் தெறப்பு விழாவுக்கு தேதி கேட்டு சொல்லிக்கலாம்னு இருந்துட்டங்க.”

“ஆமா கொட்டாக் கட்டறதுலியே தகராறு. அதுல தெறப்பு விழா வேற பண்ணிக் கிழிச்சிங்க...” லேசாய் எரிச்சலுற்ற குரலில் டப்பென்று மேசைமேல் சாவிக் கொத்தைப் போட்டு வெகுஜன அரங்கத் தலைவரைப் பார்த்து இளப்பமாய் ஒரு சிரிப்பை உதிர்த்துச் சொன்னார் செயலாளர்.

பதிலுக்கு வெகுஜன அரங்கத் தலைவரும் அவ்வாறே சிரித்தார். இவன், “என்ன இப்படி பொறுப்பற்றதனமாகப் பேசிக் கொண்டிருக்கிறார்கள்” என்று நினைத்தான்.

வெறும் உடம்பைத் துண்டால் போர்த்தியிருந்த தோழர் சொன்னார். “நம்ப ஆளுவ யாரும் பக்கத்துல இல்லிங்க. இருந்திருந்தா இந்தத் தகராறே வேற மாதிரி போயிருக்கும். எல்லாம் வேலைக்கிபோயிடுத்துங்க. எல்லாம் அவனுங்களாட்டம் உக்காந்து தின்ற அளவுக்கு வசதியோடவா இருக்குதுங்க நம்ப புள்ளைங்க. அது அது அன்னன்னைக்கி வேலைக்கி போனாதான் ஜீவனம். அதாலதாங்க இப்படி ஆயிடுச்சு.”

“சரி அப்படியேதான் அடிச்சானே. பொழுதாக நம்ப தோழர்கள் வந்ததும் எல்லாம் தெரட்டிக்னு போயி பதிலுக்கு அடிச்சிட்டு வந்துட்டு இருக்கலாமில்ல. அத வுட்டுட்டு இப்டி அடிச்சிட்டான்னு வந்து நிக்கறிங்களே தோழர். அத நெனச்சாத்தான் சங்கடமாக இருக்குது. கம்யூனிஸ்டுன்னு சொல்லிக்னு இப்படி இருந்தா எப்படி? கம்யூனிஸ்டுன்னா ஒரு போர்க்குணம் இருக்க வேணா. நம்பளா வம்பு சண்டைக்கிப் போவ வேணாம். அடிச்சான்னா திருப்பி அடிக்கவாவது தெம்பு இருக்கவேணாம்.”

“நான் அதாங்க சொன்னேன். போலிஸ் புகார் எல்லாம் ஒன்னும் சரிப்பட்டு வராது. பதிலுக்கு குடுத்தாதான் சரிப்படும்னு, தோழர்தாங்க அவசரப்பட வேணாம் இரு. பார்ட்டில கேட்டுக்னு எதுவும் செய்வம்னு போலிஸ்ல புகார் குடுத்துட்டு இங்க இட்டுக்னு வந்துட்டாரு துண்டு போட்ட தோழர் சொன்னார்.

பதிலுக்கு கூடவே சட்டை போட்ட தோழர் சொன்னார். “அடிக்கறதுன்னா அடிச்சிடலாம் தோழர். அப்புறம் அது தொடர்ந்து ஊர் தகராறா வரும். அதுக்காகத்தான் மொறப்படி கம்ளைண்டு குடுத்துட்டு போயி கட்சில கேட்டுக்னு எது வேணும்னாலும்

செய்வம்னு கூப்டுக்னு வந்துட்டேன். அதோட வக்கீல் தோழர் வேற எது நடந்தாலும் டிலே பண்ணாம வேளையோட மொதல்ல புகார் குடுத்துடணம்னு சொல்லியிருக்காரு. அதனாலதான் புகார் குடுத்து மெமோ போட்டு வாங்கிக்னு இங்க வந்தம்!''

"ஆமா போங்க'' என்று அலுத்துக்கொண்டார் செயலாளர்.

வந்த தோழர்கள் இருவரும் செய்வதறியாது நின்றார்கள். தொடர்ந்த சம்பாஷணையைக் கேட்க வெறுப்பாயிருந்தது. அடிபட்டு வந்து நின்றிருக்கும் தோழர்களைக் காணப் பரிதாபமடைந்தான். அவர்களுக்காகத் தன்னால் எதுவும் செய்ய முடியாததை நினைத்து வருத்தமாயிருந்தது.

கொஞ்சம் பொறுத்தமையச் செயலாளர் "சரி ஆஸ்பத்திரிக்குப் போய் வந்துட்டீங்களா'' என்றார்.

"இல்லிங்க தோழர். இனிமேதான் போவணம். இங்க வந்து சொல்லிட்டு போவலாம்னு...'' என்று ஜேபியில் மடித்து வைத்திருந்த மெமோவை எடுத்து நீட்டினார்.

செயலாளர் மெமோவை வாங்கிப் பார்த்து "எங்க அடிபட்டது'' என்றார்.

சட்டை போட்டிருந்த தோழர் சற்று குனிந்து தலைமுடியை ஒதுக்கி "இங்க நடு மண்டையில'' பிறகு இடது முழங்கையைத் திருப்பி "இங்க அப்பறம் தோ மொகத்தல லேசா... வேலில இருந்து ஒரு சவுக்கு கழிய உருவிக்னு வந்து அடிச்சிட்டானுங்க. கணுகணுவா இருந்துதா அதான் மண்டையில பொத்துடுத்து...'' பக்கத்துல இருந்த தோழரைக் காட்டி "இவருக்கு எங்கியும் அடி கெடையாதுங்க. முதுவுல மட்டும்தான். அப்படியே குனிய வச்சி கடிச்சிட்டானுங்க'' என்றார்.

பக்கத்திலிருந்த தோழர் "மூனு நாலு பேரா புடிச்சி அழுத்திக்னு கடிச்சிட்டாங்க. இல்லன்னா வுட்டுருக்க மாட்டேன்'' என்று சொல்லியபடியே துண்டை ஒதுக்கி முதுகைத் திருப்பிக் காட்டினார். பல் பதிந்த இடம் அப்படியே ரத்தம் கட்டித் தெரிந்தது. புள்ளி புள்ளியாகக் கரும்பச்சையான பக்குகள் காய்ந்து உதிர இருந்தன.

"இது என்னா இது சாணியா. இன்னும் இந்தப் பழக்கமெல்லாம் உங்களவுட்டு போவாதே. என்னா சொன்னாலும் திருந்த மாட்டீங்க. சரி சரி ஆஸ்பத்திரிக்கி போய் காட்டுங்க மொதல்ல. பல்லு பட்டது எங்கனா செப்டிக் ஆயி எதுனா பாய்சன் ஆயிடப் போவுது. பெட்டுல அட்மிட் ஆவறதுன்னாலும் ஆயிடுங்க. அப்பறம் பாத்துக்கலாம்'' என்றார் செயலாளர்.

“அவங்க எதுனா புகார் குடுத்திருக்காங்களா தெரியுமா...'' என்றார் வெகுஜன அரங்கத் தலைவர்.

சொக்காய் போட்ட தோழர் சொன்னார் ''அவங்களும் குடுக்கப் போறதாதான் பேசின்னு இருந்தாங்களாம். அவங்க எம்.எல்.ஏ.வ இட்டார ஆள் போயிருக்குதுன்னு சொன்னாங்க.''

“அவனுங்க ஏதாவது பொய் கேசு அது இதுன்னு எதுன்னா போட்டாங்கன்னா சும்மாவுடக் கூடாதுங்க. நம்ப ஆளுங்கள தெரட்டி போலீஸ் ஸ்டேஷன் முன்னாடியே எதுனா போராட்டம் பண்ணிடணுங்க. அப்பதான் போலிஸ்காரங்களுக்கு ஒரு பயம் இருக்கும்'' என்றார் சொக்காய் போட்ட தோழர்.

அதைக் கேட்ட செயலாளர் “சரி சரி அது இருக்கட்டும். அது என்னான்னு நாம்ப உக்காந்து பேசுவம். டி.எஸ்.பிய பாத்து சொல்லுவம். நீங்க ஆஸ்பத்திரிக்கி போங்க'' என்றார்.

“நாங்க போறம் தோழர். நீங்களும் பாத்து போன் பண்ணி டாக்டர் கிட்ட சொல்லுங்க. சார்ஜ் சர்டிபிகேட் கொஞ்சம் ஸ்டிராங்கா குடுக்கச் சொல்லி.''

“ம்ம்... அதல்லாம் நாங்க பாத்துக்கறம். நீங்க மொதல்ல பொறப்படுங்க'' செயலாளர் அவர்களை வழிகூட்டி அனுப்புவதிலேயே குறியாயிருந்தார்.

அவர்களும் “சரி தோழர் நாங்க வர்றம்'' என்று சொல்லிப் புறப்பட்டார்கள்.

போகும் அவர்களையே இவன் பார்த்துக் கொண்டிருந்தான். மணி பன்னிரண்டைத் தாண்டிக் கொண்டிருந்தது. கமிட்டிக்கான தோழர்கள் யாரும் இன்னும் வந்தபாடில்லை. இவன் ஒரு சிகரெட்டை எடுத்துக் கொளுத்திக்கொண்டு, யோசனையோடு பேசாமல் குந்தியிருக்கும் செயலாளரையும் வெகுஜன அரங்கத் தலைவரையும் கொஞ்ச நேரம் பார்த்துக்கொண்டிருந்தான். பிறகு “என்னாத் தோழர் இது வரைக்கும் யாரையும் காணம். கமிட்டி இன்னைக்கின்னுதானே லெட்டர் போட்டிருக்கீங்க...'' என்றான்.

“இன்னைக்கின்னுதான் சொன்னது, லட்டர் போடலியே தவிர எல்லாருக்கும் அந்தந்த பகுதில இருந்து வந்த தோழர்கள் கிட்ட நேராவே சொல்லி அனுப்பியிருக்குது... உங்களுக்கு மட்டும்தான் யாரும் வர்றத்துக்கில்லியேன்னு லட்டர் போட்டது'' என்றார் செயலாளர். பிறகு “எங்க நம்ப தோழர்களுக்கும் ஒரு பொறுப்புன்றது இருந்தாதான'' என்று ஆரம்பித்தார்.

“தோ பாருங்களேன்... உக்காந்து பேசிக்னு இருக்றதுக்குள்ளவே ஒரு தகராறு. எதிரி தடி தூக்கறதுக்கு முன்னாடியே நம்ப ஆளுங்க கட்சி ஆபீஸ்ல வந்து நிக்கறாங்க. திருப்பி அடிச்சிட்டு வருவம்னு இல்லாம. மையம் என்னா பண்ண முடியும். மையமா அங்கங்க போய் தடிய தூக்கிக்னு நிக்கவா முடியும். அங்கங்க ஏற்படற பிரச்னைய அங்கங்க சால்வ் பண்ணிக்னு போவம்னு இல்லாம எதுக்கெடுத்தாலும் மையம் வரணம், மையம் வழிகாட்டணம்னா மையம் என்னா சும்மாவா உக்காந்திக்னு இருக்குது. மேல் கமிட்டிக்கி போனா வசூல் என்னாச்சி, வளர்ச்சி நிதி என்னாச்சி, மாநாடு நிதி என்னாச்சின்னு கேக்கறாங்க. பத்தாதுக்கு எலக்‌ஷன் வேற வந்துடிச்சா. அதவொட்டி வேற கலக்‌ஷன். எப்பப் பார்த்தாலும் கலக்‌ஷன் கலக்‌ஷன்னா மையத்துக்கு இதுவே முழுநேர வேலையா யிருக்குது. மேல போனா அவங்களுக்கு பதில் சொல்லணம். இங்க கீழ வந்தா நம்ப தோழர்ங்க பொலம்பல். என்னா தோழர் எப்பப் பார்த்தாலும் நிதி நிதின்னு உயிர வாங்கறிங்கன்னு.. எதன்னு பாக்கறது? கட்சின்னா என்னா சும்மாவா? மத்த கட்சி மாதிரியா நம்ப கட்சி, யார்னா நாலு பெரிய மனுசனா பாத்து ரொக்கமா வாங்கி கோட்டாவ நெரப்பிட்டுப் போறதுக்கு? என்னா போங்க, எது சொன்னாலும் நம்ப தோழர்களுக்கு ஒன்னும் புரியவே மாட்டன்னுது.’’

“நம்ப தோழர்கள் மாசத்துக்கு நாலஞ்சி சினிமா பாப்பாங்க. திருப்பதிக்கி, சபரிமலைக்கி போவாங்க. புள்ளைகளுக்கு காது குத்துறது. மஞ்சா தண்ணி ஊத்தறதுன்னு செலவு பண்ணுவாங்க. கட்சில பெரிய தலைவர்கள் வச்சி கல்யாணம் பண்ணனும்னு நெனைப்பாங்க. ஆனா நிதின்னா மட்டும் வாயப் பொளப்பாங்க. நிதி இல்லாம எப்பிடி தோழர் கட்சி நடத்த முடியும். மைய வேலைகள கவனிக்க முடியும். இந்த மாசம் இது வரிக்கும் இன்னும் புல் டைமர்களுக்கான வேஜ் குடுக்கல. இதுல டெலிபோன் பில் வேற கட்டணம். மாசா மாசம் கரண்ட் பில் கட்டணம். இதல்லாம் நம்ப தோழர்களுக்குத் தெரியுதா. மையத்துல இருந்து ஒத்துழைப்பு இல்லன்னு மட்டும் கமிட்டில பேசுவாங்க. மைய செயல்பாட்டுல உள்ள சிரமத்த சொன்னா... “ஏங்க இந்த மாதிரி மையம் இருக்கணம்க்னுவாங்க. ஆனா அதுக்கு ஏத்த மாதிரி நிதி குடுக்கணமில்ல...’’

இவன் பதில் எதுவும் சொல்லாமல் அவர் சொல்வதையே மௌனமாகத் தலையாட்டி தலையாட்டிக் கேட்டுக்கொண்டிருந்தான். கமிட்டி எப்போது நடக்குமோ, அவர் சொல்வதிலும் நியாயம் இருப்பதாகப் பட்டது. என்றாலும், கமிட்டி தோழர்கள் எப்போது வருவார்களோ என்பதிலேயே இவனுக்கு சிந்தனையாயிருந்தது.

மணியைப் பார்த்தான். ஒன்றுக்குமேல் ஆகியிருந்தது. செயலாளர் "என்னா தோழர் மணியாவுது. ஒரேயடியா சாப்டுட்டு வந்துடலாமா'' என்றார்.

இவன் கொஞ்சம் யோசித்தான். இவர்களோடு போய் இவர்களுக்கும் சேர்த்து வழங்குகிற மாதிரி இவனுக்கு வசதியில்லை. மையச் செயலாளரைப் பொறுத்தவரைக்கும் எப்போதும் இவனிடம் மட்டும் எந்த மாதிரி எதிர்பார்த்துமில்லை. இருந்தாலும் கூடப் போய் தனக்கு மட்டும் காசை நீட்டுவது அழகாயிருக்காது. அவர்களோடு போய் அவர்கள் செலவில் சாப்பிடவும் மனம் இல்லை. அதோடு மத்தியான நேரங்களில் ஓட்டலுக்குப் போய் அந்த நெரிசலில் காத்திருந்து சாப்பிடுவதும் எப்போதும் இவனுக்கு உற்சாகமானதாயிருந்ததில்லை.

"நான் பொறப்படும் போதுதான் தோழர் சாப்ட்டு வந்தேன். எனக்கு ஒன்னும் இப்ப சாப்ட்டாவணம்னு அவசியமில்லை. நான் எங்கியாவது லைட்டா டீயும் பிஸ்கட்டும் சாப்டுக்கறேன். நீங்க போய் சாப்ட்டுட்டு வாங்க'' என்றான்.

"ஏன் தோழர் சாப்டுங்களேன். எதுக்கு வயித்த காயப் போடப் போறிங்க. நம்பல்லாம் உடம்ப ஒழுங்கா கவனிச்சிக்கனும் தோழர். வேளா வேளைக்கி ஒழுங்கா சாப்டுடணும். அப்பதான் புரட்சி பண்ண முடியும்'' என்றார் செயலாளர்.

இவன் சிரித்து "வேணா தோழர்.. பசி இல்ல'' என்றான்.

"சும்மா வாங்க. இங்க உக்காந்து என்னா பண்ணப் போறிங்க' என்ற செயலாளர் பின்புறம் திரும்பிக் குரல் கொடுத்தார். கோவிந்து லேசாய் நமறு தட்டிய பாதி காய்ந்த கட் பனியன் லுங்கி சகிதம் வந்தான். "யாரனா வந்தா சாப்டப் போயிருக்காங்க. வந்துரு வாங்கன்னு இங்கியே இருக்க சொல்லு'' என்று இவன் பக்கம் திரும்பி 'வாங்க தோழர்' என்றார்.

இவன் உள்ளிருக்கும் தோழரைக் குறித்து சா.ரா. என்றான். "அவருக்கு வீட்லருந்து தயிர்சாதம் வந்துடும். அல்சர் டிரபிள். வேறு எதுவும் சாப்டக் கூடாது. தொட்டுக்கறதுக்கு மட்டும் அவருக்கு ஏதாவது பகோடா, காராபூந்தி வாங்கிக்னு வந்துடலாம்'' என்றார். மூவரும் வெளியே கிளம்பினார்கள்.

வழியில் இவன் "கோவிந்துக்கு எங்க சாப்பாடு'' என்றான். அவன் ரெண்டு மணிக்கா போய் இங்க ஒரு ஓட்டல்ல பட்ட சாதம் சாப்டுக்குவான்'' "காசு?'' "அதான் மாசத்துக்கு இவ்வளோன்னு வேஜ் குடுத்துடறமில்ல. அதவச்சி பாத்துக்குவன்.''

அதற்குமேல் இவன் கேட்பது செயலாளருக்குப் பிடிக்காது போல் தோன்றியது. எனவே மேற்கொண்டு எதுவும் விசாரிக்க விரும்பாமல் "சரி தோழர் நீங்க போயிட்டு வாங்க" என்று இவன் மட்டும் தனியே ஒதுங்கி நாலு பட்டர் பிஸ்கட்டும் டீயும் சாப்பிட்டு கமிட்டிக்குத் தேவையான சிகரெட்டை வாங்கிக்கொண்டு திரும்பினான்.

கமிட்டி உறுப்பினர்கள் இருவரும் கமிட்டியோடு சம்பந்தப்படாத யாரோ ஒரு தோழரும் அலுவலகத்தில் வந்திருந்தார்கள். இவன் கமிட்டித் தோழர்களைப் பார்த்து "என்னா தோழர் இவ்வளோ லேட்டு?" என்றான்.

அவர்கள் வழக்கமான சிரிப்புடன் "நாங்களா லேட்டு? நீங்கதான் லேட்டு. நாங்க முன்னாடியே வந்துட்டோம் நீங்கதான் இப்ப லேட்டாவர்றீங்க" என்றார்கள்.

எப்படிதான் இந்த மாதிரி கூச்சநாச்சமில்லாமல் இவர்களால் இப்படிப் பேச முடிகிறதோ என்று நினைத்துக்கொண்டான். "நான் பதினோரு மணியில் இருந்து இங்க உக்காந்துக்னு இருக்கறேன். இவ்வளோ நேரம் இருந்துட்டு இப்பதான் வெளியே போனேன். நீங்க பேச மாட்டீங்களா பின்ன."

"இப்ப என்னா தோழர் கமிட்டி ஆரம்பிச்சுடுத்தா என்ன. இன்னும் எங்களுக்கு அப்பறம் பின்னால வரவேண்டியவங்க ஆறுபேர் இருக்கறாங்க இல்ல. எப்பிடி எங்கள லேட்டுன்னு சொல்ல முடியும். நம்ப கமிட்டியப் பத்தி தெரியாதா" என்று மீண்டும் சிரித்தார்கள்.

இவன் லேசாய் கடுப்படைந்த குரலுடன் "ஆமா எல்லாரும் இப்படியே சொல்லிக்னு இருந்தா அப்பறம் யார்தான் நேரத்துக்கு வர்றது" என்றான்.

அதற்கு அவர்கள் பதில் சொல்லாமல் "செயலாளர் வல்லியா?" என்றார்கள்.

"அவர் சாப்ட போய் இருக்காரு."

"மூனு பேரும் ஒன்னாப் போனதா சொன்னாங்க."

இவன் விவரத்தைச் சொன்னான். நேரம் ஓடிக்கொண்டிருந்தது. கமிட்டியோடு சம்பந்தப்படாத தோழர் கம்மென்று குந்தி பேப்பரைப் புரட்டிக்கொண்டிருந்தார். நல்ல வாட்டசாட்டமான கிராமத்து தேகம், நல்ல கருப்பு, நீலக்கலரில் டெரிகாட்டன் சட்டையும் பாலியஸ்டர் வேட்டியும். பேப்பரப் புரட்டிக் கொண்டிருந்தவர், செயலாளர் வர "வாங்க தோழர்... என்னா சாப்ட்டாச்சா?" என்றார்.

சாப்பிட்டு வெய்யிலில் நடந்த ஆயாசத்தோடு "அப்பாடா" என்று உள்ளே நுழைந்த செயலாளர் "ஆமா பின்ன உங்களப்போல எல்லாம் வூட்டு சாப்பாடா சாப்டுக்னு இருக்க முடியும். சென்டர்ல இருக்கணம்னா ஓட்டல்லதான் தின்னுகுனு சென்டர் வேலைய கவனிக்கணும். வூட்டு சாப்பாட்டுக்கு ஆசப்பட்டா அப்பறம் சென்டர் வேலைய யார் கவனிக்கறது."

"வூட்டு சாப்பாடு வேணும்னா கொண்டாந்து குடுத்துட்டுப் போறம். ஆனா வூட்டு சாப்பாட்ல தெனம் மிலிட்டரி இருக்காதே" என்றார் நீலச்சட்டைக்காரர்.

"ஆமா நம்ப தோழர்ங்க குடுக்ற நிதியில தினம் கறி, மீன், முட்டையாதான சாப்டுக்னு இருக்கறம். உங்ககிட்ட போய் சொன்னம் பாரு... மாசா மாசம் இங்க லெவியே ஒழுங்கா வரமாட்ன்னுது... இதுல கறி, முட்ட வேறவா' என்று அலுத்துக் கொண்டவர் "சரி சரி என்னா இப்பிடி பார்ட்டி ஆபீஸ் பக்கம்... என்னா ஊர்ல எதனா தகராறா..." என்றார்.

"ஒன்னும் பயப்படாதிங்க.. வாங்க சொல்றேன்."

புழுக்கம் தாங்காமல் காலரைப் பின்னுக்கு இழுத்துவிட்டு ஆயாசப்பட்டுக்கொண்டிருந்த வெகுஜன அரங்கத்தோழர் அப்டி "ஃபேனுக்கா போய் உக்காருவம் வாங்க தோழர்" என்றார்.

மூவரும் தடுப்பு இருந்த தனியறைக்குள் நுழைந்தார்கள். கனபாடியான மூத்த தோழருக்கு சாப்பாடு வந்துவிட்டிருந்தது. அவர் மெள்ள அசைந்து வெளியே வந்து கோவிந்துவை அழைத்து தண்ணீர் கொண்டுவரச் சொல்லி கையைக் கழுவிக்கொண்டு உள்ளே போனார். ஏதும் ரகசியம் இல்லை என்பதால் கதவு திறந்தே இருந்தது. உள்ளே அவர்கள் பேசிக்கொண்டிருந்ததும் தெளிவாகவே வெளியே கேட்டது.

வாலிபர் இயக்கம் கட்ட ஒரு பத்து நாள் முன்பு ஒரு கிராமத்துக்குச் சென்று அமைப்புக் கூட்டமெல்லாம் நடத்தி, ஒரு இரண்டு நாள் முன்பு எல்லாருமாய்ப் போய் கொடி ஏற்றிவிட்டு வந்திருக்கிறார்கள். கொடியேற்றிவிட்டு வந்த பிறகு அந்த கிராமத்திலிருந்த உள்ளூர்த் தோழர்களில் முன்னணியில் இருந்த சிலரை மாற்றுக் கட்சியின் தூண்டுதலின் பேரில் நாலைந்துபேர் குடித்துவிட்டு வந்து வம்புக்கிழுத்து அடித்து விட்டிருக்கிறார்கள்.

சம்பவம் இவர் காதுக்கு வந்திருக்கிறது. இவர் உடனே தன் சொந்த கிராமத்து ஆட்களைத் திரட்டிக்கொண்டு போய்

சம்பந்தப்பட்ட நாலு பேரையும் இழுத்துப்போட்டு செமத்தியாக வாங்கி விட்டிருக்கிறார்கள்.

அடிபட்ட நபர்கள் சார்ந்த கட்சிக்கு மேலிடத்துச் செல்வாக்கு உண்டே தவிர ஊரில் செல்வாக்கு இல்லை. அதனால் அவர்கள் போலீசில் புகார் செய்து, ஏழு பேர் மீது வழக்குப் பதிவு செய்திருக்கிறார்கள். அவர்களைப் போலீஸ் தேடுவதாக தகவல் தெரியவே அவர்களைத் தலைமறைவாக்கி விட்டு, மேற்கொண்டு ஆக வேண்டியதைச் செய்யவும் சம்பந்தப்பட்ட தோழர்களை கோர்ட்டில் சரணடையச் செய்து ஜாமீனில் எடுக்கவுமான காரியங்களுக்காக வந்திருக்கிறார் நீலச்சட்டைத் தோழர்.

அவ்வப்போது குறுக்கிட்டு எல்லா விபரத்தையும் கேட்டுக் கொண்டிருந்த மையச் செயலாளர் “என்னாபா நீ! அப்பப்ப எதுனா தகராறு வளர்த்திக்னு வர்ரதே தொழிலா போச்சி ஒனக்கு. இப்படியே போனா வெறும் கோஷ்டி சண்டதான் வளருமே தவிர கட்சி வளராது’’ என்றார்.

நீலச் சட்டைக்காரர் செயலாளரையே சற்று நேரம் உற்றுப் பார்த்திருந்துவிட்டு நிதானமாகக் கேட்டார். “அப்ப... எவன்னா நம்ப தோழர்கள அடிச்சான்னா அடிச்சாப் போறான்னு பேசாம உட்டுட்டு வந்துடச் சொல்றிங்களா.’’

“அது இல்ல தோழர்.’’

“பின்னா என்னாங்க நீங்க சொல்றது. தகராறே இல்லாம கட்சி வளரணம்னா எப்படி வளரும்? தகராறு நம்பளா வளர்த்தறம். அவனுங்களா வேணும்னே வர்றானுங்க. அதுக்கு நாம் பதிலடி குடுக்கலன்னா எப்பிடி இயக்கத்த வளர்க்க முடியும்.’’

“மத்த எடங்கல்லாம் வளர்லியா. உன் சுபாவத்துக்கும் குணத்துக்கும் எப்பப் பார்த்தாலும் கோர்ட்டு கேசு அடிதடின்னு இல்லாம உன்னால இருக்க முடியாது. உன்னால கட்சி வளருதோ இல்லையோ தகராறு மட்டும வளர்ந்துக்னு இருக்குது.’’

“அப்ப அடிச்சான்னா வாங்கிக்னு பேசாம இருடான்றிங்களா.’’

“அதுக்காக உன் ஊர்ல இருந்து ஆளுங்கள கூட்டிக்னு போய் அடிக்கறேன்றியா.. உள்ளூர்ல ஸ்ட்ரெங்த் இல்லாம அதுக்குள்ள அங்க யார் போய் கொடி ஏத்தச் சொன்னது. இப்ப போய் அடிச்சிட்டு வந்துட்ட. அப்பறம் ஊர்ல இருக்கறவங்க கூடிக்னு நம்ப தோழர்கள அடிச்சா என்னா பண்ணுவ.’’

“அந்த அளவுக்கு அவனுங்களுக்கு ஒன்னும் தில்லுகெடையாதுங்க. சும்மா ஒரு ரெண்டு மூனு பார்ட்டிதான் மேல கட்சி அது இதுன்னு பந்தா பண்ணிக்னு, ஊர்ல என்னா

கம்யூனிஸ்டுகாரன்களுக்கு சங்கம்னு சாராயத்த வாங்கி ஊத்தி நம்ப தோழர்கள ஆளவுட்டு அடிச்சிக்னு சும்மா வம்பு வளத்திக்னு இருக்கறானுங்க. அதுக்குதான் பதிலுக்கு குடுத்தது. இப்ப குடுத்தது அவனுங்க ஜன்மத்துக்கும் மறக்காது. இனிமே அவனுங்க நம் ஜோலிக்கே வர மாட்டானுங்க பாருங்க.''

"ஆமா உன் பிரதாபத்தையே நீ அளந்துக்னு இரு. இப்ப அவன் போயி கேஸ் குடுத்து நம்ப தோழர்கள் போலீசு கோர்ட்டுன்னு பத்து நட நடந்தாங்கன்னா அப்பறம் சோர்ந்து போய் இயக்கமே வேணாம்னு வுட்டுட்டுப் போயிடுவாங்க. இப்ப அதுக்குதான் வழி பண்ணிட்டு வந்து நிக்கற நீ.''

"அப்ப நம்ப தோழர்கள் யார் அடிச்சாலும் பேசாம வாங்கிக்னு உக்காந்திக்னு இருக்கணம், அதான நீங்க சொல்றது.''

"அது இல்ல தோழர். உள்ளூர்ல ஸ்ட்ரெங்த் இருந்தா பரவால்ல. நீங்க வெளியூர்ல இருந்து ஆட்கள கூட்டிக்னு போயி அடிச்சா அப்புறம். ஊாக்காரளெல்லாம் ஒன்னா சேந்துக்க மாட்டாங்களா.''

"அதெல்லாம் ஒன்னும் சேரமாட்டான் தோழர். ஊர்லியே யாருக்கும் புடிக்காத ஆளுங்கதான் அவனுங்க ரெண்டொருத்தரும். அவனுங்கள அடிச்சதுல அந்த ஊர்க்காரங்களுக்கும் மகிழ்ச்சிதான தவர யாருக்கும் ஒன்னும் வருத்தம் இல்ல. அப்படியே எவனாவது அவனுக்கு ஆதரவா வந்தாலும் இங்க நம்ப ஊர் வந்துதான் பஸ் ஏறணும். அந்த அளவுக்கு எவனும் துணிச்சலா வரமாட்டான்.''

பேச்சு இப்படியே முற்றி வாக்குவாதம் தொடர்ந்து கொண்டிருந்தது. தான் அடித்தது சரியே என்றும், கிராமத்தில் இந்த மாதிரி அடிதடி என்று வரும்போது அதை முறையாகச் சந்தித்து பதிலடி கொடுக்காமல் கிராமத்தில் இயக்கத்தை வளர்க்க முடியாது என்றும், அப்படிப் பதிலடி கொடுப்பதன் மூலமே கிராத்தில் பொதுவாயிருக்கும் மக்கள் மத்தியில் ஆதிக்கச் சக்திகள் பற்றி பிரமையாய் கவிந்திருக்கும் பயத்தைப் போக்கி நம்பிக்கையூட்டி இயக்கத்தை வளர்க்கமுடியும் என்றும் வாதிட்டுக் கொண்டிருந்தார் வந்திருந்த தோழர்.

இப்படியெல்லாம் பதிலடி கொடுப்பது மேலும் மேலும் தகராறையே முற்றச் செய்யும் என்றும், அடிபட்டாலும், தியாக உணர்வோடு அதை ஏற்று பொதுமக்களின் அனுதாபத்தைப் பெற்றே கட்சியை வளர்க்க வேண்டும். சம்பந்தப்பட்ட தோழர் நிலப்பிரபுத்துவ வர்க்கத்திலிருந்து வந்திருப்பதால், அந்த வர்க்கத்தில் சுய கௌரவம், வீறாப்பு, தன்முனைப்பு, அடித்தவனை பதிலுக்கு எப்படியும் அடித்தே தீர்வது, பழிவாங்குவது முதலான குணாம்சங்களின் மிச்ச சொச்சங்கள்

இன்னும் அவருக்கு இருப்பதனாலேயே, அவர் இம்மாதிரி நடவடிக்கையில் இறங்குவதாகவும் அவரிடம் “தியாக உணர்வு'' இல்லை என்றும், இன்னும் அவர் முழுமையான கம்யூனிச உணர்வுக்குப் பக்குவப்படவில்லை என்றும் மையத் தோழர்கள் வாதிட்டுக் கொண்டிருந்தனர்.

கோட்பாடுகளை நிலவும் சூழ்நிலைக்கு ஏற்பப் பொருத்திப் பார்த்துக் கணிக்காமல் இப்படி மையத் தோழர்கள் அருவமாக அவர்கள் வசதிக்கு வாதிட்டுக் கொண்டிருப்பதைக் கேட்க இவனுக்கு எரிச்சலாயிருந்தது. ஒரு கட்டத்தில் வந்திருந்த தோழர் “தோ பாருங்க தோழர் உங்களால முடியாதுன்னா சொல்லுங்க. நான் தனியா வக்கீல் வச்சி பாத்துக்கறன். அப்பறம் மேல் கமிட்டி தோழர்கள் வரும்போது பேசிக்கறேன். நாங்க யாரும் சொந்த விவகாரத்துக்காகவோ சும்மா வாய்க்காவரப்பு சொத்து தகராறுக்காகவோ வம்பு வளர்த்திக்னுவல்ல. கட்சி கட்டப்போய் வந்த தகராறுதான் இது. இத கட்சி ரீதியாகத்தான் பாக்கணுமே தவிர, இப்பிடி தனிப்பட்ட விவகாரம் மாதிரி பாக்காதிங்க' என்றார்.

“இதுதான்,தன்னிச்சைப்போக்குன்றது.'' “தன்னிச்சைப்போக்கு; தன்னிச்சைப் போக்கு'' என்று கூச்சலிட்டார்கள் மையத் தலைவர்கள்.

பதிலுக்கு வந்திருந்த தோழரும் எதுவோ கத்த கொஞ்ச நேர காரசார விவாதத்துக்கு பிறகு செயலாளர் கடுப்போடு சொன்னார் “ஆமா தோழர் கட்சி கட்டணம்னா தகராறு பண்ணியேதான் தீரணம். வேற வழியே கிடையாது. சரி தோழர். நீங்க போய் வக்கீலப் பாருங்க. பார்த்து எல்லாரையும் ஆன்டிசிபேட்டரி பெயில்ல எடுக்கறதுக்கு ஏற்பாடு பண்ணுங்க. கண்டிஷன் பெயில் போட்டா நம்ப இந்த ஊருக்கு கேட்டு வாங்கிக்க. அங்க நம்ப இவர் இருக்காரு பத்து பாஞ்சி நாளு ஆனாலும் அட்ஜஸ் பண்ணிக்குவாரு. தாங்கும். மத்தத அப்புறம் பாத்துக்கலாம் நிதானமா.''

வந்திருந்த தோழர் ஓரளவு அலுப்பு நீங்க எழுந்தார். “அவ்வளோதான். இத மொதல்லியே சொல்லிட்டுப் போவ வேண்டித்தான. எதுக்கு இந்த வெட்டி விவாதமெல்லாம்.''

“அத அப்பறம் நாம்ப மேல்கமிட்டித் தோழர்களையும வச்சி உட்கார்ந்து பேசுவம் தோழர். இப்ப நீங்க போய் ஆக வேண்டித பாருங்க'' என்றார் மையச் செயலாளர்.

வந்திருந்த தோழர், வெளியில் அமர்ந்திருந்தவர்களை சம்பந்தமில்லாமல் பார்த்துச் சிரித்துக்கொண்டே வெளியேறினார். சிறிது பொறுத்து மாவட்டச் செயலாளர் கடுகடுப்பான முகத்தோற்றத்தோடு வெளியே வந்தார்.

“முப்பது வருஷமா கட்சில இருக்கறாரு. இன்னும் நிலப்பிரபுத்துவ குணாம்சம் அவர வுட்டுப் போவல. ஒருத்தன் நம்பள கை வச்சா பதிலுக்கு கை வக்காம வுடறதில்லன்னு வைராக்யம். வசதி இருக்கறதனால இப்பிடி பண்றாரு. வசதி இல்லாதவன் என்னா பண்ணுவான். நம்ப தோழர்களுக்கு தியாக உணர்வே கிடையாது. தியாகம் பண்ணாம கட்சி வளரணம்னா எப்பிடி வளரும். நம்ப தோழர்கள திருத்தவே முடியாது.''

இவன் பதில் எதுவும் சொல்லாமல் கம்மென்று கேட்டுக் கொண்டிருந்தான். கமிட்டித் தோழர்கள் இன்னும் ஒரு மூன்று பேர் வந்து சேர்ந்தார்கள். ''என்னா தோழர் பத்து மணிக்கு கமிட்டின்னா ரெண்டு மணிக்கி வர்றீங்க. இந்த மாதிரி லேட்டா வர்றீங்க. இந்த மாதிரி லேட்டா வர்றது. அப்பறம் கமிட்டி நடந்துக்குனு இருக்கும் போதே லாஸ்ட் பஸ்சுக்கு டைம் ஆயிடுத்துன்னு பறக்கறது.. இப்பிடி இருந்தா கட்சி எப்பிடி உருப்படும்'' என்று எரிந்து விழுந்தார் செயலாளர்

“சரி எத்தினி பேர் ஆச்சி மூனு, ஆறு, ஏழு பேர் ஆச்சா, மத்த மூனுபேரு வரும்போது வரட்டும் நாம்ப ஆரம்பிச்சி நடத்திக்னே இருப்பம்'' என்றார்.

எல்லாரும் எழுந்து உள்ளே போக யத்தனித்தார்கள். உள்ளே நாற்காலிகளை இழுத்தும், பிரித்தும் போட்டுக் கமிட்டி உறுப்பினர்கள் உட்கார ஏற்பாடு செய்த அமளியில், தன் உற்சாகத்துக்கு இடர்ப்பாடு வந்ததாக முதுபெரும் மூத்த தோழர் ஆயாசப்படுவது கேட்டது. இவர் கமிட்டிக்கு ஆயத்தமாவதற்காகத் தோட்டப்பக்கம் சென்று சிறுநீர் கழித்துத் திரும்புகையில், கோவிந்து பழைய தினசரிகளை எடுத்துப் புரட்டித் தூசு தட்டி தனியாக அடுக்கிக் கொண்டிருந்தான்.

இவன் “என்னா தோழர்'' மெல்ல சிரித்தபடியே சோர்வாய் சொன்னான் கோவிந்து. “கடையில கொண்ணும் போயி போடறதக்கு சாப்பாட்டுக்கு ஒன்னும் இல்ல. இதியாவது போய் போட்டு வருவமேன்னு, எல்லாம் பழைய பேப்பர்தான்.''

1983

உதயம்

*

அவரோட லோகம்

காலை நேரம். அதாவது பளபளவென்று விடிகிற நேரம். பனிப்படலம் இன்னும் மறையவில்லை. காற்றில் பஞ்சு பறக்கிற மாதிரி லேசாய், பத்து கெஜ தூரத்தில் நிற்கிற ஆள் தெரியும். மாம்பலம் ரயில்வே ஸ்டேஷனில் வண்டியைப் போட்டிருந்தேன். டோரைத் திறந்து வைத்து, ஒருகால் உள்ளும், ஒருகால் வெளியிலுமாகக் குத்தி, வாங்கி வந்திருந்த நியூஸ் பேப்பரை விரித்து வைத்துப் பார்த்துக் கொண்டிருந்தேன். இன்னும் கொஞ்ச நேரத்தில் 'ட்ராண்ட்ராம் எக்ஸ்பிரஸ்' வரும். வந்ததும் சவாரி கிடைக்கும்.

சுற்றிலும் என்னைப் போலவே நிறைய டாக்ஸிகள் அணிவகுத்திருந்தன. ஏழெட்டு வருஷத்துக்கு முந்தியென்றால் பட்டணத்தில் டாக்ஸி பஞ்சம், வண்டிக்கு கெராக்கி, தொழிலும் கௌரவமாக இருந்தது. இப்பவோ நாய் படாத பாடு, ரிக்ஷாக்காரன் பொழப்பாட்டம். அந்த அளவுக்கு வண்டி பெருத்துவிட்டது, பட்டணத்தில். முந்திக்கொண்டால் தான் சவாரி. இல்லாவிட்டால் எம்ப்டிதான்.

பேப்பரில் ஒரு கண்ணும், சற்றைக்கொரு தரம் தலையை நிமிர்த்தித் தண்டவாளத்தில் ஒரு கண்ணுமாய், வண்டி வருகிற சத்தத்துக்குக் காது கொடுத்துக் காத்திருந்தேன்.

டீக்கடைகள், பெட்டிக்கடைகள் திறந்திருந்தன. விளையாட்டு விநாயகர்கடையும் (கோவில்) திறந்திருந்தது. விடிய குளுப்பாட்டி பொட்டிட்டு சிங்காரித்து வைத்திருந்த சாமி இங்கிருந்து பார்த்தாலே நன்றாகத் தெரிந்தது.

தேர்ந்தெடுத்த சிறுகதைகள் ✄ 249

காலங்காத்தாலை வேலைக்குப் போகிறவர்கள் சாமியை வணங்கி விட்டுப் போனார்கள். நல்லா டீக்காய் டிரஸ் பண்ணிக் கொண்டு டக்டக்கென்று பூட்ஸ்கால் ஒலிக்க வந்த ஒருவன் நின்று வணங்கிவிட்டுப் போனான். அப்புறம் பரபரப்பாகப் போகிற போக்கில் ஒருத்தன் கையை மட்டும் தூக்கி 'குட்மார்னிங்' போடுவது மாதிரி, இல்லை, சலாம் போடுவது மாதிரி போட்டுவிட்டுப் போனான். அப்பறம் ஒரு அய்யர் வந்தார்.

இந்த அய்யரை எனக்கு நன்றாகத் தெரியும். தெரியும் என்றால் பழக்கம் கிடையாது. தினப்படி இந்த நேரத்தில் பார்த்திருக்கிறேன். நல்ல உயரம், மெல்லிசாய் பூஞ்சை படிந்த மாதிரி தேகம். வயது ஐம்பது ஐம்பத்தைந்தை எட்டும். கட்டுக் குடுமி, கறுப்பும் வெள்ளையுமாய். இடையில் பஞ்சகச்சம் வேஷ்டி, சிவப்பு உடம்பு, வெள்ளைப் பூணூல், வெள்ளை விபூதிப் பட்டை எல்லாம் பளிச்பளிச்சென்று உடலில் துளி அழுக்குப் பார்க்க முடியாது. அப்படி ஒரு சுத்தம். ஆசாரம்.

முணுமுணுவென்று எதையாவது, ஸ்லோகமாயிருக்கும், முணுமுணுத்துக்கொண்டே வருவார். நடக்கும் போதே இப்படியும் அப்படியும் முன்னாலும் பின்னாலும் சலிப்பும் சிடுசிடுப்புமான பார்வை. எந்த அனாசாரம் எப்போது தன் மேல் பாயுமோ என்பதுபோல.

நாலு பேருக்கு மத்தியில் புகுந்து, நிறுத்தி வைத்திருக்கும் டாக்ஸிகளின் இடுக்கில் நுழைந்து, நடக்கும்போது மடக்கியிருக்கும் இடது முழங்கையில் ஒரு பை தொங்க, வலது கையால் புஸ்ஸென்று கிளம்பிக் கொண்டிருக்கும் தும்பைப்பூ வாயில் வேஷ்டியைப் பாந்தமாய் அழுக்கில்லாத இடமாய்ப் பார்த்துத் தேடி வைத்து நடந்து வருவார்.

கோவிலில் நுழைந்தால் தரிசனம் முடிந்து திரும்ப ஒரு பத்து நிமிடமாவது ஆகும். ஸ்தோத்திரம் பண்ணி கீர்த்தனையெல்லாம் பாடி வெளியே வர, வரும்போது இப்போதுதான் தூங்கியெழுந்தவர் மாதிரி கண்களில் ஒரு மசங்கல் வெளிப்படும்.

இன்றைக்கும் அவரைப் பார்த்ததும், அவரையேதான் பார்க்கத் தூண்டியது. பங்க் கடையைக் கடந்து வந்துகொண்டிருந்தார். 'டப்,டப்' என்று செப்பல்கள் அடிக்க வேகமாய் அவரை உரசுவது மாதிரி கடந்து சென்றான் ஒரு வாலிபன்.

சிவுக்கென்று ஒதுங்கி எரித்து விடுவதுபோல அவனைப் பாாத்து என்னவோ முனகிக்கொண்டார்.

இரும்புக்கிராதியோரம், இருப்பிடமாக்கியிருந்த ரிக்ஷாக்காரக் குடும்பத்தில் அப்போதுதான் விழித்தெழுந்த பெண்மணியொருத்தி எழுந்த வேகத்தில் 'இசு'க் கென்று துப்பினாள். நல்லகாலமாய் மேலே படவில்லை.

திரேகத்தை சிலுத்து அருவருத்துக்கொண்டே நடந்து வந்தவர், கோவில் எதிரில் பூசியிருந்த சிமெண்ட் தளம் ஓரம் செருப்பைக் கழற்றி வைத்துவிட்டு உள்ளே சென்றார். பை இடதுகையிலே தொங்க கரம் கூப்பிக் கண்களை மூடினார்.

பக்கத்தில் எவனோ ஒருவன் அவசரமாக வந்து நின்றான். காற்று வேகத்தில் வந்ததை உணர்ந்தாரோ என்னவோ, முகம் சுளித்தது. மூடிய கண்களுடனே அப்பால் நகர்ந்து கொண்டார். அவன் போன பிறகு முகத்தில் நிம்மதி படர்ந்தது.

இவருக்கெல்லாம் தனியாக ஒரு உலகம், ஒரு கோவில், ஒரு சாப்பாடு, ஒரு வழி படைத்து விட்டிருக்க வேண்டும். பாவம் மனுஷன். இந்த ஜனங்களிடம் மாட்டிக்கொண்டு என்ன பாடுபாடுகிறார் என்று நினைத்துக்கொள்வேன்.

சாயங்காலம் நாலு மணியிருக்கும். ஒரு ரெண்டு நாள் கழித்துச் செல்கிறேன். அன்றைக்குப் பூராவும் வண்டியே சரியாய் ஓடவில்லை. தினத்துக்கும் இந்த நேரத்துக்கு முப்பது ரூபாய்க்கு கிட்டவாவது ஓட்டி விட்டிருப்பேன். இன்றைக்கு பதிமூனு ரூபாய் சொச்சம்தான். 'டல்'லடித்துப்போய் திருவல்லிக்கேணி ஸ்டாண்டில் வண்டியைப் போட்டு, சாலையைப் பார்த்துக் கொண்டிருந்தேன். என் வண்டிதான் முறை.

அப்போது இந்த அய்யர் வந்தார்.

"ஏண்டாப்பா, எந்த டாக்ஸி வர்றது."

"நான்தான் சாமி, ஏறுங்க" என்றேன். வண்டியை விட்டு அரையடி எட்டவே நின்றார்.

"பின்ன டோரை தெறையேன்."

டோரைக் கூடத் தொட்டுத் திறக்கமாட்டார் போலிருக்கிறது என்று நினைத்துக்கொண்டே, உள்ளே கையைக் கொடுத்துத் திறந்து விட்டேன்.

மீட்டரைப் போட்டு வண்டியை ஸ்டார்ட் செய்தேன். "எங்க சாமி?" சீட்டின் பின்புறமும் சாயாமல் பக்கவாட்டிலும் இப்படி அப்படிக் கையை வைக்காமல், எதையும் தொட்டுக்கொள்ள நேக்கு சம்மதம் இல்லை என்பது மாதிரி தலையை மட்டும் நிமிர்த்தி உட்கார்ந்து கொண்டிருந்தார் அவர்.

“ஏன் சாமி, மாம்பலத்திலேயே உங்களுக்கு வூடா?”

“என்னடா கேள்வி... இது பாஸஞ்சர் கிட்டே”

“இல்ல சாமி, தெனம் உங்கள ரயில்வே ஸ்டேஷன் கோவிலாண்ட பாக்கறது... அதான் கேட்டேன்..”

“பாத்திருப்பே. நல்லா ஞாபகம் வச்சிண்டிருக்கிறே” என்றார் அவர். வண்டி ஓடிக்கொண்டிருந்தது. நான் ரெண்டொரு வார்த்தைகள் பேசியிருப்பேன். பதிலுக்கு அவரும் கொஞ்சம் பேசினார்.

“இந்த ஜெனங்களுக்கு நாசூக்குன்றதே தெரியறதில்ல சாமி” என்றேன் நான்.

“அதேயேண்டாப்பா கேக்கற, லோகம் ரொம்பக் கெட்டுப் போச்சி, மனுஷாள்ல்லாம் கெட்டுப்புட்டா. ஆசாரமெல்லாம் ஒழுங்கா அனுஷ்டிக்கிறதில்ல.. பகவான் ப்ரார்த்தனை பண்றதில்லே. பேருதான் பட்டணம். சுத்தபத்தமில்லே. எங்க போனாலும் நாத்தம் நாத்தம் தான் அடிக்கறது. மனுஷாள் மேலே நாத்தம், தெருவிலே நாத்தம். ஒன்னும் சகிக்க முடியறதில்லே. மாயூரத்துல என் பெரிய பையன் இருக்கன்லியோ. அங்க போயிட்டேன்னா நேக்கு இந்த சிரமமெல்லாம் கெடையாது. என்ன செய்யறது உத்தியோகம் பட்டணத்துல. இன்னும் ஒரு அஞ்சி வருஷ காலம் இவாளோட மல்லடிச்சாவணம். என் கஷ்டம் நோக்கு புரியறது. தெனத்துக்கும் பாக்கறியோல்லியோ, என்னா பாடுபடறேன் பாரு. ஆத்துலர்ந்து போய் பகவான தர்ஸனம் பண்ணிட்டு வர்றதுன்னா அவ்வளோ சிரமம். மாடு மாதிரின்னா மேல விழாத குறையா இடிச்சிண்டு போறான்கள், அவாளல்லாம் குளிச்சாளோ இல்லியோ, எல்லாரியும் தொட்டுக்க வேண்டியதாயிருக்கு. என்ன கொலமோ, என்ன கோத்திரமோ, நேக்கு ஜன்மமே குன்னிப் போறது அவாள்லாம் பாக்கறச்சே. எல்லாம் அவளோட போச்சி.”

“யாரு சாமி” என்றேன்.

“என் ஆத்துக்காரி, மொத சம்சாரம்.”

“நேராவே போய் அடுத்தாப்ல வர்ற சந்துல திரும்பிடு... லெஃப்டுல மூனாவது வீடு. பொறுமையாகவே போடாப்பா. வேகம் வேண்டாம்.”

வண்டியை ஓட்டித் திருப்பி நிறுத்தினேன். வீடு வசதியான வீடு. டிஸ்டம்பர் கலர் பெயிண்டு. முன்புறம் இரும்புக்கம்பி கேட். பச்சை வர்ணம். நெஞ்சு உயரத்துக்கு மதில் சுவர். கேட்டிலிருந்து

வீட்டுக்குப் போகும் சிமெண்ட் பாதையின் ரெண்டு பக்கமும் புல் தரை பச்சென்று. வீடும் கண்ணாடி மாதிரி பளிச்சென்று.

"டோரை தெறையேண்டா."

நான் திறந்துவிட்டேன்

"ஏண்டாப்பா வண்டிய நன்னா தூசு தட்டி சுத்தம் பண்ணி வச்சிருக்கப்படாதோ. தோ பார் தோத்தியெல்லாம் ஒட்டினுடுத்து. என்னமோ நீயும் அவாளாட்டம்தான் இருக்கறே... பஸ்ஸில நேக்கு சௌகர்யப்படாதுன்னுதான் டாக்ஸில வர்ரது... டாக்ஸில வந்தும் இப்படீன்னா.. எவ்வளோ ஆச்சி பாரு!"

குனிந்து குனிந்து அவர் தூசி தட்டிக்கொண்டார். வாயால் ஊதிக்கொண்டார். இப்போதும் வெற்று உடம்புதான். வெள்ளிக்கம்பி படர்ந்த நெஞ்சில், நெற்றியில், அடிவயிற்றில் வியர்வைத்துளிகள். இடது கையில் மாட்டியிருந்த பையில் கையை விடுகிறார். சுத்தமான கை. சுத்தமான விரல்கள், ஒட்ட வெட்டிய நகம். செவசெவ என்று சிவந்த விரல் நுனிகள்.

பக்கத்தில் நிற்கவே கூச்சமாயிருந்தது எனக்கு.

நோட்டை எடுத்து, சில்லறையையும் கணக்காக எண்ணி என் கையில் படாமல் தூக்கிப்போட்டுவிட்டு உள்ளே நுழைந்தார்.

"வர்ரேன் சாமி" என்று வண்டியை ரிவர்ஸ் எடுத்துத் திருப்பிக் கொண்டு வந்தேன்.

அதற்குப் பிறகு வண்டியைப் போட்டுவிட்டு சும்மா இருக்கும்போதெல்லாம் அடிக்கடி எனக்கு அவர் ஞாபகம்தான் வரும். நல்ல வீடு. வசதியான உத்தியோகம். பெருமை தரக்கூடிய பிள்ளை பெண்டுகள், அது அதுகளும் அங்கங்கே கௌரவமான உத்தியோகத்தில், மனுஷன் ரொம்ப குடுத்துவச்சவர்தான். என்ன சுத்தபத்தம். என்ன ஆசாரம். எப்படியிருக்கிறார். எந்நேரம் பார்த்தாலும் துலக்கின பாத்திரம் மாதிரி. அதனால்தான் மத்தவர்கள் மேல் அப்படி சிடுசிடுவென்று இருக்கிறார் போலிருக்கிறது. இருக்க வேண்டியதுதானே பின்னே.

எனக்குக் கூட முதலில் அவரைப் பார்க்கும்போது கொஞ்சம் கசப்பாகத்தான் இருந்தது. கோயிலுக்குப் போகிறவர் இவர் பாட்டுக்கு போவதுதானே. எல்லார் மேலும் ஏன் எரிபுரியென்று விழுந்து கொண்டிருக்க வேண்டும். யார் மேலும் படக்கூடாது என்றால் அதற்கு வீட்டிலேயே இருக்கவேண்டும் என்றெல்லாம் நினைத்துக் கொண்டிருக்கிறேன்.

ஆனால் இப்போது எல்லாம் மாறிப்போய்விட்டது. அவர் அந்தஸ்து என்ன, ஐதீகம் என்ன.. பெரிய ஆபிஸ் உத்தியோகம். ஆபிஸ் போவும் போதாவது சட்டை போட்டுக்கொள்வாரா? எந்நேரமும் சட்டையில்லாமல் இருக்கிறாரே...

புத்தி போன போக்குக்கு எதையாவது நினைத்துக் கொண்டிருப்பேன். அவர் மாதிரியே சுத்தபத்தமாக இருக்க வேண்டும் என்று நான் கூட 'தெனம்' குளிக்க ஆரம்பித்து விட்டேன்.

அன்று மிட்லண்டில் வண்டியைப் போட்டிருந்தேன். முதலாட்டம் விட்டு கூட்டம் கலைந்து கொண்டிருந்தது. நாகரீகமும் மிடுக்கும் நிறைந்த வாலிபன் ஒருவன் அருகில் வந்தான். பக்கத்தில் அவன் வயிசுக்கு, அவன் வயிசு என்று சொல்ல முடியாது. கூடவே ஒன்றிரண்டு இருக்கும். அழகான பெண்ணொருத்தியும் வந்தாள்.

"ஏம்பா வண்டி வருமா...?"

"எங்க சார்...?"

"புரசவாக்கம் போயிட்டு அப்படியே மாம்பலம் வரணம்."

"வராது சார். ஷெட் அடையார் போவுது."

"எக்ஸ்ட்ரா எதுனா வாங்கிக்கோப்பா."

இறங்கி மீட்டரைப் போட்டு கதவைத் திறந்து விட்டேன்.

வண்டி வெளிச்சத்தில் ஓடியது. காருக்குள் இருட்டு. ரெண்டு பேருக்கும் விசாலமாக இடம் இருந்தும் நெருக்கிக்கொண்டு உட்கார்த்திருப்பது போல தோன்றியது.

மனசு சும்மா இல்லை. தொழில் புத்தி இரண்டு பேருக்கும் என்ன உறவாக இருக்கும் என்று கணக்குப் போட்டது. தம்பதிகளா... இருக்காது.. அவர்கள் நடந்து வந்ததும் அவன் கேட்டதும் பார்த்தால் அப்படித் தோன்றவில்லை.

அவள் தளதளவென்று இறுக்கிப் பிடித்த ரவிக்கையும் உடம்போடு ஒட்டிய புடவையும், செதுக்கி வைத்தது போன்ற உறுப்புகளுமாய் கச்சிதமாக இருக்கிறாள். கழுத்தில் தாலி யிருக்கிறது. வண்டிக்குக் கேட்டு நின்றபோது ஆறு விரற்கடை அகலத்துக்கும் மேல் சிவப்பு வயிறு பளபளத்தது நியான் விளக்கில். ஆசைக்காவது சும்மா அப்படித் தொட்டுப் பார்க்கலாமா என்று தோன்றுகிற மழமழப்பு. பையன் கொடுத்து வைத்தவன்தான்.

அவர்கள் ஏதோ பேசிக் கொண்டார்கள். அடக்கமான தொனியில் இருந்தது பேச்சு.

"அப்பறம் எப்போ" என்றான் அவன்.

“ஆபீஸுக்கு ஃபோன் பண்றேன்’’ என்றாள் அவள்.

“அடுத்த வாரம் பாக்கலாமா? ஆனந்த்ல ஒரு நல்ல படம் போவுது.’’

“எப்படி சொல்ல முடியும். அவர் இருந்தார்னா...’’

அவன் ஏக்கத்தோடு பெருமூச்சு விடுவது கேட்டது. சிக்னலுக்காக வண்டி நின்றது.

“ஒன் மினிட். தோ ஒரு சிகரெட் வாங்கிக்னு வந்துடறேன்.’’

“சீக்கிரம் சார், லைட்ட போட்டுடுவான்.’’

அவன் போன பிறகு பின்னால் நைஸாக நோட்டம் விட்டேன். புறா மாதிரி நல்ல அழகுதான் அவள். இருட்டிலும் சிவப்பு உடம்பு பிரகாசம் காட்டியது. வெளியிலிருந்து பாய்ந்த வெளிச்சம் கொஞ்சம். சொந்த சரக்கு இல்லை என்ற துணிச்சல் எனக்கு.

அவன் வந்தான். விளக்கு எரிந்தது. பச்சை விளக்கு, வண்டி ஊர்ந்தது. எக்மோரைத் தாண்டி ஓவர் பிரிட்ஜ் ஏறி இறங்கி ஓடியது.

“எனக்கு இந்த ஒரு வாரம் போறதே ஒரு யுகமா இருக்கும்.’’

அவள் மௌனமாயிருந்தாள்.

“உனக்கு அதெல்லாம் ஒன்னும் கெடையாது. நிம்மதியா இருக்ற இல்ல’’ என்றான்.

“என்னா பண்றது சொல்லுங்க. உங்களாட்டமா... நெனச்சா பொறப்பட்டு வந்துட முடியுறது. அவரு எங்கனா போனாதான்...’’

“நான் தான் எந்த நேரமும் ரொம்ப அவஸ்த பட்டுக்னு இருக்கறேன் உன்ன நெனச்சுக்னு. நீ ஃப்ரியாதான் இருக்கற.’’

லேசாக வளையல்கள் குலுங்கின. அவன் எதுவோ முணுமுணுத்துக்கொண்டது கேட்டது. அவள் சிரித்தாள்.

அதற்குப் பிறகும் அடக்கமாக கொஞ்சம் சம்பாஷணைகள் நடுவில் “ஸ்ஸு... டாக்ஸி...’’ என்று ஒரு எச்சரிக்கை.

வண்டி புரசைவாக்கத்தில் பையன் காட்டிய இடத்தில் நின்றது.

அவன் மட்டும் இறங்கிக்கொண்டான். “அம்மாவை மாம்பலத்துல எறக்கிடு. இந்தா மீதி சில்றயை அவங்ககிட்டியே குடுத்திடு’’ என்று பத்து ரூபாயை நீட்டினான்.

“வாணாம். நீங்க வச்சிக்கோங்க. நான் குடுத்துக்கறேன்’’ அவன் கையைத் தடுத்துச் சொன்னாள்.

வண்டி ஊர்ந்தது. பின்னால் அவள் தனியே இருந்தாள்.

“மாம்பலத்துல எங்கமா” என்றேன்.

“போ, சொல்றேன்”

மேலே எதுவும் கேட்கலாம் என்று தோன்றியது. அதிகப் பிரசங்கித்தனமாய் கேட்டு எதாவது ஆகிவிடுமோ என்று பயமாகவும் இருந்தது. இருந்தாலும் ஒன்று கேட்டேன்.

“யாருங்க அவரு.”

“தெரிஞ்சவரு. பேசாமா போ!” அழுத்தத்திருத்தமாய் கண்டிப்போடு சொன்னாள் அவள். நான் அதற்கு மேல் எதுவும் விசாரிக்கக் கூடாது என்பதுபோல.

வண்டி ஓடியது. அவள் காட்டிய வழிப்படியே.. கடைசியில் அவள் நிறுத்தச்சொன்ன இடத்தைப் பார்த்ததும் எனக்கு ஆச்சர்யமாயிருந்தது.

அய்யர் விடல்லவா இது. டிஸ்டம்பர் கலர், பச்சை கேட், தோட்டம். அதோ அய்யர் கூட வாசலில் நின்றார்.

சட்டென்று டோரைத் திறந்துகொண்டு கீழே இறங்கின அவள் பத்து ரூபா நோட்டு ஒன்றை எடுத்து என்னிடம் கொடுத்தாள்.

“சில்றமா.”

“வேணாம் போ.”

“எங்கடி போய்ட்டு வரே.. நோக்கு நேரம் காலம்ன்றதே தெரியறதில்லியா...” என்றார் அய்யர்.

“பங்கஜம் ஆத்து வரிக்கும் போனேன். லேட் ஆயிடுத்து. எப்ப வந்தேள். காலம்பற வர்றேன்னு சொல்லிண்டிருந்தேள்” கொஞ்சம் கூடப் பதட்டம் தொனிக்காமல் கேட்டபடியே உள்ளே நுழைந்தாள் அவள்.

யோசனையோடு வண்டியை ரிவர்ஸ் எடுத்துத் திருப்பிக் கொண்டிருந்தேன். அய்யர் அவளோடு பேசிக் கொண்டிருந்தது தெளிவாகவே என் காதுகளுக்குக் கேட்டது. “அப்பப்ப இப்படி நீ எங்கனாச்சும் கெளம்பிப் போயிடற... இங்க ஆத்துல என்னா நடக்கறதுன்னு நோக்கு என்னா தெரியறது. இங்க நீயும் ஆத்துல இல்ல. நானும் இல்லியா... இந்த வேலக்காரிக்கு குளுர் வுட்டுடுத்து. ஆரோ அவ அத்த மவனாம் சூளமேட்டுல, அவன கூப்டு வச்சி கொஞ்சிக்னு இருக்கறா கூடத்துல, நான் வரச்ச... இது என்ன வீடா இல்ல, பார்க்கா... மொதல்ல ரெண்டு பக்கட் ஜலத்த கொண்டாந்து கொட்டி அந்தக் கூடத்த கழுவி வுடச் சொல்லு.”

ஜூன் 1973

உதயம்

*

மதராஸும் மன்னார்சாமியும்

மன்னார்சாமிக்கி மதறாஸ் புதுசு. மகனுக்கு வேலை விஷயமாக மந்திரியைப் பார்க்க வந்திருந்தான். ராத்திரி வண்டியைப் பிடித்து விடிய விடிய எக்மோர் ஸ்டேஷனில் வந்திறங்கினான். யார் யாரையோ விசாரித்து எஸ்.எஸ்.எல்.சி. படித்த மகன் சகிதம் கிரீன்வேஸ் ரோடுக்கு வந்து சேர்ந்துவிட்டான்.

வரும்போது இரண்டேகால் ரூபாய்க்கு வாங்கிய ரெட்டைக் கரை போட்ட துண்டு கழுத்தைச் சுற்றி வளைத்துத் தொங்கியது. மாவட்ட 'வட்ட'த்துகளிடமிருந்து வாங்கியிருந்த சிபாரிசுக்கடிதம் 'எங்களிடம் ஷாப் சாமான்கள் மொத்தமாகவும் சில்லறையாகவும்...' என்ற வாசகம் பொறித்த சணல் காக்கிப் பைக்குள் பத்திரமாக இருந்தது.

மந்திரியைப் பார்க்கப் போகிறோம் என்ற மனப்பதட்டத்தில் தவிப்புடன் நின்றான். பெரிய மதில் சுவர்களுக்கு இடையே இரும்பு கேட் சாத்தியிருந்தது. அக்குளில் பையை வைத்து அணைத்தபடி 'மந்திரி உள்ளே இருப்பாரோ...! காலங்காத்தாலே எங்காவது வெளியில் கிளம்பிவிட்டிருப்பாரோ...' என்று நினைக்கும்போதே வயிற்றைக் கலக்கியது! இந்தக் கலக்கல் கரசங்கால் ஸ்டேஷனைத் தாண்டியதிலிருந்தே தொடர்ந்ததுதான் என்றாலும் நெருங்க நெருங்க ஒன்றும் தாங்க முடியவில்லை.

ஊரிலிருந்தால் தூங்கியெழுந்ததும் சுருட்டைக் கொளுத்தி வாயில் வைத்துக்கொண்டு காவாக் கரையோரம் காட்டாமணிப் புதருக்குள் நுழைந்து விடுவான். பட்டணத்தில் அதுவும் வெறும் பங்களாக்களாகவே இருக்கும் இந்தத் தெருவில்...

ரயிலிலேயே போய்விட்டிருந்தால் தொந்தரவே கிடையாது. ஆனால் அங்கே கதவையே திறக்க முடியாதபடி கக்கூஸ் நிறைய அரிசி மூட்டைகள் அடுக்கி வைத்திருந்தார்கள். வெளியே போய்ப் பார்த்துக் கொள்ளலாம் என்று நினைத்தான். வெளியே வந்தும் வழி தோன்றவில்லை. மந்திரியைப் பார்க்கத்தானே போகிறோம்... அங்கு போனால் எதுவும் வசதி தென்படாதா என்று நம்பிக்கையுடன் வந்து விட்டான்.

காம்பவுண்ட் ஓரம் நின்றிருந்தவன், அடிவயிற்றைக் கைகளால் பிடித்து அமுக்கிக் கொண்டு கால்களை எம்பி எட்டின மட்டும் பார்வையை ஓடவிட்டான். உள்பக்கம் படர்ந்து வளர்ந்திருந்த அசோகமரங்களைத் தவிர வேறு ஒன்றும் அரவத்தையே காணோம்.

வயிறு கனத்துக் குறுகி வலித்தது. முதல் காரியமாய் எங்காவது போயாக வேண்டும். சுற்றுமுற்றும் பார்த்தான். டீக்கடைகள்கூட இன்னும் திறக்கவில்லை. தெரு முழுக்க மூடிய வீடுகளாகத் தெரிந்தன. விசாலமான இடங்களில் சுற்றுச்சுவர்களுடன் பங்களாக்கள் தெரிந்தன. ஒன்றும் புலப்படவில்லை. யாரையாவது கேட்கலாம் என்றாலோ தெருவில் ஈ காக்கையைக் கூட காணோம். பள்ளிக்கூடம் படிக்கும்போது பசங்களோட 'டூரிஸ்ட்' புறப்பட்டு வந்து, பஸ்ஸில் இருந்தபடியே 'சொழல் விளக்கையும், எல்லெஸியும்' மட்டும் பார்த்துவிட்டு வந்தவன் அவன். இந்தத் தெருவைப் பார்த்தால் திருடன் தெருவாட்டம் தெரிகிறதே... இந்தத் தெருவில் மந்திரிகள் அல்லவா குடியிருப்பதாகச் சொன்னார்கள்.

எத்தனையோ மணிநேரமாக அடக்கி அடக்கி சிரமத்தை வாங்கியதால் உடம்பு ஒரு முறை சிலிர்த்து அடங்கியது. ஒரு கணம் வந்து விடுவதுபோல் தோன்றியது. கொஞ்ச நேரம் பல்லைக் கடித்துக் கொண்டிருந்தால் ஏதோ பளு இறங்கின மாதிரி ஒரு இதம். அப்புறம் இதே தொல்லை. வெளியவே வந்துவிடுகிற மாதிரி சங்கடம்.

நல்லவேளையாக அந்தப் பக்கமாய் எவனோ வந்தான். "ஏங்க, இங்க கொல்லிக்குப் போவ எங்கியாவது எடமிருக்குமா?" இடதுகையால் வயிற்றை அமுக்கியபடி முகத்தைச் சுளித்து தன் பலத்தையெல்லாம் ஒன்று திரட்டிக் கேட்டான்.

"அதோ! நாலுமூல ரோடு தெரியுது பாரு. அதைத் தாண்டி கொஞ்ச தூரம் போனினா பெருசா ஒரு மைதானம் தெரியும்; அப்பிடியே உள்ள எறங்கி..."

வந்தவன் வார்த்தையை முடிக்கவில்லை. சட்டென்று அக்குளிலிருந்த பையை எடுத்து மகனிடம் கொடுத்தான்.

“பத்தரம்டா... பைய வச்சிக்னு இங்கியே குத்திக்னு இரு. நான் இதோ செத்த நேரத்துலே வந்துடறேன்; பத்தரம். எங்கியும் போயிடாதே...!’’ என்று சொல்லியபடியே விடுவிடுவென நடந்தான்.

நாராயணசாமி தோட்டத்தைக் கடந்து நாலு மூலை ரோடைத் தாண்டி, கார்ப்பரேஷன் விளையாட்டு அரங்கையும் தாண்டி ஓட்டமும் நடையுமாக ஓடினான். அதிகமாக ஓடவும் பயம்...! அந்த வேகத்திலேயே மடியிலிருந்து சுருட்டு ஒன்றை எடுத்து வாயில் வைத்துக் கொளுத்திக் கொண்டான். காலை இழுத்துப் போட்டு வேகமாக நடந்து வந்தவன் மைதானத்தை நெருங்கியதும் திடுதிடுவென சாலையிலிருந்து இறங்கி வேலிக்காத்தான் செடிகள் பக்கமாய் ஓடினான். இடதுகை வேஷ்டியை பின்புறம் வழிக்க, வலது கை கோவணத்தை அவிழ்க்க சரக்கென்று புகுந்து குத்துக்காலிட்டு அமர்ந்தான்.

பக்... பக்கென்று செடி மறைவிலிருந்து கிளம்பிய சுருட்டுப் புகை சுற்றிலும் சூழ்ந்தது. ரெண்டு செகண்டில் வயிறு ஏறக்குறைய காலி. உலகத்திலேயே இதைப்போல சந்தோஷமான சமாசாரம் வேறு இல்லை. அந்த சுகம் அனுபவிப்பவனுக்குத்தானே தெரியும் என்று மனசுக்குள் முனகிக்கொண்டான்.

ஆள்காட்டி விரலுக்கும், கட்டை விரலுக்கும் நடுவே சுருட்டை உருட்டி கன்னம் ஒட்ட இழுத்தான். சாவகாசமாய் சுற்றும் முற்றும் பார்த்தான். செடிகளில் இடைவெளியில் விசாலமான மைதானம் தெரிந்தது. தூரத்தில் தண்ணீர் தேங்கிய பள்ளம் தெரிந்தது. பட்டணத்தில் கூட வெளியே போவதற்கு இந்த மாதிரி வசதியான இடங்களெல்லாம் இருக்கின்றன; தெரியாதவர்கள் தான் பட்டணத்தை குறை சொல்கிறார்கள். பட்டணமும் வசதிதான்.... நல்ல இடம்; ஊருக்குப் போனதும் எல்லாரிடமும் சொல்லவேண்டும். பட்டணம் வருகிறவர்களிடமெல்லாம் இந்த இடத்தைக் கட்டாயம் மறக்காமல் சொல்லியனுப்ப வேண்டும். பாவம் நம்பளை மாதிரி யாரும் அவஸ்தைப்பட்டால் அவசரம் ஆபத்துக்கு உதவும்.

கொஞ்சம் முன்புறம் நகர்ந்து உட்கார்ந்தான். முன்னைப் போல வயிற்று உபாதை இப்போது இல்லை. ‘போனதும் மந்திரியைப் பார்த்து மகனுக்கு வேலை ஏற்பாடு செய்துவிட வேண்டும். கையில் காலில் விழவேண்டும் என்கிற அவசியம் கூட கிடையாது. அதான் சிபாரிசு கடிதம் இருக்கிறதே. இருந்தாலும் ஒரு மரியாதைக்கு விழலாம். எப்படியும் சட்டுப் பொட்டென்று காரியத்தை முடித்துக்கொண்டு மத்தியான வண்டிக்கே புறப்பட்டு விடவேண்டும். நாற்று வேறு முற்றுகிறது. கொஞ்சம் ஏமாந்தால்

போதும், ஏகாம்பரம் மாட்டை விட்டு மேய்த்து விடுவான். ரெண்டு நாள் தங்கி பட்டணத்தை பட்டணத்தான் கேசுக்கு சாட்சி போட்டது. அவன் கேஸ் பட்டணத்து கோர்ட்டுக்கு வந்ததானால் அவன் செலவிலேயே பட்டணத்தைச் சுற்றிப் பார்த்து விடலாம். விழுப்புரம் கோர்ட்டிலேதான் அவனுக்கு எதிர்ப்பாக தீர்ப்பு ஆகிவிட்டதே...'

அவன் தன்னை மறந்த சிந்தனையில் ஆழ்ந்து கிடந்தான். எதிர்பாராத விதமாய் பின்னாலிருந்து வந்த குரல் அவனைத் திடுக்கிட வைத்தது. "யாருய்யா அது! எழுந்திரய்யா!"

மன்னாரு சடக்கென்று எழுந்தான். வேஷ்டியைத் தொங்கவிட்டு மறைத்துக்கொண்டு திரும்பினான்.

முன்னால் காக்கி கால்சட்டை போட்ட ஆசாமிகள் இருவர் நின்றிருந்தார்கள். அவர்களோடு சாதாரண ஆட்கள் ஏழெட்டு பேர்.

"என்னய்யா முழிக்கிறே! இங்கே வா இங்கே!" ஒரு காக்கி கால் சட்டை சொன்னது.

"என்னாங்க.."

"வாய்யா சும்மா..." அது ரொம்ப ஜாலியாய் கூப்பிட்டது... "இங்க கக்கூஸ் போனது தப்பு. அதுக்குத்தான்.. வா பின்னாடியே..!"

மன்னாரு அதிர்ந்துவிட்டான். காக்கி கால் சட்டை 'போலீஸ்' போலிருக்கிறது. மிரட்சியுடன் சுற்றிலும் பார்த்தான். சற்றுதூரத்தில் நீல நிற வேன் ஒன்று தார்ச்சாலையில் நிறுத்தப்பட்டிருந்தது. அங்கேயும் இரண்டு போலீஸ்காரர்கள்.

"ஏங்க நான் வெளியூருங்க; தெரியாதுங்க..."

"எவன் தெரிஞ்சி தப்பு பண்றான். எல்லாம் தெரியாம செய்யறது தான் வா வா.... அதெல்லாம் அங்க வந்து சொல்லிக்கோ... வா!"

மன்னாரு பிரமித்து நின்றான். எவ்வளவோ கெஞ்சிப் பார்த்தான். போலீஸ்காரன் விடுவதாக இல்லை.

"மரியாதையா சொன்னா வரமாட்டீங்க... கழுதை...!" என்று கழுத்திலே கையைக் கொடுத்து தள்ளினான். அந்தக் கணத்திலே ஒன்றுமே தோன்றாமல் நின்றான் அவன். மகன் மந்திரி வீட்டெதிரில் தனியாக நிற்கிறான். ரோடில் வேன் நிற்கிறது. அவன் இங்கே நிற்கிறான். எங்கு ஏற்றிப் போவார்களோ! பையன் வேறு அப்பனைக் காணோமே என்று தேடிக் கொண்டிருந்தால்! எங்காவது தடம் மாறி விட்டால்...

"மந்திரியைப் பார்க்க வந்தங்க.. வெளியூருங்க, எனக்கு எதுவும் தெரியாதுங்க. தெரிஞ்சிருந்தா நான் ஏங்க இப்படி

செய்யறேன்... கலவரத்துடன் கடைசி முறையாக முயற்சித்துப் பார்த்தான். ஒன்றும் பலிக்கவில்லை. சரி!

"ஏங்க அங்க போய் கழுவிக்னு வந்துடறேங்க.."

"எங்க போயி...?"

"அதோ! அங்க..." தூரத்தில் தண்ணீர் தேங்கியிருந்த பள்ளத்தைக் காட்டினான்.

"ஏன் அப்படியே ஓடிடலாம்னு பார்க்கறியா....!"

"சத்தியமா ஓடமாட்டங்க... பட்டணத்தில் எனக்கு வழியா தெருவா ஒன்னு தெரியாதுங்க... நம்பலன்னா நீங்களாவது கூட வாங்க."

"எங்களுக்கு இதுதான் பொழப்பா. கழுவறதுக்கெல்லாம் பாரா பாத்துக்னு." போலீஸ்காரன் சோம்பேறித்தனத்தால் சிடுசிடுத்தான். "கழுவாம எப்பிடியா வர்றது?" மன்னாசாமிக்கும் கொஞ்சம் கோபம் வந்தது. "பெரிய சுத்தம் இவரு; காயவச்சித் தட்டிக்னு போறவனெல்லாம் சரா பேசறான். ஏறுடா வண்டில..." போலீஸ்காரன் நெட்டித் தள்ளினான்.

"உடுய்யா ஏர்றேன்' மன்னார்சாமி தானாகவே ஏறிக்கொண்டான். நீளவாட்டில் இரண்டு பக்கமும் இரண்டு 'சீட்டு'கள் கிடந்தன. அதில் ஏற்கெனவே கொஞ்சம் பேர் அமாந்திருந்தார்கள். மீதிப் பேர் பின்னால் ஏறினார்கள்.

"ஏறி எல்லாம் உட்காருங்க" என்றான் போலீஸ்காரன். மற்றவர்கள் உட்கார்ந்தார்கள்.

படியோரம் இரண்டு கான்ஸ்டபிள்களும் அமர்ந்தார்கள். வேன் புறப்பட்டது. மன்னார்சாமி மட்டும் அமரவில்லை. "ஏயா நிக்கற? உட்காரத்தான" ஒரு போலீஸ்காரன் அதிகாரம் போட்டான்.

"போங்கையா! கழுவிக்னு வர்றேன்னதுக்கும் உடமாட்டேன்னிப்புட்டு... என்னா கிண்டலா பண்றீங்க." வெறுப்பு தாங்காமல் அழமாட்டாத குறையாய்ச் சொன்னான் மன்னாரு.

முன்புறம் கேபினில் உட்கார்ந்திருந்த கான்ஸ்டபிள்களில் ஒருவன் குரல் கொடுத்தான். "என்னா இருக்கறது போதுமா! இன்னும் கொஞ்சம் புடிச்சி போட்டுக்குவமா?" "எடம் இருக்கறவரிக்கும் புடிச்சி போட்டுக்குவம்' 'என்றான் படியோரம் குந்தியிருந்தவன்.

மன்னாரு புரியாமல் விழித்தான்.

கான்ஸ்டபிள்களின் கண்கள் சாலையை வேட்டையாடிக் கொண்டு வந்தன. பொழுது சிலுசிலுவென்று விடிந்து கொண்டு வந்தது. டீக்கடைகள்: பங்க் கடைகள் திறந்தார்கள். தூங்கி யெழுந்தவர்கள் வீட்டெதிரே வந்து நின்று திமிர்விட்டு நெட்டி முறித்தார்கள். கொட்டாவி விட்டார்கள். பிளாட்பாரம் ஓரம் அப்போதுதான் தூக்கக் கலக்கத்துடனே வெளியே வந்த ஒரு சிறுவன் கால் சட்டையை வழித்து இரண்டு விரல்களிலும் பிடித்துக்கொண்டு சிறுநீர் கழிக்க உட்கார்ந்தான்.

வேன் நின்றது “தம்பி இங்க வாப்பா!”

பையன் மிரண்டான் “ஏங்க?”

“ஒன்னுக்கு போனது குத்தம், வா இங்க....”

“நான் போவலீங்க...”

“போறதுக்குத்தான உட்கார்ந்தே..”

“உட்கார்ந்தேன்; ஆனா போவலீங்க...”

“போவ நெனச்சியேல்லே... அதுவே தப்புதான்! வா... வா!”

“சார்... சார்...”

அவர்கள் விடவில்லை. இழுத்து வண்டியில் போட்டுக் கொண்டார்கள். வண்டி சந்துபொந்தெல்லாம் புகுந்துஓடியது. பசி கொண்டலைந்தது. தன்னால் விழுங்க முடிந்த அளவிற்கு தற்போது அதற்கு ஆட்கள் தேவை. கண்ணில் பட்டவர்களையெல்லாம் நொண்டிச் சாக்கைக் கூறி வூரிப்போட்டு நிரப்பிக்கொண்டு வந்தது. நாற்றமெடுத்த சாக்கடை நீர் ஓடும் கால்வாய்களில்... அதன் சரிவில் ஒன்னுக்கிருப்பதுகூட குற்றமா..! யாரையும் பாக்கி விடவில்லை, என்ன அக்கரமமோ..

மன்னார்சாமி இதையெல்லாம் காண ஒருபுறம் கசப்பும் எரிச்சலும் அடைந்தான். மறுபுறம் நமக்குத் துணையாக ஆள் சேர்கிறது, என்று கொஞ்சம் நிம்மதியும் அடைந்தான். மகன் வேறு அங்கே தனியாக எதிர்பார்த்துக் கொண்டிருப்பான்... சேதி சொல்லக்கூட வழியில்லையே... கழுவுவதற்கே விடமாட்டேன் என்கிறான்.

வண்டி எங்கெல்லாமோ சுற்றியலைந்து தன்னை நிரப்பிக் கொண்டது. கடைசியாக நாலு ஜனங்கள் புழுங்குகிற பஜாரில் ஒரு போலீஸ் ஸ்டேஷன் பக்கமாக வந்து வாயிலில் நின்றது. “எல்லாம் அப்பிடியே வரிசையா எறங்குங்க” படியிலிருந்த போலீஸ்காரர்கள் கீழே இறங்கிக்கொண்டு குரல் கொடுத்தார்கள்.

இருபுறமும் போலீஸ் மரியாதையுடன் எல்லாரும் வரவேற்கப் பட்டார்கள். மன்னாரு கொஞ்சம் தயங்கி நின்று விழித்தான். அவனுக்குத் தெரிந்த ‘ஹரி நமோத்து சிந்தம்’ ஞானத்தில் எதிரே யிருந்த பெரிய சிகப்பு போர்டை படித்தான். மயிலாப்பூர் அப்புறம் எதுவோ இங்கிலிஷ் எழுத்துப்போட்டு, ஒன்று என்று நம்பர் போட்டு, பக்கத்தில் போலீஸ் ஸ்டேஷன் என்று எழுதியிருந்தது. உள்ளே நுழைந்தான்.

நல்ல பெரிய ஸ்டேஷன். நாலைந்து படிகள் வைத்து உயரமான ஸ்டேஷன், முன்புறம் நீளமான ஹால்; உள்ளே விசாலமான கூடம். எல்லாரும் ஏறினார்கள். “எல்லாம் வரிசையா உக்காருங்க.’’

எல்லாரும் கட்டளைப்படி சுவர் ஓரம் வரிசையாக உட்கார்ந்தார்கள். மன்னாரு மட்டும் நின்றான். அந்த நேரம் யாரும் அதைப் பொருட்படுத்தவில்லை.

உள்ளேயிருந்து ரைட்டர் வந்தான். “எல்லாம் இவ்வளவுதானா.. கேஸ் புக் பண்ணிடட்டுமா..!’’

கான்ஸ்டபிள் தலையாட்டிவிட்டு அவர்கள் பக்கம் திரும்பினான். “ஒவ்வொருத்தரா வரிசையா “எழுந்துபோய் அட்ரஸக் குடுத்துட்டு உள்ளியே உட்காருங்க சத்தம் போடாம.’’

சொன்ன மாதிரியே எழுந்து போனார்கள்.. ஒவ்வொருவராகப் போனார்கள். மன்னாரு போனான். குனிந்தபடியே எழுதிக் கொண்டிருந்த ரைட்டர் நிமிர்ந்தான்.

பேர் என்னா?”

“மன்னார்சாமி.’’

“அட்ரஸ்.’’

“எனக்கு பட்டணமில்லிங்க...’’

“என்னா ஊரு..’’

“சரி அந்த ஊர் அட்ரஸச் சொல்லு.’’

அட்ரஸைச் சொல்லி முடித்தான்.

“ஏங்க இங்கிருந்து மந்திரி வூடு எவ்வளோ தூரம்...?’’

“என்னய்யா மெரட்டறியா...’’

“இல்லிங்க; எம் மவன் அங்க தனியா நின்னுங்கெடப்பான். அவனுக்கு சமாசாரம் தெரியாது... வுட்டுபுட்டு வந்தப்ப, புடிச்சி போட்டுக்குனு வந்துட்டாங்க; போய் சொல்லிப்புட்டு...’’

“பேசாமப் போய் ஒக்காரய்யா... இன்னும் கொஞ்ச நேரத்துல வுட்டுடுவாங்க’’ ரைட்டர் சிடுசிடுத்தான்.

மன்னாரு முகம் வாடினான். அட்ரஸ் கொடுத்தவர்களெல்லாம் உள்ளே இருந்தார்கள்; சிலர் உட்கார்ந்து கொண்டிருந்தார்கள். சிலர் நடமாடிக் கொண்டிருந்தார்கள். சிலர் எதைப்பற்றியுமே கவலைப்படாமல் சிரித்துப் பேசிக்கொண்டிருந்தார்கள். வந்து வந்து பழக்கப்பட்டுப் போய் விட்டவர்களோ என்னவோ... அப்பப்பா! நமக்கு என்னவோ நினைத்தாலே ஜன்மமே குன்னிப் போய்விடும் போல இருக்கிறது. ஊர் போனால்கூட இதுபற்றி யாரிடமும் வாய் திறக்கக் கூடாது... வாஸ்தவத்திலேயே ரொம்ப அசிங்கப்பட்டு நின்றான்.

ஏட்டு எங்கிருந்தோ வந்தார். "என்னாய்யா...? ஸ்டேஷனா என்னா இது! நீங்க பாட்டுக்னு ஓலாத்திக்னும் போயிக்ணும்'' என்று ஒரு அதட்டல் போட்டார்.

சிலர் பதட்டமாகவும், சிலர் சாவதானமாகவும், ஏட்டு சொன்னதற்காக உட்காரவில்லை. தாங்களாகவே விருப்பப்பட்டு தான் உட்காருகிறோம் என்பதுபோல எதேச்சையாகவும் கீழே உட்கார்ந்தார்கள். மன்னார் மட்டும் உட்காரவில்லை. குத்துக்கால் போட்டு உட்காரக் கூட மனம் ஒப்பவில்லை.

"என்னாய்யா ஒனக்கு வேற தனியா சொல்லணுமா...?''

"இல்லிங்க வந்து...''

"என்னய்யா.. வந்து போயி... பேசாம உக்காருய்யா...''

மன்னாரு அதற்கு மேல் விஷயத்தை வளர்த்த விரும்பாமல் மௌனமாக ஏட்டின் அருகில் சென்று காதோடு காதாய் கிசுகிசுத்தான்.

"பெரிய மகிரிஷி இவரு. போய் ஒக்காருயா சரிதான்.. எல்லாம் ஒரேடியா சேத்து கழுவிக்கலாம்'' என்று அவன் கத்தினான்.

மன்னாரு முகம் சுருங்க அப்பால் நகர்ந்தான்.

அடுத்தபடியாக வாசற்படியில் இன்னொரு வேன் வந்து நின்றது. அதிலிருந்தும் நிறையப் பேர் இறங்கினார்கள். அவர்களையும் வெளியே ஹாலில் உட்கார வைத்தார்கள்.

முதல் அயிட்டம் பூராவும் எழுதி முடித்த பிறகு அந்த கான்ஸ்டபிள்கள் வந்து டிரௌசர் பையிலிருந்த நோட்புக்கை எடுத்து ரைட்டரிடம் நீட்டி எதுவோ எழுதி வாங்கிக் கொண்டு போய் விட்டார்கள்.

புதுசா ஒரு போலீஸ்காரன் வந்தான். "பேர் எழுதிட்ட வங்களெல்லாம் ஒழுங்கா இப்பிடியே போய் தோட்டத்துப் பக்கம் உட்காருங்க'' என்று வழியைக் காட்டினான்.

எல்லாரும் தோட்டப்பக்கம் சென்றார்கள். தோட்டப்பக்கம் ஏகக் கூட்டாயிருந்தது. உள்ளேயிருந்த கெடுபிடிகள் எதுவும் அங்கே இல்லை. எல்லாரும் சுதந்திரமாக உலவிக்கொண்டிருந்தார்கள். வாய்விட்டுப் பேசிக் கொண்டிருந்தார்கள்.

“ஜனங்களுக்கு போதுமான வசதி பண்ணிக் கொடுத்துட்டு அப்புறம் அவுங்க தப்பு செஞ்சா அப்ப கேக்கணும் அதுதான் ஞாயம்.”

“என்னைக்கு எவம்பா அங்க போவாத இருக்கிறான்? தெனத்துக்கும் நூறுபேர் அங்கே போயிக்கினுதான் இருக்கிறான். என்னைக்காவது ஒரு நாளைக்கி இவனுங்க வரவேண்டியது. ஆப்ட வரைக்கும் புடிச்சி போட்டுக்னு வந்துடவேண்டியது.”

“இன்னைக்கு மாஜிஸ்திரேட் வர்ராறாம். அவர் எதுருக்க கொஞ்சம் கேஸ் புடிச்சி காட்டணுமாம் அதான்...”

“தெனம் புடிக்க ஆரம்பிச்சான்னா, போலீஸ் ஸ்டேஷன் பூரா கக்குஸாதான் ஆக்கணும் மொதல்ல...!”

“ஏன் அதவுட மந்திரி வூட்ட போய் இருந்துட்டு வந்துடலாமே!”

“நல்லா சொன்ன...”

“இனிமே கக்கூஸ் வந்தா போலீஸ் ஸ்டேஷன்லதான் வந்து சொல்லணும்... எங்க போறது ஒரு எடம் காட்டுங்கன்னு... வேற என்னா பண்றது. அங்க போனாதான் புடிச்சி போட்டுக்னு வந்துட்றாங்களே.”

மன்னாரு ஒன்றும் புரியாமல் ஏதோ காதில் வாங்கிக் கொண்டான். பக்கத்தில் அவனாட்டம் கொஞ்சம் நரை தட்டியவரை நெருங்கி விசாரித்தான்.

“பாருங்க இங்க சுத்துவட்டாரத்தில் பொது கக்கூஸே கெடையாது. இருக்கிறது அந்த ஒரு எடம்தான். வேற எங்கதான் போறதாம்” என்றார் அவர்.

“அங்க போனா எதுத்தாப்ல இருக்கற அந்த மந்திரிங்க பங்களாவுலல்லாம் கவுல் அடிக்குதாம். அதுக்கோசரம் புடிச்சாந்து போட்டிருக்காங்களாம்” என்றான் கொஞ்சம் துடிப்பான ஒரு பையன்.

“அவங்க போறதுக்கு சௌகர்யமா எடம் இருக்குது இல்ல. மத்தவங்களப் பத்தி அவங்களுக்கு என்னா கவல. பின்ன அப்படி தான் பேசுவானுங்க....”

“மொதல்ல இருக்கற போலீஸ் ஸ்டேஷனெல்லாம் கக்கூஸா மாத்துடான்னு நாம்ப சொல்லணும்.”

எல்லாம் கொஞ்சம் காரமாகவே பேசினார்கள். மன்னாரு 'நீங்கல்லாம் இதே ஊரா?'' என்று கேட்டான்.

"ஆமாமா! எல்லாம் அந்த மைதானத்த சுத்தி குடியிருக்கற வங்கதான். நீங்க வெளி ஊரா...?''

"ஆமாங்க.. எனக்கு வெவரந் தெரியாதுங்க. வகையில்லாம வந்து மாட்டிக்னேன்.''

"நாங்க தெரிஞ்சிதான் என்னா தப்சிக்னோம். தெனம் தான் போறம். மாசத்துக்கு ஒரு தாட்டிதான் அவங்களுக்கு நாறுதாம்...!''

"மாசத்துக்கு ஒரு வாட்டிதான் மாஜிஸ்ட்ரேட் வர்றாரு. அதனாலே மாசத்துக்கு ஒருவாட்டி அவங்க கேஸ் போடறாங்க...''

"கேஸ் போட்டு என்னாங்க பண்ணுவாங்க. சீக்கிரம் வுட்டுடுவாங்களா!'' மன்னாரு கேட்டான்.

"ஒரு பத்துமணிக்கா மாஜிஸ்ரேட் வருவாரு. ஒன்னோ ரெண்டோ பைன் போடுவாரு. கட்டிட்டுப் போயிட வேண்டியதுதான். வேற என்னா... தலையவா வாங்கிடப் போறாங்க!''

அதைக் கேட்டு மன்னாரு கொஞ்சம் ஆறுதலடைந்தான். ஒன்னோ ரெண்டோ கைவிட்டுப் போனாலும் இந்த சங்கடத் திலிருந்து மீண்டால் போதும் என்றிருந்தான். நேரம் போவது கஷ்டமாயிருந்தது. இதற்கு முந்தைய இரண்டு நாள் கேசுகளுக்கு உட்பட்டவர்களும் அங்கே குழுமியிருந்தார்கள். வெயில் ஏறிக்கொண்டே வந்தது. மன்னார்சாமி மடியிலிருந்து மற்றொரு சுருட்டை எடுத்துப் பற்ற வைத்தான்.

"இன்னைக்கி யாரு வர்றாங்களாம்..? அம்மாவா, செட்டியாரா...? என்று கேட்டாள் அங்கு குழுமியிருந்த பெண்களில் ஒருத்தி.

"செட்டியார்தான்!'' என்றான் விஷயம் தெரிந்த ஒருவன்.

"மெய்யாலுமா?'' முகத்தில் மகிழ்ச்சி பொங்கக் கேட்டாள் அவள். "வழுக்கத்தலை செட்டியார்தான...!''

"ஆமா''

அந்த நல்ல சேதி விடுவிடுவென அந்த ஜனக்கும்பல் முழுவதும் பரவியது.

"செட்டியாரா? அப்ப பரவால்ல. ரெண்டு ரூபாயோட ஒழிஞ்சிது''

“யப்பா... அந்த அம்மா எமகாதகியாச்சே...! வாயில் வந்தத கூசாம சொல்லுமே...”

“செட்டியார் தங்கமானவராச்சே....!”

“எங்க அந்த அம்மா வந்துடுதோன்னு பார்த்தேன்...!”

ஜனங்கள் சந்தோஷமடைந்தார்கள். மன்னாரு வியப்புடன் பார்த்தான். என்ன ஜனங்கள் இவர்கள்... தாங்கள் செய்தது குற்றமா இல்லையா... எதற்காகப் பிடித்து வரப்பட்டோம்... ஏன் என்பதைப் பற்றியெல்லாம் கொஞ்சம் கூட கவலைப்படாமல் அது நியாயமா என்பதைப் பற்றிக்கூட கொஞ்சமும் சிந்திக்காமல், யார் தீர்ப்பு கூறுகிறார்கள். மாஜிஸ்ட்ரேட் எப்படிப்பட்டவர்? கொஞ்சம் பைன் போடுவாரா... நிறையப்போடுவாரா... என்று கணக்குப் போட்டு சந்தோஷப்பட்டுக் கொண்டிருக்கிறார்களே...

ஆழ்ந்த யோசனையில் அவன் கன்னம் ஒட்ட கப்கப்பென்று இழுத்து கத்தை கத்தையாக புகையை விட்டான்.

“யோவ் அப்படி எங்கனா போய் உடுயா.. நாறுது...!”

ரொம்ப நேரம் கழித்து மாஜிஸ்ட்ரேட் வந்தார். ஜனக்கும்பல் திமிறி எழுந்தது. சலசலப்பு அடங்கி லேசனா குரலில் கசமுசத்தது. இப்படியும் அப்படியும் முண்டியடித்துக்கொண்டு தவித்தது. மடியிலும், டிரௌசர் பையிலும், முந்தானையிலும் இருந்து பணத்தை அவிழ்த்து எடுத்து, தயாராக கையில் பிடித்துக்கொண்டு காத்திருந்தது.

அவர், முன்பு ரைட்டர் கேஸ் புக் பண்ணிய கூடத்தில் அமர்ந்திருந்தார். பக்கத்தில் ஒரு கிளார்க் இருந்தான். பெயர் கூப்பிட ஒரு சேவகன் நின்றான். பெரிய கோர்ட்டுகளில் நிகழ்கிற மாதிரி நிசப்தம் எதுவும் அங்கே இல்லை. கிளார்க் ஃபைலைப் புரட்டி பெயரை முணுமுணுத்தான். அதைக் காதில் வாங்கி ஒலிபெருக்கி மாதிரி பெரிசாகக் கத்தினான் சேவகன். பெயர் கூப்பிடக் கூப்பிட ஒவ்வொருவராக வந்து குற்றத்தை ஒப்புக்கொண்டு அங்கேயே அபராதம் கட்டி விட்டு நகர்ந்தார்கள்.

“சுப்பிரமணி.. சுப்பிரமணி...”

“எட்டாம் தேதி ராத்திரி பதினொன்னேகால் மணிக்கு சைக்கிள்ள லைட் இல்லாம வந்தியா...?”

“ஆமாங்க.”

“சரி, ஒரு ரூபா கட்டு.”

“வரதராசன் மாரிமுத்து... வரதராசன் மாரிமுத்து”

“எட்டாம் தேதி சாயங்காலம் நாலேமுக்கால் மணிக்கு கபாலி தியேட்டர் எதிர்க்க சைக்கிள்ல டபிள்ஸ் போனியா?”

“ஆமாங்க.”

“எங்க இன்னொருத்தர்?”

“ஆளுக்கு ரெண்டு ரூபா கட்டு.”

அடுத்து... அடுத்து...

“பிளாட்பாரத்துல பழம் வித்தியா.... ரெண்டு ரூபாய்!”

“ரோட்டுல ஆட்ட வுட்டியா... ஒரு ரூபா!”

“தெருவுல கொடிகட்டி துணி காயப் போட்டியா... ஒரு ரூபாய்!”

கிடுகிடுவென கேஸ்கள் முடிந்துகொண்டிருந்தன.

பணம் அபராதப் பணம் பெருகிக்கொண்டு வந்தது. நியாயத் தீர்ப்புகளின் வருமானத்தைப் பார்த்து அதிசயித்துக் கொண்டிருந்தான் மன்னாரு. பழைய கேஸ்கள் எல்லாம் முடிந்தன. இன்றைய கேஸ்கள் ஆரம்பமாகித் தொடர்ந்தன. இவன் பெயரும் வந்தது.

“மன்னார்சாமி.. மன்னார்சாமி...”

“ஏங்க?”

“ஒன்னுக்குப் போனியா?”

“ஆமாங்க.”

“ஒரு ரூபா.”

நல்லவேளை கொல்லைக்குப் போனதை கேஸில் எழுதவில்லை போலிருக்கிறது. இதோடு விட்டார்களே! திருப்தியோடு திரும்பினான்.

“ஐயா!” என்ற நரைத்த தலைப் பெரியவரின் குரல் தடுத்தது.

“ஒன்னும் வித்தியாசமா நெனச்சிக்காதீங்க. எப்பிடியும் எனக்கும் ஒரு ரூவாதான் போடுவாங்க போலிருக்குது. ஆனா எண்பத்தைஞ்சி பைசாதான் மடியில இருக்குது. இங்க தெரிஞ் சவங்களும் யாரும் எனக்கு இல்ல. ஒரு பதனைஞ்சி பைசா இருந்து குடுத்துட்டு வூட்டு வரிக்கும் வந்திங்கன்னா வூட்டுலே வந்து குடுத்துடுவேன். இங்கே கிட்ட கொஞ்ச தூரத்திலதான் வூடு”

மன்னாரு யோசனையோடு அவரைப் பார்த்தான்.

“எங்க உங்க வூடு தேடி நான் கூடவரப் போறேன். எவ்வளவோ தருமம் பண்ணிட்டுப் போறோம். அது மாதிரி இது ஒன்னு... இந்தாங்க...’ என்று மடியிலிருந்து சில்லறையை அவிழ்த்து ஒரு பதினைந்து பைசாவை அவரிடம் கொடுத்துவிட்டு, பரோபகாரம் செய்த நிம்மதியுடன் வெளியே வந்தான். எங்கேயிருக்கிறோம் என்ன என்று புரியாமல் அண்டையில் பக்கத்தில் ரோடில் நின்றவர்களிடமெல்லாம் விசாரித்து கிரீன்வேஸ் ரோடுக்கு வழி கேட்டுக்கொண்டு அரக்கப் பறக்கப் புறப்பட்டான்.

பாவம் மகன்! விவரம் தெரியாத பையன். வெட்டு வெட்டென்று காத்துக் கொண்டிருந்துவிட்டு அழுது கூட போய் விட்டிருப்பான். காலையிலிருந்து நாஸ்தா கூடம் சாப்பிடாமல். இப்படி ஆகும் என்று யார்தான் நினைத்திருக்க முடியும். ஒரு ரூபாயாவது கையில் கொடுத்து விட்டு வராமல் போய் விட்டது. விழுந்தடித்துக்கொண்டு நடந்தான்.

வேகவேகமாக மந்திரி வீட்டெதிரில் வந்தவன் திகைத்து நின்றான். இந்த இடம் தானா இல்லை வேறு இடமா என்று அக்கம் பக்கம் தெரு, சுவர், கடை, இரும்பு கேட்டு அடையாளமெல்லாம் பார்த்துக் கொண்டான். சந்தேகமேயில்லை. இதே இடம்தான். ஆனால் மகனைக் காணவில்லை.

சுற்றும் முற்றும் எங்கெங்கோ பார்த்துவிட்டு, எதிர்த்தாற்போலிருந்த பங்க் கடைக்காரரரிடம் கேட்டான்.

“ஏங்க இங்க ஒரு பையன் நின்னுட்டிருந்தானே பாத்திங்களா... கொஞ்சம் மாஞ்செவுலா நாலு மொழ வேஷ்டி கட்டிக்னு...”

“உம் பையன்தானா அவன். கொஞ்சம் முன்னாடிதான் ஒரு வேன்ல புடிச்சி தூக்கிப் போட்டுக்னு போனாங்க. சந்தேக கேசாம்...! எங்கப்பா வந்தா சொல்லுங்கன்னு அழுதுக்னே ஏறிப் போனான்..”

மார்ச் 1971

செம்மலர்

*

சென்னையில் பார்க்கவேண்டிய இடங்கள்

இவன் கட்சி வேலையாக வெளியூர் போய்த் திரும்பும் போதெல்லாம் மனைவி சொல்வாள்: "நீங்க மட்டும் அப்பப்ப ஜாலியா போய் ஊர்சுத்திட்டு வாங்க. நாங்க மட்டும் காலத்துக்கும் வூட்டுலியே மொடங்கிக் கெடக்கறம். துரிஞ்சல் புழுக்கையாட்டம், வேளா வேளைக்கி சோறாக்கி போட்டுக்னு, துணி தொவச்சிக்னு. பாத்தரம் தொலக்கிக்னு... எங்கள மட்டும் எங்கியும் இட்டுக்னு போய் காட்டாதீங்க."

பதிலுக்கு இவன், "ஆமா, நாங்கதான் இப்ப ஜாலியா ஊர் சுத்தறம்.. உனக்கென்னா சொல்லாத. எந்த ஊர் போனாலும், போனமா வந்தமான்னு லோலோன்னு விடிய விடிய ஊர் வந்து சேர்ந்து கொஞ்சம் ஓய்வெடுக்கலாம்னாகூட முடியாம, ஒம்பது மணிக்கெல்லாம் அலுவலகத்துக்குக் கௌம்ப வேண்டிதா இருக்குது. இத்தினி ஊர் போறமே. கூட ஒருநாள் தங்கி எதியாவது சுத்திப் பாத்தம்னு உண்டா. தோ இப்பகூடம் பதனாலும் பதனாலும் இருவத்தெட்டு மணிநேரம் பயணம் பண்ணி, திருச்செந்தூர் போய் வந்தது. அவ்வளோ தூரம் போனமே. அந்தக் கோயிலப் பாக்க முடிஞ் சிதா. மொத நாள் பொழுதூக பொறப்பட்டுக் காலையில போய் சேந்தமா, முற்பகல் கமிட்டிக் கூட்டத்த நடத்தனமா, மத்தியானம் தோழர்களைச் சந்திச்சமா மாலை கொஞ்சம் ஓய்வெடுத்து, பொதுக்கூட்டம் பேசனமான்னு ராவோட ராவா பொறப்பட்டு ஓடியார வேண்டிதா இருக்குது. இதுல உனக்கு நாங்க ஜாலியா ஊர் சுத்தற மாதிரி இருக்குது இல்ல?" என்பான்.

திருமணமாகி ஒரு பத்து ஆண்டுகளுக்குக்கிட்டே ஆகியிருக்கும். இதுவரை அவள் விரும்புகிறா மாதிரி ஒரு இடம் இவன் 'ஜாலியாக' அழைத்துப் போனதாகச் சொல்லமுடியாது. போக நேரமில்லை என்பதைவிடவும் அப்படியெல்லாம் போவது ஏதோ பெரிய ஆடம்பரம் போலவும், தொழிலாளி வர்க்கமெல்லாம் கொடுமையான சுரண்டலுக்கு ஆட்பட்டிருக்க, அந்தச் சுரண்டல் பற்றியெல்லாம் எந்தக் கவலையும் படாமல் தான் மட்டும் ஏதோ ரொம்ப ஜாலியாக ஊர் சுற்றுவது போலவும் தோற்றம் தருமே என்பதான ஒரு மனஉறுத்தல். 'புரட்சி வந்து பொதுவுடைமைச் சமுதாயமும் மலர்ந்து' தொழிலாளி வர்க்கமெல்லாம் ஜாலியாக இருந்தால் அப்போது அவர்களோடு சேர்ந்து தானும் ஜாலியாக இருந்துவிட்டுப் போகலாம். அதைவிட்டு தற்போது இந்த மாதிரியெல்லாம் போக நினைப்பது வர்க்கத் துரோகம்' என்பதாக நினைத்துக் கொண்டிருந்தான்.

இதற்காக மனைவியின் சுதந்திரத்தைப் பறித்தான் என்று சொல்ல முடியாது. அண்டையில் உள்ள நகரத்தில் அவள் விரும்பும் எந்தத் திரைப்படத்தையும் அக்கம்பக்கத்து வீட்டுப் பெண்களுடன் போய்ப் பார்த்துவிட்டு வர, உள்ளூர் கீற்றுக் கொட்டகையில் ஓடும் படங்களைக் குழந்தைகளுடன் சென்று பார்த்து விட்டு வர, பால்வாடி ஆசிரியைகள், சத்துணவு ஆயாக்கள் ஒன்றிய அளவில் ஆண்டு தோறும் ஏற்பாடு செய்கிற ஒருநாள் இரண்டுநாள் சுற்றுலாக்களில் கலந்து கொண்டு அவர்களோடு போய் வர முதலான எல்லா 'சுதந்திரங்களையும் வழங்கிக் கொண்டுதான்' இருந்தான். சமயங்களில் அவளை மட்டும் தனியே அனுப்பிவிட்டு இவன் வீட்டிலிருந்து குழந்தைகளைப் பார்த்துக்கொள்கிற 'தியாகங்களையும்' அவ்வப்போது செய்தான். இது தவிர பருவமுறைப்படி நடைபெறுகிற கட்சி மற்றும் வெகுசன அரங்க மாநாடுகளுக்குப் பேருந்துகள் அமர்த்தி 'கம்புக்கும் களைவெட்டி தம்பிக்கும் பெண் பார்க்கிற மாதிரி' ஏற்பாடு செய்கிற சற்றுலாக்களில் அவளைப் பங்கேற்க வைப்பதான 'பரோபகாரமும்' ஒருபுறம் நடந்து கொண்டுதான் இருந்தது

இருந்தாலும் இதிலெல்லாம் அவளுக்கு ஒரு நிறைவு இருந்தாகச் சொல்ல முடியாது. ஒவ்வொரு முறையும் போய் வந்த பிறகும் சலிப்போடும் நிராசையோடும் சொல்வாள் "எங்கங்க, நாம்ப மாட்டுனு போனமா, வந்தமான்னு இல்லாம, அது அதும் ஆளுக்கு ஒருபக்கம் ஓடிக்னு, போனாலும் போனா போன எடம்னு ஜாலம் வளத்திக்னு. அது அதியும் இழுத்து வச்சி அடமட கட்டிக்னு எல்லாத்தியும் பத்ரமா ஊர் கொண்ணாந்து

சேக்கறதே பெரும்பாடா இருக்குது. இந்த மாதிரி கும்பல்ல போய் மாட்டிக்னு லோல் பட்டுக்னு கெடக்கறதுக்கு பேசாம வூட்லியே கெடந்துட்டுப் போலாம் போல இருக்குது, போங்க...''

அவளுக்குச் சமாதானமாக இவன் சொல்வான் "சனங்கன்னா அப்பிடித்தான இருப்பாங்க, நாலுபேரு நாலுவிதமா. நாம்பதான் அனுசரிச்சி அட்ஜஸ் பண்ணிக்னு போவணும்.''

"அட்ஜஸ் பண்ணிக்காமதான் போய் வர்றமா, நம்பள நம்பி அனுப்பறவங்கள நம்பதான பத்ரமா பாத்துக்னு கொண்ணாந்துவுடணம். நீங்க. கூட வந்திங்கன்னா உங்களுக்குத் தெரியும் கஷ்டம். நீங்கதான் இந்த சள்ளையெல்லாம் வேணாம்னு மொத நாளே கௌம்பிப் போயிடறீங்களே ஜாலியா, வேல இருக்குதுன்னு.''

"அதுக்கு என்னா பண்றது... வேல இருக்கும்போது போய்தான ஆவணம்.''

"இந்த மாதிரியெல்லாம் இல்லாம ஒருவாட்டி நாம்ப மட்டும் தனியா எங்கனா போய் சுத்திப் பாத்துட்டு வரணுங்க ஜாலியா... பசங்கள இட்டுக்னு.''

"போவம். எங்க ஓடிப் போவுது. ஒரு நாளைக்கி இப்டி போயிட்டு வருவம்.''

"எங்க போலாம்?...''

"எங்க வேணா... போவத்தானா எடம் இல்ல.''

"எப்ப போறது?''

"எப்ப வேணா.''

"எல்லாம் கெழவன் கெழவியா ஆனப்புறமா?''

"அப்டியும் போலாம். பெரும்பாலனவங்க அப்பிடிதான் போறாங்க. எந்தப் பிரச்னையுமில்லாம ஜாலியா.''

"காசி யாத்ர போறவங்கதான் அப்டி போவாங்க.''

"நாம்ப வேணா கட்சி யாத்ர போவம்.''

"அதான் நீங்க போயிக்னு இருக்கிறீங்களே அப்பப்ப. பத்தாதா?''

"அதுக்கு இப்ப என்னா பண்ணணம்ன்ற?''

பேச்சில் சூடேறுவதைப் பார்த்து அவள் குழைவாள்.

"ஒரு தடவ மெட்ராஸ் போவும் போதாவது என்னியும் கூட இட்டுக்னு போவணம்."

"மெட்ராஸா" என்று முறைத்தான்.

"அதான் சென்னை. இதுவல்லாம் மட்டும் கறாரா இருங்க. மத்ததுல ஒன்னும் இல்லாட்டாலும்."

"மத்ததுல என்னா கொறை ஒனக்கு?"

"அத வுடுங்க. சென்னை இட்டுக்னு போறீங்களா."

"தோ முப்பது ரூபா கட்டணத்துல இருக்கற ஊரு. நெனச்சா எப்ப வேணா போலாம். அதானா பாக்கமுடியாது. கவலப்படாத இரு போகலாம்..."

"எப்ப?..."

"எப்பன்னா.. இப்பவேவா சொல்ல முடியும். எப்ப வாய்ப்பு வருதோ அப்ப..."

"கேக்கும் போதெல்லாம் இதியே சொல்லிக்னு இருங்க நீங்க."

சென்னை அவளுக்குப் புதிதல்ல. அவளுடைய பெரியப்பா அம்பத்தூர் எஸ்டேட்டில் ஏதோ ஒரு கம்பெனியில் கொஞ்ச காலம் வேலை பார்த்துக் கொண்டிருந்தபோது கோடை விடுமுறையில் பல முறை போய் வந்திருக்கிறாள். திருணத்திற்குப் பிறகும் குழந்தைகளை அழைத்துக் கொண்டு உறவினர்களுடன் போய் வந்திருக்கிறாள். என்றாலும் இவனோடு ஒருமுறை போய்வரவேண்டும் என்ற அவாவாம்.

அந்த அவாவை நிறைவேற்றும் வாய்ப்பு வேறு எந்த வேலையும் இல்லாத ஒரு சனி ஞாயிறில் இவனுக்குக் கூடிவர, ஒரு இரண்டு நாள் பயணமாக மனைவியை அழைத்துக் கொண்டு சென்னை புறப்பட்டான். இரண்டு நாளும் சென்னையிலேயே தங்கி நாலு இடங்களைச் சுற்றிப் பார்த்து நாலு நண்பர்களையும் சந்தித்துத் திரும்புவதாகத் திட்டம்.

காலை ஏழு மணிக்கெல்லாம் புறப்பட வேண்டும் என்று முடிவு செய்தும் வீட்டை விட்டுக் கிளம்பவே மணி எட்டுக்குமேல் ஆகிவிட்டது. கிளம்பும்போது பக்கத்து வீட்டு அம்மாள் வேறு வந்து, 'இந்தப் பணத்த கொஞ்சம் அப்டியே தம்பிகிட்ட குடுத்துடுங்களேன். படிக்கறதுக்கு லீவு வுட்டு மெஸ்ஸெல்லாம் மூடிட்டாங்கம்மா. எல்லாம் ஓட்டல்லதான் சாப்புட்றம். காசு கஷ்டமா இருக்குது. யார்னா வர்றவங்கிட்ட குடுத்து

தேர்ந்தெடுத்த சிறுகதைகள் ❖ 273

அனுப்புங்கம்மான்னு லட்டர் போட்டிருந்தான்'' என்று வேறு ஒரு ஐநூறு ரூபாயைக் கொண்டுவந்து கொடுத்திருந்தாள்.

பையன் அமைப்பில் ஈடுபாடு உள்ளவன். அப்படியல்லாமலே யிருந்தாலும் தட்ட முடியாது என்கிற அளவுக்கு நெருக்கம். "சரி'' என்று வாங்கி வைத்துக் கொண்டு கிளம்பி ஊரில் பஸ் ஏறி பூக்கடை வந்து சேருவதற்கே மணி பதினொன்றுக்கு மேலே ஆகிவிட்டது. சுள்ளென்று எரிக்கும் வெய்யிலில் கீழே இறங்கியவன் பின்னால் மனைவி இறங்கக் காத்திருந்து, "மொதல்ல அந்த அம்மா சொன்ன வேலைய முடிச்சிடுவம். அத முடிச்சிட்டம்னா அப்பறம் ஒரு பிரச்னையும் கெடையாது. ஃபிரீதான். நாம்ப மாட்டுனு ஜாலியா எங்க வேணா போய்க்கலாம்'' என்றான்.

நிலையத்தை விட்டு வெளிவரும்போதே எதிரே தெரிந்த கட்டடத்தை மனைவிக்குக் காட்டி, "தோ தெரியுது பார். இதுதான் நம்ப பக்கத்து வூட்டுத் தம்பி படிக்கிற சட்டக்கல்லூரி. உயர் நீதி மன்றமும் இதும் உள்ளியேதான். ஆனா கிராமத்துச் சனங்க பலபேருக்கு அந்த நாள்ல இது 'சொழல் வெளக்கு' 'லைட் ஹவுசு'ன்னுதான் தெரியுமே தவிர கல்லூரி நீதிமன்றமெல்லாம் இங்கதான் இருக்குதுன்னு தெரியாது...'' என்றான்.

"இது நான் ஏழாவது படிக்கும் போதே பாத்திருக்கறேன். பசங்களோட டூர் இட்டாந்து காட்டியிருக்கறாங்க'' என்றாள் மனைவி.

"இருக்கலாம். ஆனா அப்பத்திக்கு இப்ப எவ்வளவோ மாறிப் போயிருக்கும்'' என்றவன், பத்திரம் கருதி மனைவியின் கையைப் பிடித்து அழைத்துக்கொண்டு சாலையைக் கடந்தான். முன்புறமிருந்த நடைமேடையைக் காட்டி, "இதுதான் போராட்டங்கள் நடத்தற எடம். பெரும்பாலான எல்லாப் போராட்டங்களும் இங்கதான் நடக்கும். குறளகம் எதிரில் ஆர்ப்பாட்டம், குறளகம் அருகே உண்ணாவிரதம்னு செய்தித்தாள்ல போடறாம் பாரு, அது எல்லாம் இங்கதான்'' என்றான். "தோ எடது பக்கம் தெரியுது பார். இதான் குறளகம். கீழ கதர் கிராமக் கைத்தொழில் பொருட்கள் விற்பனையகம். மேல அலுவலகங்கள்.''

சட்டக்கல்லூரி நுழைவாயில் முகப்பைக் கடக்கும்போது அவன் தரையைக் காட்டினான். "தோ, இங்கதான் மாணவர் அமைப்பு சார்பா பான்பராக் எதிர்ப்புப் போராட்டம் நடந்தது. இங்க தான் போட்டு எரிச்சாங்க. இளைஞர்களைப்போதைப் பழக்கத்திற்கு அடிமையாக்கும் பான்பராக்கைத் தடைசெய்யுன்னு. நல்ல கூட்டம். நெறைய மாணவர்கள் கலந்துக்னாங்க. யாரும் கைது கெடையாது.''

சொல்லிக்கொண்டே வலப்புறம் திரும்பி நீதிமன்ற வளாகச் சுவரையொட்டி நடந்தவன் கீழ்ப்பாக்கம் வழியாகச் செல்லும் பேருந்துகள் நிறுத்துமிடத்தில் ஒன்று புறப்படத் தயாராய் இருப்பதைக் காண மனைவியை விரைவுபடுத்தி நடத்தி அழைத்து வந்து அவளை முன்னே ஏறவிட்டுப் பின்னால் ஏறி அமர்ந்தான்.

பெருநகரங்களில் பேருந்து பிடிக்க முண்டியடிப்பதையும், நெரிசலில் நின்றுகொண்டே இடிபாடுகளுக்கிடையில் பயணம் செய்வதையும் எப்போதுமே இம்சையாக கருதும் இவன், இன்று அப்படியெல்லாம் இல்லாமல் வந்த உடனே பேருந்து கிடைத்து, உட்கார்ந்த உடனே வண்டியையும் எடுத்ததில் மட்டுமல்லாமல் மனைவியையும் உடன் அமர்த்திக்கொள்ள இருக்கைகளும் காலியாக இருந்ததில் மிகவும் மகிழ்ச்சியடைந்தான். பயணச்சீட்டுப் போட்டு வரும் நடத்துனருக்காகக் காத்திருந்து, வாங்கி பத்திரப்படுத்திவிட்டுக் குதூகலத்துடன் வெளிப்பக்கம் பார்த்து அவ்வப்போது மனைவிக்குப் பல இடங்களைக் காட்டிக்கொண்டு வந்தான்.

பேருந்து பூந்தமல்லி நெடுஞ்சாலை திரும்ப, இவன் வலது பக்கம் தெரிந்த சாலையைக் காட்டிச் சொன்னான். “தோ, சென்ட்ரல் ஸ்டேஷன். பக்கத்துல போவுது பார், இதுதான் வால்டாக்ஸ் ரோடு, இங்கதான் பான்பராக் தடை கோரி முற்றுகைப் போராட்டம் நடந்தது. அதாவது சட்டக் கல்லூரி முன்னாடி நடத்துனது மாணவர் அமைப்புன்னா, இது இளைஞர் அமைப்பு சார்புல நடந்தது. இங்க எதுக்கு நடத்தனாங்கன்னா இங்கதான் பான்பராக் தயார் பண்ணி விக்யறகோத்தாரி கம்பெனியோட பிராஞ்ச் இருக்குது. அதனாலதான் இங்க போராட்டம் வச்சது. இது ரொம்ப போக்கடாவான ஏரியா. சேட்டு அடி ஆளுங்கள ஏற்பாடு பண்ணி நம்ப ஆளுங்களைத் தாக்கினாலும் தாக்கலாம்னு முன்னேற்பாட்டோடதான் அந்தப் போராட்டம் நடத்துனது. நல்லவேளையா அசம்பாவிதம் எதுவுமில்லாம எல்லாம் நல்லபடியா கைதானாங்க. மொத்தம் முந்நூறு பேரோ என்னமோ, எல்லாரையும் அங்க ஆனைகௌனி காவல் நிலையத்துல தான் கொண்டுபோய் வச்சிருந்தாங்க. இப்டியே நேரே போனா பேசின் பிரிட்ஜ் பாலம். அந்தாண்ட எறக்கத்துலதான் ஆனை கௌனி.”

மாநகராட்சி அலுவலகக் கட்டிடத்தைத் தாண்டி போக்குவரத்து ஆணையர் அலுவலகத்தைக் கடக்கும்போது இவன் வலதுபுறம் கையைக் காட்டினான். “தோ தினத்தந்தி ஆபிஸ் பக்கத்துல தெரியுது பார். அதுதான் பெரியார் திடல். தன்னுரிமை மாநாடு நடந்த எடம். நீ கூட வந்து இருக்கற ஞாபகம்

இருக்குதா. இந்த மாநாட்டுல, தீர்மானம் நெறவேத்தனதுக்காக நம்ப இவரு மேலகூட வழக்கு போட்டாங்களே. அந்த எடம்தான் இது.''

“தோ தெரியுது பார். இதுதான் இலங்கை வங்கி. ‘பாங்க் ஆஃப் சிலோன்’னு ஒரு போர்டுகூடப் போட்டிருக்குது பார்'' என்று ஒரு இடத்தைச் சுட்டி எதிர்த்தாற்போலிருந்த சாலையைக் காட்டினான். “இதுதான் லத்தி சார்ஜ் நடந்த எடம். ஈழத்தமிழரைக் கொன்று குவிக்கும் சிங்கள அரசுக்குச் சென்னையில் வங்கியா, இழுத்துப் பூட்டுன்னு மின்ன ஒரு போராட்டம் நடக்கல. நம்ப பக்கத்து வூட்டுத் தம்பியெல்லாம் கூட அடிபட்டானே. அந்த எடம் இதுதான். பக்கத்துல ஒரு சந்து மாதிரித் தெரியல. அந்த வழியாதான் எல்லாரும் வந்து பூட்னாங்க. தோ இந்தப் பக்கம்தான் எல்லாரும் கலஞ்சி ஓடனது.''

திரும்பி இடதுபக்கம் கையைக் காட்டி அவன் சொன்னான் ''இப்ப நாம்ப வந்தமில்ல. அங்க பீச்சக்கை பக்கமா ஒரு பாத போவல. அப்படியே போனா அங்கதான் எக்மோர் ரயில்வே ஸ்டேஷன். நாங்கள்லாம் அந்தப் பக்கமாதான் இருந்தம். ஊர்வலமா வந்தவங்கள இந்தப் பக்கம் போலீஸ் தடுத்து நிறுத்தவும் அப்படியே எல்லாம் சாலையில் உக்காந்து மறியல் பண்ண ஆரம்பிச்சிட்டாங்க. எல்லா போலீஸ்காரங்களும் இந்தப் பக்கமா வந்துடவும் அந்த நேரம் பார்த்து நம்ப தோழர்கள் ஏற்கெனவே திட்டமிட்டபடி வேற வழியா வந்து டக்குனு வங்கிய இழுத்துப் பூட்டிட்டாங்க. போலீஸ்காரங்களுக்கு என்னா ஆத்தரம்னா, நாம் இவ்வளோ பேர் இங்க கட்டுக்காவல்ல இருந்தும் எல்லாருக்கும் டிமிக்கி குடுத்துட்டு அறிவிச்சபடி இழுத்துப் பூட்டிட்டாங்களேன்னு. அதான் அடிச்சிட்டாங்க.''

“அதுகூட போலீஸ்காரங்க தானா அவங்க இஷ்டத்துக்கு அடிக்கல. நம்ப தோழர்கள்லாம் வங்கிய இழுத்துப் பூட்டிட்ட மகிழ்ச்சில வந்த வெற்றியக் கொண்டாட ரோட்டுல வந்து நின்னு ‘பூட்டியாச்சி பூட்டியாச்சி, இலங்கை வங்கியைப் பூட்டியாச்சி’ன்னு முழக்கம் போட, பத்திரிக்கைகாரங்கள்லாம் அத படம் எடுக்க ஆரம்பிச்சிட்டாங்க. அப்பதான் அங்க வந்த இன்ஸ்பெக்டர் ஒருத்தர் கடுப்பாயி, போலீஸ்காரங்களைப் பாத்துச் சத்தம் போட்டு, என்னாடா பாத்துக்னு நிக்கறீங்க. அடிச்சி வெரட்டுங்கடா அவனுங்களன்னிருக்காரு. அதுக்கப்பறம்தான் லத்தி சார்ஜே நடத்திருக்குது. எல்லாரியும் வேப்பேரி காவல் நிலையத்துலதான் கொண்ணும் போயி வச்சிருந்து சாயங்காலமா வுட்டுட்டாங்க. நல்லவேளையா வழக்கு எதுவும் போடல. போட்டிருந்தா அது

வேற சிக்கல். வங்கிய பூட்னதாவே அவங்க ரெக்கார்ட்ல காட்ல. பிரிவென்டிவா புடிச்சிட்டதாவே காட்டிட்டாங்க'' என்றவன் வலதுபக்கம் சென்ற சாலையக் காட்டி “இப்பிடியே நேரா போய் திரும்பினா போலீஸ் ஸ்டேஷன். நாம்ப இருவது ‘ஜே’வுல வந்துட்டம். ஏழு ‘ஏ’வுல போயிருந்தம்னா பெரிய மேடு வழியா போயிருப்பான். அப்பிடியே ஸ்டேஷனையும் பார்த்திருக்கலாம்.'

மனைவி எங்கோ பார்த்தபடி அது அதற்கும் தலையாட்டியபடி கேட்டுக்கொண்டு வந்தாள்.

பேருந்து தாஷப்பிரகாஷ் கடந்து, மில்லர் சாலையில் திரும்பி மோட்சம் எதிரில் சட்டக்கல்லூரி விடுதி அருகே நிற்க மனைவியை அழைத்துக்கொண்டு இறங்கினான். நண்பர்கள் புடைசூழ விடுதி வாயிலில் நின்றபடியே போகிற வருகிற ‘கலர்’களைப் பார்த்து கமென்ட் அடித்துக் கொண்டிருந்த பக்கத்து வீட்டுப்பையன் இவனைப் பார்த்ததும் சுதாரித்துக் கொண்டு, “வாங்க சார், வாங்க அக்கா' என்று எதிர்கொண்டு அழைத்தான். நண்பர்களுக்கு அறிமுகம் செய்து இரண்டாவது மாடியிலிருந்த தன் அறைக்கு அழைத்துச் சென்று, அங்கிருந்தவர்களுக்கும் அறிமுகப்படுத்தி அமரச் செய்தான். கல்லூரி மூடியதுமே உணவுவிடுதியையும் மூடிவிட்டதாகவும் தேர்வுக்காகத் தங்கிப் படிக்கிற மாணவர்கள் மட்டுமே இங்கே இருப்பதாகவும் அதனால்தான் பண நெருக்கடி என்பதாகவும் சொன்னான்.

ஏற்கெனவே பக்கத்து வீட்டுப் பையன்களோடு இவன் வீட்டுக்கு வந்து பழக்கப்பட்டிருந்த சில பையன்கள், “என்னா சார், கொழந்தைங்கள அழச்சிக்னு வரலியா. ரெண்டு பேரையும் அழைச்சிக்கினு வர்றதா நீங்க போன் பண்ணிங்கன்னு சொல்லி இவன் எங்கள் எல்லாரியும் டென்ஷன் பண்ணி வுட்டுட்டான்'' என்றார்கள்.

“இட்டுக்னு வரலாம்னுதான் இருந்தம். வெய்யிலு ரொம்ப கடுமையா இருக்கவே அவங்கள வேற எதுக்கு இட்டாந்து இம்சை படுத்தணம்னு மொதநாளே பாட்டி வூட்டுல கொண்டுபோய் வுட்டுட்டு வந்துட்டம். அதுங்களும் பாட்டி வூடுன்னதும் குஷியா கௌம்பிடுத்துங்க.''

மனைவி எதுவும் பட்டுக்கொள்ளாமல், அறையையும் விடுதிக் கட்டிடத்தையும், ஏதோ கட்டிட பராமரிப்புப் பணி ஒப்பந்தக்காரர் மதிப்பீடு செய்ய வந்ததுபோல் பார்த்துக்கொண்டு பையன்களது விசாரிப்புகளுக்கு மட்டும் பதில் சொல்லி அடக்கமாய்க் கட்டிலில் அமர்ந்திருந்தாள்.

விடுதிச் சுவரெங்கும் ஒட்டியிருந்த சுவரொட்டிகளை இவன் சன்னல் வழியே அவளுக்குக்காட்டி “பாத்தியா அதெல்லாம். ஒரு மெடிக்கல் காலேஜ், என்ஜினியரிங் காலேஜ் ஹாஸ்டல் பக்கமெல்லாம் போனா இந்த மாதிரியெல்லாம் ரொம்ப பாக்க முடியாது. சட்டக் கல்லூரி மாணவர்கள் கிட்டதான் அரசியல் ஈடுபாடெல்லாம் எப்பவும் பாக்கலாம். இன்னைக்கி அரசியல்ல இருக்கற உள்ள முக்கியமான புள்ளிங்க பலபேர் அந்த சட்டக் கல்லூரியிலோ, இங்க விடுதியிலோ தங்கிப் படிச்சவங்க தான்,' என்று சில பெயர்களைச் சொன்னான். பக்கத்து வீட்டுப் பையனிடம் பணத்தைத் தந்து கொஞ்ச நேரம் பேசிக்கொண்டிருந்த பிறகு மாணவர்களைப் பார்த்து, “இங்கிருந்து விருகம்பாக்கம் போறதுக்கு நேரா பஸ் இருக்கு இல்ல?'' என்றான்.

பையன்கள் ஒருவன் முகத்தை ஒருவன் பார்த்து விழிக்க, இறுதி ஆண்டு படிக்கும் ஒரு மாணவன் மட்டும், “இருக்கும். ஆனா எதா இருந்தாலும் டாங்க் பக்கம்தான் போவணும். இப்பிடி வரமாட்டான். இது ஒன்வே. நாங்களும் வர்றம் வாங்க'' என்றான்.

எல்லாரும் கீழே இறங்கி விடுதியை விட்டு வெளியே வர, இவன் எதிர்த்தாற்போலிருந்த விசாலமான ஒரு உணவகத்தை மனைவிக்குக் காட்டி “மின்ன ஒரு வாட்டி விடுதி மாணவர்களுக்கும் ஒரு ஹோட்டலுக்கும் தகராறு வந்து பெரிய கலாட்டாவா ஆயிடுச்சின்னு பேப்பர்லல்லாம் போட்டிருந்தது இல்ல. நான் கூட வந்து பாத்துட்டுப் போனனே. ஞாபகம் இருக்குதா. அந்த ஓட்டல் இதுதான். அந்தத் தகராறுல இருந்துதான் இங்கியே நிரந்தரமா ஒரு போலீஸ் அவுட் போஸ்ட்டையே போட்டுட்டான். அதோ போலீஸ்காரங்க உக்காந்திருக்காங்க பார்'' என்று புதிய வண்ணப்பூச்சோடு தெரிந்த ஒரு காவல் சாவடியைக் காட்டி, “அதுதான்'' என்றான்.

“இப்ப ஒன்னும் பிரச்னை இல்ல சார். எல்லாம் சகஜமாயிடுத்து. விடுதி மூடனதுல இருந்து நாங்கள்லாம் இங்கதான் சாப்புடறம்'' என்றான் பக்கத்து வீட்டுப்பையன். பேசிக்கொண்டே நடந்தார்கள். சாலை நெரிசலாயிருந்தது. போக்குவரத்து இரைச்சல்களுக்கு மத்தியில் இவன் அப்பகுதியின் சிறப்புகள் பற்றி மனைவியிடம் விளக்கிக்கொண்டு வந்தான்.

“கலியாணமாவதற்கு முன்னாடி இங்க ரெண்டு வருஷம் நான் மதுரவாயல் பக்கம் வேலைல இருந்தன்னு சொல்லல்ல. அப்ப அந்த ஓனர் செங்கல் சேம்பர் பக்கத்துல மாட்டுப் பண்ணையும் வச்சிருந்தாரு அப்ப மாடுங்களுக்கு எதுனா

மருந்து வாங்கனம்னா இங்கதான் வருவம் மாட்டுக்கும், மனுஷனுக்கும் மருந்துல ஒன்னும் வித்தியாசமில்லை. டோசுலதான் வித்தியாசம்னு அப்ப அங்க வர்ற மாட்டு டாக்டர் சொல்லுவாரு' என்று சில மருந்து கடைகளைச் காட்டினான். பக்கத்து வீட்டுப் பையனும் தன் பங்குக்குத் தான் ஜட்டி பனியன் எடுத்த கடை, ஷூ எடுத்த கடை முதலானவற்றைக் காட்டி, குழந்தைகளுக்குச் சட்டை, கௌன் எடுப்பதாயிருந்தால் எங்கு எடுக்கலாம் தான் உடன் வந்தால் எவ்வளவு குறைத்துத் தருவான் என்று தனக்குள்ள செல்வாக்கை பிரஸ்தாபித்துக் கொண்டு வந்தான்.

நண்பகல் தகித்துக் கொண்டிருக்க பேருந்துகள் அனைத்தும் வெட்டுச்சேவை கட் சர்வீஸ் பலகைகள் தாங்கி வந்து கொண்டிருந்தன. விருகம்பாக்கத்திற்காக நேரடிப் பேருந்து வருவதாயில்லை. "வீணா இங்க காத்துக்னு கெடக்கறது, வடபழனி போயிட்டா அங்கருந்து வேற பஸ் புடிச்சி போய்க்கலாம் சார்'' என மாணவர்கள் சொல்ல, அவர்களிடமிருந்து விடைபெற்று, வந்த பேருந்தில் மனைவியை ஏற்றி விட்டு பின்னால் ஏறி 'வெட்டுச் சேவை' பற்றி அவளுக்கு விளக்கிக்கொண்டு வந்தான்.

பேருந்து சேத்துப்பட்டு மேம்பாலத்தைக் கடந்து ஓடிக் கொண்டிருந்தது. கூவம் பாலத்தைக் கடக்க வலதுபுறம் சென்ற சாலையை மனைவியிடம் காட்டினான். "தோ பேவுது பார். இப்படியே போனா லயோலா காலேஜ், வெள்ளக்காரன் காலத்துல இருந்து இருக்கு. ரொம்ப ஃபேமஸ். நம் தெரு 'கனகா' கூட மின்ன ஒரு வாட்டி ஸ்டாஃப் செலக்‌ஷன் கமிஷன் பரீட்ச எழுதணும், எப்படிப் போறது சார்னு நம்பகிட்ட கூட வந்த வழியெல்லாம் கேட்டுக்னு இருந்துதே ஞாபகமிருக்குதா. அந்த எடம் இதுதான். இங்க எப்பப் பாத்தாலும் ஏதாவது ஒரு பரீட்ச நடந்துக்னுதான் இருக்கும். சென்னையில இருக்கிற முக்கியமான சென்டர்ங்கள்ல இது ஒன்னு.''

வண்டி கல்லூரி சாலைப்பக்கம் திரும்ப இவன் இடது பக்கம் சற்றுத் தள்ளியிருந்த கட்டடத்தைக் காட்டிச் சொன்னான். இதுதான் பெண்கள் கிருத்துவக் கல்லூரி. அதோ தெரியுது பார் அதுதான் டி.பி.ஐ. மாநிலக் கல்வி இயக்ககம். நம்ப இவரு இங்கதான் வேல செய்யறார். அதுக்கு நேர் எதுத்தாப்லதான் இலங்கைத் துணைத்தூதர் அலுவலகம். ஈழத்தமிழர் பிரச்னை தொடர்பா எந்தப் போராட்டம்னாலும் இங்கதான் வந்து நடத்துவம். ஈழ விடுதலை ஆதரவுப் போராட்டம் எதுக்கும் நீ வந்ததில்ல இல்ல. அடுத்தாப்ல எப்பயாவது நடக்கும் போது

ஞாபகப்படுத்து. இட்டுக்னு வந்து காட்டறேன். இப்ப பஸ்ஸு இப்படியே திரும்பிடுவான். அந்தப்பக்கம் போவாது.''

பேருந்து ஹாடோஸ் சாலை திரும்ப, "தோ தெரியுது பார் பெருசா ஒரு கட்டடம். இதுதான் சாஸ்திரி பவன். நம்ப கல் தொழிலாளர் சங்கத்துல பேச்சுவார்த்தை அது இதுன்னு வர்றமில்ல. எல்லாம் இங்கதான் நடக்கும். அஞ்சாவது மாடிலதான் ஆபீஸ். ஆர்.எல்.சி., ஏ.எல்.சி., எல்லாம் ஒரே எடத்துலதான் இருக்கறாங்க. பாஸ்போர்ட் ஆபீஸ். சி.பி.ஐ ஆபீஸ்ன்னு முக்கியமான மத்திய அரசு அலுவலகங்கள்லாம் இங்கதான். அதோ கூட்டமாக இல்ல எடது பக்கம். அதுதான் பாஸ்போர்ட் ஆபீஸ். வெளிநாடு போறவங்க எல்லாம் இங்க வந்துதான் பாஸ்போர்ட் வாங்கிக்னு போவணம். இது இருந்தாதான் வெளிநாடே போவ முடியும். இப்ப, தெற்க இருக்கறவங்கள்லாம் கூட இவ்வளவோ தூரம் வரணமேன்னு திருச்சியிலேயே ஒரு பாஸ்போர்ட் ஆபீஸ் தெறந்திருக்கறாங்க.''

நுங்கம்பாக்கம் நெடுஞ்சாலை திரும்பி காவல் நிலையத்தைக் கடந்து ஓடியது பேருந்து. தோ இதான் வள்ளுவர் கோட்டம். அதுக்கு மின்ன சினிமா ஷூட்டிங் எல்லாம் கூட அடிக்கடி இங்க எடுப்பாங்க. இப்ப ரொம்ப கெடயாது. நீகூட சினிமாவுல பாத்து இருப்ப. இங்க நான் 102 தமிழ் அறிஞர்கள் சாகும்வரை பட்டினிப் போராட்டம் நடத்தனது. மின்ன மொதல் வகுப்பில் இருந்து ஐந்தாம் வகுப்புவரை தமிழில் மட்டுமே கல்வி வழங்குன்னு ஒரு போராட்டம் நடக்கல... அது இங்கதான்.''

வண்டி கோடம்பாக்கம் மேம்பாலத்தைக் கடந்து ஓடியது. தோ வருது பார், இதுதான் பவர் ஹவுஸ் ஸ்டாப்பிங். தோ இப்பிடியே போனா நம்ப அலைகள் வெளியீட்டகம். இங்க எறங்கிதான் நடந்து போவணம். சமூக அக்கறையோட உள்ள முற்போக்கு புஸ்தகமெல்லாம் போடுவாங்களே. நம்ப வூட்டுல கூட சில புஸ்தகங்கள் இருக்குதே அது இங்க வாங்கனதுதான். எறங்கி கூட பாத்துக்னு போவலாம். நேரம் இல்ல. எல்லாத்தியும் பாத்துக்னு போவணம்னா ரெண்டு நாள் பத்தாது.''

வண்டி வடபழநியை அடைந்து பேருந்து நிலையத்திற்கு வெளியே நிற்க, கீழே இறங்கினான். பின்னால் மனைவி இறங்கக் காத்திருந்து சுற்றும்முற்றும் பார்த்து அங்குள்ள இடங்களையும் அவளுக்குக காட்டிக்கொண்டே நடந்தான்.

"அதோ தெரியுது பார். அதுதான் விஜயா வாஹினி ஸ்டுடியோ. இங்க தான் சினிமா ஷட்டிங் எல்லாம் எடுப்பாங்க.

அந்தக் காலத்துல இருந்து இருக்குது. ரொம்ப ஃபேமசான ஸ்டுடியோ. இப்ப பலத கல்யாண மண்டபமா ஆக்கிட்டாங்க. தோ, இல்ல. இதான் விஜயா ஹாஸ்பிட்டல், கொஞ்சம் சுமாரா வசதி உள்ளவங்கள்லாம் ஒடம்பு சரியில்லன்னா இங்கதான் வந்து வைத்தியம் பாத்துக்குவாங்க. இப்பிடியே கொஞ்ச தூரம் போனா ஏ.வி.எம். ஸ்டுடியோ. நம்ப இவரு அண்ணன் இங்கதான் வேல செய்யறாரு. இப்படி காட்டு, பைய நான் எடுத்துக்னு வர்றேன்.''

"சரி. இப்ப நாம்ப எங்க போறம்?'' என்றாள் மனைவி.

"நம்ப இவரு வூட்டுக்குத்தான். நீதான சொன்ன. பசங்களல்லாம் பாக்கணம்னு. பஸ் புடிச்சி போவ வேண்டியதுதான்.''

"வழியிலியெ எங்கியாவது சாப்ட்டு போயிடுவம். நேரங்கெட்ட நேரத்துல அங்க போய் நின்னு அவருக்குச் சங்கடத்த உண்டாக்கவேணாம்''

"எனக்கு இந்தச் சாப்பாட்டு ஞாபகமே இல்ல. வெளியில வந்தாலே இப்பிடிதான்.''

"அதான் தெரிஞ்ச கதையாச்சே.''

"சரி, என்னா சாப்புட்ற?''

"எதுன்னாலும் சொன்னாளே தவிர மனசுக்குள் ஆசையெல்லாம் பிரியாணிமேல்தான் இருக்கும். அவளே நன்றாகச் சமைப்பாள். பிரியாணி எல்லாம் செய்வாள். பலமுறை செய்து போட்டிருக்கிறாள் என்றாலும் எப்போதும் தானே செய்து சாப்பிட்டுக் கொண்டிருப்பது, என்றாவது ஒருநாள் இப்படி அக்கடா என்று அடுத்தவர் செய்து கொண்டுவந்து வைப்பதை சாப்பிடுவதில் ஓர் அலாதி ஆசை. ஒரு மகிழ்ச்சிதான்.

பக்கத்து நகரத்தில் மளிகை வாங்க, மருத்துவரைப் பார்க்க என்று எப்போதாவது உடன் செல்ல நேரும்போது சாதாரணமாய் ஒரு தேனீர் வாங்கித் தந்தால் கூட, 'எங்கூட்டுக்காரர் எனக்கு டீ வாங்கிக் குடுத்தாரு' என்று அதையே பல பேரிடம் சொல்லிப் பெருமைப்பட்டுக் கொள்கிற சுபாவம் அவளுக்கு. "பிரியாணியே சாப்புடலாம் வா'' என்று அழைத்து நல்ல அசைவ உணவகமாக ஏதும் தென்படுகிறதா என்று சுற்றும் முற்றும் பார்த்தபடியே நடந்தான்.

கொஞ்சம் சுமாராகத் தெரிந்த ஒரு உணவகத்தைப் பார்த்து உள்ளே நுழைய, வாசலிலேயே வரவேற்பெல்லாம் ரொம்ப பலமாகவே இருந்தது. "போய் ஏ.சி.ரூம்ல உக்காருங்க சார்''

என்று பரிமாறுநர் சொல்ல, 'ஏ.சி. கீ.சி. என்று இருட்குகையில் அமர வைத்து எசகுபிசகாக ஏதாவது தீட்டி விடப்போகிறான்' என்று இவன் மிரண்டு நோக்க, அது முகத்தில் 'தட்டி' எழுதிக் கட்டித் தொங்கவிட்ட மாதிரிப் பரிமாறுபவனுக்குத் தெரிந்ததோ என்னவோ, "ரெண்டு ரூபாதான் சார் கூட தைரியமா போய் உக்காருங்க'' என்றான்.

பரிமாறுபவன் வந்து நமக்கு தைரியம் சொல்லும் அளவுக்கு தன் தோற்றம் பரிதாபம் ஆகிப்போனதே என்று தன் முக வெளிப்பாட்டுக்காக மனம் நொந்து மனைவி பின் தொடர உள்ளே போனான். பையை வைத்து விட்டுக் கையைக் கழுவிக்கொண்டு வந்து அமர பரிமாறுபவன் கண்ணாடித்தாள் போட்டு மூடிய வழுவழுப்பான உணவுப் பட்டியல் அட்டையைக் கொண்டுவந்து வைத்தான்.

மட்டன் பிரியாணி, மட்டன் மசாலா, சில்லி சிக்கன், சிக்கன் ஃப்ரைடு, தந்தூரி சிக்கன், சிக்கன் நூடுல்ஸ், காடை ஃபிரை என்று என்னென்னமோ அயிட்டங்களைப் பார்த்து அதையெல்லாம் நீயே வைத்துக்கொள் என்று மனதுக்குள் நினைத்து, ஆளுக்கு அரை பிளேட் சிக்கன் பிரியாணி, ஒரு ஒரு ஆம்லெட், வேற எதுவும் வேணாம் என்ற அதற்கு மட்டும் கட்டளை கொடுத்தான். வந்ததும் ஒரு சோறு விடாமல் ஒட்ட ஒட்ட சாப்பிட பரிசாரகன் வந்து "எக்ஸ்ட்ரா ரைஸ் வேணுமா சார்'' என்று கேட்க, இவன் மனைவியைப் பார்த்து வேற எதுவும் சாப்பட்றியா என்று கேட்க, அவள் "வேற ஒன்னும் வேணாம்'' என்று சொல்ல, இவனும் பரிசாரகனிடம் "வேண்டாம்'' என்று சொல்லி ஒருவழியாக முடித்து கையைக் கழுவிக்கொண்டு வந்தான். சற்றுத் தோற்றத்தோடு அலங்காரம் செய்து வைத்திருக்கும் இது போன்ற உணவுவிடுதிகளே சாப்பிட வருபவர்களை எதாவது சாக்குப்போக்குச் சொல்லி கொள்ளையடித்துவிடும். இருக்கிற பணத்தைப் பிடுங்கி அவர்களை ஓட்டாண்டியாக்கிவிடும். எனவே, தன் போன்ற வருமானமுள்ளவர்களுக்கு இதெல்லாம் தாக்குப் பிடிக்காது என்பதான கருத்தோட்டத்தில் திடமான நம்பிக்கை கொண்டிருந்தான் இவன். 'அட்டை ரேட்டு பழசு, இப்ப வேற ரேட்டு' என்று எங்கே அதிகம் கேட்டு விடுவானோ என்கிற திகிலோடு பில்லை எதிர் பார்த்துக் கொண்டிருக்க எழுபத்தி இரண்டு ரூபாய்க்கு மட்டும் பில் வர, 'அப்பாடா, பயந்த மாதிரி எதுவும் ஆகிவிடவில்லை' என்கிற தெம்போடு ஒரு நூறு ரூபாய் நோட்டைத் தட்டிலே வைத்து, மீதி வந்த சில்லறையில் ஒரு ரவுண்டாயிருக்கட்டுமே என்று முதலில் இரண்டு ரூபாய்

வைத்துபின் அதிர்ச்சிட்டும் சம்பவங்கள் ஏதும் நிகழவில்லை என்கிற திருப்தியில் கூடுதலாக ஒரு ரூபாயைச் சேர்த்து மூன்று ரூபாயாக வைத்து ஏதோ பெரிய கண்டத்திலிருந்து மீண்டவன் போன்ற மகிழ்ச்சியோடு வெளியே வந்தான்.

மனைவியைப் பார்த்து, “அப்பறம் என்னா, பஸ் ஏறிப் போவ வேண்டியதுதானே...'' என்றான்.

“ஏதாவது வாங்கிக்னு போவ வாணாம். பசங்க இருக்ற எடம். எப்பியோ ஒரு தடவ போறம். வெறுங்கையோடவா போறது...''

“என்னா வாங்கலாம்ன்ற...''

“ஏதாவது கொஞ்சம் இனிப்பு. கொஞ்சம் காரம் மிச்சர், காரா சேவு எதாவது...''

கடையைத் தேடி வாங்கிக்கொண்டு பேருந்து பிடித்து நண்பன் வீடு வந்து சேர மணி ரெண்டைக் கடந்திருந்தது. நண்பன் அயர்ந்து தூங்கிக்கொண்டிருந்தான். நண்பனின் துணைவியார் எங்கோ விசேஷத்துக்குப் போயிருக்க, பசங்கள் வெளியே விளையாடிக் கொண்டிருந்தனர். இவர்கள் வருகையை பசங்கள் தெரிவித்து, நண்பன் எழுந்து வர, இப்படி மத்தியான நேரத்தில் வந்து தூக்கத்தைக் கெடுக்க வேண்டி நேர்ந்ததற்கான காரணங்களைத் தெளிவுப்படுத்தி, விளக்கம் தந்து இவன் நண்பனோடு உரையாட, மனைவி நண்பனது குழந்தைகளோடு அளவளாவி, நீண்ட இடைவெளி விட்டுப் போனதைச் சொல்லி, இடையில் நடைபெற்ற சம்பவங்கள் பற்றிய விசாரிப்புகளை நடத்தி தகவல்களைத் திரட்ட மணி மூனரை.

எல்லாம் முடித்த மனைவி அடிக்கடி இவன் பக்கம் திரும்பி “என்னாங்க கெளம்பலாமா?' என்பது போல பார்த்துக் கொண்டிருந்தாள். நண்பன் என்னா, வந்ததும் உடனே கெளம்பறீங்க. தங்கிட்டு காலைல போலாம். சாயங்காலம் அவளும் வந்துடுவா'' என்றான்.

இவன் இரண்டு நாள் பயணத் திட்டத்தைச் சொல்லி, இன்னும் போக வேண்டிய இடங்களை பார்க்க வேண்டிய நண்பர்களைச் சொல்லி, “வந்தா சொல்லுங்க'' என்று கிளம்ப, “இருங்க, இன்னும் கொஞ்ச நேரத்துல பால் வந்துடும். டீ சாப்பிட்டுட்டுப் போலாம்'' என்று வற்புறுத்தினான் நண்பன்.

பால் வந்து, தேனீர் குடித்து நண்பனிடமிருந்து விடை பெற்றுக் கொண்டு வெளியேற மணி நான்கு. இவன் மனைவியைப் பார்த்து “அப்பறம் எங்க போவலாம்?'' என்றான்.

“என்னக் கேட்டா...''

"நம்ப இவரு வூட்டுக்குப் போவலாமா?" என்று இன்னொரு நண்பரின் பெயரைச் சொல்லிக் கேட்டான் இவன்.

"சாயங்காலமா பீச்சுக்குப் போலாம்னிங்க..."

"போவலாம். கையில் லக்கேஜ் எதுவும் இல்லாம இருந்தா பரவால்ல. இத வேற தூக்கிக்னு, வெளியூர்ல இருந்து பீச் பாக்க வந்தவங்கன்ற மாதிரி பாக்கறவங்களுக்கு அடையாளம் காட்டிக்னு... பீச் எல்லாம் சும்மா ஜாலியா கைய வீசிக்கினு போறா மாதிரி இருக்கணம். போவணம், அடுத்தவாட்டி எப்பவாவது வரும்போது போய்க்கலாம். வா..."

"இந்தப் பேக் உங்கள என்னா பண்ணுது. நான் வேணா தூக்கிக்கறேன் காட்டுங்க" என்றாள் அவள்.

"நீ தூக்கனா என்னா, நான் தூக்கனா என்னா, எல்லாம் ஒன்னுதான். சொமைக்காகவா சொல்றேன். தோற்றத்துக்குத்தான் சொல்றேன். அப்பறம் சென்னை வரவே மாட்டமா என்னா, அப்ப ஃப்ரியா வந்து பாத்துக்கலாம். இன்னைக்கு நம்ப இவரு வூட்டுக்குப் போயி ராத்திரி அங்க தங்கிட்டு, காலைல பொறப்பட்டுப் போய் எலக்ட்ரிகல் நண்பரையும் பார்த்துட்டு அப்பறம் நேரத்தப் பொறுத்து வேற எங்க போறதுன்னு முடிவு பண்ணிக்கலாம்" என்றான்.

அவள் வேறு ஏதோ யோசனை கொண்டவள் போல் முகத்தை வைத்து இருந்தாள்.

இவன் "வேற என்னா?" என்றான்.

"ஒன்னுமில்லை, வாங்க."

"உனக்கு வேற எதுனா திட்டம் இருந்தா சொல்லு" என்றான்.

"எனக்கென்னா திட்டம். போலாம் வாங்க" என்றாள்.

பேருந்து நிறுத்தத்தை நெருங்க, "போற வழியிலதான் ஹிக்கின் பாதம்ஸ் புக்ஸ்டால். அப்படியே அதியும் பாத்துக்னு போயிடுவம் வா. நாளைக்கி ஞாயித்துக் கெழம மூடிடுவான்" என்றான். அண்ணா சாலை நோக்கிச் சென்ற பேருந்து கல்லூரி சாலை வரைக்கும் ஏற்கெனவே இவர்கள் வந்த வழியாகவே வந்தது. நீ இதயும் பாக்கறதுக்கு ஒரு வாய்ப்பா ஆயிடுச்சி. வேற ரூட்ல போயிருந்தா மிஸ் ஆயிட்டிருக்கும்" என்றான்.

வண்டி எழும்பூர் 'வட்டச் சந்திப்பைக்' கடக்க, "தோ தெரியுது பார், இதுதான் போலீஸ் கமிஷனர் ஆபீஸ். சென்ட்ரல்

க்ரைம் பிராஞ்ச் ஆபீசும் இங்கதான். தன்னுரிமை வழக்குன்னு சொன்னன்ல. அத இந்த ஆபீசுல இருந்துதான் போட்டாங்க.'' என்றான். வண்டி வளைவு திரும்பியபோது வலதுபுறம் புராதனத் தோற்றமளித்த ஒரு கட்டிடத்தைக் காட்டினான். "இதுதான் தன்னுரிமை வழக்கு நடந்த நீதிமன்றம். மெட்ரோபாலிடன் மாஜிஸ்ட்ரேட் கோர்ட்டுன்னு சொல்லுவாங்க. மாடில தான் கோர்ட். எடம் பத்தாது. ஒரே நெருக்கடி. ஒவ்வொரு தடவையும் ஹியரிங்க்கு வரும்போது தோழர்கள்லாம் வருவாங்க. ஒதுங்கக்கூட எடம் இருக்காது. அரசாங்கத்துல எது எதுக்கோ செலவு பண்றான். இந்த நீதிமன்றக் கட்டடங்கள விரிவுபடுத்த ஒன்னும் நடவடிக்கை எடுக்க மாட்டேன்றான். இங்கன்னு இல்ல. எல்லா எடத்திலியும் நெலம அதான். எந்தக் காலத்துல கட்டனதோ, இன்னும் அத அப்பிடியே வச்சிக்னு இருக்றாங்க. அதுக்குப்பிறகு மக்கள் தொகை எவ்வளவோ பெருகிடுச்சு. வழக்குகள் எவ்வளவோ பெருகிடுச்சு. ஆனா கட்டடம் மட்டும் அதேதான்.''

அண்ணா சாலை சந்திப்புக்கு முன் சமிக்ஞைக்காக வண்டி கெயிட்டி அருகில் நிற்க மனைவியை அழைத்துக் கொண்டு கீழே இறங்கினான். "இங்கிருந்து கொஞ்சம் தூரம்தான் புக் ஸ்டால். இப்படியே நடந்து போயிடலாம் வா. அந்த ரூட்ல வந்திருந்தம்னா அப்படியே பக்கத்திலேயே ஸ்டாப்பிங். கிட்டத்திலேயே ஏறங்கிக்கலாம். இந்த வழியா வந்துட்டான்'' என்று பையைத் தூக்கிக்கொண்டு நடந்தான்.

"புக் ஸ்டால் போறதுக்கெல்லாம் லக்கேஜ் ஒன்னும் எடைஞ்சல் இல்லியா?'' என்றாள் மனைவி

"இது என்னா பண்ணப் போவுது. அங்க டோக்கன் போட்டு முன்னாடியே வாங்கி வச்சிடுவான். நாம்ப வரும்போது எடுத்துக்னு வந்துடலாம்.''

இருவரும் உள்ளே நுழைய சில்லென்று இருந்த குளிர் சாதன வசதி வெயிலில் அலைந்த கசகசப்புக்கு இதமாக இருந்தது. "எப்பிடி வச்சிருக்றான் பாத்தியா. பீச்சுக்குப் போனா கூடம் இந்த சொகம் கெடைக்காது. அங்கியும் வெப்பக் காத்துதான்.'' என்றவன் புத்தக வரிசைகளைக் காட்டியவாறே ஹிக்கின்பாதம்சின் பெருமைகளையும் அங்கு புத்தகம் வாங்க வருபவர்கள் பற்றியும், அவளுக்கு மலைப்பூட்டும் நோக்கில் சில புத்தகங்களை எடுத்துக்காட்டி அதில் போட்டிருந்த டாலர், பவுண்ட் விலைகளை ரூபாய் அளவில் கணக்கிட்டுச் சொல்லியும், இவனுக்குத் தெரிந்து மாடியில் ஒரு நண்பர் இருப்பதாகவும்

அவர் சொன்னால் வாங்கும் புத்தகங்களுக்குப் பதினைந்து விழுக்காடு கழிவு தருவார்கள்'' என்றும் பிரஸ்தாபம் செய்து கொண்டிருந்தான். ஒரு மணிநேரம் பல்வேறு புத்தகங்களைப் புரட்டி அவசியமான சில புத்தகங்களை மட்டும் நானூற்றுச் சொச்சத்துக்கு வாங்கிக்கொண்டு வெளியே வரும்பொழுது முற்றாக பொழுது அமர்ந்து வெய்யில் மறைந்திருந்தது.

எல்லாமே மனதுக்கு ஒரு நிறைவாய் இருப்பதாய் உணர, இவன் மனைவியைப் பார்த்து, "எதாவது டிபன் சாப்புடுவமா....'' என்றான்.

"எனக்கு எதுவும் வேணாம்.''

"ஏன்...''

"மத்தியானம் சாப்ட்டதே அப்படியே 'திம்'முனு இருக்குது.''

"டீயாவது குடிப்பமா...''

"நீங்க குடிங்க....''

"இவன் அவள் முகத்தை ஊடுருவினான்.''

"என்னா ஒரு சொரத்தில்லாம இருக்கற...''

"ஒன்னுமில்ல...''

"பின்ன...''

அவள் ஒன்றும் பதில் பேசவில்லை. இவனும் மேற்கொண்டு எதுவும் கேட்டுக்கொள்ளவில்லை. இருவரும் மௌனமாகவே பேருந்து பிடித்து ஏற, இரவு ஒரு நண்பன் வீடு. அடுத்த நாள் காலை சிற்றுண்டி முடித்து மற்றொரு நண்பன் விடு என அங்கங்கே நண்பர்களோடு இவனும் இல்லத்தார்களோடு மனைவியும் வேண்டிய அளவு அளவளாவல்கள். இரண்டாம் நாள் நண்பன் இல்லத்தில் மதியம் கோழிக்கறிக் குழம்பு. பிறகு ஒரு குட்டித்தூக்கம் என மணி மூன்றைக் கடக்க, மறுநாள் பற்றிய சிந்தனைகள் மனதில் கவிந்தது. குழந்தைகள் பள்ளிக்குப் போக வேண்டும். காலையில் அழைத்துக் கொண்டு வந்து விடுவார்கள். இவனும் அலுவலகம் போகவேண்டும். இரவே வீடு போய்ச் சேர்ந்து விடுவதுதான் எல்லாவற்றுக்கும் தோதாய் இருக்கும். நாலு மணிக்காவது புறப்பட்டால்தான் ஏழரை, எட்டுக்குள்ளாவது போய்ச் சேர முடியும்.

முகம் கழுவி, உடை மாற்றி, நண்பன் இல்லத்தார்களிடம் விடைபெற்று மனைவியை அழைத்துக்கொண்டு பூக்கடை

பேருந்து ஏறி பாரிமுனையை அடைந்து, வெளியூர்ப் பேருந்து நிலையத்தை நோக்கி நடக்க, இடையில் இருந்த விரைவுப் பேருந்து நிலையத்தைக் காட்டி இவன் மனைவியிடம் சொன்னான். “இங்கதான் கர்நாடக அரசு பேருந்து அலுவலகம் இருக்குது. ‘காவிரி நீர் தராத கர்நாடகத்துக்கு சென்னையில் போக்குவரத்து அலுவலகமா? இழுத்து மூடுன்னு’ நம்ப தோழர்கள் இங்கதான் ஒரு போராட்டம் நடந்துதே தவர பத்திரிகையில் செய்திகள் எதுவும் செரியா ஃப்ளாஷ் ஆகல. எல்லாம் பிளான் பண்ணி திட்டமிட்டபடிதான் செய்தது. ஆனாலும் போதுமான எஃபெக்ட் இல்ல. போராட்டம் நடத்தன நேரம் சரியில்லை. பகல் நேரம் பஸ் ஸ்டாண்டுலயும் ஒன்னும் கூட்டமே இல்ல. போராட்டம் நடத்தனவங்க மட்டும்தான். அவங்க மட்டும் முழக்கம் போட்டுக்னு இருந்தா கேக்கறதுக்குகூடம் ஆள் இல்ல. சாயங்கால நேரம்னா கூட்டம் ஜேஜேன்னு இருந்திருக்கும். இவங்க அலுவலகத்த இழுத்து மூடி முக்காமணி நேரம் பொறுத்துதான் போலீசே வந்து எல்லாரியும் அரஸ்டு பண்ணிக்னு போச்சி. இழுத்துப் பூட்டனாங்கன்னுதான் பேரே தவிர அலுவலகத்துக்குக் கதவு நாதாங்கியெல்லாம் சரி கெடையாது. இவங்க ஒரு பக்கம் இழுத்து பூட்டிப்புட்டு வந்து வெற்றி முழக்கம் போட்டுக்னு நின்னா, அவன் ஒரு பக்கம் கதவ தெறந்துக்னு வெளில வந்து நின்னு வேடிக்க பாக்கறான். அந்த அளவுக்கு இருக்குது அவனுங்க அலுவலகத்தோட லட்சணம்'' என்றான்.

மனைவி எதுவும் பதில் பேசவில்லை.

ஊர் செல்லும் பேருந்தை அடைந்தான். ஞாயிற்றுக்கிழமை என்பதால் கூட்டம் அதிகம் இல்லை. மூன்று பேர் இருக்கையாகப் பார்த்து மனைவியை சன்னலோரம் அமரவிட்டுத் தாராளமாக அமர்ந்தான். மாநகரம் மாலை நேர நெரிசலில் திணறிக் கொண்டிருந்தது. ஒவ்வொரு சந்திப்பிலும் சமிக்ஞை கிடைக்க நீண்ட நேரம் காத்திருக்க நேர்ந்தது. இவன் சென்னை நகர வாழ்க்கை பற்றியும், நாளுக்கு நாள் அதிகரித்து வரும் போக்குவரத்து, மக்கள் நெரிசல், அதில் படும் சிரமம் ஆகியவை பற்றியும் விளக்கி கிராம வாழ்க்கை எவ்வளவோ தேவலாம் என்று அதில் உள்ள சிறப்புகளைச் சொல்லிக் கொண்டு வந்தான். கூடவே தினமணி அலுவலகம், தேவநேயப் பாவாணர் நூலகக் கட்டடம், காமராசர் அரங்கம், அறிவாலயம் முதலான இடங்களக் காட்டி ஆங்காங்கே எவ்வெப்போதோ நடந்த நிகழ்ச்சிகளைப் பற்றியும் சொன்னான்.

வண்டி மீனம்பாக்கத்தைக் கடந்து திரிசூலத்தை நெருங்கியபோது இவன் சொன்னான். “இதுதான் விமான

நிலையம். முன்னாடி இருக்கறது உள்நாட்டு விமான நிலையம். தோ, இது வெளிநாட்டு விமான நிலையம். வெளிநாடு போறவங்க எல்லாம் இங்கதான் வந்து விமானம் ஏறுவாங்க. ஒரு காலத்துல விமானப் பயணம்னா ரொம்ப அரிதா இருந்தது. இப்பல்லாம் ரொம்ப சகஜமாயிடுத்து, ராத்திரி நேரத்துல இந்த விமான நிலையத்த வந்து பாத்தினா ஏதோ சென்ட்ரல் ஸ்டேஷன் மாதிரி கஜகஜன்னு சாதாரண மக்கள் கூட்டமே எக்கச்சக்கமா இருக்கும். எல்லாம் வெளிநாடு போறவங்க. போறவங்களை வழியனுப்பறவங்க. வர்றவங்களை வரவேற்க வந்தவங்கன்னு அப்படி நெரியும் கூட்டம்.''

மனைவி எதற்கும் பதில் பேசாமல் நடுவில் ஒருமுறை முகத்தை மட்டும் திருப்பி இவனை ஒருமாதிரி பார்த்துவிட்டுத் திரும்பிக் கொண்டாள்.

பேருந்து தாம்பரம் மேம்பாலம் ஏறி இறங்கிக் கொண்டிருந்தது. நகர்ப்புற நெரிசலிலும் கார்பன் வெப்ப இறுக்கத்திலுமிருந்து விடுபட்ட பேருந்து வெட்டவெளியில் இயற்கையான காற்றை எதிர்கொண்டு ஓடியது மனதுக்கு இதமாக இருந்தது. வண்டி வண்டலூரைக் கடந்து ஓட இவன் சொன்னான். "தோ தெரியுது பார், இதுதான் ஜூ, மிருகக்காட்சி சாலை. உள்ள மிருகங்கள்லாம் இருக்கும்...''

கடுகடுப்பான முகத்துடன் வெடுக்கென்று திரும்பிய மனைவி, பல்லைக் கடித்து அடக்கிய குரலில் சுள்ளென்று இவனைப் பார்த்துச் சொன்னாள்: "மிருகக்காட்சி சாலைன்னா மிருகங்கள் இல்லாம மனுஷங்களா இருப்பாங்க... வீணா வயித்தெரிச்சலக் கௌப்பாம வாய மூடிக்னு பேசாம வாங்க, கம்முனு...''

2003

கவிதாசரண்

*